INSIGHT PUBLICA®

വിടവാങ്ങൽകൂത്ത്

മിലാൻ കുന്ദേര

പരിഭാഷ: **സി. എം. രാജൻ**

INSIGHT PUBLICA®

ജനനം: മെയ്, 1961, സ്ഥലം: ചന്തേര, കാസർഗോഡ് ജില്ല. വിദ്യാഭ്യാസം: പൂന സർവ്വകലാശാലയിൽനിന്നും ആംഗലേയ സാഹിത്യത്തിൽ ബിരുദാനന്തര ബിരുദം. ഹൈദരാബാദിലെ അന്തർദേശീയ വിദ്യാഭ്യാസ സ്ഥാപനമായ വിസു ഇന്റർനാഷണലിൽ ഇംഗ്ലീഷ് പരിശീലകനായി പ്രവർത്തിക്കുന്നു.

മറ്റു കൃതികൾ: അസംബന്ധ പ്രബന്ധങ്ങൾ.
പരിഭാഷകൾ: സാത്താന്റെ സുവിശേഷം, പ്രണയവും മൂലധനവും, യേശു ക്രൂശിതനാകുന്നു

email: rajan.cm@gmail.com

സി എം രാജൻ

ചെക്ക് വംശജനായ ലോകപ്രശസ്ത എഴുത്തുകാരൻ. 1975 മുതൽ ഫ്രാൻസിൽ വസിക്കുന്നു. ചെക്കോസ്ലോവാക്യയിലെ കമ്മ്യൂണിസ്റ്റ് ഭരണകൂടം ഇദ്ദേഹത്തിന്റെ സൃഷ്ടികൾ നിരോധിക്കുകയും 1979ൽ പൗരത്വം റദ്ദാക്കുകയും ചെയ്തിരുന്നു. 1981ൽ ഫ്രഞ്ച് പൗരത്വം ലഭിച്ചു. ചെക്ക് ഭാഷയിലും ഫ്രഞ്ച് ഭാഷയിലും കൃതികൾ രചിച്ചിട്ടുണ്ട്. ദി അൺബെയറബിൾ ലൈറ്റ്നെസ്സ് ഓഫ് ബീയിങ്ങ്, ദി ബുക്ക് ഓഫ് ലാഫ്റ്റർ ആൻഡ് ഫൊർഗെറ്റിങ്ങ്, ദി ജോക്ക് തുടങ്ങിയവയാണ് പ്രശസ്ത കൃതികൾ.

മിലാൻ കുന്ദേര

ഒന്നാം ദിവസം

1. റൂസേന

ശരൽക്കാലമായിരിക്കുന്നു. മഞ്ഞയും ചുവപ്പും തവിട്ടും നിറങ്ങളിൽ മരങ്ങൾക്കു വേഷപ്പകർച്ച വരികയായിരുന്നു. ആ കൊച്ചു സുഖചികിത്സാനഗരം അഗ്നിശിഖകളാൽ ആവൃതമാണെന്നു തോന്നും.

സ്തംഭാവലികൾക്കു കീഴെ സ്ത്രീകൾ, അനപത്യകളായ അബലകൾ, ധാതുജലപ്രവാഹങ്ങളുടെ ആലംബനം തേടി വന്നും പോയുമിരുന്നു. ഊഷ്മളമായ ഈ ഉറവകളിൽനിന്നും ഉർവ്വരത ലഭിക്കുമെന്ന് അവരാശിക്കുന്നു.

ജലചികിത്സ തേടി വരുന്നവരിൽ ആണുങ്ങൾ തീരെച്ചുരുക്കം. എങ്കിലും അവിടെയുമിവിടെയുമായി അൽപ്പം ചിലരെ കാണാം. സ്ത്രീരോഗങ്ങൾക്കു മാത്രമല്ല, ഹൃദ്രോഗത്തിനും ഈ ജലപ്രവാഹങ്ങൾ പ്രയോജനപ്പെടും. എന്നിരുന്നാലും, ഒരു പുരുഷരോഗിക്ക് അനുപാതമായി ഒമ്പതു പെൺരോഗികളുണ്ട്. അനപത്യചികിത്സക്കെത്തിയ സ്ത്രീകൾക്കുള്ള പൊയ്കയുടെ ചുമതല വഹിക്കുന്ന അവിവാഹിത യുവതിയായ നഴ്സിനെ ഇക്കാര്യം ക്രോധവതിയാക്കി.

റൂസേന പിറന്നത് ഈ കൊച്ചു പട്ടണത്തിലായിരുന്നു. അവളുടെ അച്ഛനുമമ്മയും ഇപ്പോഴും ഇവിടെത്തന്നെയാണ് പൊറുതി. എന്നാണ് അവൾക്കിവിടെനിന്ന്!, ഈ ഭീകരമായ പെൺപടകളിൽ നിന്നൊരു മുക്തി?

ഇതു തിങ്കളാഴ്ച്ച. അവളുടെ ജോലി സമയം അവസാനിക്കാറായിരിക്കുന്നു. ജമുക്കാളങ്ങളിൽ പൊതിഞ്ഞ്, ശയ്യകളിലാക്കി, മുഖം തുടച്ചുണക്കി, ഇളിച്ചു കാട്ടാൻ ഇനി ഏറെച്ചുരുക്കം പൊണ്ണത്തടിച്ചികളേ ബാക്കിയുള്ളൂ.

‘നീ ഫോൺ വിളിക്കുന്നുണ്ടോ, ഇല്ലയോ?’

അവളുടെ കൂട്ടുജോലിക്കാരികളിൽ രണ്ടുപേർ അവളെ ഓർമ്മപ്പെടുത്തിക്കൊണ്ടേയിരുന്നു. അവരിലൊരുവൾ നാൽപ്പതു പിന്നിട്ട ഒരു മാംസളാംഗി. മറ്റവൾ അൽപ്പം പ്രായക്കുറവുള്ള ഒരു കൃശഗാത്രി.

‘ഞാൻ എന്തിനു വിളിക്കാതിരിക്കണം?’

റൂസേന തിരിച്ചടിച്ചു.

‘എന്നാ വിളിക്ക്. പേടിക്കാതെടി.’ തുണി മാറുവാനുള്ള അറകളുടെ പിറകിലേക്ക് അവളെ നയിച്ചുകൊണ്ട് നാൽപ്പതുകാരി പ്രതിവചിച്ചു. അവിടെയാണ് നഴ്സുമാർക്കുള്ള അലമാരയും മേശയും ടെലഫോണുമെല്ലാം.

‘നീ അവന്റെ വീട്ടിലേക്കാണ് വിളിക്കേണ്ടത്.’

കൃശഗാത്രി കുസൃതിയോടെ അഭിപ്രായപ്പെട്ടപ്പോൾ മൂവരും അടക്കിച്ചിരിച്ചു.

‘തിയേറ്ററിലെ നമ്പർ മാത്രമാണ് എനിക്കറിയാവുന്നത്.’

ചിരി ശമിച്ചപ്പോൾ റൂസേന പറഞ്ഞു.

2. ക്ലീമ

സംഭ്രമാത്മകമായിരുന്നു സംഭാഷണം. റൂസേനയുടെ സ്വരം ഫോണിലൂടെ കേട്ടമാത്ര അവൻ വിരണ്ടു പോയി.

പെൺവർഗ്ഗത്തെ അവനെന്നും പേടിയായിരുന്നു. പെണ്ണുങ്ങളോടതവൻ പറഞ്ഞപ്പോഴൊന്നും അവർ അവനെ വിശ്വസിച്ചില്ല. ശൃംഗാരലിപ്തമായ വെടിപറയലാണതെന്നേ അവർ കരുതിയുള്ളൂ.

'സുഖമല്ലേ?' അവനാരാഞ്ഞു.

'അത്ര വലിയ സുഖം പോരാ.' അവൾ മറുവചിച്ചു.

'എന്താ കാര്യം?'

'എനിക്കു സംസാരിക്കണം.' അവളുടെ മറുപടിയിൽ ശോകച്ഛവി.

ശോകസ്വരം തന്നെയായിരുന്നു അവനെ വർഷങ്ങളായി അലോസരപ്പെടുത്തിക്കൊണ്ടിരുന്നതും.

'എന്താ?' അവന്റെ സ്വരം തൊണ്ടയിൽ കുരുങ്ങിപ്പോയി.

'എനിക്കു നിന്നോടു സംസാരിച്ചേ പറ്റൂ.' അവൾ ആവർത്തിച്ചു.

'എന്താ കാര്യം?'

'നമ്മളെ രണ്ടുപേരെയും ബാധിക്കുന്നതു തന്നെ.' അവന്റെ നാവനങ്ങിയില്ല. ഒരു മാത്ര കഴിഞ്ഞവൻ ആവർത്തിച്ചു: 'എന്താ കാര്യം?'

'എനിക്കു തെറ്റിയിട്ട് ആറാഴ്ച്ചയായി.'

സ്വയം നിയന്ത്രിക്കാൻ പാടുപെട്ടുകൊണ്ടവൻ പറഞ്ഞു: 'ഒന്നുമുണ്ടാവില്ല. ചിലപ്പോഴൊക്കെ അങ്ങിനെയുണ്ടാകാറുണ്ടല്ലോ. അതിൽ വലിയ കാര്യമൊന്നുമില്ല.'

'അങ്ങിനെയല്ല. ഇത്തവണ ഉറപ്പാണ്.'

'അതിനു വഴിയില്ല. തീരെ വഴിയില്ല. എന്തായാലും, അതെന്റെ തെറ്റല്ല.'

അവൾക്കു ചൊടി വന്നു: 'എന്നെക്കുറിച്ച് നീ എന്താ ധരിച്ചു വെച്ചിരിക്കുന്നത്?' അവളെ വ്രണപ്പെടുത്താൻ അവനു ധൈര്യമുണ്ടായില്ല. എന്തുമേതും അവനിൽ പൊടുന്നനെ ഭയമുണ്ടാക്കാൻ തുടങ്ങിയിരുന്നു: 'അതല്ല. നിന്നെ അപമാനിക്കാൻ ഉദ്ദേശിച്ചല്ല. അങ്ങിനെ വിചാരിക്കുന്നതേ മണ്ടത്തരം. ഞാനെന്തിനു നിന്നെ നിന്ദിക്കണം! നീ വേവലാതിപ്പെടേണ്ടെന്നു പറയുകയായിരുന്നു. എന്റെ കയ്യിൽനിന്ന് അങ്ങിനെ പറ്റില്ല. തീരെ പറ്റില്ല. ശരീരശാസ്ത്രപ്രകാരം തീരെ നടക്കില്ല.'

'അപ്പോൾപ്പിന്നെ സംസാരിച്ചിട്ടെന്തു കാര്യം?' അവൾ കാലുഷ്യമേറിപ്പറഞ്ഞു. 'ശല്യപ്പെടുത്തിയതിനു മാപ്പ്.'

അവൾ വിളി വിച്ഛേദിക്കുമെന്നവൻ ഭയപ്പെട്ടു. 'ശല്യമായിട്ടല്ല. നീ എന്നെ വിളിച്ചത് തീർത്തും ന്യായം. നിന്നെ സഹായിക്കാൻ എനിക്കു സന്തോഷമേയുള്ളൂ. ഉറപ്പ്. ഞാൻ എല്ലാം തീർച്ചയായും ഏർപ്പാടാക്കാം.'

'ഏർപ്പാടാക്കാമെന്നു പറഞ്ഞാൽ?'

അവൻ സംഭ്രമിച്ചു പോയിരുന്നു. കാര്യം അതിന്റെ ശരിയായ പേരിൽ ഉച്ചരിക്കാൻ അവനു ധൈര്യമില്ലായിരുന്നു: 'അറിയാലോ... എല്ലാ ഒരുക്കങ്ങളും.'

'പറഞ്ഞു വരുന്നതു മനസ്സിലായി. അതിനെന്നെക്കിട്ടില്ല. കുത്തുപാളയെടുക്കേണ്ടിവന്നാലും ഞാനതു ചെയ്യില്ല.'

പേടി അവനെ വീണ്ടും മരവിപ്പിച്ചു. പക്ഷെ, ഈയൊരു തവണ, മടിച്ചുമടിച്ചാണെങ്കിലും, അവൻ കുറ്റപ്പെടുത്തി: 'എന്നോടു സംസാരിക്കേണ്ടെങ്കിൽ പിന്നെന്തിനു വിളിച്ചു? എന്നോടു കൂടിയാലോചിക്കണോ, അതോ, നീ തന്നെ തീരുമാനിച്ചോ?'

'എനിക്കു നിന്നോടാലോചിക്കണം.'

'ഞാൻ കാണാൻ വരാം.'

'എപ്പോ?'

'ഞാനറിയിക്കാം.'

'ശരി.'

'ശരി. ഉടനെ കാണാം.'

'അങ്ങിനെയാകട്ടെ.'

അവൻ ഫോൺ താഴെ വെച്ചു. ഓഡിറ്റോറിയത്തിലെ സംഗീതസംഘത്തിലേക്കു തിരിച്ചുചെന്നു.

'സുഹൃത്തുക്കളെ, റിഹേഴ്സൽ മതിയാക്കാം ഇന്നിയെന്നെക്കൊണ്ടൊന്നിനും കഴിയില്ല.'

3. റൂസേനയും കൂട്ടുകാരികളും

ഫോൺ താഴെ വെച്ചപ്പോഴേക്കും അവളുടെ മുഖം കോപം കൊണ്ടു തുടുത്തുപോയിരുന്നു. ക്ലീമ വിവരം സ്വീകരിച്ച രീതിയാണ് അവളെ കോപിഷ്ഠയാക്കിയത്. നേരു പറഞ്ഞാൽ, കുറച്ചു കാലമായി അവൾ കോപിച്ചിരിക്കുകയായിരുന്നു.

രണ്ടു മാസം മുമ്പായിരുന്നു അവർ തമ്മിൽ കണ്ടുമുട്ടിയത്. പ്രശസ്തനായ കുഴലൂത്തുകാരൻ തന്റെ സംഗീതസംഘവുമായി ചികിത്സാലയത്തിലെത്തിയ ഒരു സായാഹ്നം. കച്ചേരിക്കു ശേഷമുള്ള സൽക്കാരത്തിലേക്ക് അവൾക്കുമുണ്ടായിരുന്നു ക്ഷണം. ആൾക്കൂട്ടത്തിൽ കുഴലൂത്തുകാരന് ഇഷ്ടമായത് അവളെ. അന്നു രാത്രി അവർ ഒരുമിച്ചുറങ്ങി.

അതിനുശേഷം അവന്റെ യാതൊരു വിവരവുമില്ലായിരുന്നു. ജീവിച്ചിരിപ്പുണ്ടോയെന്നു പോലും അറിയില്ലായിരുന്നു. ശുഭാശംസകൾ അറിയിച്ചുകൊണ്ടുള്ള രണ്ടു തപ്പാൽക്കാർഡുകൾ അവൾ അവനയച്ചു. അവയ്ക്ക് മറുപടി ഉണ്ടായില്ല. ഒരിക്കൽ അവൾക്കു തലസ്ഥാന നഗരിയിൽ പോകേണ്ടിവന്നു. അവൻ തന്റെ മേളക്കാരോടൊപ്പം പരിശീലിക്കുന്ന ഒരു തിയേറ്റർ അവിടെയുണ്ടെന്ന് അവൾക്കറിയാമായിരുന്നു. അവിടേക്കവൾ ഫോൺ ചെയ്തു. ഫോണെടുത്ത വിദ്വാൻ അവളുടെ പേരു ചോദിച്ചു. പിന്നീട്, ക്ലീമ അവിടെയെങ്ങാനുമോണ്ടോയെന്നു നോക്കിവരാമെന്നു പറഞ്ഞു. അൽപ്പം കഴിഞ്ഞവൻ തിരിച്ചുവന്നപ്പോൾ, കുഴലൂത്തുകാരൻ പരിശീലനം കഴിഞ്ഞു മടങ്ങിപ്പോയെന്ന് അറിയിച്ചു. തന്നെ ഒഴിവാക്കാനുള്ള വിദ്യയല്ലേയതെന്ന് അവൾ ശങ്കിച്ചു. കടുത്ത നീരസമുണ്ടായി. താൻ ഗർഭിണിയാണെന്ന് അവൾക്കപ്പോഴേ സംശയമുണ്ടായിരുന്നു.

‘ശാരീരികശാസ്ത്രപ്രകാരം അങ്ങിനെയുണ്ടാവില്ലെന്നാണവന്റെ വാദം! ഗംഭീരം! ശാരീരികശാസ്ത്രപ്രകാരം അസംഭവ്യംപോലും! കുട്ടിപ്പിശാചുപുറത്തുവരുമ്പോൾ അവനെന്തു പറയുമെന്നു കാണണം!’

അവളുടെ കൂട്ടുജോലിക്കാരികൾ രണ്ടുപേരും ആവേശത്തോടെ അനുകൂലിച്ചു. കുഴലൂത്തുകാരനുമായി ചിലവഴിച്ച അവാച്യമായ ആ രാത്രിയെക്കുറിച്ച് പിറ്റേന്നു രാവിലെ നീരാവി മൂടിയ പരിചരണമുറിയിൽ വെച്ച് അവൾ അവരോടു പറഞ്ഞിരുന്നു. ആ നിമിഷം മുതൽ കുഴലൂത്തുകാരൻ അവളുടെ കൂട്ടുജോലിക്കാരികളുടെ മുഴുവൻ പൊതുമുതലായിത്തീർന്നിരുന്നു. നഴ്സുമാരുടെ മുറികളിൽ അവന്റെ മായാരൂപം അവരെ അനുഗമിച്ചു. അവന്റെ പേരുച്ചരിക്കപ്പെട്ടപ്പോഴൊക്കെ, അവനുമായി പ്രഗാഢമായ ബന്ധമുള്ളതുപോലെ, അവർ ആരും കാണാതെ അടക്കിച്ചിരിച്ചു. റൂസേന ഗർഭവതിയാണെന്ന് അറിഞ്ഞപ്പോഴാകട്ടെ, വിചിത്രമായ ഒരു ആനന്ദമാണവർക്കനുഭവപ്പെട്ടത്. ഇപ്പോഴവൻ അവരുടെ കൂടെ റൂസേനയുടെ ഗർഭാശയത്തിന്റെ ആഴത്തിൽ കായരൂപം പൂണ്ടു കിടപ്പാണല്ലോ.

നാൽപ്പതുകാരി നഴ്സ് അവളുടെ ചുമലിൽ തലോടി: ‘ഒന്നു സമാധാനപ്പെടെന്റെ പൊന്നേ! ഞാൻ നിനക്കൊരു സംഗതി കാട്ടിത്തരാം.’ പൊടിയും ചെളിയും പുരണ്ട ഒരു സചിത്രമാസികയുടെ താളുകൾ അവൾ തുറന്നു. ‘ഇതു നോക്ക്!’

മൂവരും ഒരു ഫോട്ടോയിലേക്ക് കണ്ണു നാട്ടി.

അധരങ്ങൾക്കരികിൽ ഒരു സൂക്ഷ്മഭാഷിണിയുമായി രംഗവേദിയിൽ നിൽക്കുന്ന, ലാവണ്യവതിയായ ഒരു ഇരുൾമുടിക്കാരിയുടെ ഫോട്ടോ. ആ സമചതുരക്കളത്തിൽനിന്നും തന്റെ ഭാഗധേയം വായിച്ചെടുക്കാൻ റൂസേന ശ്രമിച്ചു.

‘അവളിത്ര ചെറുപ്പമാണെന്നു ഞാൻ അറിഞ്ഞിരുന്നില്ല.’ ഭയാശങ്കകളോടെ അവൾ പറഞ്ഞു.

നാൽപ്പതുകാരി നഴ്സ് ചിരിച്ചു: ‘വിട്ടുകള. ഈ ഫോട്ടോക്ക് പത്തുകൊല്ലം പഴക്കം കാണും. അവർക്കു രണ്ടുപേർക്കും ഒരേ പ്രായമാണെടീ. അവൾക്കു നിന്നോടു കിടപിടിക്കാൻ പറ്റില്ല മോളെ.’

4. ക്ലീമയുടെ ഭയം

ഭീഷണമായ ഇത്തരമൊരു വാർത്ത വരാനുണ്ടെന്ന്, ഒരു പാടു കാലമായി താൻ മുൻകൂട്ടി കണ്ടിരുന്നുവെന്ന്, റൂസേനയുമായുള്ള ഫോൺസംഭാഷണത്തിനിടക്ക്, ക്ലീമ ഓർത്തു. റൂസേനയെ താൻ ഗർഭിണിയാക്കിയെന്നു വിചാരിക്കാൻ ന്യായമായ കാരണങ്ങളൊന്നുമില്ലെന്നത് ശരിതന്നെ. മറിച്ച്, ഈ ദോഷാരോപണം അന്യായമാണെന്ന് അവനുറപ്പുണ്ടുതാനും. പക്ഷെ, റൂസേനയെ കണ്ടുമുട്ടുന്നതിനുമെത്രയോമുമ്പ്, കുറേവർഷങ്ങളോളം, ഇത്തരമൊരു വാർത്ത വരുമെന്ന മുൻവിചാരം അവനുണ്ടായിരുന്നു.

തന്നെ വൈവാഹികബന്ധനത്തിലാക്കാൻ ഇളക്കക്കാരിയായ ഒരു സ്വർണ്ണകേശിനി ഗർഭം നടിച്ചത് അവന്റെ ഇരുപത്തിയൊന്നാമത്തെ വയസ്സിലാണ്. ചിത്രവധത്തിന്റെ ആ നാളുകളിൽ അവന്റെ വയർ കോച്ചിവലിച്ചുകൊണ്ടേയിരുന്നു. ഒടുവിൽ അവൻ രോഗഗ്രസ്തനായി. എവിടെയും ഏതുനേരത്തും വന്നുവീഴാവുന്ന ഒരു അശനിപാതമാണ് ഗർഭമെന്ന് അക്കാലം മുതൽക്കേ അവനറിയാമായിരുന്നു. അതിനെതിരെ ഒരു രക്ഷാചാലകവും ഫലിക്കില്ല. ഫോണിലൂടെ ശോകമയ സ്വരത്തിൽ അതു സ്വയം വെളിപ്പെടും. ഉവ്വ്; സ്വർണ്ണകേശിനിയും ആ ദുരന്തവാർത്ത ആദ്യമറിയിച്ചത് ഫോണിലൂടെയായിരുന്നു. യൗവ്വനത്തിലെ ഈ സംഭവത്തിനുശേഷം, സ്ത്രീകളെ സമീപിക്കുമ്പോഴൊക്കെ (അത്യഭിനിവേശമുണ്ടെങ്കിലും) അവനിൽ വ്യഗ്രത നിറയുമായിരുന്നു. ഓരോ ശൃംഗാരസംഗമത്തിനുശേഷവും അതിന്റെ അനന്തരഫലങ്ങളോർത്ത് അവൻ ആകുലപ്പെടാറുണ്ടായിരുന്നു. തന്റെ രോഗാതുരമായ ഈ ജാഗ്രത ദുരന്തമുണ്ടാകാനുള്ള സാദ്ധ്യത ലക്ഷത്തിലൊരുശതമാനത്തിലേക്കു കുറച്ചു കൊണ്ടുവരുന്നുവെന്നു അവൻ

കാര്യവിവേചനംചെയ്തു. പക്ഷെ, ആ ലക്ഷത്തിലൊരുശതമാനവും അവനെ അവനെ വല്ലാതെ വിരട്ടി.

ഒരിക്കലൊരു ഒഴിവുസായാഹ്നത്തിന്റെ പ്രലോഭനത്തിൽ അവനൊരു യുവതിയെ ഫോൺ ചെയ്തു. രണ്ടുമാസമായി അവർ പരസ്പരം കണ്ടിരുന്നില്ല. അവന്റെ ശബ്ദം തിരിച്ചറിഞ്ഞപ്പോൾ അവൾ ഒച്ചവെച്ചു: 'കർത്താവേ! നീയോ! നീ വിളിക്കും വിളിക്കുമെന്നു വിചാരിച്ചു കാത്തിരിക്കുകയായിരുന്നു ഞാൻ. നീ വിളിക്കാൻവേണ്ടി ഞാൻ ആശിച്ചിരിക്കുകയായിരുന്നു.

അവളിങ്ങനെ ദീനദീനമായി കൂടെക്കൂടെ പറഞ്ഞപ്പോൾ ആ പഴയ വ്യഗ്രത അവന്റെ ഹൃദയത്തെപ്പിടികൂടി. ഭയപ്പെട്ട ആ നിമിഷം വന്നിരിക്കുന്നുവെന്ന് അവനു ആത്മാവിലാകെ അനുഭവപ്പെട്ടു. എത്രപെട്ടെന്നെങ്കിലത്രപെട്ടെന്ന് സത്യത്തെ നേരിട്ടുകളയാമെന്നുറച്ച് അവൻ തിരിച്ചടിച്ചു: 'നീ എന്തിനാ ഇതിത്ര സങ്കടത്തോടെ പറയുന്നത്?' 'ഇന്നലെ അമ്മച്ചി മരിച്ചു.' യുവതി മറുപടി പറഞ്ഞു. അവനു ആശ്വാസമായി. എങ്കിലും, ഭീകരമായ ദുർഭാഗ്യത്തിൽനിന്നും രക്ഷപ്പെടാനാകാത്ത ഒരു ദിവസം വരുമെന്ന് അവനറിയാമായിരുന്നു.

5. ക്ലീമയും കൂട്ടുകാരും

'അതിരിക്കട്ടെ. കാര്യമെന്തെന്നു പറ.' ഡ്രം വായനക്കാരന്റെ ചോദ്യമാണ് ക്ലീമയിൽ ഒടുവിൽ സ്ഥലകാലബോധമുണ്ടാക്കിയത്. അവൻ തന്റെ മേളക്കാരുടെ വ്യാകുലമുഖങ്ങളിലേക്കു നോക്കി. നടന്നതുമുഴുവൻ പറഞ്ഞു. അവരെല്ലാവരും വാദ്യോപകരണങ്ങൾ താഴെ വെച്ചു. അവനെ ഉപദേശരൂപേണ സഹായിക്കാൻ ശ്രമിച്ചു.

ഗിറ്റാർ വായിക്കുന്ന പതിനെട്ടുകാരൻ പയ്യന്റേതായിരുന്നു ആദ്യത്തെ സദുപദിഷ്ടം. വിപ്ലവാത്മകം. തങ്ങളുടെ നേതാവായ കുഴലൂത്തുകാരനു ഫോൺ ചെയ്തതരം സ്ത്രീകളെ തീർത്തും അവഗണിക്കുകയാണു വേണ്ടതെന്ന് അവൻ പ്രഖ്യാപിച്ചു. 'അവളോടെന്തുവേണമെങ്കിലും ചെയ്തോളാൻ പറ. കുട്ടിപ്പിശാച് നിന്റേതല്ല. നിനക്കതുമായൊരു ബന്ധവുമില്ല. അവൾ വാശിപിടിച്ചാൽ രക്തപരിശോധന നടത്തണം. തന്തയാരാണെന്ന് അപ്പോൾ മനസ്സിലാകുമല്ലോ.'

രക്തപരിശോധനകൾ മിക്കതും ഒന്നും തെളിയിക്കാറില്ലെന്ന് ക്ലീമ ചൂണ്ടിക്കാട്ടി. പെണ്ണിന്റെ ആരോപണം അപ്പോഴും അതുപോലെതന്നെ നിലനിൽക്കും.

രക്തപരിശോധന വേണ്ടിവരില്ലെന്ന് ഗിറ്റാർ വായനക്കാരൻ മറുപടി പറഞ്ഞു. അവഗണിക്കപ്പെട്ടുകഴിഞ്ഞാൽപ്പിന്നെ ഒരു ചെറുപ്പക്കാരിയും പ്രയോജനമില്ലാത്ത നടപടികൾക്കു തുനിയാൻ മടിക്കും. ആരോപണത്തിനു വിധേയനായവൻ മണ്ണുണ്ണിയല്ലെന്നറിയുമ്പോൾ അവൾ സ്വന്തം ചിലവിൽ കുഞ്ഞിനെ നശിപ്പിച്ചോളും. 'ഇനി അവൾ പെറ്റാൽത്തന്നെ, നമ്മൾ, ബാൻഡിലുള്ള നമ്മളെല്ലാവരും കൂടെ കോടതിയിൽ പോകും. നമ്മളെല്ലാവരും അവളുടെ കൂടെ കിടന്നിട്ടുണ്ടെന്നു മൊഴികൊടുക്കും. നമ്മളിലാരാണ് കുഞ്ഞിന്റെ തന്തയെന്ന് അവർ കണ്ടുപിടിക്കട്ടെ.

ക്ലീമ, പക്ഷെ, പ്രതികരിച്ചു: 'ഇതും ഇതിനപ്പുറവും നിങ്ങളെനിക്കുവേണ്ടിച്ചെയ്യുമെന്നെനിക്കറിയാം.പക്ഷെ, അപ്പോഴേക്കും ഒരെത്തും പിടിയുമില്ലാതെ പേടിച്ച് ഭ്രാന്തനായിപ്പോയിട്ടുണ്ടാകും ഞാൻ. ഇത്തരം കാര്യങ്ങളിൽ ഏറ്റവും വലിയ പേടിത്തൊണ്ടനാണ് ഞാൻ. എല്ലാറ്റിലുമുപരി എനിക്കുവേണ്ടത് ഉറപ്പാണ്.'

അവരെല്ലാവരും അതു ശരിവെച്ചു. ഗിറ്റാർവായനക്കാരന്റെ നിർദ്ദേശം തത്ത്വത്തിൽ നല്ലതു തന്നെ. പക്ഷെ, അതെല്ലാവർക്കും പറ്റില്ല. പ്രത്യേകിച്ച്, ഞരമ്പുകൾക്കുറപ്പില്ലാത്ത ഒരാൾക്ക്. തന്നെപ്പോലെ പേരും പെരുമയുമുള്ള ഒരു പണക്കാരന് അതു പറഞ്ഞതല്ല. അത്തരം ആണുങ്ങളെ കണ്ണുകാട്ടി കുഴിയിൽച്ചാടിക്കുന്നതിൽ നേട്ടം കാണുന്നവരാണ് പെണ്ണുങ്ങൾ. അതുകൊണ്ട് മേളക്കാർ അഭിപ്രായം മാറ്റി. അവളെ അവഗണിക്കേണ്ട കാര്യമില്ല. പകരം ഗർഭം ഛിദ്രിപ്പിച്ചുകളയാൻ പ്രേരിപ്പിക്കുക. പക്ഷെ, അവൻ എന്തു വാദമുഖങ്ങളാണ് ഉന്നയിക്കുക? അവർ മൂന്നു വഴികൾ ആലോചിച്ചു.

പെണ്ണുങ്ങളുടെ അലിവൂറുന്ന കരളിനെ സ്വാധീനിക്കുകയാണ് ആദ്യത്തെ വഴി. ക്ലീമ അവളോടൊരു ഉറ്റചങ്ങാതിയോടെന്നപോലെ സംസാരിക്കണം. അവൾ വിശ്വസ്തയാണെന്ന് ആർജ്ജവത്തോടെ ബോദ്ധ്യപ്പെടുത്തണം. തന്റെ ഭാര്യ ഗുരുതരമായ രോഗത്തിലാണെന്നു പറയുക. ഭർത്താവിനു മറ്റൊരുത്തിയിൽ കുഞ്ഞുണ്ടെന്നറിയുന്ന നിമിഷം അവൾ ചത്തുപോകും. ധാർമ്മികമായി നോക്കിയാലും, തന്റെ ആത്മബലം കണക്കിലെടുത്തും, അങ്ങിനെയൊരവസ്ഥ തനിക്കു താങ്ങാനാവില്ല. ഈ വിധം അവൻ നഴ്സിന്റെ അലിവിനുവേണ്ടി കേഴട്ടെ.

ഈ രീതിക്കെതിരെ താത്ത്വികമായി ഒരു തടസ്സമുണ്ടായിരുന്നു.നഴ്സിന്റെ സംശയാസ്പദവും, ഉറപ്പിക്കാനാകാത്തതുമായ കരുണയെ മാത്രം ആശ്രയിച്ചു മാത്രം ഒരു തന്ത്രം മെനയുക സാദ്ധ്യമല്ല. ശരിക്കും ദയാർദ്രമായ ഒരു ഹൃദയം അവൾക്കില്ലെങ്കിൽ സൂത്രം തിരിഞ്ഞടിക്കും. തന്റെ കുഞ്ഞിന്റെ നിയോജിക്കപ്പെട്ട അച്ഛൻ മറ്റൊരു പെണ്ണിനോട് അമിതമായ കൂറുകാണിക്കുന്നവെന്നോർത്ത് അവൾ വ്രണപ്പെടും. അക്രമാസക്തയാകും.

രണ്ടാമതൊരു മാർഗ്ഗം പെണ്ണിന്റെ നല്ല ബുദ്ധിയെ സ്വാധീനിക്കുകയാണ്. കുഞ്ഞു തന്റേതല്ലെന്ന് തനിക്കുറപ്പില്ലെന്നും, ഒരിക്കലും ഉറപ്പിക്കാൻ കഴിയില്ലെന്നും, അവളോടു വിശദീകരിക്കാൻ ശ്രമിക്കുക. ആ ഒറ്റത്തവണയല്ലേ അവൻ അവളെ കണ്ടിട്ടുള്ളൂ? അപ്പോൾ അവനു അവളെക്കുറിച്ചൊന്നും അറിയില്ലായിരുന്നു. മറ്റേതൊക്കെ ആണുങ്ങളുമായി അവൾക്കു സമ്പർക്കമുണ്ടോയെന്ന് അവനെങ്ങിനെ അറിയാം? തെറ്റിദ്ധരിക്കാൻ പറയുന്നതല്ല. മറ്റൊരാണൊരുത്തനെയും അവൾ കാണാറില്ലെന്നവൾക്ക് തീർത്തുപറയാൻ പറ്റുമോ? ഇനി, അഥവാ, അങ്ങിനെ പറഞ്ഞാൽത്തന്നെ നേരാണ് പറയുന്നതെന്ന് ക്ലീമക്കെങ്ങിനെ

അറിയാം? ഏതു കുഞ്ഞിന്റെ പിതൃത്വത്തെക്കുറിച്ചാണോ അതിന്റെ അച്ഛൻ സംശയാലുവായിരിക്കുന്നത്, അത്തരമൊരു കുഞ്ഞിനെ ഈ ലോകത്തിലേക്കു വലിച്ചിഴക്കുന്നത് വിവരക്കേടല്ലേ? അച്ഛനാരെന്ന റിയാത്ത ഒരു കുഞ്ഞിനുവേണ്ടി ക്ലീമക്കെങ്ങിനെ തന്റെ ഭാര്യയെ ഉപേക്ഷിക്കാനാകും? അച്ഛനാരെന്നൊരിക്കലുമറിയാൻകഴിയാത്ത ഒരു കുഞ്ഞു വേണമെന്ന് റൂസേനക്ക് ആഗ്രഹമുണ്ടാകുമോ?

ഈ മാർഗ്ഗവും സംശയകലുഷിതമായി ഭവിച്ചു. നഴ്സിന്റെ അലിവിനെ ആശ്രയിക്കുന്നതിനെക്കാൾ പരിഹാസ്യമായിരിക്കും അവളുടെ നല്ല ബുദ്ധിയെ നമ്പുന്നതെന്ന് സംഘത്തിലെ ബാസ്സുവായിക്കുന്ന, ഏറ്റവും പ്രായമുള്ളയാൾ പറഞ്ഞു. വാദത്തിൽ യുക്തി തീരെയില്ലെന്നുമാത്ര മല്ല, തന്റെ പ്രിയതമനു തന്നിൽ തീരെ വിശ്വാസമില്ലെന്നറിഞ്ഞ് ആ യുവതിയുടെ കരൾ പിളർന്നുപോകും. അവൾ പ്രകോപിതയാകും. കണ്ണീർ നനവുള്ള ദാർഢ്യത്തോടെ അവൾ തന്റെ അവകാശവാദ ങ്ങളിലും തീരുമാനങ്ങളിലും കൂടുതൽ പിടിവാശിയോടെ ഉറച്ചു നിൽക്കും.

പിന്നെയവശേഷിച്ചത് മൂന്നാമത്തെ വഴി: അവളെ താൻ സ്നേ ഹിച്ചിരുന്നുവെന്നും ഇപ്പോഴും സ്നേഹിക്കുന്നുവെന്നും ക്ലീമ ഗർഭി ണിയോടു ആണയിട്ടു പറയണം. കുഞ്ഞു മറ്റൊരാളുടെതാണെന്ന സാദ്ധ്യതയെക്കുറിച്ച് ഒരു വിദൂര സൂചനപോലുമരുത്. അവളെ ആർദ്രതയിലും വിശ്വാസത്തിലും സ്നേഹത്തിലും നിമജ്ജനം ചെയ്യണം. തന്റെ ഭാര്യയിൽനിന്നുള്ള വിടുതലടക്കം എല്ലാം അവൾക്കു വാഗ്ദാനം ചെയ്യണം. അവരൊന്നിച്ചുള്ള ഉജ്ജ്വലമായ ഭാവിജീവിതം ചിത്രീക രിച്ചുകൊണ്ടിരിക്കുക. എന്നിട്ട്, അവരുടെ ആ ഭാവിക്കുവേണ്ടി ഗർഭം ഛിദ്രിപ്പിക്കുവാനവളെ പ്രേരിപ്പിക്കുക. ഒരു കുഞ്ഞുണ്ടാകാനുള്ള സമയം ഇതല്ലെന്ന് അവൻ അവളോടു വിശദീകരിക്കണം. കുട്ടിയുടെ വരവ് അവരുടെ പ്രേമത്തിന്റെ അതിമനോഹരമായ ആദ്യനാളുകൾ നശി പ്പിച്ചുകളയും.

മുമ്പത്തെ വാദഗതികളിൽ ധാരാളമുണ്ടായിരുന്ന ഒരു കാര്യം ഈ വാദത്തിലില്ലായിരുന്നു: യുക്തി. നഴ്സിനോട് അത്രക്കു ഗാഢമായ പ്രേമം ക്ലീമക്കുണ്ടായിരുന്നുവെങ്കിൽ, കഴിഞ്ഞ രണ്ടുമാസങ്ങളോളം അവളെ അവഗണിച്ചതെന്തേ? പക്ഷെ, പ്രേമികൾ പലപ്പോഴും അ യുക്തികമായാണ് പെരുമാറുകയെന്നു ബാസ്സു വായനക്കാരൻ ശാഠ്യം പിടിച്ചു. ഒരു വഴിക്കല്ലെങ്കിൽ, മറ്റൊരു വഴിക്ക് പെണ്ണിനെ ഈ കാര്യം പറഞ്ഞുമനസ്സിലാക്കുന്നത്ര എളുപ്പമായ കാര്യം വേറൊന്നില്ല. മൂന്നാമത്തേതുതന്നെ ഏറ്റവും പര്യാപ്തമായ മാർഗ്ഗമെന്ന് ഒടുവിലെല്ലാ വരും സമ്മതിച്ചു. എന്തെന്നാൽ, അതാ ചെറുപ്പക്കാരിയുടെ പ്രേ മവികാരത്തെയാണല്ലോ സ്വാധീനിക്കുക. ഇത്തരമൊരവസ്ഥയിൽ അവ ളുടെ പ്രേമം മാത്രമാണല്ലോ, ആപേക്ഷികമായെങ്കിലും, ഉറപ്പുള്ള ഒരേയൊരു കാര്യം.

6. ക്ലീമയുടെ അഭ്യുദയകാംക്ഷി

അവർ തിയേറ്റർ വിട്ടു. തെരുവിന്റെ അവസാനമായപ്പോൾ എല്ലാവരും നാലുവഴി പിരിഞ്ഞു. പക്ഷെ, ഗിറ്റാർവായനക്കാരൻ ക്ലീമയുടെ വീട്ടുവാതിൽവരെ അവനെ അനുഗമിച്ചു. നിർദ്ദിഷ്ടപദ്ധതിയെ പ്രതികൂലിച്ചത് അവൻ മാത്രമായിരുന്നു. താൻ ആരാധിക്കുന്ന സംഘനായകനു ചേർന്നതല്ല ഈ പദ്ധതിയെന്ന് അവനു തോന്നി: 'യോഷകളെ സമീപിക്കുമ്പോൾ കയ്യിലൊരു ചമ്മട്ടി കരുതണം.' നീത്ചേയുടെ സമാഹൃതകൃതികളി'ൽനിന്ന് അവനറിയാവുന്ന ഒരു വാചകം അവൻ ഉദ്ധരിച്ചു.

'അവളുടെ കയ്യിലാണു കുട്ടാ, ചാട്ട.' ക്ലീമ വിലപിച്ചു.

സുഖചികിത്സാകേന്ദ്രംവരെ ക്ലീമയുടെ കൂടെ വരട്ടെയെന്ന് ഗിറ്റാർവായനക്കാരൻ ചോദിച്ചു. ആ ചെറുപ്പക്കാരിയെ വശീകരിച്ചു റോഡിലെത്തിച്ച് വണ്ടികയറ്റിക്കൊല്ലാമെന്നവൻ വാഗ്ദാനം ചെയ്തു: 'എന്റെ ചക്രങ്ങൾക്കടിയിലേക്ക് അവൾ ചാടിയതല്ലായെന്ന് ഒരുത്തനും തെളിയിക്കാനാവില്ല.'

ബാൻഡിൽ ഏറ്റവും ഇളയവനായ ഗിറ്റാർവായനക്കാരന് ക്ലീമയോടു കടുത്ത സ്നേഹമായിരുന്നു. ക്ലീമയെ അതു വല്ലാതെ സ്പർശിച്ചു: 'നീ സ്നേഹമുള്ളവനാണ്.' അവൻ പറഞ്ഞു. പൊള്ളുന്ന കവിളുകളോടെ ഗിറ്റാർവായനക്കാരൻ പദ്ധതി വിശദമായി വരച്ചുകാട്ടി.

'ഒക്കെ നല്ലതു തന്നെ. പക്ഷെ, നടക്കില്ല.' ക്ലീമ പറഞ്ഞു.

'നിനക്കെന്താണൊരു മടി? അവൾ വെറും കൂത്തിച്ചിയാണ്.'

'നിന്റെ വ്യഗ്രത എനിക്കു മനസ്സിലാകും. പക്ഷെ, നടക്കില്ല.' ഗിറ്റാർവായനക്കാരനോട് വിടവാങ്ങവേ ക്ലീമ പറഞ്ഞു.

7. ക്ലീമയുടെ പ്രതീക്ഷ

ഒറ്റക്കയാപ്പോൾ അവൻ ആ യുവാവിന്റെ നിർദ്ദേശത്തെക്കുറിച്ചാലോചിച്ചു; അതു നിരാകരിക്കാനുണ്ടായ കാരണങ്ങളെക്കുറിച്ചും. ഗിറ്റാർവായനക്കാരനെക്കാൾ നല്ലവനായതുകൊണ്ടല്ല അവനതു വേണ്ടെന്നുവെച്ചത്. മറിച്ച്, പേടി കൂടിയതുകൊണ്ടായിരുന്നു. ഒരു തന്തയായി അവരോധിക്കപ്പെടുന്നതിനേക്കാൾ ഭീകരത കുറഞ്ഞ കാര്യമല്ലല്ലോ കൊലപാതകത്തിനു കൂട്ടുനിൽക്കുന്നത്. റൂസേനയുടെമേൽ കാർ കയറുന്നത് അവൻ കണ്ടു; അവൾ ചോരത്തളത്തിൽ കിടക്കുന്നതും. അൽപ്പനേരത്തേക്ക് ആനന്ദംനിറഞ്ഞ ഒരാശ്വാസം അവനനുഭവപ്പെട്ടു. പക്ഷെ, വ്യാമോഹങ്ങളിൽ വ്യാപരിക്കുന്നതുകൊണ്ട് പ്രയോജനമില്ലെന്നവനറിയാമായിരുന്നു. ഇപ്പോഴാകട്ടെ, അവനു മറ്റൊരു ഗുരുതരമായ കാര്യം കൂടി ആലോചിക്കേണ്ടതായുണ്ട്. അവന്റെ ഭാര്യ. കർത്താവേ! നാളെയാണല്ലോ അവളുടെ പിറന്നാൾ!

ആറാകാനിനി ഏതാനും മിനിട്ടുകളെയുള്ളൂ. കടകളാണെങ്കിൽ കൃത്യം ആറിനുതന്നെ അടക്കും. അവനൊരു പൂക്കടയിലേക്കോടി. പനിനീർപ്പൂക്കളുടെ ഒരു കൂറ്റൻ ബുക്കെ വാങ്ങി. ക്ലേശകരമായ ഒരാഘോഷമാണ് അവനെ കാത്തിരിക്കുന്നത്. ഹൃദയത്തിലും മനസ്സിലും അവൾക്കരികെത്തന്നെ ഇരിക്കേണ്ടിവരും. അവൾക്കു തീർത്തും കീഴടങ്ങിയിരിക്കേണ്ടിവരും. അവളോടു ആർദ്രത കാട്ടണം. അവളെ വിനോദിപ്പിക്കണം. കൂടെച്ചിരിക്കണം. അതേസമയം, വിദൂരത്തുള്ള ഒരു വയറിനെക്കുറിച്ച് നിരന്തരമായി വേവലാതിപ്പെടണം. സ്നേഹമയമായ വാക്കുകൾ പറയാൻ അവൻ പരിശ്രമിക്കും. പക്ഷെ, അവന്റെ മനസ്സ് അങ്ങകലെയായിരിക്കും. ഒരപരിചിതയുടെ ഗർഭാശയത്തിന്റെ ഇരുളാർന്ന തുറുങ്കറയിൽ.

ഈ പിറന്നാൾ വീട്ടിൽവെച്ച് ആഘോഷിക്കുക ദുഷ്ക്കരമാണെന്ന് അവനു മനസ്സിലായി. റൂസേനയെക്കാണാൻ ഇനിയും വൈകിക്കരുതെന്നും അവൻ തീരുമാനിച്ചു.

എന്നാൽ, അതത്ര സുഖകരമായ ഒരേർപ്പാടല്ല താനും. മലയിലെ ആ സുഖചികിത്സാലയം ഒരു മരുഭൂമിയായി അവനനുഭവപ്പെട്ടു. അവിടെ അവനാരെയുമറിയില്ല; ഒരു പക്ഷെ, ജലചികിത്സക്കെത്തിയ ആ അമേരിക്കക്കാരനെയൊഴിച്ച്. കച്ചേരിക്കുശേഷം ഹോട്ടൽസ്വീറ്റിലേക്കു, പഴയകാലത്തെ ഒരു പണക്കാരൻ ബൂർഷ്വയെപ്പോലെ, മേളക്കാരെ മുഴുവൻ ക്ഷണിച്ചത് അയാളായിരുന്നു. അയാൾ തങ്ങൾക്കു മുന്തിയ മദ്യം തന്നു. ചികിത്സാലയത്തിൽനിന്നു തിരഞ്ഞെടുത്ത സ്ത്രീകളെ നൽകി. അങ്ങിനെനോക്കുമ്പോൾ, ക്ലീമക്കും റൂസേനക്കുമിടയിൽ സംഭവിച്ച കാര്യത്തിന്, പരോക്ഷമായി, അയാളാണ് ഉത്തരവാദി. കലവറയില്ലാത്ത സ്നേഹം പ്രകടിപ്പിച്ച ആ മനുഷ്യൻ ഇപ്പോഴും ചികിത്സാലയത്തിലുണ്ടെങ്കിൽ, അവസാനത്തെ പ്രതീക്ഷയെന്നതുപോലെ ക്ലീമ അയാളുടെ രൂപത്തെ മുറുകെപ്പിടിച്ചു. താനനുഭവിക്കാൻപോകുന്നതരം സന്ദർഭങ്ങളിൽ, ഒരാണിനു മറ്റെന്തിനേക്കാളുമാവശ്യം മറ്റൊരാണിന്റെ സൗഹൃദം നിറഞ്ഞ ധാരണയാണ്.

അവൻ തിയറ്ററിലേക്കു തിരിച്ചുവന്നു. പാറാവുകാരന്റെ മുറിയിൽ കയറി. ഫോണെടുത്ത് ദൂരത്തേക്കൊരു വിളി സംവരണം ചെയ്തു. താമസിയാതെ, റൂസേനയുടെ സ്വരം അവനു കേൾക്കാറായി. നാളെത്തന്നെ അവളെക്കാണാൻ വരുന്നുണ്ടെന്ന് അവൻ പറഞ്ഞു. കുറച്ചു നാഴികകൾക്കുമുമ്പ് അവളറിയിച്ച കാര്യം അവൻ സ്പർശിച്ചതേയില്ല. സ്വച്ഛന്ദരായ കമിതാക്കളെപ്പോലെയാണ് അവർ സംസാരിച്ചത്.

കൂട്ടത്തിൽ അവൻ ചോദിച്ചു: 'ആ അമേരിക്കക്കാരൻ ഇപ്പോഴുമവിടെയുണ്ടോ?'

'ഉവ്വല്ലോ!' റൂസേന പറഞ്ഞു.

ആശ്വാസത്തോടെ, മുമ്പത്തെക്കാളേറെ സ്വസ്ഥതയോടെ, അവളെക്കാണാൻ തിടുക്കമായിരിക്കുന്നുവെന്ന് അവനാവർത്തിച്ചു. 'നീയെന്താ ഇട്ടിരിക്കുന്നത്?' അനന്തരം അവൻ ചോദിച്ചു.

'എന്തിനാ?'

ഫോണിലൂടെയുള്ള കൊച്ചുവർത്തമാനത്തിൽ, വർഷങ്ങളായി, വിജയകരമായി അവനുപയോഗിച്ചു വരുന്ന ഒരു തന്ത്രമായിരുന്നു അത്: 'നീ ഇപ്പോഴെന്താണുടുത്തിരിക്കുന്നതെന്ന് എനിക്കറിയണം. നിന്നെയങ്ങിനെ മനസ്സിൽക്കാണാൻ.'

'ചുകന്ന ഒരുടുപ്പാണ്.'

'ചുകപ്പ് നിനക്കു നന്നായിച്ചേരും.'

‘ആയിരിക്കാം.’

‘അടിയിലോ?’

അവൾ ചിരിച്ചു. ഉവ്വ്, എല്ലാ പെണ്ണുങ്ങളും ഇതു ചോദിക്കുമ്പോഴൊക്കെ ചിരിക്കുമായിരുന്നു.

‘അടിവസ്ത്രത്തിന്റെ നിറമോ?’

‘അതും ചുകപ്പാണ്.’

‘അതിട്ടുനിൽക്കുന്ന നിന്നെക്കാണാൻ എനിക്കു തിടുക്കമായി,’ ഫോൺ താഴെ വെക്കുമ്പോൾ അവൻ പറഞ്ഞു. ഒരുനിമിഷം അവൻ ഉന്മേഷിതനായി. പക്ഷെ, ഒരുനിമിഷം മാത്രം. റൂസേനയെക്കുറിച്ചല്ലാതെ മറ്റൊന്നുമാലോചിക്കുവാൻ തനിക്കാവുന്നില്ലെന്നവൻ തിരിച്ചറിഞ്ഞു. ഈ വൈകുന്നേരം ഭാര്യയോടുള്ള സംസാരം വളരെച്ചുരുക്കേണ്ടിവരും. ഒരു അമേരിക്കൻ കൌബോയ് ചിത്രമോടുന്ന സിനിമാതിയറ്ററിൽ കയറി അവൻ രണ്ടു ടിക്കറ്റുകൾ വാങ്ങി.

8. കമീല

അനാരോഗ്യമുണ്ടെങ്കിലും, അതിനേക്കാൾ, സൌന്ദര്യമുള്ളവളാണ് കമീലാക്ലീമ. എങ്കിലും അവൾ രോഗിയാണല്ലോ. ആരോഗ്യം തളർന്നതോടെ അവൾക്കു തന്റെ പാട്ടുപാടുന്നപണി നിർത്തേണ്ടിവന്നു. ഇന്നവളുടെ ഭർത്താവായിരിക്കുന്നവന്റെ കൈകളിലേക്ക് അവളെ ആനയിച്ചത് അവളുടെ ആലാപനചര്യയായിരുന്നു.

ആരാധിക്കപ്പെടുന്നത് ശീലമായിപ്പോയ ഈ യുവസുന്ദരിയുടെ ശിരസ്സാകെ പെട്ടന്നാണ് ആശുപത്രിയിലെ അണുനാശിനികളുടെ മണം നിറഞ്ഞത്. തന്റെയും തന്റെ ഭർത്താവിന്റെയും ലോകങ്ങൾക്കു നടുവിലൊരു മലനിര പൊങ്ങിവന്നതായി അവൾക്കു തോന്നി.

അവളുടെ വിഷാദവദനം കാണുമ്പോഴൊക്കെ, അക്കാലത്ത്, അവന്റെ ഹൃദയം നുറുങ്ങിപ്പോകുമായിരുന്നു. സാങ്കൽപ്പികമായ ആ പർവ്വതനിരക്കപ്പുറത്തുനിന്നും അവൻ അവൾക്കുനേരെ പ്രേമലിപ്തമായ കൈകൾ നീട്ടുമായിരുന്നു. തന്റെ വിഷാദത്തിന് തനിക്കിന്നേവരെയറിയാത്ത ഒരു ശക്തിയുണ്ടെന്ന് കമീല തിരിച്ചറിഞ്ഞു. ക്ലീമയെ ആകർഷിക്കാനും ആർദ്രമാക്കാനും കണ്ണീർപൊഴിപ്പിക്കാനും കഴിയുന്നൊരു ശക്തി. അപ്രതീക്ഷിതമായി കൈവന്ന ഈ ആയുധം (ഒരു പക്ഷെ, അബോധപൂർവ്വം, എന്നാലും മിക്ക സന്ദർഭങ്ങളിലും) അവളുപയോഗിക്കാൻ തുടങ്ങിയെന്നതിൽ ആശ്ചര്യമില്ല. അവളുടെ ശോകമയമായ മുഖത്തേക്ക് ക്ലീമയങ്ങിനെ കണ്ണുംനട്ടിരിക്കുമ്പോഴാണ്, മറ്റൊരുപെണ്ണും അവന്റെ മനസ്സിലില്ലായെന്ന് അവൾക്കേറെക്കുറെ ഉറപ്പുണ്ടാകുന്നത്.

ഈ സുന്ദരിപ്പെണ്ണിനാകട്ടെ, മറ്റുപെണ്ണുങ്ങളെ പേടിയായിരുന്നു.

നോക്കുന്നിടത്തൊക്കെ, മറ്റുപെണ്ണുങ്ങളെ മാത്രമേ അവൾ കണ്ടിരുന്നുള്ളൂ. അവളുടെ ദൃഷ്ടിയിൽനിന്ന് അവർക്കൊരിക്കലും രക്ഷയുണ്ടായിരുന്നില്ല. വീട്ടിൽ തിരിച്ചുവരുമ്പോൾ ക്ലീമ അവളെ അഭിവാദനം ചെയ്യുന്ന സ്വരത്തിൽ അവരെ കണ്ടുപിടിക്കാൻ അവൾ പഠിച്ചു. അവന്റെ വസ്ത്രത്തിലെ ഗന്ധത്തിലും അവൾ അവരെ കണ്ടെത്താൻ പഠിച്ചു. ഈയിടെ അവൾക്കൊരു പത്രക്കടലാസിന്റെ തുണ്ടു കിട്ടി. അതിലൊരു തീയ്യതി അവൾ കണ്ടു; ക്ലീമയുടെ കയ്യക്ഷരത്തിൽ. ഒരു കച്ചേരിയുടെയൊ, ഒരു ഗായകസംവിധായകനെ കാണാനുള്ളതൊ, അങ്ങിനെയേതെങ്കിലുമൊരു കാര്യത്തിന്റെ തീയ്യതിയായിരുന്നിരിക്കണം. പക്ഷെ, ഏതു പെണ്ണിനെയാണ് ക്ലീമ ആ ദിവസം കാണുന്നതെന്നുമാത്രം ആലോചിച്ചു അവൾ ഒരു മുഴുവൻ മാസവും വേവലാതിപ്പെട്ടു. ഒരു മാസം മുഴുവൻ അവളുടെ ഉറക്കം അലങ്കോലമായി.

സ്ത്രീകളുടെ കപടലോകം അവളെ ഇത്രമാത്രം കാർന്നുതിന്നുവെങ്കിൽ, അവൾക്കു പുരുഷന്മാരുടെ ലോകത്ത് സാന്ത്വനം തേടാമായിരുന്നില്ലേ?പക്ഷെ, അതു നടപ്പില്ല. ഒരു പുരുഷാരത്തെമുഴുവൻ ഇരുട്ടിലാക്കി ഒരൊറ്റയാളെമാത്രം പ്രകാശത്തിൽ ദീപ്തമാക്കിനിർത്താനുള്ള അപാരമായ കഴിവുണ്ട് അസൂയക്ക്. വേദനാജനകമായ ആ പ്രകാശത്തിന്റെ ദിശയിലേക്കു മാത്രമേ ശ്രീമതി ക്ലീമയുടെ ചിന്തകൾ സഞ്ചരിക്കുകയുള്ളൂ. ലോകത്തിലെ ഏകപുരുഷൻ അവളുടെ ഭർത്താവുമാത്രമാണ്.

പൂട്ടിൽ താക്കോലുവീഴുന്ന ശബ്ദം അവൾ കേട്ടു. അൽപ്പംകഴിഞ്ഞ് പനിനീർപ്പൂക്കളുടെ ബുക്കെയുമായി നിൽക്കുന്ന കുഴലൂത്തുകാരൻ ദൃഷ്ടിയിൽപ്പെട്ടു.

അവൾ ആദ്യം ആഹ്ലാദിച്ചു. പക്ഷെ, ഉടനെ സംശയങ്ങൾ തലപൊക്കി. പിറന്നാൾ നാളെയായിരിക്കെ, ഇന്നു വൈകുന്നേരം പൂക്കളുമായി വരുന്നതെന്തിന്? എന്താണതിന്റെ പൊരുൾ?

അവനെ സ്വീകരിച്ചുകൊണ്ടവൾ ചോദിച്ചു: ‘നാളെ നീ ഇവിടെയുണ്ടാകില്ലേ?’

9. ക്ലീമയും കമീലയും

അവൾക്കുള്ള പൂക്കളുമായി അന്നു വൈകുന്നേരം വന്നതിന്റെ അർത്ഥം അവൻ പിറ്റേന്നവിടെ ഉണ്ടാവില്ലെന്നാകണമെന്നില്ല. പക്ഷെ, അവളുടെ സദാജാഗരൂകവും, അസൂയാഭാരിതവും, സംശയകലുഷിതവുമായ സ്പർശിനികൾക്ക് അവളുടെ ഭർത്താവിന്റെ ഏറെച്ചെറിയ രഹസ്യോദ്ദേശ്യങ്ങൾപോലും മുൻകൂട്ടി അറിയാൻ കഴിയും. അവളുടെ ഭീഷണമായ ആ സ്പർശിനികൾ ഒറ്റുകണ്ണുകൾ കൊണ്ടവനെ നഗ്നനാക്കുമ്പോഴൊക്കെ ആശയറ്റവൻ തളർന്നുപോകും. ആ സ്പർശിനികളെ അവൻ വെറുത്തു. തന്റെ വിവാഹജീവിതത്തിനുള്ള ഏകഭീഷണി അവയാണെന്നവനുറപ്പായിരുന്നു. അവനുറപ്പായിരുന്നു, (ഇക്കാര്യത്തിൽ അവന്റെ മന:സാക്ഷി ഗർവ്വർഹിക്കും വിധം സ്വച്ഛമായിരുന്നു) അവനവളെ വഞ്ചിക്കുന്നുണ്ടെങ്കിൽ അതവളെ ബുദ്ധിമുട്ടിക്കാതിരിക്കാനാണെന്ന്; അവളെ എതുൽക്കണ്ഠയിൽനിന്നും രക്ഷിക്കുവാനാണെന്ന്!; അവൾക്കു വിഷമവും വേദനയുമുണ്ടാക്കുന്നത് അവളുടെ തന്നെ സംശയങ്ങളാണെന്ന്.

അവനവളുടെ മുഖത്തേക്കു ദൃഷ്ടിയൂന്നി. അവിടെയവൻ സംശയവും സന്താപവും കോപവും കണ്ടു. അവനു പൂക്കൾ തറയിലേക്കു വലിച്ചെറിയുവാൻ തോന്നി. എങ്കിലുമവൻ സ്വയം നിയന്ത്രിച്ചു. ആത്മനിയന്ത്രണംവേണ്ടിവരുന്ന ഇതിനേക്കാൾ ദുഷ്ക്കരമായ നിമിഷങ്ങൾ തുടർന്നുള്ള കുറച്ചുദിവസങ്ങളിലുണ്ടാകുമെന്നവനറിയാം.

'ഇന്നു വൈകുന്നേരംതന്നെ പൂക്കൾ കൊണ്ടുവന്നത് നിനക്കു വിഷമമായോ?' അവൻ ചോദിച്ചു. അവന്റെ സ്വരത്തിലെ നീരസം തിരിച്ചറിഞ്ഞപ്പോൾ അവൾ നന്ദിപറഞ്ഞു. പിന്നെ, ഒരു പൂപ്പാത്രത്തിൽ വെള്ളം നിറച്ചു.

'നശിച്ച സോഷ്യലിസം' ക്ലീമ തുടർന്നുപറഞ്ഞു.

'ഇപ്പോഴെന്തായി?'

'നോക്കൂ, ഇവന്മാർക്കെപ്പോഴും കാശില്ലാതെ കച്ചേരി നടത്തണം. ഒരു തവണ സാമ്രാജ്യത്വത്തിനെതിരെയെങ്കിൽ, മറ്റൊരുതവണ വിപ്ലവ സ്മരണക്കു വേണ്ടി. ഇനിയുമൊരുതവണ വലിയൊരുത്തന്റെ പിറന്നാളിന്. ബാൻഡ് നിലനിർത്താനായി എനിക്കിതെല്ലാം സഹിച്ചേപറ്റൂ. നിനക്കറിയില്ല എന്നെയവന്മാരിന്നെത്ര ക്ഷോഭിപ്പിച്ചുവെന്ന്.'

'എന്തുണ്ടായി?'

'റിഹേഴ്സൽ നടക്കുന്നിടത്ത് മുൻസിപ്പൽകൌൺസിലിന്റെ പ്രസിഡണ്ടു വന്നു. അതു വായിക്കരുത്, ഇതു വായിക്കരുതെന്നൊക്കെ ആവശ്യപ്പെട്ടു. ഒടുവിൽ യൂത്ത് ലീഗിനു വേണ്ടി ഒരു സൌജന്യക്കച്ചേരി നടത്താൻ ഞങ്ങളെ നിർബന്ധിച്ചു. അതൊക്കെപ്പോകട്ടെ, ഒരു വഷളൻ കോൺഫറൻസിനുവേണ്ടി നാളെമുഴുവൻ എനിക്കു ചിലവഴിക്കണം. സോഷ്യലിസനിർമ്മാണത്തിൽ സംഗീതത്തിനുള്ള പങ്കു ചർച്ചചെയ്യാൻ. ഒരു ദിവസംകൂടി നാശമാക്കി. മുഴുവൻ നാശമാക്കി. അതും നിന്റെ പിറന്നാളായിട്ട്.'

'വൈകുന്നേരം മുഴുവൻ അവർ നിന്നെ അവിടെ പിടിച്ചിരുത്തില്ല.'

'ഇല്ലായിരിക്കാം. പക്ഷെ, വീട്ടിലേക്കു വരുമ്പോ എന്റെ സ്ഥിതി എന്തായിരിക്കുമെന്ന് നീയൊന്നോർത്തുനോക്കൂ. അതുകൊണ്ടിന്നു വെകുന്നേരം നമുക്കൊരുമിച്ചൊരൽപ്പനേരം സ്വസ്ഥമായി ചിലവഴിക്കാമെന്നു കരുതി.' ഭാര്യയുടെ കരം ഗ്രഹിച്ചുകൊണ്ടവൻ പറഞ്ഞു.

'നന്നായി.' ശ്രീമതി ക്ലീമ പറഞ്ഞു. കോൺഫറൻസിനെക്കുറിച്ചുപറഞ്ഞ ഒരൊറ്റവാക്കുപോലും അവൾ വിശ്വസിച്ചിട്ടില്ലെന്നു അവളുടെ സ്വരത്തിൽനിന്ന് ക്ലീമക്കു മനസ്സിലായി. അവൾക്കവനെ വിശ്വാസമായില്ലായെന്നതു പുറത്തുകാണിക്കാനവൾ ധൈര്യപ്പെട്ടില്ല എന്നതു നേരുതന്നെ. അവളുടെ അവിശ്വാസം അവനെ ക്ഷോഭിപ്പിക്കുമെന്നവൾക്കറിയാം. പക്ഷെ, അവളുടെ വിശ്വാസ്യതയിൽ അവനു വിശ്വാസമില്ലാതായിട്ടു കാലം കുറേയായല്ലോ. അവൻ നേരുപറഞ്ഞാലും അവളവനെ സംശയിക്കുമെന്ന് അവനെപ്പോഴും സംശയിച്ചു. എന്തായാലും, ഇനി പിൻവാങ്ങുക പ്രയാസം. അവളവനെ വിശ്വസിക്കുന്നുവെന്നു അവൻ വിശ്വസിക്കുന്നതായി അവനഭിനയിച്ചേ പറ്റൂ. അവൾക്കവനെ വിശ്വാസമാണെന്നു കാണിക്കാൻ വിഷാദഭരിതവും വിചിത്രവുമായ മുഖത്തോടെ അവൾ കോൺഫറൻസിനെക്കുറിച്ചു ചോദിച്ചുകൊണ്ടേയിരുന്നു.

പിന്നീട്, അത്താഴമൊരുക്കാൻ അവളടുക്കളയിലേക്കുപോയി. ഭക്ഷണത്തിൽ അവളൊരുപാടുപ്പുചേർത്തു. പാചകം അവൾക്കിഷ്ടമാ

ണ്. അതിലവൾ നിപുണയുമാണ്. വീടുനടത്താനുള്ള അവളുടെ ശീലം നഷ്ടപ്പെട്ടിട്ടില്ലായിരുന്നു. അത്താഴം മോശമാകാൻ അവളുടെ അസ്വസ്ഥത മാത്രമാണ് കാരണമെന്നു ക്ലീമ മനസ്സിലാക്കി. ഭക്ഷണത്തിലേക്കു വേദനയോടെ, അക്രമാസക്തിയോടെ, അവളുപ്പൊഴിക്കുന്നതവൻ മനസ്സിൽക്കണ്ടു. അതവന്റെ ഹൃദയത്തെ നൂറുനൂറായ്നുറുക്കി. സ്പൂൺ നിറച്ചെടുത്തു കഴിക്കുമ്പോഴെല്ലാം അവളുടെ കണ്ണീരു കഴിക്കുകയാണെന്നവനു തോന്നി. സ്വന്തം കുറ്റബോധമാണ് അവൻ തിന്നുതീർക്കുന്നത്. അസൂയ കലീമയെ പീഡിപ്പിക്കുന്നുണ്ടെന്നവനറിയാം; ഈ രാത്രി അവൾക്കുറക്കമുണ്ടാകില്ലെന്നും. അവളെ തലോടി, ആലിംഗനം ചെയ്ത്, ആശ്വസിപ്പിക്കാൻ അവനാഗ്രഹിച്ചു. അതുകൊണ്ടൊരുകാര്യവുമില്ലെന്ന് ഉടൻ മനസ്സിലാക്കുകയും ചെയ്തു. അത്തരം ആർദ്രതയിൽനിന്ന് അവന്റെ ഭാര്യയുടെ സ്പർശിനികൾ പിടിച്ചെടുക്കുക അവന്റെ മനസ്സു നന്നല്ലെന്നതിന്റെ തെളിവുമാത്രമായിരിക്കും.

ഒടുവിലവർ സിനിമാതിയറ്ററിലെത്തി. സംക്രമണാത്മകമായ ആത്മധൈര്യത്തോടെ ചതിക്കുഴിയിൽനിന്നു രക്ഷപ്പെടുന്ന തിരശ്ശീലയിലെ നായകനിൽ ക്ലീമ അൽപ്പം ആശ്വാസംകൊണ്ടു. അവനാ നായകനായി മാറി. തന്റെ വശ്യതകൊണ്ടും, ഭാഗ്യനക്ഷത്രത്തിന്റെ സഹായത്താലും റൂസേനയേ ഗർഭച്ഛിദ്രത്തിനു സമ്മതിപ്പിക്കുന്ന കാര്യം നിസ്സാരമാണെന്ന് അവനപ്പോൾ തോന്നി.

പിന്നീട്, വിശാലമായ മെത്തയിൽ അടുത്തടുത്ത് കിടക്കുമ്പോൾ അവനവളെ നോക്കി. അവൾ മലർന്നു കിടക്കുകയായിരുന്നു; തല കിടക്കയിൽ പൂഴ്ത്തിയും, താടി തെല്ലൊന്നുയർത്തിയും, നോട്ടം മച്ചിലുറപ്പിച്ചും. അവളുടെ ദേഹമാകട്ടെ, വലിഞ്ഞുമുറുകിക്കിടന്നു. (അതു കാണുമ്പോഴൊക്കെ അവനൊരു വയലിൻ ഓർമ്മയിൽ വരും. മുറുകിയിരിക്കുന്ന ഒരു വയലിൻകമ്പിയാണ് അവളുടെ ആത്മാവെന്ന് അപ്പോഴൊക്കെ അവൻ അവളോടു പറയും.) തീവ്രമായ ആ വലിഞ്ഞുമുറുകലിൽ അവളുടെ മുഴുവൻ ഉണ്മയും, ഒരൊറ്റമാത്രയിൽ, പൊടുന്നനെ, അവനനുഭവിച്ചു. ഉവ്വ്. ചിലപ്പോഴൊക്കെ അങ്ങിനെ സംഭവിക്കാറുണ്ടായിരുന്നു; ഇത്തരം ആശ്ചര്യകരമായ നിമിഷങ്ങൾ. അവളുടെ ഒരാംഗ്യത്തിലോ, ഒരു ചലനത്തിലോ, അവളുടെ ശരീരത്തിന്റെയും ആത്മാവിന്റെയും സമഗ്രചരിത്രവും അവനു പെട്ടെന്നു ഗ്രഹിക്കാൻ കഴിയുമായിരുന്നു. പരമമായ അതീന്ദ്രിയദർശനത്തിന്റെ മാത്രമല്ല, പരമമായ വികാരത്തിന്റെയും നിമിഷങ്ങളായിരുന്നു ഇവ. താനാരുമല്ലാതിരുന്നകാലത്ത് തന്നെ സ്നേഹിച്ച സ്ത്രീയോടുള്ള വികാരം. തനിക്കുവേണ്ടി എല്ലാം ത്യജിക്കാൻ തയ്യാറായവളാണവൾ. തന്റെ വിചാരവ്യാപാരങ്ങൾ നന്നായറിയുന്നവൾ. സ്ട്രാവിൻസ്കിയെക്കുറിച്ചും ആംസ്ട്രോംഗിനെക്കുറിച്ചും അവളോടുസംസാരിക്കാം. ഗൗരവമുള്ളതും നിസ്സാരവുമായ കാര്യങ്ങൾ ഒരു

പോലെ സംസാരിക്കാം. മറ്റാരേക്കാളും തനിക്കുറ്റ ബന്ധമുള്ളവൾ... പക്ഷെ, ഈ കോമളവദനം, ഈ കോമളമുഖം, മരിച്ചുമരവിച്ചതാണെന്ന് ഇപ്പോഴവൻ വിചാരിച്ചു. ഒരൊറ്റദിവസംപോലും അവളുമൊത്തു കഴിയുവാൻ തനിക്കാവില്ലെന്നവനു തോന്നി.

തന്റെ അവസാനശ്വാസംവരെ തനിക്കവളെ സംരക്ഷിക്കാൻ പ്രാപ്തിയുണ്ടെന്ന് അവനറിയാം. അവൾക്കുവേണ്ടി ജീവൻ ത്യജിക്കാൻവരെ അവനു കഴിയും. പക്ഷെ, വീർപ്പുമുട്ടിക്കുന്ന ഈ പ്രേമവികാരം ദുർബ്ബലവും ക്ഷണികവുമായിരുന്നു. കാരണം, അവന്റെ മനം നിറയെ ഭയാശങ്കകളായിരുന്നു. കമീലക്കരികിൽ അവനങ്ങിനെ കിടന്നു. അവളെ താൻ അതിരറ്റു സ്നേഹിക്കുന്നുണ്ടെന്നവനറിയാം. പക്ഷെ, അവന്റെ മനമിപ്പോൾ അവിടെയല്ല. അളക്കാൻകഴിയാത്തത്രദൂരത്തുനിന്ന്, ഒരു നൂറായിരം നാഴികകൾക്കലെനിന്നെന്നപോലെ അവനവളുടെ മുഖം തലോടി.

രണ്ടാം ദിവസം

1. ബെർറ്റ് ലേഫ്

സുഖചികിത്സാനഗരത്തിൽ രാവിലെ ഏകദേശം ഒമ്പതുമണിയായിരുന്നിരിക്കണം. അപ്പോഴാണ്, ശരിക്കുമുള്ള പരിചരണാലയത്തിന്റെ ഓരത്തുള്ള പാർക്കിംഗ് സ്ഥലത്ത് (അതിനപ്പുറം പോകാൻ വാഹനങ്ങൾക്ക് അനുമതിയില്ല) വെളുത്തു സുഭഗമായൊരു സെഡാൻ വന്നു നിന്നത്. ക്ലീമ അതിൽനിന്നുമിറങ്ങി.

നീണ്ടിടുങ്ങിയ ഒരു പാർക്കുണ്ടായിരുന്നു സുഖചികിത്സാകേന്ദ്രത്തിനു ചുറ്റും. അവിടവിടെയായി മരക്കൂട്ടങ്ങളും, മണൽപ്പാതകളും, പുൽത്തകിടിയിൽ ചായമിട്ട ബെഞ്ചുകളുമുള്ള ഒരു പാർക്ക്. പാർക്കിനിരുവശത്തുമാണ് ഉഷ്ണാലയത്തിന്റെ കെട്ടിടങ്ങൾ. കാൾമാർക്സ്ഹൗസ് അവയിലൊന്നാണ്. കുഴലൂത്തുകാരൻ ഒരു രാത്രി നിർണ്ണായകമായ രണ്ടു മണിക്കൂറുകൾ ചെലവഴിച്ച നഴ്സ് റൂസേനയുടെ കൊച്ചു മുറി ഈ കെട്ടിടത്തിലായിരുന്നു. കാൾമാർക്സ്ഹൗസിനഭിമുഖമായി പാർക്കിന്റെ മറുവശത്താണ് സുഖചികിത്സാകേന്ദ്രത്തിലെ ഏറ്റവും മനോഹരമായ കെട്ടിടം. നൂറ്റാണ്ടിനൊടുവിലെ പുത്തൻകലാശൈലിയിൽ, വെൺകളി കൊണ്ടുള്ള അലങ്കാരവേലകളും, പ്രവേശനകവാടത്തിലേക്കു നയിക്കുന്ന വീതിയുള്ള പടികളോടും കൂടിയ ഈ കെട്ടിടത്തിനു മാത്രമാണ് അതിന്റെ പഴയ പേരുപയോഗിക്കാനുള്ള അവകാശം നൽകപ്പെട്ടിരുന്നത്: റിച്ച്മണ്ട് ഹോട്ടൽ.

'ശ്രീമാൻ ബെർട് ലേഫ് ഇപ്പോഴും ഇവിടെ താമസമുണ്ടോ?' ക്ലീമ ഡെസ്കിലുള്ളയാളോടു ചോദിച്ചു. അനുകൂലമായ മറുപടികിട്ടിയപ്പോൾ, അവൻ ചുവപ്പുപരവതാനിവിരിച്ച കോണിപ്പടി ഓടിക്കയറി രണ്ടാം നിലയിലെത്തി ഒരു വാതിലിൽ മുട്ടി.

തന്നെ സ്വീകരിക്കാൻ വരുന്ന പൈജാമ ധരിച്ച ബെർട് ലേഫിനെയാണ്, അകത്തു കടന്നപ്പോൾ, അവൻ കണ്ടത്. അപ്രതീക്ഷിതമായ തന്റെ സന്ദർശനത്തിന്റെ പേരിൽ, ജാള്യതയോടെ, ക്ലീമ ക്ഷമചോദിക്കാനാരംഭിച്ചു. പക്ഷെ, ബെർട് ലേഫ് തടഞ്ഞു: 'എന്റെ സുഹൃത്തേ! ക്ഷമ ചോദിക്കാതെ എനിക്കിവിടെ ഇന്നേവരെ കിട്ടിയിട്ടില്ലാത്ത അത്യാനന്ദമാണ് പകലിത്രയും നേരത്തേ നിങ്ങളെനിക്കു നൽകുന്നത്.'

അയാൾ ക്ലീമയുടെ കൈപിടിച്ചുകൊണ്ടു തുടർന്നു: 'ഈ നാട്ടിലാളുകൾ പ്രഭാതത്തെ ബഹുമാനിക്കുന്നില്ല. അലാറമുള്ള ഒരു ഘടികാരം അവരെ അക്രമാത്മകമായുണർത്തുന്നു, ഒരു മഴുവിനെപ്പോലെ അവരുടെ ഉറക്കത്തെ വെട്ടിമാറ്റുന്നു. ഉടനെയവർ മാരകമായ തിടുക്കത്തിനു വഴങ്ങുന്നു. അത്തരം അക്രമാത്മകമായ തുടക്കത്തിനു ശേഷം ഏതു തരം ദിവസമാണുണ്ടാകുകയെന്ന് പറയാമോ? ദിവസവും അലാറമുള്ള ഘടികാരത്തിന്റെ കൊച്ചുകൊച്ചു വൈദ്യുതാഘാതമേൽക്കുന്ന മനുഷ്യർക്കെന്തു സംഭവിക്കും? ഓരോ ദിവസവും അവർക്കു ഹിംസ്രവാസന കൂടുതൽക്കൂടുതൽ ശീലമാകും. സന്തോഷിക്കുവാനുള്ള ശീലം കുറഞ്ഞുകുറഞ്ഞുവരും. ഒരാളുടെ സ്വഭാവത്തെ നിർണ്ണയിക്കുന്നത് പുലരികളാണെന്ന് ഞാൻ പറയുന്നതു വിശ്വസിച്ചാലും.'

ബെർട് ലേഫ് ക്ലീമയുടെ ചുമലിൽ മൃദുവായ് പിടിച്ചു; ഒരു ചാരുകസേരയിലെക്കു നയിച്ചു. അയാൾ തുടർന്നു: 'പ്രതിമകളാൽ അലങ്കരിക്കപ്പെട്ട ഒരു പാലത്തിലൂടെയെന്നപോലെ, ഞാൻ മെല്ലെ രാത്രിയിൽനിന്നു പകലിലേക്ക്, സുഷുപ്തിയിൽനിന്ന്! ജാഗ്രത്തിലേക്ക് കടക്കുന്ന ഈ പുലർവേളയിലെ അലസത എനിക്കെത്രമാത്രം പ്രിയമാണെന്നോർക്കുമ്പോൾ... ഒരു കൊച്ചു വിസ്മയം, നിശാവേളയിലെ എന്റെ സ്വപനങ്ങൾ തുടരുകയാണെന്നും സുഷുപ്തിയിലെ ആകസ്മിതകൾക്കും പകലത്തെ ആകസ്മിതകൾക്കുമിടയിൽ വലിയ വിടവൊന്നുമില്ലെന്ന് എന്നെ ബോദ്ധ്യപ്പെടുത്തുന്ന അപ്രതീക്ഷിതമായൊരു സന്ദർശനം, എന്നെ അത്യന്തം നന്ദിയുള്ളവനാക്കുന്ന മുഹൂർത്തമാണ് ദിവസത്തിലെ ഈ വേള.'

പൈജാമയിട്ട ബെർട് ലേഫ് മുറിയിൽ അങ്ങോട്ടുമിങ്ങോട്ടും ഉലാത്തുന്നതും, നരച്ച മുടി കൈകൊണ്ടൊതുക്കുന്നതും കുഴലൂത്തുകാരൻ നോക്കിയിരുന്നു. അയാളുടെ മുഴങ്ങുന്ന സ്വരത്തിലെ അമേരിക്കൻ ഉച്ചാരണരീതിയും, പദാവലിയിലെ മനോജ്ഞമായ കാലഹരണപ്പെട്ട എന്തോ ഒന്നും അവനു കേൾക്കാറായി. ബെർട് ലേഫ് തന്റെ കുടുംബത്തിന്റെ സ്വദേശത്തു ഒരിക്കലും താമസിച്ചിരുന്നില്ലാ എന്നതാണിതിനു കാരണം. അയാൾ ഭാഷ സ്വായത്തമാക്കിയത് മാതാപിതാക്കളിൽനിന്നായിരുന്നു.

'സുഹൃത്തേ, ആരും,' പരസ്പരവിശ്വാസത്തിന്റെ ഒരു പുഞ്ചിരിയോടെ, ക്ലീമക്കുനേരെ ചാഞ്ഞുകൊണ്ട് അയാൾ വിശദീക

രിച്ചു, 'ഈ സുഖചികിത്സാകേന്ദ്രത്തിലെ ആരും എന്നെ മന സ്സിലാക്കുന്നില്ല. നഴ്സുമാർപോലും. മറ്റുതരത്തിൽ അവർ അനുസ രണയുള്ളവരാണ്. പക്ഷെ, പ്രാതലിനു എന്നോടൊപ്പം സന്തോഷക രമായ ഒരൽപ്പം സമയം പങ്കുവെക്കാൻ ക്ഷണിക്കുമ്പോൾ അവർ കു പിതരാകുന്നു. അത്തരം കൂടിക്കാഴ്ച്ചകൾ, അതിനാൽ, വൈകു ന്നേരത്തേക്ക്, ഞാനൽപ്പം ക്ഷീണിച്ചിരിക്കുന്ന നേരത്തേക്ക് മാറ്റി വെക്കേണ്ടതായി വരുന്നു.'

അതിനുശേഷം അയാൾ ടെലഫോൺ വെച്ച കൊച്ചു മേശക്കരികി ലേക്ക് പോയി; അവനോടു ചോദിച്ചു: 'നിങ്ങളെപ്പോഴെത്തി?' 'രാവിലെ,' ക്ലീമ പറഞ്ഞു. 'കാറോടിച്ചാണ് വന്നത്.'

'നിങ്ങൾക്കു തീർച്ചയായും വിശക്കുന്നുണ്ടാകും,' അതും പറഞ്ഞ് ബെർട് ലേഫ് ഫോണെടുത്തു. രണ്ടു പ്രാതലിനാവശ്യപ്പെട്ടു. ' നാലു പൊരിച്ച മുട്ട, പാൽക്കട്ടി, വെണ്ണ, റൊട്ടി, പാല്, പന്നിയിറച്ചി, പിന്നെ ചായ.'

ഇതിനിടയിൽ ക്ലീമ മുറി അവലോകനം ചെയ്തു. വലിയൊരു വട്ടമേശ, കസേരകൾ, ഒരു ചാരുകസേര, ഒരു കണ്ണാടി, രണ്ടു സോഫകൾ, പിന്നെ വാതിലുകൾ. ഒന്ന് കുളിമുറിയിലേക്കുള്ളത്. മറ്റേത് ബെർട് ലേഫിന്റെ കൊച്ചു ശയനമുറിയിലേക്കുള്ളതാണെന്ന് അവ നോർത്തു. എല്ലാറ്റിനും തുടക്കം ഇവിടെ, ഈ ആർഭാടമാർന്ന സ്വീറ്റിലാ യിരുന്നു. ആരുടെ സുഖത്തിനുവേണ്ടിയാണോ ധനികനായ ഈ അമേരിക്കക്കാരൻ കുറച്ചു നഴ്സുമാരെ ക്ഷണിച്ചത്, തന്റെ ബാൻഡിലെ ലഹരികയറിയ ആ മേളക്കാർ ഇവിടെയാണിരുന്നിരുന്നത്.

'അതെ,' ബെർട് ലേഫ് പറഞ്ഞു, 'നിങ്ങൾ നോക്കുന്ന ചിത്രം മുമ്പ് ഇവിടെ ഇല്ലായിരുന്നു.'

അപ്പോൾമാത്രമാണ് ആ ക്യാൻവാസ് കുഴലൂത്തുകാരൻ കണ്ടത്. കയ്യിൽ ചായത്തളികയും, ചിത്രമെഴുതാനുള്ള ബ്രഷും പിടിച്ചു നിൽക്കുന്ന, തലക്കുപിറകിൽ ഒരിളംനീല ചക്രമുള്ള ഒരു താടിക്കാരന്റെ ചിത്രം. ബാലിശമായൊരു ചിത്രം. പക്ഷെ, ബാലിശമെന്നുതോന്നിക്കുന്ന പല ചിത്രങ്ങളും മഹത്തായ കലാരൂപങ്ങളാണെന്നു കുഴലൂത്തുകാരന റിയാമായിരുന്നു.

'ആരു വരച്ചതാണിത്?'

'ഞാൻതന്നെ,' ബെർട് ലേഫ് ഉത്തരം നൽകി.

'നിങ്ങൾ വരക്കുമെന്ന് എനിക്കറിയില്ലായിരുന്നു.'

'ചിത്രരചന എനിക്കിഷ്ടമാണ്.'

'ആരാണിത്?' കുഴലൂത്തുകാരനു ചോദിക്കാനുള്ള തന്റേടമുണ്ടായി.

'ലസാറസ് പുണ്യവാളൻ'

'എന്ത്? ലസാറസ് ചിത്രകാരനായിരുന്നുവോ?'

'ഇതു ബൈബിളിലെ ലസാറസല്ല. ലസാറസ് പുണ്യവാളൻ. ഒമ്പതാം നൂറ്റാണ്ടിൽ കോൺസ്റ്റാൻറിനോപ്പിളിൽ ജീവിച്ചിരുന്ന ഒരു സന്യാസി. അദ്ദേഹമാണെന്റെ രക്ഷകപുണ്യവാളൻ.'

'നേര്' കുഴലൂത്തുകാരൻ പറഞ്ഞു.

'അദ്ദേഹം ഒരു വിചിത്ര പുണ്യവാളനായിരുന്നു. ക്രിസ്തുവിൽ വിശ്വസിച്ചതുകൊണ്ട് ബിംബാരാധകർ രക്തസാക്ഷിയാക്കിയതല്ല അദ്ദേഹത്തെ. ചിത്രരചനയെ അമിതമായി സ്നേഹിച്ചതിനാൽ ദുഷ്ടരായ ക്രിസ്ത്യാനികളാണ് അതു ചെയ്തത്. ഗ്രീക്കു യാഥാസ്ഥിതിക സഭ, എട്ടും ഒമ്പതും നൂറ്റാണ്ടുകളിൽ, എല്ലാ ലൌകികാനന്ദത്തിനുമെതിരായ കഠിനമായ ഒരു വൈരാഗ്യാചരണത്തിന്റെ ഇരയായി മാറി. ചിത്രങ്ങളും പ്രതിമകളും പോലും പാപപങ്കിലമായ സന്തോഷത്തിന്റെ ഉപകരണങ്ങളായി കണക്കാക്കപ്പെട്ടു. തിയോഫിലസ് ചക്രവർത്തി ആയിരക്കണക്കിനു മനോഹരമായ ചിത്രങ്ങൾ നശിപ്പിച്ചു. എന്റെ പ്രിയപ്പെട്ട ലസാറസിനെ ചിത്രം വരക്കുന്നതിൽനിന്നും വിലക്കി. പക്ഷെ, ലസാറസിന് തന്റെ ചിത്രങ്ങൾ ദൈവത്തെ മഹത്ത്വപ്പെടുത്തുന്നവയാണെന്നറിയാമായിരുന്നു. അദ്ദേഹം അനുസരിക്കാൻ കൂട്ടാക്കിയില്ല. തിയോഫിലസ് അദ്ദേഹത്തെ തടവിലാക്കി. പീഡിപ്പിച്ചു. ചിത്രമെഴുത്ത് ഉപേക്ഷിക്കാൻ ആവശ്യപ്പെട്ടു. പക്ഷെ, ദൈവം അലിവുള്ളവനായിരുന്നു. ക്രൂരമായ അഗ്നിപരീക്ഷകൾ താങ്ങാനുള്ള ശക്തി അവൻ അദ്ദേഹത്തിനു നൽകി.'

'സുന്ദരമായ കഥ,' കുഴലൂത്തുകാരൻ വിനയത്തോടെ പറഞ്ഞു.

'ഉജ്ജ്വലമായ കഥ. പക്ഷെ, എന്റെ ചിത്രങ്ങൾ നോക്കാനല്ല, തീർച്ചയായും, നിങ്ങളിവിടേക്ക് വന്നത്.'

കൃത്യം ആ സമയത്ത് വാതിലിലൊരു മുട്ടുണ്ടായി. ഒരു വെയ്റ്റർ വലിയൊരു താലവുമായി അകത്തേക്കു വന്നു. അയാളത് മേശപ്പുറത്തു വെച്ചു. രണ്ടുപേർക്കും പ്രാതൽ വിളമ്പി.

ബെർട് ലേഫ് ക്ലീമയോടു മേശക്കരികിലിരിക്കാൻ പറഞ്ഞു. പിന്നെ, തുടർന്നു: 'നമ്മുടെ വർത്തമാനം നിർത്താൻമാത്രം കേമമൊന്നുമല്ല ഈ പ്രാതൽ. പറയൂ, എന്താണു നിങ്ങളുടെ മനസ്സിൽ?'

അങ്ങിനെ, കുഴലൂത്തുകാരൻ, ചവക്കുന്നതിനിടയിൽ, തന്റെ ദുർവ്വിധിയെക്കുറിച്ചു പറഞ്ഞു. ബെർട് ലേഫിനെ, ഇടക്കിടെ, ഉള്ളുചൂഴുന്ന ചോദ്യങ്ങളുന്നയിക്കാൻ പ്രേരിപ്പിച്ച കഥ.

2. ക്ലീമയുടെ കുമ്പസാരം

നഴ്സിന്റെ രണ്ടു തപ്പാൽക്കാർഡുകൾക്ക് ക്ലീമ എന്തുകൊണ്ടു മറുപടി അയച്ചില്ല? അവളുടെ ടെലഫോൺ വിളികൾ നിരസിച്ചതെന്തിന്? നിശ്ശബ്ദവും ശാന്തവുമായ ഒരു പ്രതിദ്ധ്വനിയോടുകൂടി തങ്ങളുടെ പ്രേമനിശ ദീർഘിപ്പിക്കാമായിരുന്ന ഒരൊറ്റ സൗഹൃദചേഷ്ടപോലും അവനെന്തുകൊണ്ടു കാണിച്ചില്ല? എല്ലാറ്റിലുമുപരി അയാൾക്കറിയേണ്ടത് ഇവക്കുള്ള ഉത്തരങ്ങളായിരുന്നു.

തന്റെ പെരുമാറ്റം മര്യാദയും യുക്തിയുമില്ലാത്തതായിരുന്നുവെന്നു ക്ലീമ അംഗീകരിച്ചു. പക്ഷെ, എല്ലാം തനിക്കു താങ്ങാവുന്നതിലധിമായിരുന്നുവെന്നാണ് അവൻ പറഞ്ഞത്. ആ യുവതിയുമായി ഇനിയും സമ്പർക്കമുണ്ടാകുന്നത് അവൻ ഭയപ്പെടുന്നു.

'സ്ത്രീകളെ വശീകരിക്കാൻ ഏതു മണ്ടനും കഴിയും,' ബെർട് ലേഫ് അസഹ്യതയോടെ പറഞ്ഞു. 'പക്ഷെ, അതെങ്ങിനെ അവസാനിപ്പിക്കണമെന്നറിയേണ്ടതുണ്ട്. അതാണ് പക്വതുടെ ലക്ഷണം.'

'അറിയാം,' കുഴലൂത്തുകാരൻ ദീനതയോടെ സമ്മതിച്ചു, 'പക്ഷെ, എന്റെ വെറുപ്പ്, എന്റെ പരിപൂർണ്ണമായ നീരസം, എന്റെ എല്ലാ സദുദ്ദേശ്യങ്ങളെക്കാളും ശക്തിയുള്ളതാണ്.'

'പറയൂ,' ബെർട് ലേഫ് വിസ്മയത്തോടെ പറഞ്ഞു, 'നിങ്ങളൊരു സ്ത്രീ വിരോധിയാണോ?'

'അങ്ങിനെയാണവർ പറയുന്നത്.'

'പക്ഷെ, അതെങ്ങിനെയാകും? നിങ്ങൾ ഷണ്ഡനോ, സ്വവർഗ്ഗസ്നേഹിയോ ആണെന്നു തോന്നുന്നില്ല.'

'ശരിയാണ്. ഞാൻ അതൊന്നുമല്ല. അതിനേക്കാൾ വഷളായ മറ്റൊന്നാണ്,' കുഴലൂത്തുകാരൻ ഖേദത്തോടെ സമ്മതിച്ചു. 'ഞാൻ എന്റെ ഭാര്യയെ സ്നേഹിക്കുന്നു. അതാണെന്റെ രതിരഹസ്യം. പലർക്കും അതൊട്ടും മനസ്സിലാകാറില്ല.'

ഈ കുമ്പസാരം ഏറെ ഹൃദയസ്പർശിയായിരുന്നതിനാൽ രണ്ടുപേരും അൽപ്പനേരം മൂകരായി. പിന്നെ, കുഴലൂത്തുകാരൻ തുടർന്നു: 'ആരും ഇതു മനസ്സിലാക്കുന്നില്ല. എന്റെ ഭാര്യ പ്രത്യേകിച്ചും. മഹത്തായ ഒരു പ്രേമം മറ്റു ബന്ധങ്ങളുണ്ടാക്കുന്നതിൽനിന്നു ഞങ്ങളെ തടയുന്നുവെന്നാണ് അവളുടെ വിചാരം. പക്ഷെ, അതു തെറ്റാണ്. എന്തോ ഒന്നു എന്നെ എല്ലായ്പ്പോഴും മറ്റൊരു സ്ത്രീയുടെ അരികിലേക്ക് തള്ളിവിടുന്നു. എന്നാൽ, ഒരിക്കൽ അവളെ പ്രാപിച്ചു കഴിഞ്ഞാൽ, ശക്തിയുള്ള ഒരു സ്പ്രിംഗ് എന്നെ കമീലയിലേക്ക് തിരിച്ചു വിക്ഷേപിക്കും. ആ സ്പ്രിംഗ് കാരണമാണ്, ആ വേഗത്തിനുവേണ്ടിയാണ്, ഞാൻ മറ്റു സ്ത്രീകളിലേക്കു തിരിയുന്നതെന്ന് എനിക്കു പലപ്പോഴും തോന്നിയിട്ടുണ്ട്. ഓരോ പുതിയ വഞ്ചനക്കും ശേഷം കൂടുതൽക്കൂടുതൽ ഞാൻ സ്നേഹിക്കുന്ന എന്റെ ഭാര്യയിലേക്കെന്നെ തിരിച്ചെത്തിക്കുന്ന, ആർദ്രതയും, കാമനയും, എളിമയും നിറഞ്ഞ, ആശ്ചര്യകരമായ ആ പറക്കലിന് വേണ്ടി.'

'അപ്പോൾ, നിങ്ങളുടെ ഏകപത്നീസ്നേഹത്തെ സ്ഥിരീകരിക്കാനുള്ള ഒരു വഴി മാത്രമാണ് റൂസേനാ നഴ്സ്?'

'അതെ,' കുഴലൂത്തുകാരൻ പറഞ്ഞു. 'അതും അങ്ങേയറ്റം സുഖദമായൊരു സ്ഥിരീകരണം. ആദ്യനോട്ടത്തിൽ, വളരെ ലാവണ്യമുള്ളവളാണ് റൂസേന. അതേസമയം, രണ്ടു മണിക്കൂറിൽ അവളുടെ ലാവണ്യം പൂർണ്ണമായും മാഞ്ഞുപോകുമെന്നത് ഒരു ഭാഗ്യമാണ്. അതായത്, കാര്യങ്ങൾ തുടർന്നുകൊണ്ടുപോകാൻ പ്രേരിപ്പിക്കുന്ന യാതൊന്നുമില്ലെന്നു സാരം. അപ്പോൾ ആ സ്പ്രിംഗ് എന്നെ വിസ്മയമാർന്ന ആ മടക്കപ്പറക്കലിനു സജ്ജമാക്കും.'

'പ്രിയസുഹൃത്തെ, അമിതപ്രേമം കുറ്റകരമായ പ്രേമമാണ്. നിങ്ങൾ അതിനുള്ള ഏറ്റവും നല്ല പ്രമാണമാണ്.'

'ഭാര്യയോടുള്ള സ്നേഹമാണ് എന്നിലുള്ള ഏകനന്മയെന്നാണ് ഞാൻ കരുതിയത്.'

'നിങ്ങൾക്കു തെറ്റുപറ്റി. ഭാര്യയോടുള്ള നിങ്ങളുടെ അതിപ്രേമം നിങ്ങളുടെ നിർവ്വികരതയുടെ എതിർ ധ്രുവമല്ല. അതതിന്റെ സ്രോതസ്സാണ്. നിങ്ങൾക്കു ഭാര്യ എല്ലാമായതിനാൽ മറ്റെല്ലാസ്ത്രീകളും ഒന്നുമല്ല; അതായത്, നിങ്ങൾക്കവരെല്ലാം അഭിസാരികകളാണ്. പക്ഷെ, ഇതൊരു വൻദൂഷണമാണ്. ദൈവസൃഷ്ടികളോടുള്ള വലിയൊരനാദരവാണ്. എന്റെ പ്രിയ സുഹൃത്തേ, ഇത്തരം സ്നേഹം ദൈവനിന്ദയാണ്.'

3. ബെർറ്റ് ലേഫിന്റെ സഹായഹസ്തം

ബെർട് ലേഫ് തന്റെ കാലിക്കോപ്പ ഒരു വശത്തേക്കു നീക്കി. മേശക്കരികിൽനിന്ന് എഴുന്നേറ്റു. കുളിമുറിയിലേക്ക് പോയി. ക്ലീമ വെള്ളമൊഴുകിവീഴുന്നതിന്റെ ശബ്ദം കേട്ടു. പിന്നെ, ഒരു നിമിഷം കഴിഞ്ഞ്, ബെർട് ലേഫിന്റെ സ്വരവും: 'ഇനിയും സൂര്യപ്രകാശം കണ്ടിട്ടില്ലാത്ത ഒരു ശിശുവിനെ കൊല്ലാൻ ആർക്കെങ്കിലും അധികാരമുണ്ടെന്ന് നിങ്ങൾ കരുതുന്നുണ്ടോ?' ഒരൽപ്പംമുമ്പ്, പ്രഭാവലയിതനായ താടിക്കാരന്റെ ഛായാപടം അവനെ അസ്വസ്ഥനാക്കിയിരുന്നു. ഉല്ലാസവാനായ ഒരു സുഖഭോഗവാദിയായിട്ടാണ് ബെർട് ലേഫ് അവന്റെ ഓർമ്മയിലുണ്ടായിരുന്നത്. അയാൾ ഒരു വിശ്വാസിയായിരിക്കുമെന്ന് അവനൊരിക്കലും തോന്നിയിരുന്നില്ല. തനിക്കിപ്പോഴൊരു സദാചാരസന്ദേശം ലഭിക്കുമെന്ന ചിന്ത അവനിൽ ഉൽക്കണ്ഠയുളവാക്കി. സുഖചികിത്സാകേന്ദ്രമെന്ന ഈ മരുഭൂമിയിലെ ഏകമാത്ര മരുപ്പച്ച മണലുകൊണ്ടു മൂടപ്പെടുമെന്ന് അവനു തോന്നി. അടഞ്ഞുപോയശബ്ദത്തിൽ അവൻ ചോദിച്ചു: 'അതിനെ കൊലപാതകമെന്നു വിളിക്കുന്നവരിൽ നിങ്ങളും പെടുമോ?'

ബെർട് ലേഫിന്റെ ഉത്തരം വൈകി. കുളിമുറിയിൽനിന്ന് ഒടുവിലയാൾ പുറത്തുവന്നപ്പോൾ, പുറത്തേക്കു പോകാനുള്ള വസ്ത്രത്തിലായിരുന്നു. മുടി ഭംഗിയായി ചീകിവെച്ചിരുന്നു.

'കൊലപാതകം' എന്ന വാക്കിനു വൈദ്യുതക്കസേരയുടെ വല്ലാത്ത ചുവയുണ്ട്,' അയാൾ പറഞ്ഞു. 'അതല്ല ഞാനുദ്ദേശിച്ചത്. ജീവൻ നമുക്കെങ്ങിനെ ലഭിക്കുന്നോ, അതതേപോലെ സ്വീകരിക്കേണ്ടതാണെന്നാണ് എന്റെ വിശ്വാസം. അതാണ് ശരിയായ ആദ്യകൽപ്പന. മറ്റു പത്തിനും മുമ്പുള്ളത്. എല്ലാ സംഭവങ്ങളും ദൈവത്തിന്റെ കയ്യിലാണ്. അവയുടെ പരിണാമത്തെക്കുറിച്ച് നമുക്കൊന്നുമറിയില്ല. ജീവിതം

നമുക്കെങ്ങിനെ ലഭിക്കുന്നുവോ, അതങ്ങിനെതന്നെ സ്വീകരിക്കുകയെന്നു പറഞ്ഞാൽ, അജ്ഞേയമായതിനെ സ്വീകരിക്കുക എന്നർത്ഥം. അതാണ് ഞാൻ പറയാനുദ്ദേശിച്ചത്. ഒരു ശിശു അജ്ഞേയമായതിന്റെ സാരസർവ്വസ്വമാണ്. അജ്ഞേയതതന്നെയാണ് ഒരു ശിശു. അതെന്താകുമെന്നൊ, അതെന്തു കൊണ്ടുവരുമെന്നൊ നിങ്ങൾക്കറിയില്ല. അതുകൊണ്ടുതന്നെയാണ് നിങ്ങളതിനെ സ്വീകരിക്കണമെന്നു പറയുന്നത്. അല്ലാഞ്ഞാൽ, നിങ്ങൾക്കു പകുതി ജീവനേയുണ്ടാകുള്ളൂ. തീരത്തു കാലിട്ടടിക്കുന്ന നീന്താനറിയാത്തവന്റേതു പോലെയാകും നിങ്ങളുടെ ജീവിതം. ആഴക്കടലിലേക്കിറങ്ങാത്തിടത്തോളം കടൽ കടലല്ല.'കുട്ടി തന്റേതല്ലെന്ന് കുഴലൂത്തുകാരൻ ചൂണ്ടിക്കാട്ടി.

'അതങ്ങനെയാണെന്നിരിക്കട്ടെ,' ബെർട് ലേഫ് പറഞ്ഞു. 'പക്ഷെ, കുട്ടി നിങ്ങളുടെതായാൽപ്പോലും ഗർഭമലസിപ്പിക്കാൻ റൂസേനയെ നിങ്ങൾ ഇതേ പിടിവാശിയോടെ നിർബന്ധിക്കുമായിരുന്നുവെന്ന് തുറന്നു സമ്മതിച്ചേ പറ്റൂ. ഭാര്യയുടെയും അവളോടുള്ള കുറ്റകരമായ പ്രേമത്തിന്റെ പേരിലും നിങ്ങളതു ചെയ്യുമായിരുന്നു.'

'ഉവ്വ്, ഞാൻ സമ്മതിക്കുന്നു,' കുഴലൂത്തുകാരൻ പറഞ്ഞു. 'ഏതു സാഹചര്യത്തിലായാലും ഗർഭമലസിപ്പിക്കുവാൻ ഞാൻ വാശി പിടിക്കുമായിരുന്നു.'

കുളിമുറിയുടെ വാതിലിൽ അപ്പോഴും ചാരിനിൽക്കുകയായിരുന്ന ബെർട് ലേഫ് പുഞ്ചിരിച്ചു: 'എനിക്കു നിങ്ങളെ മനസ്സിലാകും. നിങ്ങളുടെ മനസ്സുമാറ്റാൻ ഞാൻ ശ്രമിക്കില്ല. ലോകത്തെ നന്നാക്കാനുള്ള പ്രായം എനിക്കു കഴിഞ്ഞുപോയി. എനിക്കു തോന്നിയതു ഞാൻ പറഞ്ഞു. അത്രയേയുള്ളൂ. എന്റെ വിശ്വാസത്തിനു വിരുദ്ധമായി നിങ്ങളെന്തു ചെയ്താലും, ഞാൻ നിങ്ങളുടെ സുഹൃത്തുതന്നെയായിരിക്കും. നിങ്ങളോടു വിയോജിച്ചാലും ഞാൻ നിങ്ങളെ സഹായിക്കും.'

വിവേകിയായ ഒരുപദേശിയുടെ മസൃണസ്വരത്തിൽ ഈ വാക്കുകളുരുവിട്ട ബെർട് ലേഫിനെ കുഴലൂത്തുകാരൻ സൂക്ഷ്മമായൊന്നു നോക്കി. ആരാധ്യനാണ് അയാളെന്നു അവനു തോന്നി. ബെർട് ലേഫ് പറഞ്ഞതെല്ലാം ഒരാധുനിക സുവിശേഷത്തിൽനിന്നുള്ള ഒരന്യാപദേശകഥയോ, ദൃഷ്ടാന്തമോ, ഒരദ്ധ്യായമോ ആകാമെന്ന് അവനനുഭവപ്പെട്ടു. അയാൾക്കു മുമ്പിൽ കുമ്പിടാൻ അവനാഗ്രഹിച്ചു (നാടകീയ ഭാവപ്രകനങ്ങൾ അവനെ സ്പർശിക്കാറുണ്ടെന്നും, ആകർഷിക്കാറുണ്ടെന്നും നമ്മൾ മനസ്സിലാക്കേണ്ടതുണ്ട്).

'നിങ്ങളെ സഹായിക്കാൻ എന്നാലാവുന്നതൊക്കെ ഞാൻ ചെയ്യാം,' ബെർട് ലേഫ് തുടർന്നു. 'അൽപ്പനേരത്തിനുള്ളിൽ നാം എന്റെ സുഹൃത്ത് ഡോ. സ്ക്രേറ്റയെ കാണും. അദ്ദേഹം ഇതിന്റെ മെഡിക്കൽ വശം പരിഹരിക്കും. പക്ഷെ, റൂസേന ഇഷ്ടപ്പെടാത്ത ഒരു കാര്യം ചെയ്യാൻ നിങ്ങളവളെ എങ്ങിനെ പ്രേരിപ്പിക്കുമെന്നു പറയൂ?'

4. ബെർറ്റ്ലേഫിന്റെ പഴയൊരു കഥ

കുഴലൂത്തുകാരൻ തന്റെ പ്ലാൻ അവതരിപ്പിച്ചുകഴിഞ്ഞപ്പോൾ, ബെർട് ലേഫ് പറഞ്ഞു: 'ഇതെന്നെ ഓർമ്മിപ്പിക്കുന്നത് ഞാൻ കപ്പലുകളിൽ ചരക്കു കയറ്റുകയും ഇറക്കുകയും ചെയ്യുന്ന ജോലിയിലായിരുന്നപ്പോഴുണ്ടായ ഒരു സംഭവത്തെയാണ്. ഞങ്ങൾക്കു ഉച്ചഭക്ഷണമെത്തിച്ചിരുന്ന ഒരു പെൺകുട്ടിയുണ്ടായിരുന്നു. അസാധാരണമാംവിധം ആർദ്രതയുള്ള ഒരു ഹൃദയമായിരുന്നു അവൾക്ക്. ആർക്കുമൊന്നും നിരസിക്കാൻ അവൾക്കറിയില്ലായിരുന്നു. പക്ഷെ, കഷ്ടം, അത്തരം അലിവുള്ള ഹൃദയം പിന്നെ ശരീരവും മനുഷ്യരെ കൃതജ്ഞതയുള്ളവരല്ല, പ്രാകൃതരാക്കുകയാണ് ചെയ്യുക. അവളോടു മര്യാദയോടെ പെരുമാറിയ ഒരേയൊരാൾ ഞാൻ മാത്രമായിരുന്നു; ഞാൻ മാത്രമായിരുന്നു അവൾക്കൊപ്പം ശയിക്കാതിരുന്ന ഒരേയൊരാളെങ്കിലും. എന്റെ മര്യാദ മൂലം അവൾ ഞാനുമായി പ്രേമത്തിലായി. ഞാനവളെ പ്രാപിച്ചില്ലെങ്കിൽ, അതവളെ വ്രണപ്പെടുത്തുമായിരുന്നു. അവൾക്കപമാനമാകുമായിരുന്നു. പക്ഷെ, ഒരിക്കലേ അങ്ങിനെ സംഭവിച്ചുള്ളൂ. ഞാനവളെ ആത്മീയമായി പ്രേമിച്ചുകൊണ്ടേയിരിക്കുമെന്നും, കമിതാക്കളായി ഞങ്ങൾക്കു തുടരാൻ പറ്റില്ലെന്നും, താമസിയാതെ, ഞാനവളെ പറഞ്ഞുമനസ്സിലാക്കി. അവളിൽ കണ്ണീരുപൊട്ടി. അവളോടിപ്പോയി. എന്നോടു സംസാരിക്കുന്നതവസാനിപ്പിച്ചു. കൂടുതൽ പരസ്യമായി മറ്റെല്ലാവർക്കുമവൾ സ്വയം സമർപ്പിച്ചു. രണ്ടു മാസങ്ങൾ കഴിഞ്ഞപ്പോൾ, ഞാൻമൂലം താൻ ഗർഭിണിയാണെന്ന് അവളെന്നെ അറിയിച്ചു.

'അപ്പോൾ നിങ്ങളും എന്റെ അതേ അവസ്ഥയിൽപ്പെട്ടിരുന്നു' കുഴലൂത്തുകാരൻ ആശ്ചര്യത്തോടെ പറഞ്ഞു.

'എന്റെ സുഹൃത്തേ,' ബെർട് ലേഫ് പറഞ്ഞു, 'നിങ്ങൾക്കു

സംഭവിച്ചത് ഏതു പുരുഷനും സംഭവിക്കുന്നതാണെന്നറിയില്ലേ?'

'എന്നിട്ട് നിങ്ങളെന്തു ചെയ്തു?'

'നിങ്ങളിപ്പോൾ ചെയ്യുന്നതുപോലെതന്നെയാണ് ഞാനും പെരുമാറിയത്. പക്ഷെ, ഒരു വ്യത്യാസമുണ്ടായിരുന്നു. നിങ്ങൾ റൂസേനയെ സ്നേഹിക്കുന്നുവെന്ന് നടിക്കാനാണ് ശ്രമിക്കുന്നത്. ഞാനോ, ആ പെൺകുട്ടിയെ ശരിക്കും സ്നേഹിച്ചിരുന്നു. ഏവരാലും അപമാനിക്കപ്പെടുകയും നിന്ദിക്കപ്പെടുകയും ചെയ്യുന്ന ഒരു പാവത്താനെയാണ് ഞാനെന്റെ മുന്നിൽ കണ്ടത്. ലോകത്തിലൊരേയൊരാൾമാത്രം പരിഗണനന നൽകിയ ഒരു പാവം. അവൾക്കാ അനുതാപം നഷ്ടപ്പെടുന്നത് ഇഷ്ടമല്ലായിരുന്നു. അവളെന്നെ സ്നേഹിക്കുന്നുവെന്ന് ഞാൻ തിരിച്ചറിഞ്ഞു. അതു അവൾക്കറിയാവുന്ന രീതിയിൽ, അവളുടെ നിഷ്കളങ്കമായ നീചമനസ്സ് അവളോടുപദേശിച്ച രീതിയിൽ, അവളെന്നോടു പ്രകടിപ്പിച്ചതിന്റെ പേരിൽ അവളോടെനിക്ക് വിരോധം തോന്നിയില്ല. ഞാനവളോടു പറഞ്ഞതെന്താണെന്നു കേൾക്കൂ: നിന്റെ ഗർഭം മറ്റൊരാളുടെതാണെന്ന് എനിക്കു നന്നായറിയാം. പക്ഷെ, സ്നേഹംകൊണ്ടാണ് നീ ഈ തന്ത്രമുപയോഗിക്കുന്നതെന്നും എനിക്കറിയാം. നിന്റെ സ്നേഹത്തിനു പകരം ഞാൻ എന്റെ സ്നേഹം തരാൻ ആഗ്രഹിക്കുന്നു. ആരുടെ കുട്ടിയാണതെന്നത് എനിക്കു പ്രശ്നമല്ല. നിനക്കിഷ്ടമാണെങ്കിൽ, ഞാൻ നിന്നെ വിവാഹം ചെയ്യും.'

'പക്ഷെ, അതു കിറുക്കായിപ്പോയി!'

'എങ്കിലും കരുതലോടെ സജ്ജമാക്കിയ നിങ്ങളുടെ തന്ത്രത്തെക്കാൾ, ഒരു പക്ഷെ, കൂടുതൽ ഫലപ്രദം. അവളെ ഞാൻ സ്നേഹിക്കുന്നുവെന്നും, വിവാഹം ചെയ്യാമെന്നും, കുട്ടിയെ നോക്കിക്കൊള്ളാമെന്നും, ആ കൊച്ചു അഭിസാരികയോട് ഞാൻ പലവട്ടം പറഞ്ഞുകഴിഞ്ഞപ്പോൾ, അവൾ കണ്ണീരിൽ അലിഞ്ഞുപോയി. എന്നോടു നുണപറഞ്ഞതാണെന്നു തുറന്നു സമ്മതിച്ചു. അവൾ എന്നെ അർഹിക്കുന്നവളല്ലെന്നു എന്റെ കാരുണ്യം അവളെ ബോധ്യപ്പെടുത്തിയതായി പറഞ്ഞു.'

കുഴലൂത്തുകാരൻ മൂകനും വിഷാദവാനുമായി നിലകൊണ്ടപ്പോൾ ബെർട് ലേഫ് കൂട്ടിച്ചേർത്തു: 'നിങ്ങൾക്കീ സംഭവം ഒരന്യാപദേശകഥയായി മാറുമെങ്കിൽ എനിക്കു സന്തോഷമാകും. നിങ്ങൾ റൂസേനയെ സ്നേഹിക്കുന്നുണ്ടെന്ന് അവളെ വിശ്വസിപ്പിക്കാൻ ശ്രമിക്കുന്നതിനു പകരം, അവളെ ശരിക്കും സ്നേഹിക്കുന്നതിനു പരിശ്രമിക്കൂ. അവളോടു അലിവു തോന്നുന്നതിനു ശ്രമിക്കൂ. അവൾ നിന്നെ തെറ്റിദ്ധരിപ്പിക്കുകയാണെങ്കിൽക്കൂടി, അവളുടെ സ്നേഹത്തിന്റെ ഒരു തരത്തിലുള്ള രൂപമാണ് ആ നുണയിലുള്ളതെന്ന് കാണാൻ ശ്രമിക്കൂ. അങ്ങിനെയെങ്കിൽ, നിങ്ങളുടെ ദയയുടെ ശക്തി താങ്ങുന്നതിനു അവൾ അശക്തയായിത്തീരും. മാത്രമല്ല, നിങ്ങളോടു തെറ്റുചെയ്യുന്നതൊഴിവാക്കുന്നതിനാവാശ്യമായതെല്ലാം അവൾ സ്വയം ഒരുക്കിക്കൊള്ളും.

ബെർട് ലേഫിന്റെ വാക്കുകൾ കുഴലൂത്തുകാരനിൽ വല്ലാത്ത മതിപ്പുണ്ടാക്കി. പക്ഷെ, കൂടുതൽ ദീപ്തമായ പ്രകാശത്തിൽ റൂസേന മനസ്സിലേക്കു വന്നപ്പോൾ, ബെർട് ലേഫ് നിർദ്ദേശിച്ച പ്രേമത്തിന്റെ പാത തനിക്കുള്ളതല്ലെന്നു അവൻ തിരിച്ചറിഞ്ഞു. അതു പുണ്യവാളന്മാരുടെ പാതയാണ്; സാധാരണമനുഷ്യരുടേതല്ല.

5. റൂസേന

ഉഷ്ണാലയത്തിലെ വലിയ മുറിയിൽ ഒരു ചെറിയ മേശക്കരികിൽ ഇരിക്കുകയായിരുന്നു റൂസേന. ചുമരുകകൾക്കെതിരെ വരിവരിയായിട്ടിരുന്ന കട്ടിലുകളിൽ, പരിചരണാനന്തരം, സ്ത്രീകൾ വിശ്രമിക്കുകയായിരുന്നു. പുതിയ രണ്ടു രോഗികളുടെ ചാർട്ട് റൂസേനക്ക് അപ്പോൾ കിട്ടിയിരുന്നതേയുള്ളൂ. അവൾ തീയ്യതി രേഖപ്പെടുത്തി; സ്ത്രീകൾക്കു തോർത്തുകളും, വലിയ വെള്ളപ്പുതപ്പുകളും, തുണിമാറുവാനുള്ള അറയുടെ താക്കോലുകളും കൊടുത്തു. പിന്നെ, അവൾ തന്റെ വാച്ചിലേക്കു നോക്കി. അടുത്ത മുറിയിലെ നീന്തൽക്കുളത്തിലേക്കു പോയി (ടൈലിട്ട മുറികളിൽ ചൂടു നീരാവി നിറഞ്ഞിരുന്നതിനാൽ, നഗ്നമായ തന്റെ ശരീരത്തിൽ അവളൊരു അയഞ്ഞ കുപ്പായം മാത്രമേ ഇട്ടിരുന്നുള്ളൂ). അവിടെ നഗ്നകളായ ഒരിരുപതു പെണ്ണുങ്ങൾ അത്ഭുതസിദ്ധിയുള്ള ധാതുജലത്തിൽ കൈകാലിട്ടടിക്കുകയായിരുന്നു. അവരിൽ മൂന്നുപേരെ അവൾ പേരെടുത്തു വിളിച്ചു. അവരുടെ സമയം കഴിഞ്ഞെന്നു പറഞ്ഞു. നീരിറ്റുന്ന വലിയ മുലകളിളക്കി ആ സ്ത്രീകൾ അനുസരണയോടെ പൊയ്ക വിട്ടു. റൂസേനയെ അനുഗമിച്ചുകൊണ്ട് പരിചരണമുറിയിലെ ഒഴിഞ്ഞ കട്ടിലുകളിലേക്കു മടങ്ങി. അവരെ ഓരോരുത്തരെയായി അവൾ പുതപ്പിച്ചു. പുതപ്പിന്റെ തലപ്പുകൊണ്ട് അവരുടെ കണ്ണുകൾ തുടച്ചുകൊടുത്തു. ചൂടുകമ്പിളികൊണ്ടു മൂടി. സ്ത്രീകൾ അവളോടു പുഞ്ചിരിച്ചു. പക്ഷെ, റൂസേന തിരിച്ചു പുഞ്ചിരിച്ചില്ല. ഓരോ വർഷവും പതിനായിരം സ്ത്രീകൾ കടന്നുപോകുന്ന, എന്നാൽ പറയത്തക്ക പുരുഷന്മാർ കടന്നുപോകാത്ത, ഒരു കൊച്ചു പട്ടണത്തിൽ ജനിച്ചുപോയത് തീർച്ചയായും സുഖമുള്ള ഒരു കാര്യമല്ല. മറ്റൊരിടത്തേക്ക് മാറിയില്ലെങ്കിൽ, പതിനഞ്ചു വയസ്സോടെതന്നെ, ഒരു ജീവിതകാലത്തിനു നൽകാവുന്ന എല്ലാ രതിസാദ്ധ്യതകളെയും കുറിച്ചുള്ള

കൃത്യമായ ഒരു സങ്കൽപ്പം ഒരു സ്ത്രീക്കുണ്ടായിക്കഴിഞ്ഞിരിക്കും. പക്ഷെ, അവൾക്കെങ്ങിനെ മറ്റൊരിടത്തേക്ക് പോകാനാകും? അവളുടെ മുതലാളിമാർ തൊഴിലാളികളെ എളുപ്പം പറഞ്ഞയക്കുന്നവരല്ല. റൂസേന യുടെ മാതാപിതാക്കളാകട്ടെ, സ്ഥലം മാറിപ്പോകുന്നതു സൂ ചിപ്പിച്ചാലുടൻ, രൂക്ഷമായി പ്രതിഷേധിക്കും.

ഇല്ല, അതീവശ്രദ്ധയോടെ തനിക്കാകാവുന്നത്ര മികച്ച രീതിയിൽ, കർത്തവ്യം നിർവ്വഹിക്കുന്ന ഈ യുവതിക്ക് ജലചികിത്സക്കെത്തിയ പെണ്ണുങ്ങളോട് അത്ര വലിയ സ്നേഹമൊന്നുമില്ല. ഇതിനു മൂന്നു കാരണം പറയാവുന്നതാണ്:

ഒന്ന്, അസൂയ: കാമുകന്മാരിൽനിന്നും ഭർത്താക്കന്മാരിൽ നിന്നും നേരിട്ടു വന്നവരാണീ സ്ത്രീകൾ; തനിക്കപ്രാപ്യമായ (അവൾക്ക് ലാവണ്യമേറിയ മുലകളും നീണ്ട കാലുകളും, ഒത്ത മറ്റു ലക്ഷണങ്ങ ളുമുണ്ടായിട്ടുകൂടി) ഒരായിരം സാദ്ധ്യതകൾ നിറഞ്ഞതെന്ന് അവൾ സങ്കൽപ്പിക്കുന്ന ഒരു ലോകത്തുനിന്നും.

അസൂയയെക്കൂടാതെ, രണ്ടാമതായി, ക്ഷമയില്ലായ്മ: തങ്ങളുടെ ഭാഗധേയം വളരെയകലെയാക്കിയിട്ടാണ് ഈ സ്ത്രീകൾ ഇവിടെ വന്നിരിക്കുന്നത്. അവൾക്കാകട്ടെ ഒരു ഭാഗധേയമേയില്ല. ഓരോ വർ ഷവും അതിനുമുമ്പുള്ളതുപോലെ ഒരു മാറ്റവുമില്ലാതെ. ഈ കൊച്ചു പട്ടണത്തിൽ സംഭവശൂന്യമായ ഒരു കാലയളവു ജീവിച്ചു തീർക്കുക യാണ് താനെന്ന ചിന്ത അവളെ ഭയപ്പെടുത്തുന്നു. ചെറുപ്പമാണെങ്കിലും, ജീവിക്കുന്നതിനുമുമ്പേ, ജീവിതം തന്നെ കടന്നു പോവുകയാണെന്ന് അവൾ നിരന്തരം വിചാരപ്പെടുന്നു.

മൂന്നാമതായി, ഈ സ്ത്രീകളുടെ, വ്യക്തികളെന്ന നിലയിൽ ഒരു സ്ത്രീയുടെ മൂല്യമില്ലാതാക്കുന്ന, എണ്ണമൊന്നുമാത്രം അവളിലു ളവാക്കുന്ന സഹജമായ വിദ്വേഷം. മാറിടങ്ങളുടെ ശോകമയമായ ഒരതിപ്രസരമാണ് അവളെ ചൂഴ്ന്നുനിൽക്കുന്നത്. അവക്കിടയിൽ തന്റേതുപോലെ രമണീയമായ മാറിടത്തിന്റെപോലും മൂല്യം നഷ്ടമാകുന്നു.

മൂവരിൽ അവസാനത്തെ സ്ത്രീയെയും അവൾ, ഒന്നു പുഞ്ചിരി ക്കുകപോലും ചെയ്യാതെ, പുതപ്പിച്ചു കഴിഞ്ഞയുടനെയാണ് അവളുടെ കൃശഗാത്രിയായ കൂട്ടുതൊഴിലാളി മുറിയിലേക്കു തലനീട്ടി ഒച്ചവെച്ചത്: 'റൂസേനാ! ടെലഫോൺ!'

കൂട്ടുകാരിയുടെ മുഖത്തെ ആദരഭാവം കണ്ടപ്പോൾ ആരാണ് ഫോൺചെയ്തതെന്ന് റൂസേനക്കുടനെ മനസ്സിലായി. ഒന്നു തുടുത്ത്, അവൾ അറകൾക്കു പിറകിലേക്കു പോയി. ഫോണെടുത്തു. അവളുടെ പേരു പറഞ്ഞു.

ക്ലീമ തന്റെ പേരു പറഞ്ഞു. ഒന്നു കാണാൻ അവൾക്കെപ്പോൾ

ഒഴിവുണ്ടാകുമെന്നു ചോദിച്ചു.

'എന്റെ ജോലി മൂന്നിനു കഴിയും. നാലിനു നമുക്കു കാണാം.'എവിടെ സന്ധിക്കണമെന്നുകൂടി തീരുമാനിക്കേണ്ടതുണ്ടായിരുന്നു. സുഖ ചികിത്സാകേന്ദ്രത്തിലെ വലിയ വീഞ്ഞുശാലയാണ് റൂസേന നിർദ്ദേശിച്ചത്. പകൽമുഴുവൻ അതു തുറന്നിരിക്കും. റൂസേനക്കരികിൽ നിൽപ്പുണ്ടായിരുന്ന, അവളുടെ ചുണ്ടുകളിൽത്തന്നെ കണ്ണു നട്ടിരുന്ന, മെലിഞ്ഞ നഴ്സ് അനുകൂലമായി തലയാട്ടി. അവർ രണ്ടുപേരും ഒറ്റക്കാവുന്ന ഒരിടമാണ് തനിക്കിഷ്ടമെന്നാണ് കുഴലൂത്തുകാരൻ മറുപടി പറഞ്ഞത്. തന്റെ കാറിൽ നാട്ടിൻപുറത്തേക്കൊരു സവാരിയാകാമെന്ന് അവൻ സൂചിപ്പിച്ചു.

'എന്തിന്? നമ്മളെങ്ങോട്ടുപോകും?'

'നമ്മളൊറ്റക്കായിരിക്കും.'

'ഞാൻ നിനക്കു നാണക്കേടാണെങ്കിൽ, ഇവിടേക്കു വരാൻ കഷ്ടപ്പെടേണ്ടായിരുന്നു,' റൂസേന പറഞ്ഞു. കൂട്ടുകാരി തലയാട്ടി.

'അതല്ല ഞാനുദ്ദേശിച്ചത്,' ക്ലീമ പറഞ്ഞു. 'നാലിനു വീഞ്ഞു ശാലക്കുമുമ്പിൽ ഞാൻ നിന്നെ കാണാൻ വരാം.'

'ഭംഗിയായി,' റൂസേന ഫോൺവെച്ചപ്പോൾ മെലിഞ്ഞ നഴ്സ് പറഞ്ഞു. 'ഏതെങ്കിലും ഒളിത്താവളത്തിൽ നിന്നെ സന്ധിക്കുകയാണ് അവനു വേണ്ടത്. പക്ഷെ, ആകാവുന്നത്ര ആളുകൾ നിങ്ങളെ ഒരുമിച്ചുകാണുന്നത് നീ ഉറപ്പാക്കണം.'

റൂസേനയുടെ മനസ്സ് അപ്പോഴും കലങ്ങിയിരിക്കുകയായിരുന്നു.

കൂടിക്കാഴ്ചയെക്കുറിച്ചുള്ള ചിന്ത അവളെ അസ്വസ്ഥയാക്കി. അവൾക്കിപ്പോൾ ക്ലീമയെ വിഭാവനംചെയ്യാൻ പറ്റുന്നില്ല. എങ്ങിനെ യാണ്

അവന്റെ മുഖം? അവന്റെ ചിരി? അവന്റെ നിൽപ്പ്? ഏകമാത്രമായ അവരുടെ സംഗമം അവളിൽ അവ്യക്തമായ ഒരോർമ്മമാത്രമേ അവശേഷിപ്പിച്ചിട്ടുള്ളൂ. അന്ന് അവളുടെ കൂട്ടുകാരികൾ ചോദ്യങ്ങൾകൊണ്ട് അവളെവീർപ്പുമുട്ടിച്ചിരുന്നു. അവൻ കാണാനെങ്ങിനെ? അവനെന്തു പറഞ്ഞു? തുണിയില്ലാതെ അവൻ എങ്ങിനെയിരുന്നു? അവന്റെ സംഭോഗ മെങ്ങിനെയായിരുന്നു? പക്ഷെ,

അവൾക്കൊന്നും അവരോടു പറയാൻ കഴിഞ്ഞില്ല.

'ഒരു സ്വപ്നം പോലെ' എന്ന്! വെറുതെ ആവർത്തിക്കുക മാത്രമാണ് ചെയ്തത്.

ഇതു വെറുമൊരു ക്ലീഷേ ആയിരുന്നില്ല: രണ്ടു മണിക്കൂർ അവൾക്കൊപ്പം ശയ്യ പങ്കിട്ട പുരുഷൻ അവളെക്കാണാൻ പോസ്റ്ററുക

ളിൽനിന്ന് ഇറങ്ങിവന്നിരിക്കുന്നു. ഒരു നിമിഷം അവന്റെ ഫോട്ടോ ഒരു ത്രിമാന യാഥാർത്ഥ്യം, ഒരൂഷ്മളത, ഒരു ഭാരം, കൈക്കൊണ്ടു. പിന്നെ, വീണ്ടും, ആയിരമായിരം പകർപ്പുകളായി പെരുകുന്ന ദുർഗ്രാഹ്യമായ നിർവർണ്ണമായ ചിത്രമായി. പതിവിലും കൂടുതൽ അമൂർത്തവും അയഥാർത്ഥവുമായി.

തന്റെ ചിത്രരൂപത്തിലേക്ക്, തന്റെ ബിംബത്തിലേക്ക്, അന്നവൻ എത്രയും പെട്ടെന്ന് രക്ഷപ്പെട്ടുപോയതിനാൽ, അവന്റെ പൂർണ്ണതയെക്കുറിച്ചുള്ള അസുഖകരമായ ഒരു ബോധം അവളിൽ അവശേഷിച്ചിരുന്നു. അവനെ ഭൂമിയിലേക്കു കൊണ്ടുവരാൻ, അൽപ്പംകൂടെ അരികിലെത്തിക്കാൻ കഴിയുന്ന, യാതൊന്നിലും അള്ളിപ്പിടിക്കുവാൻ അവൾക്കു കഴിഞ്ഞിരുന്നില്ല. അവനകലെയായിരുന്നപ്പോൾ അവളിൽ നിറയെ ശക്തമായ ഒരു മാത്സര്യവീര്യമുണ്ടായിരുന്നു. പക്ഷെ, ഇപ്പോൾ, അവന്റെ സാന്നിദ്ധ്യമനുഭവപ്പെട്ടപ്പോൾ, അവളുടെ ധൈര്യം ചോർന്നു പോയി.

'പിടി വിടരുത്,' മെലിഞ്ഞ നഴ്സ് പറഞ്ഞു. 'നിന്റെ നല്ലതിനു വേണ്ടി ഞാൻ പ്രാർത്ഥിക്കും.'

6. ഡോ. സ്ക്രേറ്റ

റൂസേനയുമായുള്ള ഫോൺസംഭാഷണം ക്ലീമ അവസാനിപ്പിച്ചപ്പോൾ, ബെർട് ലേഫ് അവന്റെ കൈപിടിച്ചു പാർക്കിനപ്പുറത്തുള്ള കാൾ മാർക്സ് ഹൌസിലേക്കു കൊണ്ടുപോയി. അവിടെയാണ് ഡോ. സ്ക്രേറ്റയുടെ ആപ്പീസ്സും വാസസ്ഥലവും. കാത്തിരിപ്പുമുറിയിൽ ധാരാളം സ്ത്രീകളിരിപ്പുണ്ടായിരുന്നു. എങ്കിലും, ബെർട് ലേഫ് ഒട്ടും മടിക്കാതെ ആപ്പീസ്സു വാതിലിൽ ശക്തിയായി മുട്ടി. നാലു തവണ. ക്ഷണത്തിൽ, വെള്ളക്കോട്ടും, വലിയ മൂക്കിനുമുകളിൽ കണ്ണടയും ധരിച്ച ഉയരമുള്ള ഒരു മനുഷ്യൻ പ്രത്യക്ഷനായി. 'ഒരു നിമിഷം, പ്ലീസ്,' മുറിയിലിരിക്കുന്ന സ്ത്രീകളോട് അയാൾ പറഞ്ഞു. പിന്നെ, രണ്ടുപേരെയും ഇടനാഴിയിലൂടെ, കോണിപ്പടിക്കു മുകളിലൂടെ, മുകൾ നിലയിലെ തന്റെ അപ്പാർട്ടുമെൻറിലേക്കു നയിച്ചു.

'സുഖമല്ലേ, ഗുരോ?' മൂവരും ഇരുന്നുകഴിഞ്ഞപ്പോൾ, അയാൾ കുഴലൂത്തുകാരനെ സംബോധനചെയ്തുകൊണ്ടു പറഞ്ഞു. 'ഇനിയെന്നാണ് ഇവിടെ നിങ്ങളുടെ കച്ചേരി?'

'എന്റെ ആയുസ്സിൽ ഇനിയൊരിക്കലുമില്ല,' ക്ലീമ ഉത്തരം നൽകി. 'ഈ സ്പാ എനിക്കു ചതുർത്ഥിയായിപ്പോയി.'

കുഴലൂത്തുകാരന് പറ്റിയതെന്താണെന്ന് ഡോ. സ്ക്രേറ്റയോടു ബെർട് ലേഫ് വിശദീകരിച്ചു. അതിനുശേഷം ക്ലീമ കൂട്ടിച്ചേർത്തു: 'നിങ്ങളുടെ സഹായം അഭ്യർഥിക്കാനാണ് ഞാൻ വന്നത്. അവൾ ശരിക്കും ഗർഭിണിയാണോ എന്നാണ് എനിക്കാദ്യമറിയേണ്ടത്. ഒരു പക്ഷെ, സംഗതി വൈകിപ്പോയതാകാം. അല്ലെങ്കിൽ വെറും നാട്യവുമാകാം. ഒരിക്കൽ എനിക്കിതുപോലെ പറ്റിയിട്ടുള്ളതാണ്. അതും

ഒരു സ്വർണ്ണമുടിക്കാരിയായിരുന്നു.'

'സുവർണ്ണകേശിനികളുമായി കളിക്കരുത്,' ഡോ. സ്ക്രേറ്റ പറഞ്ഞു.

'ശരിയാണ്,' ക്ലീമ യോജിച്ചു, ' എന്റെ വീഴ്ച്ചക്കു കാരണം സ്വർണ്ണമുടിക്കാരികളാണ്. അന്നത് ഭീകരമായിരുന്നു, ഡോക്ടർ. ഞാനവളെ ഒരു വൈദ്യനെക്കൊണ്ടു പരിശോധിപ്പിച്ചിരുന്നു. പക്ഷെ, ഗർഭത്തിന്റെ തുടക്കത്തിൽ ഒന്നും ഉറപ്പിച്ചു പറയാൻ പറ്റില്ല. അതിനാൽ ഞാൻ മൗസ് ടെസ്റ്റ് നടത്താൻ ആവശ്യപ്പെട്ടു. ചുണ്ടെലിയിൽ മൂത്രം കുത്തിവെക്കുന്ന പരിപാടി. എലിയുടെ അണ്ഡാശയം വീർത്തുവരികയാണെങ്കിൽ...'

'...സ്ത്രീ ഗർഭിണിയായിരിക്കും,' ഡോ. സ്ക്രേറ്റ പൂർത്തിയാക്കി.

'പുലരിയിലെ മൂത്രം അവളൊരു കൊച്ചുകുപ്പിയിലെടുത്തിട്ടുണ്ടായിരുന്നു. ഞാനും അവളുടെ കൂടെയുണ്ടായിരുന്നു. ക്ലിനിക്കിനു നേരെ മുമ്പിൽവെച്ച് അവളതു നടപ്പാതയിലിട്ടു. ഞാൻ കുപ്പിക്കഷണങ്ങൾക്കുനേരെ ചാടിവീണു. കുറച്ചു തുള്ളികളെങ്കിലും കളയാതെ കിട്ടാൻ. എന്നെ അപ്പോൾ കണ്ടിരുന്നെങ്കിൽ, ഞാൻ ക്രിസ്തുവിന്റെ പാനപാത്രമാണ് താഴെയിട്ടതെന്ന് നിങ്ങൾക്കു തീർച്ചയായും തോന്നിയേനെ. അവൾ കരുതിക്കൂട്ടി കുപ്പി പൊട്ടിച്ചതാണ്. അവൾ ഗർഭിണിയല്ലെന്ന് അവൾക്കറിയാമായിരുന്നു. എന്റെ അഗ്നിപരീക്ഷ ആകാവുന്നത്ര ദീർഘിപ്പിക്കുകയായിരുന്നു അവൾക്കു വേണ്ടിയിരുന്നത്.

'സുവർണ്ണകേശിനികളുടെ സഹജ സ്വഭാവം,' ഡോ. സ്ക്രേറ്റ, ആശ്ചര്യമൊന്നുമില്ലാതെ, പറഞ്ഞു.

'സുവർണ്ണകേശിനികളും ശ്യാമകേശിനികളും തമ്മിൽ വ്യത്യാസമുണ്ടെന്നു നിങ്ങൾ വിചാരിക്കുന്നുണ്ടോ?' ഡോ. സ്ക്രേറ്റക്കു സ്ത്രീകളുമായുള്ള അനുഭവത്തെക്കുറിച്ചു വ്യക്തമായും സംശയാലുവായ ബെർട് ലേഫ് ചോദിച്ചു.

'എന്താ സംശയം!' ഡോ. സ്ക്രേറ്റ പറഞ്ഞു. സ്വർണ്ണമുടിയും ഇരുൾമുടിയും മനുഷ്യപ്രകൃതത്തിന്റെ രണ്ടു ധ്രുവങ്ങളാണ്. ശ്യാമകേശം വീര്യവും, ധൈര്യവും, ആർജ്ജവവും, സക്രിയതയും ദ്യോതിപ്പിക്കുന്നു. എന്നാൽ, സുവർണ്ണകേശമാകട്ടെ, സ്ത്രീത്വവും, മൃദുത്വവും, ദൗർബ്ബല്യവും, നിഷ്ക്രിയതയുമാണ് സൂചിപ്പിക്കുന്നത്. അതിനാൽ, ഒരു സുവർണ്ണകേശിനി ഇരുവട്ടം സ്ത്രീയാണ്. ഒരു രാജകുമാരി എപ്പോഴും സ്വർണ്ണമുടിയുള്ളവളായിരിക്കും. അതുകൊണ്ടുതന്നെയാണ്, ആകാവുന്നത്ര സ്ത്രൈണമാകാൻ, സ്ത്രീകൾ തങ്ങളുടെ മുടിക്ക് മഞ്ഞച്ചായമടിക്കുന്നത്. അവർ ഒരിക്കലും കറുപ്പുപയോഗിക്കില്ല.'

'ചർമ്മവർണ്ണങ്ങൾ എങ്ങിനെയാണ് മനുഷ്യാത്മാവിനെ സ്വാധീനിക്കുന്നതെന്നറിയാൻ എനിക്കു ജിജ്ഞാസയുണ്ട്,' ബെർട്

ലേഫ് ശങ്കയോടെ പറഞ്ഞു.

'ചർമ്മവർണ്ണത്തിന് ഇതിൽ കാര്യമില്ല. ഒരു സ്വർണ്ണമുടിക്കാരി തന്റെ മുടിയുമായി അവളറിയാതെ പൊരുത്തപ്പെടുകയാണ്. പ്രത്യേകിച്ച്, മുടിയിൽ മഞ്ഞച്ചായമടിച്ച് സുവർണ്ണമാക്കുന്ന ഒരു ഇരുൾമുടിക്കാരി. അവൾ തന്റെ മുടിയുടെ നിറത്തോടു വിശ്വസ്തത പുലർത്താൻ ശ്രമിക്കും. തരളമായ ഒരു ജീവിയെപ്പോലെ, കാതലില്ലാത്ത ഒരു പാവയെപ്പോലെ, അവൾ പെരുമാറും. അവൾ ആർദ്രതയും, സേവയും, മര്യാദയും, വിവാഹമോചനശുൽക്കവും അവകാശപ്പെടും. തനിക്കുവേണ്ടി ഒന്നും ചെയ്യാൻ അവൾ പ്രാപ്തയല്ല. പുറത്തു മുഴുവൻ പരിഷ്ക്കാരവും, അകമേ അപരിഷ്കൃതത്വവും. ഇരുൾമുടി സാർവ്വത്രിക ഫാഷനാവുകയാണെങ്കിൽ, ഈ ലോകത്തിലെ ജീവിതം മെച്ചപ്പെട്ടേനെ. ഇന്നേവരെ നേടിയിട്ടുള്ള ഏറ്റവും ഉപയുക്തമായ സാമൂഹികപരിഷ്കരണമാകും അത്.'

'അപ്പോൾ, റൂസേനയുടേത് നാട്യമാകാനാണ് ഏറെ സാദ്ധ്യത.' ഡോ. സ്ക്രേറ്റയുടെ വാക്കുകളിൽ പ്രതീക്ഷ തിരഞ്ഞുകൊണ്ട് ക്ലീമ ഇടക്കു പറഞ്ഞു.

'അല്ല. ഞാൻ ഇന്നലെ അവളെ പരിശോധിച്ചിരുന്നു. അവൾ ഗർഭിണിയാണ്.' വൈദ്യൻ പറഞ്ഞു.

കുഴലൂത്തുകാരൻ വിളർത്തുപോയത് ബെർട് ലേഫ് ശ്രദ്ധിച്ചു. അയാൾ പറഞ്ഞു: 'നിങ്ങളിവിടത്തെ അബോർഷൻകമ്മറ്റിയുടെ ചെയർമാനല്ലേ, ഡോക്ടർ?'

'ആണല്ലോ,' ഡോ. സ്ക്രേറ്റ പറഞ്ഞു. 'വെള്ളിയാഴ്ച്ച ഞങ്ങൾ യോഗം കൂടുന്നുണ്ട്.'

'നന്നായി.' ബെർട് ലേഫ് പറഞ്ഞു. 'കളയാൻ സമയമില്ല. കാരണം, നമ്മുടെ സുഹൃത്ത് തളരുകയാണ്. നിങ്ങളുടെ നാട്ടിൽ അബോർഷന് അത്ര പെട്ടെന്ന് അനുമതി കിട്ടില്ലെന്നാണ് ഞാൻ മനസ്സിലാക്കിയിട്ടുള്ളത്.'

'അത്ര പെട്ടെന്ന് എന്തായാലും കിട്ടില്ല,' ഡോ. സ്ക്രേറ്റ പറഞ്ഞു. 'കമ്മിറ്റിയിൽ എനിക്കൊപ്പം ജനങ്ങളുടെ അധികാരത്തിന്റെ പ്രതിനിധികളായി രണ്ടു സ്ത്രീകളുണ്ട്. ജുഗുപ്സയുളവാക്കുംവിധം കുരൂപികൾ. ഞങ്ങൾക്കു മുമ്പിൽ വരുന്ന എല്ലാ പെണ്ണുങ്ങളോടും അവർക്കു വെറുപ്പാണ്. ലോകത്തിലെ ഏറ്റവും രൂക്ഷതയുള്ള സ്ത്രീവിരോധികളാരാണെന്ന് അറിയുമോ? സ്ത്രീകൾതന്നെ. ഒരു പുരുഷനും, ഒരു മാന്യദേഹവും, എന്തിന്, രണ്ടുപേർ തങ്ങളുടെ ഗർഭത്തിനു ഉത്തരവാദിയാക്കാൻ ശ്രമിച്ച മിസ്റ്റർ ക്ലീമക്കു പോലും സ്വവർഗ്ഗത്തോടു സ്ത്രീകൾക്കു തോന്നുന്നത്ര വെറുപ്പു സ്ത്രീകളോടു തോന്നിയിട്ടുണ്ടാവില്ല. നമ്മെ വശീകരിക്കാൻ അവർ ശ്രമിക്കുന്നതെന്തിനാണെന്നാണ് നിങ്ങളുടെ വിചാരം? മറ്റു പെണ്ണുങ്ങളെ വെല്ലുവിളിക്കാ

നും അപമാനിക്കാനും വേണ്ടി മാത്രം. മനുഷ്യവംശം പെരുകുന്നതിനുവേണ്ടിയാണ് ദൈവം സ്ത്രീകളുടെ ഹൃദയത്തിൽ മറ്റു സ്ത്രീകളോടുള്ള വിദ്വേഷം കുത്തിവെച്ചത്.'

'ഈ അഭിപ്രായത്തിനു ഞാൻ നിങ്ങൾക്കു മാപ്പു തരാം,' ബെർട്ലേഫ് പറഞ്ഞു, 'കാരണം, എനിക്കെന്റെ ചങ്ങാതിയുടെ പ്രശ്നത്തിലേക്ക് മടങ്ങിവരേണ്ടതുണ്ട്. ആ കമ്മറ്റിയിൽ കാര്യങ്ങൾ തീരുമാനിക്കുന്നത് ശരിക്കും നിങ്ങളല്ലേ? ബീഭത്സരായ ആ സ്ത്രീകൾ നിങ്ങൾ പറയുന്നതെന്തും അനുസരിക്കില്ലേ?'

'തീരുമാനമെടുക്കുക തീർച്ചയായും ഞാൻ തന്നെ. പക്ഷെ, അതിനർത്ഥം എനിക്കതു തുടർന്നുകൊണ്ടുപോകാൻ ആഗ്രഹമുണ്ടെന്നല്ല. അതിൽ പണമൊന്നുമില്ല. ഗുരുവേ, നിങ്ങൾക്ക്, ഉദാഹരണത്തിന്, ഒരു കച്ചേരിക്കെന്തു കിട്ടും?'

ക്ലീമ പറഞ്ഞ തുക ഡോ. സ്ക്രേറ്റയിൽ താൽപ്പര്യം ജനിപ്പിച്ചു: 'സംഗീതത്തിലൂടെ എന്റെ വരുമാനമൊന്നു കൂട്ടാമെന്ന് ഞാൻ പലപ്പോഴും ആലോചിക്കാറുണ്ട്. ഞാനത്ര മോശം ഡ്രമ്മറൊന്നുമല്ല.'

'നിങ്ങൾ ഡ്രം വായിക്കുമോ?' ഉത്സാഹം നടിച്ചുകൊണ്ട് ക്ലീമ ചോദിച്ചു.

'വായിക്കും.' ഡോ. സ്ക്രേറ്റ പറഞ്ഞു. ' ജനതയുടെ ഹാളിൽ' ഞങ്ങൾക്കൊരു പിയാനോയും ഒരു കൂട്ടം ഡ്രമ്മുകളുമുണ്ട്. ഒഴിവുനേരങ്ങളിൽ ഞാൻ ഡ്രം വായിക്കും.'

'അതു ഗംഭീരം തന്നെ!' വൈദ്യനെ പുകഴ്ത്താൻ ഒരവസരം കിട്ടിയതിൽ സന്തോഷിച്ചുകൊണ്ട് കുഴലൂത്തുകാരൻ ഘോഷിച്ചു.

'പക്ഷെ, എനിക്കു ശരിക്കുമൊരു ബാൻഡുണ്ടാക്കാനുള്ള പങ്കാളികളില്ല. പിയാനോ ഏറെക്കുറെ നന്നായി വായിക്കുന്ന ഒരു ഫാർമസിസ്റ്റ് മാത്രമേയുള്ളൂ. ഞങ്ങൾ രണ്ടുപേരുംകൂടി ഒന്നുരണ്ടുതവണ ചിലതൊക്കെ ശ്രമിച്ചുനോക്കിയിട്ടുണ്ട്.' അയാൾ പറയുന്നതു നിർത്തി എന്തോ ചിന്തിക്കുകയാണെന്നു തോന്നി. 'നോക്കൂ! കമ്മറ്റിക്കുമുമ്പിൽ റൂസേന വരുമ്പോൾ...'

ക്ലീമ ആഴത്തിൽ നിശ്വസിച്ചു. 'അവൾ വന്നാലല്ലേ...'

ഡോ. സ്ക്രേറ്റ അക്ഷമയോടെ കയ്യാംഗ്യം കാട്ടി. 'അവൾ സന്തോഷത്തോടെ വരും. മറ്റുള്ളവർ വന്നതുപോലെ. പക്ഷെ, അച്ഛനും കൂടെ വരാൻ കമ്മിറ്റി ആവശ്യപ്പെടും. നിങ്ങളും അവളുടെ കൂടെയുണ്ടാകണം. ഇവിടേക്കുള്ള യാത്ര ഫലപ്രദമാക്കാൻ നിങ്ങൾ ഒരു ദിവസം മുമ്പേ വരണം. അന്നു വൈകുന്നേരം ഒരു കച്ചേരി നടത്തണം. കുഴലും, പിയാനോയും, ഡ്രമ്മും. ഒരു ത്രൈവാദ്യമേളം. നിങ്ങളുടെ പേരുള്ള പോസ്റ്ററുകൾ കൊണ്ടു ഹാളു നിറക്കാം. എന്തു പറയുന്നു?'

കച്ചേരിയുടെ സാങ്കേതികവശങ്ങളെക്കുറിച്ചു ക്ലീമ വല്ലാത്ത കണിശക്കാരനായിരുന്നു. രണ്ടു ദിവസങ്ങൾക്കു മുമ്പായിരുന്നെങ്കിൽ വൈദ്യരുടെ നിർദ്ദേശം അവനു ഭ്രാന്താണെന്നു തോന്നുമായിരുന്നു. പക്ഷെ, ഇപ്പോൾ, അവന്റെ ഏക താൽപ്പര്യം ഒരു പ്രത്യേക നഴ്സിന്റെ ഗർഭപാത്രം മാത്രമായിരുന്നു. വൈദ്യന്റെ ചോദ്യത്തിന് വിനയമാർന്ന ഉത്സാഹത്തോടെ അവൻ മറുപടിയേകി: 'അതു ഗഭീരമാകും!'

'ശരിക്കും? നിങ്ങളതിനു ഒരുക്കമാണോ?'

'നിസ്സംശയം.'

'അപ്പോൾ നിങ്ങൾ, നിങ്ങളെന്തു പറയുന്നു?' ബെർട് ലേഫിനോടു സ്ക്രേറ്റ ചോദിച്ചു.

'അതൊരു ഉത്കൃഷ്ടകാര്യമായിട്ടാണ് എനിക്കു തോന്നുന്നത്. പക്ഷെ, രണ്ടു ദിവസങ്ങൾക്കുള്ളിൽ ഒരുക്കങ്ങളൊക്കെ നടത്താനാകുമോ എന്നെനിക്കറിയില്ല.'

അതിനു പ്രതികരണമായി, സ്ക്രേറ്റ എഴുന്നേറ്റു ഫോണിനടുത്തേക്കുപോയി. അയാൾ ഒരു നമ്പർ കറക്കി. എന്നാൽ, അതിനു മറുപടിയുണ്ടായില്ല. 'ഉടനെ പോസ്റ്ററിനു ഓഡർ കൊടുക്കുകയാണ് ഏറ്റവും മുഖ്യമായ കാര്യം. നിർഭാഗ്യവശാൽ, സെക്രട്ടറി ഉണ്ണാൻ പോയിട്ടുണ്ടാകണം,' അയാൾ പറഞ്ഞു. 'കച്ചേരിക്ക് ഹാളു കിട്ടാൻ ഒരു പ്രയാസവുമില്ല. പൊതുജന വിദ്യാഭ്യാസ സംഘടന വ്യാഴാഴ്ച്ച ഒരു മദ്യവിരുദ്ധ സമ്മേളനം ഏർപ്പാടാക്കിയിട്ടുണ്ട്. അവിടെ പ്രസംഗിക്കുന്നത് എന്റെയൊരു സഹപ്രവർത്തകനാണ്. രോഗകാരണം പറഞ്ഞ് അതു റദ്ദു ചെയ്യാൻ ഞാനാവശ്യപ്പെട്ടാൽ അവൻ സന്തോഷിക്കുകയേയുള്ളൂ. പക്ഷെ, നിങ്ങൾ വ്യാഴാഴ്ച്ച രാവിലെ തന്നെ ഇവിടെ എത്തേണ്ടി വരും. അല്ലെങ്കിൽ നമുക്കു മൂന്നുപേർക്കും റിഹേർസൽ ചെയ്യാനാകില്ല. റിഹേർസൽ വേണമെന്നുണ്ടെങ്കിൽ.'

'വേണം, വേണം.' ക്ലീമ പറഞ്ഞു. 'അതത്യാവശ്യമാണ്. മുൻകൂട്ടി ഒരുങ്ങേണ്ടതുണ്ട്.'

'അതു തന്നെയാണ് എന്റെയും അഭിപ്രായം.' സ്ക്രേറ്റ പറഞ്ഞു. 'നമുക്കൊരു തകർപ്പൻ പരിപാടി തന്നെ അവതരിപ്പിക്കണം. പിന്നണി തരാൻ ഞാൻ കേമനാണ്.' 'സെൻറ് ലൂയി ബ്ലൂസും' 'വെൻ ദ സെയ്ൻറ്സ് ഗൊ മാർച്ചിങ്ങ് ഇന്നും'. ചില സോളോകൾ ഞാൻ തയ്യാറാക്കിയിട്ടുണ്ട്. അവയെക്കുറിച്ചുള്ള നിങ്ങളുടെ അഭിപ്രായമറിയാൻ എനിക്കു കൗതുകമുണ്ട്. അല്ല, ഇന്നുച്ചക്ക് നിങ്ങൾ ഫ്രീയാണോ? നമുക്കതൊന്നു നോക്കിയാലോ?'

'നിർഭാഗ്യവശാൽ, ഇന്നുച്ചക്ക് റൂസേനയെ അബോർഷനു പറഞ്ഞു സമ്മതിപ്പിക്കേണ്ടതുണ്ട്.'

സ്ക്രേറ്റ കൈവീശിക്കൊണ്ടു പറഞ്ഞു: 'അതു വിട്ടേക്ക്. പ്രീണനമൊന്നുമില്ലാതെതന്നെ അവളതിനു തയ്യാറാകും.'

ഡോ. ക്ലീമ യാചിച്ചു. 'വ്യാഴാഴ്ച്ചയാണ് ഭേദം.'

ബെർട് ലേഫ് ഇടപെട്ടു: 'വ്യാഴാഴ്ച്ചവരെ കാത്തിരിക്കുന്നതാണ് നല്ലതെന്നാണ് എന്റെയും പക്ഷം. ഇന്നെന്റെ സുഹൃത്തിനു ശ്രദ്ധ കേന്ദ്രീകരിക്കാനാവില്ല. എന്തായാലും, അദ്ദേഹം തന്റെ ട്രംപെറ്റ് കൊണ്ടുവന്നിട്ടുണ്ടെന്നു എനിക്കു തോന്നുന്നില്ല.'

'അതൊരു നല്ല കാരണമാണ്' സ്ക്രേറ്റ സമ്മതിച്ചു. എന്നിട്ട്, പാർക്കിനപ്പുറത്തെ ഭോജനശാലയിലേക്ക് സുഹൃത്തുക്കൾ രണ്ടുപേരെയും നയിച്ചു. പക്ഷെ, സ്ക്രേറ്റയുടെ നഴ്സ് അവർക്കൊപ്പമെത്തി, അയാളോടു ആപ്പീസ്സിലേക്കു തിരിച്ചുവരാൻ കെഞ്ചി. ഡോക്ടർ, ക്ഷമ ചോദിച്ചുകൊണ്ട്, അനപത്യരോഗികൾക്കരികിലേക്ക് തന്നെ നയിക്കാൻ നഴ്സിനെ അനുവദിച്ചു.

7. റൂസേനയുടെ അച്ഛൻ

സുമാർ ആറു മാസങ്ങൾക്കുമുമ്പ്, മാതാപിതാക്കളുടെ സമീപ ഗ്രാമത്തിലെ വീടുവിട്ട്, റൂസേന കാൾമാർക്സ് ഹൗസിലെ ചെറിയൊരു മുറിയിലേക്കു മാറിയിരുന്നു. ഈ മുറിയുടെ സ്വാത ന്ത്ര്യത്തിൽനിന്ന് അവളെന്തു പ്രതീക്ഷിച്ചുവെന്നു ദൈവത്തിനു മാത്ര മേ അറിയൂ. പക്ഷെ, അവൾ സ്വപ്നം കണ്ടിരുന്നതുപോലെ അത്ര സുഖകരമോ തീവ്രമോ അല്ലാ അവളുടെ മുറിയും സ്വാതന്ത്ര്യവും ന ൽകിയ നേട്ടങ്ങളെന്നു റൂസേന വേഗം തിരിച്ചറിഞ്ഞു.

ഇന്നുച്ചക്കുശേഷം, മൂന്നുമണികഴിഞ്ഞ് അൽപ്പനേരത്തിനു ശേഷം, ഉഷ്ണാലയത്തിൽനിന്നു മുറിയിലേക്കു മടങ്ങി വന്നപ്പോൾ അവൾക്കു അസന്തുഷ്ടകരമായ ഒരു അത്ഭുതമുണ്ടായി. പകലുറങ്ങുന്ന കിടക്ക യിൽ അവളുടെ അച്ഛൻ കാൽനീർത്തിയങ്ങിനെ കിടക്കുന്നു. അതൊരു അസൗകര്യമായി. കാരണം, അവൾക്കു തന്റെ സമയം മുഴുവൻ രൂപഭം ഗിക്കുവേണ്ടി ചിലവഴിക്കേണ്ടതുണ്ടായിരുന്നു. മുടിയൊരുക്കി വെക്കണം; ശ്രദ്ധയോടെ വസ്ത്രങ്ങൾ തിരഞ്ഞെടുക്കണം.

'നിങ്ങൾക്കിവിടെ എന്തു കാര്യം?' അവൾ അസഹ്യതയോടെ ചോദിച്ചു. വാതിൽ കാക്കുന്നവൻ അച്ഛന്റെ പരിചയക്കാരനാണെന്ന തും, അവളില്ലാത്തപ്പോൾ അദ്ദേഹത്തെ മുറിയിലേക്കു കടത്തിവിടാൻ തയ്യാറാകുന്നതും, അവൾക്കു അയാളോടു നീരസമുണ്ടാക്കുന്ന കാര്യ മായിരുന്നു.

'എനിക്കൽപ്പം ഒഴിവുനേരം കിട്ടി.' അച്ഛൻ പറഞ്ഞു. 'പട്ടണത്തിൽ ഞങ്ങൾക്കിന്നൊരു പരിപാടിയുള്ളതാണല്ലോ.'

പബ്ലിക് ഓർഡർ ഓഫ് വൊളൻറിയേർസിലെ അംഗമാണ് അവളുടെ

അച്ഛൻ. തങ്ങളെന്തോ വലിയ കാര്യം ചെയ്യുന്നുവെന്ന മട്ടിൽ, ഒരു നാടയും കയ്യിൽക്കെട്ടി, തെരുവുകളിൽ അങ്ങോട്ടുമിങ്ങോട്ടും നടക്കുന്ന വയസ്സന്മാരെ സുഖചികിത്സാകേന്ദ്രത്തിലെ ആശുപത്രി ജീവനക്കാർ കളിയാക്കുന്നതു മൂലം, അച്ഛന്റെ പ്രവൃത്തി റൂസേനക്കു നാണക്കേടാണ്.

'നിങ്ങൾക്കത് രസമാണെങ്കിൽ' അവൾ പിറുപിറുത്തു.

'ആലസിയല്ലാത്ത, ഒരിക്കലും അലസനായിരിക്കാൻ സാദ്ധ്യതയില്ലാത്ത, ഒരു അച്ഛനാണ് നിനക്കുള്ളതെന്നതിൽ നീ സന്തോഷിക്കുകയാണ് വേണ്ടത്. ഞങ്ങൾ അടുത്തൂൺപറ്റിയവരാണ്. പക്ഷെ, കാര്യങ്ങൾ എങ്ങിനെ നടപ്പാക്കണമെന്ന് ഞങ്ങൾക്കിപ്പോഴും അറിയാമെന്ന് നിങ്ങൾ ചെറുപ്പക്കാർക്ക് ഞങ്ങൾ കാണിച്ചു തരും.'

വസ്ത്രങ്ങൾ തിരഞ്ഞെടുക്കുന്നതിൽ താൻ ശ്രദ്ധിക്കുമ്പോൾ, അദ്ദേഹത്തെ സംസാരിക്കാൻ വിടുന്നതിനു റൂസേന തീരുമാനിച്ചു. അവൾ വസ്ത്രങ്ങൾ വെച്ച അലമാര തുറന്നു.

'നിങ്ങളെന്താണ് ചെയ്യുന്നതെന്നറിയാൻ ശരിക്കും എനിക്കു താൽപ്പര്യമുണ്ട്.' അവൾ പറഞ്ഞു.

'ഒരു പാടു കാര്യങ്ങൾ. എന്റെ കുട്ടീ, ലോകമെങ്ങും അറിയപ്പെടുന്ന ഒരു സ്പായാണ് ഈ കൊച്ചുപട്ടണം. എന്നിട്ടിവിടെ കാണുന്നതെന്താ? കുട്ടികളെല്ലാം പുൽത്തകിടിയിലൂടെ പാഞ്ഞുനടക്കുന്നു.'

'അതിനെന്താ?' വസ്ത്രങ്ങൾ ചികഞ്ഞുകൊണ്ട് റൂസേന ചോദിച്ചു. അവൾക്കൊന്നും ഇഷ്ടമായില്ല.

'കുട്ടികൾ മാത്രമോ, പട്ടികളും. പുറത്തുകൊണ്ടുപോകുമ്പോൾ പട്ടികൾക്കു മൂക്കുകയറും ചങ്ങലയുമിടണമെന്ന് മുനിസിപ്പൽ കൗൺസിൽ പണ്ടേ ഉത്തരവു പുറപ്പെടുവിച്ചതാണ്. പക്ഷെ, ഇവിടെ യാരും അതനുസരിക്കുന്നില്ല. എല്ലവാരും അവർക്കു തോന്നിയതു പോലെ ചെയ്യുന്നു. പാർക്കിലെ കാര്യം മാത്രം നോക്കിയാൽ മതി.'

റൂസേന ഒരു വസ്ത്രം പുറത്തെടുത്തു. അലമാരയുടെ തുറന്ന വാതിലിനു പിറകിൽനിന്നു വസ്ത്രം മാറാൻ തുടങ്ങി.

'അവറ്റ കണ്ടിടത്തെല്ലാം മൂത്രമൊഴിക്കും. കളിസ്ഥലത്തെ മണൽപ്പെട്ടിയിൽപ്പോലും. ഒരു കുട്ടിയുടെ കയ്യിൽനിന്നു മണലിലേക്കു റൊട്ടിയും ജാമും വീഴുന്നത് ഓർത്തുനോക്കൂ. എന്നിട്ടാണ്, നാട്ടുകാർ ഇത്രയും രോഗമുണ്ടാകുന്നതിൽ അത്ഭുതപ്പെടുന്നത്. ഇവിടെ, വെറുതേ ഒന്നു നോക്കുകയേ വേണ്ടൂ.' ജനലിനരികിലേക്ക് നടന്നുകൊണ്ട് അവളുടെ അച്ഛൻ പറഞ്ഞു. 'ഇപ്പോൾത്തന്നെ നാലു പട്ടികൾ സ്വതന്ത്രമായ് വിഹരിക്കുകയാണവിടെ.'

റൂസേന വീണ്ടും പ്രത്യക്ഷയായി. ചുമരിലെ കണ്ണാടിയിൽ തന്റെ

പ്രതിരൂപം നോക്കി. ആ കൊച്ചുകണ്ണാടിയേ അവൾക്കുള്ളൂ. അതിലാകട്ടെ അരവരെപോലും കാണാനാവില്ല.

'നിനക്കു താൽപ്പര്യമില്ല, അല്ലേ?' അവളുടെ അച്ഛൻ ചോദിച്ചു.

'പിന്നേ, എനിക്കു നല്ല താൽപ്പര്യമുണ്ട്.' ഉടുപ്പിനുള്ളിൽ തന്റെ കാലുകൾ എങ്ങിനെയിരിക്കുമെന്ന് തിട്ടപ്പെടുത്താൻ കണ്ണാടിയിൽ നിന്ന് അൽപ്പം മാറി കാൽവിരലുകളിൽ നിന്നുകൊണ്ട് റൂസേന പറഞ്ഞു. 'ദേഷ്യപ്പെടരുത്. എനിക്കൊരാളെ കാണാനുണ്ട്. എനിക്കു തിരക്കുണ്ട്.''പോലീസുപട്ടികളും വേട്ടപ്പട്ടികളും മാത്രമാണ് എനിക്കു സഹിക്കാൻപറ്റുന്ന പട്ടികൾ.' അവളുടെ അച്ഛൻ പറഞ്ഞു. 'വീട്ടിൽ പട്ടികളെ വളർത്തുന്നവരെ എനിക്കു മനസ്സിലാകില്ല. താമസിയാതെ പെണ്ണുങ്ങൾ പെറുന്നത് നിർത്തും. തൊട്ടിലുകളിൽ പട്ടികളെ നിറയ്ക്കും.'

കണ്ണാടിയിലെ പ്രതിബിംബം റൂസേനയെ അതൃപ്തയാക്കി. കൂടുതൽ അനുയോജ്യമായ ഒരു വസ്ത്രത്തിനായി അവൾ അലമാരയിലേക്ക് തിരിഞ്ഞു.

'താമസക്കാരുടെ യോഗത്തിൽവെച്ച് കെട്ടിടത്തിലെ എല്ലാവരും അംഗീകരിച്ചാലേ പട്ടികളെ വീട്ടിൽ വളർത്താൻ അനുവദിക്കൂ എന്നു ഞങ്ങൾ തീരുമാനിച്ചിരിക്കുകയാണ്. പട്ടിലൈസൻസിന്റെ ഫീസു കൂട്ടാനും തീരുമാനിക്കുന്നുണ്ട്.'

'നിങ്ങൾക്ക് ഒരുപാടു ഗൗരവമേറിയ പ്രശ്നങ്ങളുണ്ടെന്നു മനസ്സിലായി.' അപ്പനമ്മമാരുടെ കൂടെയല്ലല്ലോ തന്റെ താമസമെന്ന സന്തോഷത്തിൽ റൂസേന പറഞ്ഞു. കുട്ടിക്കാലം മുതൽക്കേ അച്ഛന്റെ സാരോപദേശങ്ങളും കൽപ്പനകളും അവളിൽ ജുഗുപ്സയുണ്ടാക്കിയിരുന്നു. അദ്ദേഹത്തിൻറേതല്ലാത്ത ഒരു ഭാഷ സംസാരിക്കുന്ന ആളുകളുള്ള ഒരു ലോകമാണ് അവൾ മോഹിച്ചത്.

'കളിയാക്കേണ്ട കാര്യമല്ല ഇത്. പട്ടികൾ ശരിക്കുമൊരു ഗുരുതരമായ പ്രശ്നമാണ്. ഞാൻ മാത്രമല്ല, ഉന്നതാധികാരികൾപോലും അങ്ങിനെയാണ് ചിന്തിക്കുന്നത്. പ്രാധാന്യമുള്ളതെന്തെന്നും ഇല്ലാത്തതെന്തെന്നും നിന്നോടൊരു പക്ഷെ ആരും ചോദിച്ചിട്ടുണ്ടാവില്ല. ലോകത്തിൽ നിനക്കു ഗൗരവമുള്ള വിഷയം വസ്ത്രങ്ങളാണെന്നേ നീ പറയൂ.' മകൾ വീണ്ടും വസ്ത്രം മാറാൻ അലമാരവാതിലിനു പിറകിലേക്കു പോയതു ശ്രദ്ധിച്ച അദ്ദേഹം പറഞ്ഞു.

'എന്തായാലും നിങ്ങളുടെ പട്ടികളെക്കാൾ പ്രാധാന്യമുള്ളവ തന്നെ.' കണ്ണാടിക്കു മുമ്പിൽ വീണ്ടും കാൽവിരലുകളിൽനിന്നുകൊണ്ടു അവൾ മറുപടി പറഞ്ഞു. വീണ്ടും അവൾക്കു അതൃപ്തിയാണുണ്ടായത്. പക്ഷെ, അവനവനോടുള്ള അതൃപ്തി മെല്ലെ നിഷേധമായി മാറി: താൻ ഏതുപോലെയോ അതുപോലെതന്നെ, വിലകുറഞ്ഞ ഈ വസ്ത്ര

ത്തിൽപ്പോലും, കുഴലൂത്തുകാരൻ തന്നെ അംഗീകരിക്കണമെന്ന് അമർഷത്തോടെ അവൾ വിചാരിച്ചു. അതവൾക്ക് വിചിത്രമായൊരു സംതൃപ്തിയേകി.

'ഇതൊരു ആരോഗ്യപ്രശ്നമാണ്.' അവളുടെ അച്ഛൻ പറഞ്ഞു കൊണ്ടേയിരുന്നു. 'പട്ടികൾ വഴിവക്കിൽ വിസർജ്ജിക്കുന്നിടത്തോളം കാലം നമ്മുടെ പട്ടണം ഒരിക്കലും ശുദ്ധമാവില്ല. സദാചാരപ്രശ്നം കൂടിയാണിത്. ആൾക്കാർക്കുവേണ്ടി കെട്ടിയ വീടുകളിൽ പട്ടികൾ ലാളിക്കപ്പെടുന്നത് അസഹനീയമാണ്.'

റൂസേനക്കു ശങ്ക തോന്നാത്തവിധം എന്തോ ഒന്നു സംഭവിക്കുകയായിരുന്നു: അദൃശ്യമായി, രഹസ്യമായി, അവളുടെ നിഷേധം അച്ഛന്റെ കോപവുമായി ലയിക്കുകയായിരുന്നു. അൽപ്പംമുമ്പ് അവൾക്കദ്ദേഹത്തോടു തോന്നിയ ജുഗുപ്സ അവളിലില്ലാതായി. മറിച്ച്, അവൾ അബോധമായി അദ്ദേഹത്തിന്റെ രൂക്ഷവചനങ്ങളിൽനിന്ന് ഊർജ്ജം വലിച്ചെടുക്കുകയായി.

'നമ്മുടെ വീട്ടിലൊരിക്കലും പട്ടികളുണ്ടായിരുന്നില്ല. അതു കൊണ്ടു നമുക്കു വല്ല നഷ്ടവുമുണ്ടായില്ലല്ലോ.' അച്ഛൻ പറഞ്ഞു.

അവൾ കണ്ണാടിയിൽ തന്നെ നോക്കുന്നത് തുടർന്നു. ഗർഭം തനിക്കൊരു പുതിയ നേട്ടമുണ്ടാക്കിയതായി അവൾക്കു തോന്നി. തനിക്കു സ്വയം സുന്ദരിയായിത്തോന്നിയാലും ഇല്ലെങ്കിലും, കുഴലൂത്തുകാരൻ തന്നെ അടിയന്തിരമായി കാണാൻ ഓടിയെത്തിയിരിക്കുന്നു; വീഞ്ഞുശാലയിലേക്ക് ഒരു കൂടിക്കാഴ്ച്ചക്കായി തന്നെ മാന്യമായി ക്ഷണിച്ചിരിക്കുന്നു. ശരിക്കു പറഞ്ഞാൽ (അവൾ വാച്ചു നോക്കി), ഈ നേരത്ത് അവനവിടെ ഇപ്പോഴേ അവളെയും കാത്തിരിപ്പുണ്ടാകും.

'ഞങ്ങൾ വിജയം തൂത്തുവാരും, കുട്ടീ, നീ നോക്കിക്കോ.' പൊട്ടിച്ചിരിച്ചുകൊണ്ട് അവളുടെ അച്ഛൻ പറഞ്ഞു. ഇത്തവണ അവൾ മൃദുവായാണ് പ്രതികരിച്ചത്; പുഞ്ചിരിയോടെയെന്നുതന്നെ പറയാം: 'എനിക്കു സന്തോഷമായി, പപ്പാ. പക്ഷെ, എനിക്കു പോകാൻ സമയമായി.'

'എനിക്കും. വ്യായാമം ഏതു നിമിഷവും വീണ്ടും തുടങ്ങാം.'

അവരൊന്നിച്ച് കാൾമാർക്സ്ഹൗസ് വിട്ടു. പിന്നീട് അവരവരുടെ വഴിക്കു പോയി. റൂസേന വീഞ്ഞുശാലയിലേക്ക് മെല്ലെ നീങ്ങി.

8. ക്ലീമയും റൂസേനയും

പ്രശസ്തനും ജനപ്രിയനുമായ ഒരു കലാകാരനെന്ന തന്റെ വേഷം കയ്യാളാൻ ക്ലീമക്കു പൂർണ്ണമായും കഴിഞ്ഞിരുന്നില്ല; പ്രത്യേകിച്ച് ഇപ്പോൾ, സ്വകാര്യമായ വ്യാകുലതകളുള്ളപ്പോൾ. അതൊരു കുറവായും വൈകല്യമായുമാണ് അവനു അനുഭവപ്പെട്ടത്. റൂസേനയുമൊത്ത് അവൻ വീഞ്ഞുശാലയിൽ പ്രവേശിച്ചപ്പോൾ, ചെക്റൂമിനെതിരെ, കഴിഞ്ഞ കച്ചേരി അവശേഷിപ്പിച്ച പോസ്റ്ററിലെ തന്റെ വലുതാക്കിയ ഫോട്ടോ അവൻ കണ്ടു. അതവനിൽ ആകുലതയുണ്ടാക്കി. അവിടെയുള്ള പതിവുകാരിൽ ആരൊക്കെ തന്നെ തിരിച്ചറിയുമെന്ന് യാന്ത്രികമായി ഊഹിച്ചുകൊണ്ട് അവൻ യുവതിയുമൊത്ത് മുറി മുറിച്ചു കടന്നു. അവരുടെ നോട്ടത്തെ അവൻ ഭയപ്പെട്ടു. തന്റെ ഭാവങ്ങളെയും പെരുമാറ്റത്തെയും നിയന്ത്രിച്ചുകൊണ്ട്, എല്ലായിടത്തും തന്നെ രഹസ്യമായ് നിരീക്ഷിക്കുന്ന കണ്ണുകളുണ്ടെന്ന് അവൻ വിചാരിച്ചു. ജിജ്ഞാസനിറഞ്ഞ നിരവധി കണ്ണുകൾ തന്റെമേൽ ഉറപ്പിച്ചുവെച്ചതായി അവനനുഭവപ്പെട്ടു. അവയെ അവഗണിക്കാൻ ശ്രമിച്ചുകൊണ്ടു, പിറകിലുള്ള ഒരു കൊച്ചു മേശക്കരികിലേക്ക് അവൻ നീങ്ങി. പാർക്കിലെ മരത്തലപ്പുകളെ കാണാൻപറ്റുന്ന ഒരു ജാലകം അവിടെ ഉണ്ടായിരുന്നു.

അവരിരുന്നുകഴിഞ്ഞപ്പോൾ, അവൻ റൂസേനയെ നോക്കിച്ചിരിച്ചു. അവളുടെ കൈ തലോടി. അവളുടെ വസ്ത്രം അവൾക്കു നന്നായി യോജിക്കുന്നുണ്ടെന്നു പറഞ്ഞു. അവൾ ലജ്ജയോടെ എതിർത്തു. പക്ഷെ, അവൻ വിട്ടുകൊടുത്തില്ല. അൽപ്പനേരം ആ നഴ്സിന്റെ ലാവണ്യത്തെക്കുറിച്ചു സംസാരിക്കാൻതന്നെ അവൻ ശ്രമിച്ചു. അവളുടെ രൂപസൗകുമാര്യം തന്നെ അത്ഭുതപ്പെടുത്തുവെന്നവൻ പറഞ്ഞു. രണ്ടുമാസങ്ങളായി അവളെക്കുറിച്ചു താൻ എത്രമാത്രമാണ് ഓർമ്മിച്ചത്.

ഓർമ്മയിൽ അവളുടെ ചിത്രം കൊണ്ടുവരാനുള്ള പ്രയത്നം ഒരു രൂപമുണ്ടാക്കിയിരുന്നു. പക്ഷെ, ആ രൂപം യാഥാർത്ഥ്യത്തിൽനിന്നും ഏറെയേറെ അകലെയാണ്. അതിലെന്താണെന്നോ ഇത്ര അസാധാരണമായിട്ടുള്ളത്, അവൻ പറഞ്ഞു, അവളുടെ യഥാർത്ഥ രൂപം, അവളെക്കുറിച്ചോർത്തപ്പോഴൊക്കെ അവനതാശിച്ചുവെങ്കിലും, സാങ്കൽപ്പികരൂപത്തെ കവച്ചുവെക്കുന്നതാണ്.

രണ്ടു മാസങ്ങളായി കുഴലൂത്തുകാരനിൽനിന്ന് അവൾക്കൊരു വാർത്തയുമില്ലായിരുന്നുവെന്ന് റൂസേന ചൂണ്ടിക്കാട്ടി. അവൻ പരിക്ഷീണമായ ഒരു നിശ്വാസമുതിർത്തു. താൻ കഴിച്ചുകൂട്ടിയ ഭീകരമായ ആ രണ്ടു മാസങ്ങളെപ്പറ്റി അവൾക്കു ചിന്തിക്കാൻപോലും കഴിയില്ലെന്നവൻ ആ യുവതിയോടു പറഞ്ഞു. എന്താണുണ്ടായതെന്ന് റൂസേന അവനോടു ചോദിച്ചു. പക്ഷെ, വിശദാംശങ്ങളിലേക്കു കടക്കാൻ കുഴലൂത്തുകാരൻ തയ്യാറായില്ല. വലിയൊരു നന്ദികേടിന്റെ ഇരയായി താനെന്നു മാത്രം പറഞ്ഞു; സുഹൃത്തുക്കളോ, മറ്റാരുമോ ഇല്ലാതെ, പൊടുന്നനെ, താൻ ലോകത്തിൽ എകാകിയായിപ്പോയെന്നും.

തന്റെ വേവലാതികളെക്കുറിച്ച് റൂസേന വിശദമായി ചോദിച്ചേക്കുമെന്നും, അതു തന്നെ നുണകളിൽ കുരുക്കുമെന്നും അവൻ ചെറുതായി ആശങ്കപ്പെട്ടു. അനാവശ്യമായിരുന്നു അവന്റെ ഭയം. കുഴലൂത്തുകാരൻ ഒരു വിഷമസന്ധിയിലൂടെ കടന്നുപോയതിൽ റൂസേനക്കു താൽപ്പര്യമുണ്ടായി എന്നതു ശരി തന്നെ. അവന്റെ രണ്ടുമാസത്തെ നിശ്ശബ്ദതക്കുള്ള ഒഴിവുകഴിവായി അവൾ അതു സ്വീകരിച്ചുവെന്നതും ശരിയാണ്. എന്നാൽ, അവന്റെ വിഷമത്തിന്റെ ശരിയായ സ്വഭാവം അറിയുന്നതിൽ അവൾ തെല്ലും തൽപ്പരയായിരുന്നില്ല. അവനനുഭവിച്ച ഖേദകരമായ രണ്ടുമാസങ്ങളിലെ ഖേദം മാത്രമായിരുന്നു അവളിൽ താൽപ്പര്യമുണ്ടാക്കിയത്.

'നിന്നെക്കുറിച്ചു ഞാൻ ഒരുപാടാലോചിച്ചു. നിന്നെ സഹായിക്കുന്നതിൽ എനിക്കു സന്തോഷമേ ഉണ്ടാകുമായിരുന്നുള്ളൂ. ആളുകളെ കാണാതിരിക്കാൻ മാത്രമുള്ള മടുപ്പായിരുന്നു എനിക്ക്. സങ്കടമുള്ളവരുടെ കൂട്ടുകെട്ട് മോശം കൂട്ടുകെട്ടാണല്ലോ.'

'എനിക്കും സങ്കടമായിരുന്നു.'

'അറിയാം,' അവളുടെ കൈ തലോടിക്കൊണ്ട് അവൻ പറഞ്ഞു.

'നിന്റെ കുഞ്ഞിനെ ഞാൻ ഗർഭം ധരിച്ചിരിക്കുവെന്നു കുറച്ചു നാളായി എനിക്കറിയാമായിരുന്നു. നീയോ, ജീവിച്ചിരിക്കുന്നുവന്നതിന്റെ യാതൊരു ലക്ഷണവും കാണിച്ചില്ല. പക്ഷെ, എന്നെ നീ ഇനി കാണില്ലെന്നു തീരുമാനിച്ചിട്ടുണ്ടെങ്കിൽപ്പോലും, ഞാൻ കുട്ടിയെ കളയില്ലായിരുന്നു. ഞാനാകെ ഒറ്റക്കായാൽപ്പോലും, നിന്റെ കുട്ടിയെങ്കിലും എനിക്കു സ്വന്തമായുണ്ടാകുമെന്നു ഞാൻ എന്നോടുതന്നെ പറഞ്ഞു.

ഒരിക്കലും ഞാനതിനെ കളയില്ല. ഇല്ല, ഒരിക്കലും...'

ക്ലീമയുടെ നാവു നിശ്ചലമായിപ്പോയി; ഒച്ചയില്ലാത്ത ഒരു ഭയം അവന്റെ മനസ്സിനെ കീഴടക്കി.

ഭാഗ്യവശാൽ, ഇടപാടുകാർക്ക് സേവനം നൽകുന്നതിൽ അത്ര ശ്രദ്ധയൊന്നുമില്ലാത്ത വെയ്റ്റർ കൽപ്പനയും കാത്ത് അവരുടെ മേശക്കരികിൽ വന്നുനിന്നു.

'ഒരു ബ്രാണ്ടി.' കുഴലൂത്തുകാരൻ പറഞ്ഞു. പിന്നെ, ഉടൻ, സ്വയം തിരുത്തി: 'രണ്ടു ബ്രാണ്ടി.'

വീണ്ടും മൗനം. പിന്നെ, റൂസേന അടക്കിയ സ്വരത്തിൽ ആവർത്തിച്ചു: 'ഇല്ല, ഈ ലോകത്തിലെ ഒരു കാര്യത്തിനുവേണ്ടിയും ഞാനതിനെ കളയില്ല.'

'അങ്ങനെ പറയല്ലേ.' മനസ്സാന്നിദ്ധ്യം വീണ്ടെടുത്തുകൊണ്ടു ക്ലീമ മറുപടി പറഞ്ഞു. 'ഇതു നിന്റെ മാത്രം കാര്യമല്ലല്ലോ. പെണ്ണുങ്ങളുടെ മാത്രം കാര്യമല്ല കുട്ടികൾ. അതു ദമ്പതികളുടെ കാര്യമാണ്. രണ്ടുപേരും യോജിപ്പിലെത്തിയാലെ കാര്യങ്ങൾ ശരിയാകൂ. അതല്ലെങ്കിലതു വഷളായേ കലാശിക്കൂ.'

പറഞ്ഞവസാനിപ്പിച്ചപ്പോഴാണ്, താനാണു കുഞ്ഞിന്റെ അച്ഛനെന്നു പരോക്ഷമായി താൻ സമ്മതിച്ചിരിക്കുന്നുവെന്നു ക്ലീമ മനസ്സിലാക്കിയത്. ഈയൊരു കുറ്റസമ്മതത്തിനു മീതെയായിരിക്കും ഇനി റൂസേനയുയുണ്ടാകുന്ന ഏതു സംഭാഷണവും. ഒരു തന്ത്രമനുസരിച്ചാണ് താൻ നീങ്ങുന്നതെന്ന് അവനു ബോധമുണ്ടായിരുന്നു; ഈ സമ്മതം അതിന്റെ ഭാഗമാണെന്നും. എന്നിട്ടും അവൻ തന്റെ വാക്കുകളെ ഭയപ്പെട്ടു.

വെയ്റ്റർ അവരുടെ ബ്രാണ്ടി കൊണ്ടുവന്നു: 'നിങ്ങൾ ശരിക്കും ശ്രീമാൻ ക്ലീമയാണോ, കുഴലൂതുന്നയാൾ?'

'അതെ.' ക്ലീമ സമ്മതിച്ചു.

'അടുക്കളയിലെ പെണ്ണുങ്ങൾക്കു നിങ്ങളെ മനസ്സിലായി. ആ പോസ്റ്ററിലുള്ളത് ശരിക്കും നിങ്ങളാണോ?'

'അതെ.' ക്ലീമ പറഞ്ഞു.

'പന്ത്രണ്ടിനും എഴുപതിനുമിടക്കുള്ള എല്ലാ പെണ്ണുങ്ങളുടെയും ആരാധാനാപാത്രമാണ് നിങ്ങളെന്നു തോന്നുന്നു.' വെയ്റ്റർ പറഞ്ഞു. പിന്നെ, റൂസേനക്കു വേണ്ടി കൂട്ടിച്ചേർത്തു: 'നിങ്ങളുടെ കണ്ണുകുത്തിപ്പൊട്ടിക്കാനുള്ള അസൂയയുണ്ട് എല്ലാ പെണ്ണുങ്ങൾക്കും.' മേശവിട്ടുപോകുമ്പോൾ അയാൾ പലതവണ തിരിഞ്ഞു നോക്കി. മര്യാദ കെട്ട ഒരു പരിചയഭാവത്തോടെ പുഞ്ചിരിച്ചു.

'ഇല്ല, അതു കളയാൻ ഞാനൊരിക്കലും സമ്മതിക്കില്ല.' റൂസേന

ആവർത്തിച്ചു. 'നീയും, ഒരു ദിവസം, അതിന്റെ പേരിൽ സന്തോഷിക്കും. കാരണം, ഞാൻ നിന്നോടൊന്നും ആവശ്യപ്പെടുന്നില്ലെന്ന് നീ മനസ്സിലാക്കണം. നിന്നിൽനിന്ന് എനിക്കെന്തെങ്കിലും വേണമെന്നു ഞാൻ ആഗ്രഹിക്കുന്നതായി നീ വിചാരിക്കുന്നില്ലെന്നു ഞാൻ ആശിച്ചോട്ടെ. അതോർത്തു നീയൊട്ടും വിഷമിക്കേണ്ട. ഇതെന്നെമാത്രം ബാധിക്കുന്ന കാര്യമാണ്. ഇതിന്റെ ഒരു കാര്യത്തിലും, നിനാക്കാഗ്രഹമില്ലെങ്കിൽ, നീ ഇടപെടേണ്ട കാര്യമില്ല.'

ഇത്തരം ഉറപ്പുകളാണ്, മറ്റെന്തിനെക്കാളും, ഒരു പുരുഷനെ ഉൽക്കണ്ഠാഭരിതനാക്കുക. എന്തെങ്കിലും ശരിയാക്കിയെടുക്കാനുള്ള യാതൊരു ശക്തിയും തനിക്കില്ലെന്നു ക്ലീമക്കു, പൊടുന്നനെ, തോന്നി; കളിമതിയാക്കുന്നതാണ് ഭംഗിയെന്നും. അവൻ മൂകനായി; റൂസേനയും. തൊട്ടുമുമ്പ് അവൾ പറഞ്ഞ വാക്കുകൾ ആ മൗനത്തിൽ വല്ലാതെ വേരുറപ്പിച്ചു. അവയുടെ സാന്നിദ്ധ്യത്തിൽ കുഴലൂത്തുകാരൻ കൂടുതൽക്കൂടുതൽ അശരണനും പീഡിതനുമായി.

പെട്ടെന്ന്, അയാളുടെ മനസ്സിലേക്കു ഭാര്യയുടെ ചിത്രം കയറിവന്നു. കാര്യം വിട്ടുകളയാൻപാടില്ലെന്ന് അവൻ തിരിച്ചറിഞ്ഞു. മേശയുടെ വെണ്ണക്കല്ലുപരിതലത്തിലൂടെ കൈ നീക്കി, അവൻ റൂസേനയുടെ വിരലുകളിൽ തൊട്ടു. അവ മുറുക്കിപ്പിടിച്ചുകൊണ്ട് അവൻ പറഞ്ഞു: 'കുട്ടിയുടെ കാര്യം ഒരു നിമിഷം മറക്കൂ. കുട്ടിയല്ലല്ലോ ഏറ്റവും പ്രധാനപ്പെട്ട സംഗതി. നമ്മെക്കുറിച്ചു നമുക്കൊന്നും പറയാനില്ലെന്നാണോ നീ വിചാരിക്കുന്നത്? കുട്ടിയുടെ കാര്യത്തിനു മാത്രമായാണ് ഞാൻ വന്നതെന്നാണോ നിന്റെ വിചാരം?'

റൂസേന ചുമൽ കുലുക്കി.

'നീയില്ലാതിരിക്കുമ്പോൾ എനിക്കു സങ്കടമനുഭവപ്പെടുന്നുവെന്നതാണ് ഏറ്റവും പ്രധാനമായ സംഗതി. അൽപ്പനിമിഷങ്ങൾ മാത്രമാണ് നാം പരസ്പരം കണ്ടിട്ടുള്ളത്. എന്നിട്ടും, ഞാൻ നിന്നെക്കുറിച്ചു ചിന്തിക്കാത്ത ഒരൊറ്റ ദിവസംപോലും ഉണ്ടായിട്ടില്ല.'

അവൻ നിർത്തി. അപ്പോൾ, റൂസേന പറഞ്ഞു: 'രണ്ടുമാസം എനിക്കു നിന്റെ ഒരു വിവരവുമില്ലായിരുന്നു. രണ്ടുതവണ ഞാൻ നിനക്കെഴുതിയിരുന്നല്ലോ.'

'അതിനെന്നെ കുറ്റപ്പെടുത്തരുത.' കുഴലൂത്തുകാരൻ പറഞ്ഞു. 'ഞാൻ നിനക്കെഴുതാതിരുന്നത് കരുതിക്കൂട്ടിയാണ്. നീയുമായ് ബന്ധപ്പെടാതിരിക്കാനാണ് ഞാൻ ശ്രമിച്ചത്. എന്റെയുള്ളിൽ സംഭവിച്ചുകൊണ്ടിരിക്കുന്നതിനെക്കുറിച്ച് എനിക്കു പേടിയായിരുന്നു. പ്രേമത്തെ ഞാൻ തടുക്കുകയായിരുന്നു. നീണ്ട ഒരു കത്ത് നിനക്കെഴുതണമെന്നുണ്ടായിരുന്നു. ശരിക്കും നിരവധി പേജുകൾ എഴുതിനിറച്ചതായിരുന്നു. പക്ഷെ, ഒടുവിൽ ഞാനതെല്ലാം വലിച്ചെറിഞ്ഞു. ഒരിക്കലും

ഞാൻ ഇത്ര പ്രേമത്തിലായിരുന്നില്ല. അതെന്നെ ഭയപ്പെടുത്തി. തുറന്നുപറയാൻ ഞാനെന്തിനു മടിക്കണം? എന്റെ വികാരം വെറുമൊരു ഭ്രമമല്ലന്നു എനിക്കുറപ്പിക്കേണ്ടിയുമിരുന്നു. ഞാൻ എന്നോടുതന്നെ പറഞ്ഞു: ഒരു മാസം കൂടി ഞാൻ ഇതേ അവസ്ഥയിലാണെങ്കിൽ, എനിക്കവളോടുള്ള വികാരം മായയല്ല, യാഥാർത്ഥ്യം തന്നെയാണ്.'

റൂസേന മൃദുവായി പറഞ്ഞു: 'ഇപ്പോഴെന്തു തോന്നുന്നു, വെറും മായയെന്നോ?'

അവളതു പറഞ്ഞപ്പോൾ, തന്ത്രം ഫലിക്കുന്നുണ്ടെന്നു കുഴലൂത്തുകാരനു മനസ്സിലായി. അവൻ അവളുടെ കൈപിടിക്കുന്നതു നിർത്താതെ പറഞ്ഞുകൊണ്ടിരുന്നു. വാക്കുകളിപ്പോൾ ആയാസമില്ലാതെ വന്നുകൊണ്ടിരുന്നു: ഇപ്പോൾ, അവൻ പറഞ്ഞു, അവളെ നോക്കിയിരിക്കുമ്പോൾ, തന്റെ വികാരങ്ങളെ ഇനിയും പരീക്ഷിക്കേണ്ടതില്ലെന്ന് തനിക്കു മനസ്സിലായിരിക്കുന്നു. കാരണം, ഇപ്പോൾ, എല്ലാം വ്യക്തമാണ്. കുട്ടിയെക്കുറിച്ച് താൻ സംസാരിക്കാതിരിക്കുന്നത്, കുട്ടിയല്ല, റൂസേനയാണ് തനിക്കു പരമപ്രധാനമെന്നുള്ളതിനാലാണ്. തന്നെ, ക്ലീമയെ, റൂസേനക്കടുത്തേക്കു വിളിച്ചെത്തിച്ചുവെന്നതിലാണ് കുഞ്ഞിന്റെ പ്രാധാന്യമിരിക്കുന്നത്. അതെ, അവളുടെ ഉദരത്തിലുള്ള കുട്ടി ഈ കൊച്ചു സുഖചികിത്സാകേന്ദ്രത്തിലേക്കു തന്നെ വിളിച്ചുവരുത്തി, താൻ റൂസേനയേ എത്രമാത്രം സ്നേഹിക്കുന്നുണ്ടെന്നു തന്നെ ബോദ്ധ്യപ്പെടുത്തിയിരിക്കുന്നു. അതുകൊണ്ടാണ് നാമിപ്പോൾ (ഇവിടെയവൻ തന്റെ ബ്രാണ്ടി ഗ്ലാസ്സുയർത്തി) കുട്ടിയുടെ ആരോഗ്യത്തിനുവേണ്ടി കുടിക്കുന്നത്.

പറഞ്ഞുപറഞ്ഞുവന്ന ആവേശത്തിൽ അവനെത്തിച്ചേർന്ന ആ പാനോപചാരവചനം, ഉടൻതന്നെ, അവനെ ഭയത്തിലാക്കി. പക്ഷെ, വാക്കുകൾ പറഞ്ഞുകഴിഞ്ഞുപോയി. ഗ്ലാസ്സുയർത്തി റൂസേനയും മന്ത്രിച്ചു: 'അതെ, നമ്മുടെ കുട്ടിക്കു വേണ്ടി.' അതിനുശേഷം അവൾ, ഒറ്റയിറക്കിനു, തന്റെ ബ്രാണ്ടി കാലിയാക്കി.

ബാലിശമായ ഈ പാനോപചാരം അവൾ മറക്കട്ടെ എന്നു കരുതി കുഴലൂത്തുകാരൻ വിഷയം മാറ്റി. ഓരോ ദിവസവും ഓരോ നാഴികയും താൻ റൂസേനയെ ഓർക്കുകയായിരുന്നുവെന്നു ഘോഷിച്ചു.

തലസ്ഥാനനഗരത്തിൽ അവനു ചുറ്റും തന്നെക്കാൾ ഹരം പിടിപ്പിക്കുന്നവർ ഉണ്ടായിരിക്കണമെന്ന് അവളും പറഞ്ഞു.

അവരുടെയൊക്കെ പരിഷ്ക്കാരവും നാട്യവും തനിക്കു മടുത്തിരിക്കുന്നുവെന്നാണ് അവൻ പ്രതികരിച്ചത്. മറ്റാരേക്കാളും തനിക്കിഷ്ടം റൂസേനയെയാണ്. തന്നിൽനിന്നും ദൂരത്താണ് അവൾ താമസമെന്നതാണ് ഖേദകരം. അവൾക്കു തലസ്ഥാനത്തു ജോലിയെടുത്താലെന്താ?

തലസ്ഥാനത്തു താമസിക്കാൻ തനിക്കിഷ്ടമാണെന്നവൾ മറുപടി

പറഞ്ഞു. പക്ഷെ, അവിടെ ജോലി കിട്ടുക പ്രയാസമാണ്. അവൻ ദാക്ഷിണ്യനാട്യത്തോടെ പുഞ്ചിരിച്ചു. അവിടത്തെ ആശുപത്രികളിൽ അവനൊരുപാടു ബന്ധങ്ങളുണ്ടെന്നു പറഞ്ഞു. അവൾക്കൊരു ജോലി നേടിക്കൊടുക്കുക എളുപ്പമാണ്.

അവളുടെ കൈവിടാതെ, ഇതുപോലെ അവനവളോട് കുറേനേരം സംസാരിച്ചു. അതിനാൽ, ഒരു പെൺകുട്ടി അവനെ സമീപിച്ചത് അവൻ ശ്രദ്ധിച്ചില്ല. ഇടയിൽക്കയറുന്നതിനു മടിയില്ലാതെ, അവൾ ഉത്സാഹത്തോടെ പറഞ്ഞു: 'മിസ്റ്റർ ക്ലീമയല്ലേ നിങ്ങൾ? എനിക്കു നിങ്ങളെ ഉടൻ മനസ്സിലായി! എനിക്കു നിങ്ങളുടെ കയ്യൊപ്പൊന്നു കിട്ടിയാൽ മതി!'

ക്ലീമ തുടുത്തു ചുവന്നു. അവൻ റൂസേനയുടെ കരം ഗ്രഹിച്ചിരിക്കുകയായിരുന്നു. പൊതുസ്ഥലത്തുവെച്ച്, ഏവരുടെയും സാന്നിദ്ധ്യത്തിൽ, അവളോടുള്ള പ്രേമം അവൻ പ്രഖ്യാപിച്ചിരിക്കുകയാണ്. താനേതോ പുരാതനമായ അരങ്ങിലാണെന്നും, ലോകം മുഴുവൻ തന്റെ ജീവിതസംഘർഷത്തെ ക്രൂരമായ ചിരിയോടെ നിരീക്ഷിക്കുന്ന രസം പിടിച്ച കാഴ്ച്ചക്കാരായി മാറിയിരിക്കുന്നുവെന്നും അവനു അനുഭവപ്പെട്ടു.

പെൺകുട്ടി അവനു നേരെ ഒരു കടലാസുതുണ്ടു നീട്ടി. കഴിയുന്നതും വേഗം ഒപ്പിടണമെന്നു ക്ലീമക്കു തോന്നി. പക്ഷെ, അവന്റെ കയ്യിൽ പേനയില്ലായിരുന്നു; പെൺകുട്ടിയുടെ കയ്യിലും.

'നിന്റെ കയ്യിൽ പേനയുണ്ടോ?' അവൻ റൂസേനയോടു ചോദിച്ചു. പരിചിതമായ രീതിയിൽ അവളെ സംബോധന ചെയ്യുന്നത് പെൺകുട്ടി കേൾക്കുമെന്ന ഭയത്താൽ, സ്വരം താഴ്ത്തിയാണ് അവൻ സംസാരിച്ചത്. പക്ഷെ, അതിനേക്കാൾ അടുപ്പം കാണിക്കുന്നതാണ് റൂസേനയുടെ കയ്യിലിരിക്കുന്ന തന്റെ കയ്യെന്നവൻ ഉടനെ മനസ്സിലാക്കി. അതിനാൽ സ്വരമുയർത്തി അവൻ ആവർത്തിച്ചു: 'നിന്റെ കയ്യിൽ പേനയുണ്ടോ?'

റൂസേന നിഷേധാർത്ഥത്തിൽ തലയാട്ടി. പെൺകുട്ടി അവളുടെ മേശക്കടുത്തേക്കു മടങ്ങി. അവിടെയുള്ള ആൺകുട്ടികളും പെൺകുട്ടികളും അവസരം മുതലെടുത്ത് അവളോടൊപ്പം ക്ലീമക്കരികിലേക്ക് തിരിച്ചുവന്നു. അവർ അവനൊരു പേനയും, ഒപ്പിടാൻ നോട്ടുപാഡിൽ നിന്നു കീറിയെടുത്ത കടലാസുകളും നൽകി.

തന്ത്രമനുസരിച്ച്, ഇതെല്ലാം നല്ലതിനായിരുന്നു. തങ്ങളുടെ അടുപ്പത്തിനു സാക്ഷികളായി നിരവധി പേരുണ്ടാകുന്നത്, താൻ റൂസേനയെ സ്നേഹിക്കുന്നുവെന്ന്! അവളെ ബോധ്യപ്പെടുത്തുന്നതു കൂടുതൽ എളുപ്പമാക്കും. പക്ഷെ, എത്ര യുക്തിമാനാണെങ്കിലും, കുഴലൂത്തുകാരനെ ആശങ്കയുടെ യുക്തിയില്ലായ്മ ഭയത്തിലേക്കു തള്ളിയിട്ടു. റൂസേന ഈ ആൾക്കാരുമായി ഗൂഢാലോചന ചെയ്യുകയാണെന്ന ചിന്ത അവ

നിലുണ്ടായി. ഒരു പിതൃത്വക്കേസിൽ അവരെല്ലാം തനിക്കെതിരെ മൊഴി നൽകുന്നത് അവൻ വിഭാവനം ചെയ്തു: 'ഉവ്വ്, ഞങ്ങളെല്ലാവരും കണ്ട താണ്; കമിതാക്കളെപ്പോലെ അവർ മുഖത്തോടു മുഖം നോക്കി യിരിക്കുകയായിരുന്നു. അയാൾ അവളുടെ കൈ തലോടുന്നുണ്ടാ യിരുന്നു; പ്രേമത്തോടെ അവളുടെ കണ്ണിലേക്കു നോക്കുന്നുണ്ടായിരുന്നു...'

കുഴലൂത്തുകാരന്റെ ആശങ്കയെ ദുരഭിമാനം കൂടുതൽ വഷളാക്കി. പൊതുസ്ഥലത്തുവെച്ചു കൈപിടിക്കാൻ മാത്രം സുന്ദരിയല്ല റൂസേന യെന്നാണ് അവൻ ശരിക്കും ധരിച്ചിരുന്നത്. അതു റൂസേനയോടുള്ള അനീതിയായിരുന്നു. ആ നിമിഷം അവനു തോന്നിയിരുന്നതിനെക്കാൾ സുന്ദരിയായിരുന്നു അവൾ. പ്രേമം തന്റെ പ്രിയകാമുകിയെ ഏറെ സുന്ദരിയാക്കുന്നതുപോലെ തന്നെയാണ്, താൻ ഭയക്കുന്ന ഒരു സ്ത്രീ യുളവാക്കുന്ന ആശങ്ക അവളിലെ ഏറ്റവും ചെറിയ കുറവുപോലും വലുതാക്കിക്കാണിക്കുന്നത്.

'എനിക്കീ സ്ഥലം തീരെ പിടിക്കുന്നില്ല.' ഒടുവിൽ അവർ വീണ്ടും ഒറ്റക്കായപ്പോൾ ക്ലീമ പറഞ്ഞു. 'ഒരു സവാരിയായാലോ?'

അവന്റെ കാറു കാണാൻ അവൾക്കുത്സാഹമുണ്ടായിരുന്നു. അതിന ാലവൾ സമ്മതിച്ചു. ക്ലീമ കാശു കൊടുത്തു. പിന്നീടവർ മധുശാല വിട്ടു. അവർക്കെതിരെ മഞ്ഞമണലുള്ള വിശാലമായ ഒരു പാതയുണ്ടായിരുന്നു. അവിടെ, മധുശാലക്ക് അഭിമുഖമായി ഒരു പത്തുപേർ നിരയായി നിൽപ്പുണ്ടായിരുന്നു. മിക്കവരും വയസ്സന്മാർ. ചുളുങ്ങിയ ജാക്കറ്റുക ളിൽ ചുവപ്പുനാട കെട്ടിയവർ. അവരുടെ കൈകളിൽ നീണ്ട വടിക ളുണ്ടായിരുന്നു.

ക്ലീമ സ്തബ്ധനായി: 'എന്താണിത്?'

റൂസേന പ്രതികരിച്ചു: 'ഒന്നുമില്ല. എവിടെ നിന്റെ കാറ്?' അവൾ അവനെ ധൃതിയിൽ വലിച്ചു കൊണ്ടുപോയി.

പക്ഷെ, ക്ലീമക്കാ മനുഷ്യരിൽനിന്നു കണ്ണെടുക്കാനായില്ല. അറ്റത്ത് വയറുകൊണ്ടുള്ള വലയമുള്ള വടികളുടെ പൊരുൾ അവനു പിടികിട്ടിയില്ല. വിളക്കുതെളിക്കുന്നവരെപ്പോലെയിരുന്നു ആ മനുഷ്യർ; പറക്കും മീനുകളെ തേടുന്ന മുക്കുവരെപ്പോലെ; രഹസ്യായുധമേന്തുന്ന പട്ടാളക്കാരെപ്പോലെ.

അവനവരെ നോക്കിനിൽക്കുമ്പോൾ, അവരിലൊരാൾ അവനെ നോക്കി പുഞ്ചിരിച്ചുവെന്നു അവനു തോന്നി. താൻ ഭ്രമാത്മകത യിലാണെന്നും, തന്നെ എല്ലാവരും പിന്തുടരുകയാണെന്ന് തനിക്കു കാണപ്പെടുകയാണെന്നും അവൻ ഭയപ്പെട്ടു. അവനു തന്നെത്തന്നെ ഭയമായി. പാർക്കിംഗ് സ്ഥലത്തേക്കു തന്നെ വലിച്ചുകൊണ്ടുപോകാൻ അവൻ റൂസേനയെ അനുവദിച്ചു.

9. ഒരു അപരിചിതൻ

'നിന്നെയുംകൊണ്ട് ദൂരെ എവിടേക്കെങ്കിലും എനിക്കു പോകണം.' അവൻ പറഞ്ഞു. അവന്റെ വലതുകൈ റൂസേന യുടെ ചുമലുകളെ വലയം ചെയ്തിരുന്നു; ഇടതുകൈ സ്റ്റിയറിംഗ് ചക്രത്തിലും. 'തെക്ക് എവിടെയെങ്കിലും. അവിടെ കടൽത്തീരത്തിലൂടെ മണിക്കൂറുകളോളം ഓടിക്കാം. നീ ഇറ്റലിയിൽ പോയിട്ടുണ്ടോ?'

'ഇല്ല.'

'എന്നാൽ, വാക്കു തരൂ, നീ എനിക്കൊപ്പം വരുമെന്ന്.'

'ഇതൽപ്പം കൂടിപ്പോകുന്നുണ്ടെന്നു നിനക്കു തോന്നുന്നില്ലേ?'

എളിമകൊണ്ടാണ് റൂസേന ഇതു പറഞ്ഞത്. പക്ഷെ, കുഴലൂത്തുകാരൻ, തൽക്ഷണം, ജാഗരൂകനായി; 'കൂടിപ്പോകുന്നു'വെന്നത് തന്റെ വാചാടോപത്തിനു മുഴുവൻ ബാധകമാണെന്നതുപോലെ; അതവൾ മനസ്സിലാക്കിയിരിക്കുന്നുവെന്നതുപോലെ. പക്ഷെ, അവനിനി പിന്തിരിയാനാകില്ലല്ലോ: 'ഉവ്വ്, കൂടിപ്പോകുന്നുണ്ട്. എനിക്കെപ്പോഴും കിറുക്കൻ ചിന്തകൾ വരും. അങ്ങിനെയാണ് ഞാൻ. എന്നാൽ, മറ്റുള്ളവരിൽനിന്നു വ്യത്യസ്തമായി, ഞാൻ ആ കിറുക്കനാശയങ്ങൾ നടപ്പിലാക്കും. കിറുക്കൻ ചിന്തകൾ പ്രാവർത്തികമാക്കുന്നതിൽ കൂടുതൽ മനോഹരമായൊന്നും തന്നെയില്ല. എന്റെ മുഴുവൻ ജീവിതവും ഒരൊറ്റ കിറുക്കനാശായമയാൽക്കൊള്ളാമെന്നുണ്ടെനിക്ക്. സ്പായിലേക്കു നാം തിരിച്ചു പോകാതിരിക്കുന്നതാണ് എനിക്കിഷ്ടം. കടലെത്തും വരെ ഇങ്ങിനെ നിർത്താതെ വണ്ടിയോടിച്ചുപോകാൻ. അവിടെയെത്തിയാൽ, ഏതെങ്കിലും ഒരു ബാൻഡിൽ ഞാനൊരു ജോലി നേടും. തീരത്തിലുള്ള റിസോർട്ടുകളിൽ നാം മാറിമാറിപ്പോകും.'

മനോഹരമായ പ്രകൃതിദൃശ്യമുള്ള ഒരിടത്ത് അവൻ സെഡാൻ നിർത്തി. അവർ പുറത്തിറങ്ങി. കാടിലൂടെ ഒരു നടത്തമാകാം എന്നവൻ നിർദ്ദേശിച്ചു. അവരൽപ്പനിമിഷം നടന്നു. പിന്നെ, ഒരു മരബെഞ്ചിലിരുന്നു. ആളുകൾ കാറുകൾ കുറച്ചുപയോഗിക്കുകയും, കാട്ടിലെ സവാരി കൂടുതൽ ഇഷ്ടപ്പെടുകയും ചെയ്തിരുന്ന കാലത്തുള്ളതായിരുന്നു ആ ബെഞ്ച്. അവന്റെ കൈ റൂസേനയുടെ ചുമലുകളെ ചുറ്റിയിരുന്നു. പൊടുന്നനെ, സങ്കടസ്വരത്തിൽ അവൻ പറഞ്ഞു: 'സന്തോഷകരമാണ് എന്റെ ജിവിതം എന്നാണ് എല്ലാവരുടെയും വിചാരം. വലിയ തെറ്റാണത്. ഞാൻ ശരിക്കും വളരെ അസന്തുഷ്ടനാണ്. ഈ കുറച്ചു മാസങ്ങളല്ല, നിരവധി വർഷങ്ങളായിട്ട്.'

ഇറ്റലിയിലേക്കുള്ള യാത്രയെന്ന ചിന്ത അധികപ്പറ്റാണെന്നു റൂസേന കരുതിയെങ്കിൽ, അതേക്കുറിച്ച് അവൾക്കു അവ്യക്തമായ സംശയമുണ്ടായെങ്കിൽ (സ്വന്തം നാട്ടുകാരിൽ വളരെ ചുരുക്കം പേർക്കു മാത്രമേ വിദേശയാത്രക്കുള്ള അനുമതി കിട്ടിയിരുന്നുള്ളൂ), ക്ലീമയുടെ ഈ വാക്കുകളിൽനിന്നു വമിച്ച സങ്കടത്തിനു സുഖദായകമായ ഒരു ഗന്ധമുണ്ടായിരുന്നു. അവളതു പൊരിച്ച പന്നിയിറച്ചി മണക്കുംപോലെ ആസ്വദിച്ചു.

'നിനക്കെങ്ങിനെ സങ്കടമുണ്ടാകും?'

'എനിക്കെങ്ങിനെ സങ്കടമുണ്ടാകാൻ...' ഒരു നിശ്വാസത്തോടെ കുഴലൂത്തുകാരൻ പറഞ്ഞു.

' നിനക്കു പ്രശസ്തിയുണ്ട്; സുന്ദരമായൊരു കാറുണ്ട്; പണമുണ്ട്; മനോഹരിയായ ഭാര്യയുണ്ട്...'

'ഉവ്വ്, മനോഹരിയായിരിക്കാം...' കുഴലൂത്തുകാരൻ കയ്പ്പോടെ പറഞ്ഞു.

'എനിക്കറിയാം.' റൂസേന പറഞ്ഞു. 'അവളിപ്പോൾ ചെറുപ്പമല്ല. അവൾക്കു നിന്റെയതേ പ്രായമാണല്ലേ?'

തന്റെ ഭാര്യയുടെ വിഷയത്തെക്കുറിച്ച് റൂസേനക്കെല്ലാ വിവരവുമുണ്ടെന്നു കുഴലൂത്തുകാരൻ കണ്ടു. അതവനെ കുപിതനാക്കി. പക്ഷെ, അവൻ തുടർന്നു: 'ഉവ്വ്, അവൾക്കെന്റെ പ്രായമാണ്.'

'നിനക്ക് വയസ്സൊന്നുമായിട്ടില്ല. കണ്ടാൽ കുട്ടിയെപ്പോലിരിക്കുന്നു.'

'പക്ഷെ, ഒരു പുരുഷനു വേണ്ടത് അവനെക്കാൾ പ്രായം കുറഞ്ഞ ഒരു സ്ത്രീയാണ്,' ക്ലീമ പറഞ്ഞു. 'പ്രത്യേകിച്ച്, മറ്റാരെക്കാളും ഒരു കലാകാരന്. യൗവ്വനമാണ് എനിക്കാവശ്യം. നിനക്കറിയില്ല റൂസേനാ, എത്രമാത്രം ഞാൻ നിന്റെ യുവത്വത്തെ ആദരിക്കുന്നുവെന്ന്. ഇങ്ങിനെ മുമ്പോട്ടു നീങ്ങാൻ ഇനിയുമെനിക്കു പറ്റില്ലെന്ന് ഞാൻ പലപ്പോഴുമാലോചിക്കും. സ്വയം സ്വതന്ത്രനാകാനുള്ള ഭ്രാന്തമായ ഒരു ത്വര എനിക്കു

അനുഭവപ്പെടാറുണ്ട്. എല്ലാം വീണ്ടുമൊന്നു തുടങ്ങാൻ. മറ്റൊരു രീതിയിൽ തുടങ്ങാൻ. റൂസേനാ, നിന്റെ ഫോൺ വിളി... വിധിയയച്ച ഒരു സന്ദേശമാണതെന്ന്. എനിക്കു പെട്ടെന്നു തന്നെ ഉറപ്പായി.'

'ശരിക്കും?' അവൾ മൃദുവായി ചോദിച്ചു.

'ഞാൻ ഉടൻതന്നെ തിരിച്ചു വിളിച്ചത് എന്തിനാണെന്നാണ് നീ വിചാരിക്കുന്നത്? ഇനിയും സമയം കളയാനില്ലെന്ന്. അപ്പോൾത്തന്നെ എനിക്കു മനസ്സിലായി. നിന്നെ അപ്പോൾത്തന്നെ കണ്ടേ മതിയാകൂവെന്ന്. ആ നിമിഷം, ആനിമിഷം...' അവൻ മൂകനായി. അവളുടെ കണ്ണുകളിലേക്കു ഏറെനേരം നോക്കി: 'നീ എന്നെ സ്നേഹിക്കുന്നുണ്ടോ?'

'ഉവ്വ്. നീയോ?'

'ഞാൻ നിന്നെ ഭ്രാന്തമായി സ്നേഹിക്കുന്നു.' അവൻ പറഞ്ഞു.

'ഞാനും.'

അവൻ അവൾക്കുനേരെ ചാഞ്ഞു. തന്റെ വായ അവളുടേതിനോടു ചേർത്തു. അതൊരു ആരോഗ്യമുള്ള വായയായിരുന്നു. യുവത്വമുള്ള വായ. മനോഹരമായ വായ. മനോഹരമായ ആകൃതിയുള്ള, മൃദുലമായ ചുണ്ടുകളോടും, കരുതലോടെ തേച്ച പല്ലുകളോടും കൂടിയ വായ. എല്ലാം പൊരുത്തപ്പെട്ടിരിക്കുന്ന വായ. ഈ ചുണ്ടുകളെ ചുംബിക്കുവാനുള്ള പ്രലോഭനത്തിനു രണ്ടുമാസം മുമ്പ് അവൻ വഴങ്ങിയിരുന്നുവെന്നതാണ് വസ്തുത. ആ വായ അവനെ മോഹിതനാക്കിയതു കൊണ്ടുതന്നെയാണ്, അന്നവനതിനെ കാമനയുടെ മൂടൽമഞ്ഞിലൂടെ കണ്ടത്; അതിന്റെ യാഥാർത്ഥ്യത്തെ കാണാതെ പോയതും. നാവൊരു തീനാളം പോലെയിരുന്നു; ഉമിനീര് ലഹരിപിടിപ്പിക്കുന്ന ഒരു പാനീയവും. ഇപ്പോൾ മാത്രമാണ്, അതിന്റെ വശ്യത നഷ്ടപ്പെട്ടപ്പോഴാണ്, പൊടുന്നെ, ആ വായ യഥാർഥത്തിലെന്തോ അതായത്. ശരിയായ ഒരു വായ. ആ യുവതി ധാരാളം അപ്പവും, ഉരുളക്കിഴങ്ങും, സൂപ്പും ആഹരിക്കാനുപയോഗിക്കുന്ന സജീവദ്വാരം. കുഴികൾ കുത്തിനിറച്ച പല്ലുകളുള്ള വായ. ലഹരിദ്രാവകമല്ലാത്ത, വെറും തുപ്പലായ, ഉമിനീരുള്ള വായ. കുഴലൂത്തുകാരന്റെ വായിലെ നാവകാട്ടെ, ആഹരിക്കാൻ അസാദ്ധ്യമാക്കുന്നത്ര അരുചിയുള്ളതും, എന്നാൽ തുപ്പിക്കളയാൻപറ്റാത്തതുമായ ഒന്നായി.

ചുംബനത്തിനൊടുവിൽ അവർ എഴുന്നേറ്റു. വീണ്ടും സവാരിയായി. റൂസേന ഒട്ടുമിക്കവാറും സന്തുഷ്ടയായിരുന്നു. എന്നാൽ, കുഴലൂത്തുകാരനെ ഫോൺ ചെയ്തു നിർബന്ധിച്ചു വരുത്തിയതിന്റെ കാരണം, വിചിത്രമാം വിധം, സംഭാഷണത്തിൽനിന്ന് ഒഴിവാക്കപ്പെടുകയാണെന്ന കാര്യം അവൾക്കു നല്ല ബോദ്ധ്യമുണ്ടായിരുന്നു. വിശദമായി അതു ചർച്ചചെയ്യാൻ അവളാഗ്രഹിച്ചില്ല. മറിച്ച്, അവർ ഇപ്പോൾ സംസാരിച്ചുകൊണ്ടിരുന്നതാണ് കൂടുതൽ സുഖപ്രദവും

പ്രധാനവുമെന്ന് അവൾക്കു തോന്നി. എങ്കിലും, ആ കാരണം, മൗനത്താൽമൂടിയ ആ കാരണം, അൽപ്പം നയചാതുരിയോടെയെങ്കിലും സന്നിഹിതമായെങ്കിലെന്ന് അവളാശിച്ചു. അതിനാൽ, റൂസേനയുമൊത്തു ജീവിക്കുന്നതിനു വേണ്ടി താൻ എന്തും ചെയ്യുമെന്ന് ക്ലീമ, നിരവധി പ്രണയപ്രസ്താവങ്ങൾക്കുശേഷം, പ്രഖ്യാപിച്ചപ്പോൾ അവൾ ഓർമ്മിപ്പിച്ചു: 'നല്ലവൻതന്നെ നീ. പക്ഷെ, ഞാനിപ്പോൾ ഒറ്റക്കല്ലായെന്നു ഓർക്കേണ്ടതുണ്ട്.'

'അതെ.' ക്ലീമ പറഞ്ഞു. തുടക്കം മുതലേ താൻ പേടിച്ച നിമിഷമാണിതെന്ന് അവനു മനസ്സിലായി. അവന്റെ വാചാടോപത്തിലെ ഏറ്റവും ദുർബ്ബലമായ കണ്ണി.

'അതെ, ശരിയാണ്.' അവൻ പറഞ്ഞു. 'നീ ഒറ്റക്കല്ല. പക്ഷെ, അതല്ല ശരിക്കും മുഖ്യമായ കാര്യം. ഞാൻ നിനക്കൊപ്പം കഴിയാനാഗ്രഹിക്കുന്നത് നീ ഗർഭിണിയായതുകൊണ്ടല്ല, നിന്നെ സ്നേഹിക്കുന്നതുകൊണ്ടാണ്.'

'ഉവ്വ്.' റൂസേന പറഞ്ഞു.

'അബദ്ധത്തിലൊരു കുട്ടിയുണ്ടായതുകൊണ്ടു മാത്രം ഒരു വിവാഹജീവിതം നയിക്കുകയെന്നതിനെക്കാൾ ഭീകരമായി മറ്റൊന്നുമില്ല. ശരിക്കും, എന്റെ പൊന്നേ, ഞാൻ വെട്ടിത്തുറന്നു പറയട്ടെ, എനിക്കിഷ്ടം നീ പഴയതുപോലെയാകുന്നതാണ്. നമുക്കിടയിൽ മറ്റാരുമില്ലാതെ, നമ്മൾ രണ്ടുപേർമാത്രമായി. ഞാൻ പറയുന്നതു നിനക്കു മനസ്സിലാകുന്നുണ്ടോ?'

'അയ്യോ, അതു പറ്റില്ല. എനിക്കതിനോടു യോജിക്കാനാവില്ല. ഒരിക്കലുമാവില്ല.' റൂസേന പ്രതിഷേധിച്ചു.

ഉള്ളിൽ അതേക്കുറിച്ച് ബോദ്ധ്യമുണ്ടായിട്ടല്ല അവളിതു പറഞ്ഞത്. രണ്ടു ദിവസങ്ങൾക്കു മുമ്പ് ഡോ. സ്ക്രേറ്റയിൽനിന്ന് അവൾക്കുകിട്ടിയ അവിതർക്കമായ വചനം അവളിലിപ്പോഴും പുതുമ മായാതെ നിൽപ്പുണ്ടായിരുന്നു. അതവളെ ഇപ്പോഴും സംഭ്രമിപ്പിക്കുന്നുണ്ടായിരുന്നു. വിശദമായി കണക്കുകൂട്ടിയ ഒരു തീരുമാനമനുസരിച്ചല്ല അവൾ നീങ്ങുന്നത്. തന്റെ ഗർഭത്തെക്കുറിച്ചുള്ള ചിന്തയിൽ അവൾ ആമഗ്നയായിരുന്നു. അതൊരു മഹാസംഭവമായി അവൾ അനുഭവിക്കുകയാണ്. അതിനെക്കാളുപരി, അതൊരു ഭാഗ്യമായും, ഇനിയൊരിക്കലും ലഭിക്കാത്ത അവസരമായും അവൾ ആസ്വദിക്കുകയായിരുന്നു. ചെസ്സുപലകയുടെ അറ്റത്തെത്തിയ ശേഷം രാജാവാകാൻപോകുന്ന കാലാളിന്റെ അവസ്ഥയായിരുന്നു അവളുടേത്. അപ്രതീക്ഷിതവും അഭൂതപൂർവ്വവുമായ തന്റെ അധികാരത്തെക്കുറിച്ചുള്ള ചിന്ത അവളെ ആനന്ദിപ്പിച്ചു. തന്റെ വിരൽഞൊടിക്കലിലൂടെ കാര്യങ്ങൾ പുരോഗമിച്ചുവെന്ന് അവൾ മനസ്സിലാക്കി. പ്രശസ്തനായ കുഴലൂത്തുകാരൻ അവളെക്കാണാൻ തലസ്ഥാനത്തുനിന്നു വന്നു. ഗംഭീരമായ ഒരു കാറിൽ തന്നെ

സവാരിക്കു കൊണ്ടുപോയി. തന്നോട് പ്രേമപ്രഖ്യാപനങ്ങൾ നടത്തി. ആകസ്മികമായ ഈ അധികാരത്തിനും തന്റെ ഗർഭത്തിനും തമ്മിൽ നല്ല ബന്ധമുണ്ട്. ഈ അധികാരം കൈവിടാതിരിക്കണമെങ്കിൽ, ഗർഭ വും കൈവിടാൻ പറ്റില്ല.

അതിനാൽ, കുഴലൂത്തുകാരനു തന്റെ ഭാരമേറിയ കല്ല് മലമുക ളിലേക്ക് ഉരുട്ടിക്കൊണ്ടേയിരിക്കേണ്ടിവന്നു. 'പൊന്നേ, എനിക്കു വേണ്ടതു കുടുംബമല്ല, പ്രേമമാണ്. എനിക്കു നീ പ്രേമമാണ്. ഒരു കു ട്ടിയുണ്ടായാൽ പ്രേമം കുടുംബത്തിനു വഴി മാറും. മടുപ്പിനും, ആ കുലതകൾക്കും, ഏകാതാനതക്കും വഴി മാറും. കാമുകി അമ്മയാകും. എനിക്കു നീ അമ്മയല്ല, കാമുകിയാണ്. ആരുമായും, ഒരു കുട്ടിയുമാ യിപ്പോലും, നിന്നെ പങ്കുവെക്കുന്നത് എനിക്കിഷ്ടമല്ല.'

ഭംഗിയുള്ള വാക്കുകൾ. റൂസേന അവ കേട്ടു സുഖിച്ചു. പിന്നെ, തലയാട്ടി: 'ഇല്ല, എനിക്കു പറ്റില്ല. ഇതു നിന്റെയുംകൂടി കുട്ടിയാണ്. നിന്റെ കുട്ടിയെ കളയാൻ എനിക്കാവില്ല.'

പുതിയ വാദങ്ങൾ കണ്ടെത്താനാകാതെ, അവൻ പഴയ വാക്കുകൾ ആവർത്തിച്ചുകൊണ്ടേയിരുന്നു. ഒടുവിലവൾ അവയിലെ കാപട്യം തിരിച്ചറിയുമോയെന്നു ഭയന്നു.

'നിനക്കു മുപ്പതു കഴിഞ്ഞു. നിനക്കൊരിക്കലും ഒരു കുട്ടി വേണമെന്ന് തോന്നിയിട്ടില്ലേ?'

സത്യം; അവനൊരിക്കലും ഒരു കുട്ടി വേണമെന്ന് തോന്നിയിട്ടില്ല. ഒരു കുട്ടിയുടെ സാന്നിദ്ധ്യം തടസ്സമാകാത്തത്ര ഗാഢമായാണ് അവൻ കമീലയെ സ്നേഹിച്ചത്. അവൻ റൂസേനയോടു പറഞ്ഞത് നുണയാ യിരുന്നില്ല. ഇതേ വാക്കുകൾ വർഷങ്ങളായി അവൻ തന്റെ ഭാര്യയോ ടു ആർജ്ജവത്തോടെ, കാപട്യമില്ലാതെ, പറയുന്നതാണ്.

'നീ വിവാഹിതനായിട്ട് ആറു കൊല്ലമായി. എന്നിട്ടും നിനക്കൊരു കുഞ്ഞില്ല. നിനക്കൊരു കുഞ്ഞിനെ തരുന്നത് എനിക്ക് ആവേശ മുണ്ടാക്കുന്നു.'

എല്ലാം തനിക്കെതിരെ തിരിയുന്നുവെന്നവൻ കണ്ടു. കമീലയോടുള്ള അവന്റെ പ്രണയത്തിന്റെ അസാധാരണത, അവളുടെ അനപത്യതയാ യിട്ടാണ് റൂസേന മനസ്സിലാക്കിയത്. അതാ നഴ്സിൽ അനവസ രത്തിലുള്ള തൻറേടമുളവാക്കി.

തണുപ്പു കടിക്കാൻ തുടങ്ങി. സൂര്യൻ ചക്രവാളത്തിൽ താഴാൻ തുടങ്ങി. സമയം കടന്നുപോവുകയായിരുന്നു. ക്ലീമ പറഞ്ഞതു തന്നെ പറഞ്ഞു കൊണ്ടിരുന്നു. റൂസേന അവളുടെ, 'ഇല്ല, പറ്റില്ല.' ആവർത്തിച്ചുമിരുന്നു. വഴിമുട്ടി നിൽക്കുകയാണ് താനെന്ന് അവനു തോന്നി. ഇനിയും എന്തു ചെയ്യണമെന്നു അവനൊരു പിടിയും കി

ട്ടിയില്ല. എല്ലാം നഷ്ടമാവുകയാണെന്നാണ് അവനു തോന്നിയത്. അസ്വസ്ഥത മൂലം അവൻ അവളുടെ കൈപിടിക്കാൻ മറന്നു. ചുംബിക്കാൻ മറന്നു. സ്വരം മസൃണമാക്കാൻ മറന്നു. പേടിയോടെയാണ് അവനിതു തിരിച്ചറിഞ്ഞത്. ഉടൻ സമനില വീണ്ടെടുക്കാൻ അവൻ കഠിനമായി പരിശ്രമിച്ചു. അവൻ നിന്നു. അവളെ നോക്കി പുഞ്ചിരിച്ചു. അവളെ കൈകളിലെടുത്തു. പരിക്ഷീണമായൊരു ആലിംഗനമായിരുന്നു അത്. അവനവളെ തന്നോട് ചേർത്തുനിർത്തി. തല അവളുടെ മുഖത്തമർത്തി. അതു ശരിക്കും അവളെ ആശ്രയിക്കുന്നതു പോലെയായിരുന്നു; ഒരു തരം വിശ്രമിക്കൽ; ശ്വാസം വീണ്ടെടുക്കൽ; മുന്നിൽ നീണ്ടുകിടക്കുന്ന വഴി താണ്ടാൻ തനിക്കു ശക്തിയില്ലാത്തതുപോലെ.

പക്ഷെ, റൂസേനയും ഗതിമുട്ടി നിൽക്കുകയായിരുന്നു. അവൾക്കും, അവനെപ്പോലെ, തുടർന്നു തർക്കിക്കാനില്ലായിരുന്നു. താൻ സ്വായത്തമാക്കാൻ ശ്രമിക്കുന്ന പുരുഷനോട് 'ഇല്ല' എന്നാവർത്തിക്കുന്നത് തുടരാൻ അധികനേരമാവില്ലെന്ന് അവൾക്കും തോന്നി.

ആലിംഗനം കുറച്ചുനേരം നീണ്ടു. ക്ലീമ കയ്യിൽനിന്നു റൂസേനയെ വഴുതിപ്പോകാൻ അനുവദിച്ചപ്പോൾ, അവൾ, തല താഴ്ത്തി, കീഴടങ്ങുന്ന സ്വരത്തിൽ ചോദിച്ചു: 'ശരി, പറയൂ, ഞാനെന്തു ചെയ്യണം?'

ക്ലീമക്കു തന്റെ കാതുകളെ വിശ്വസിക്കാനായില്ല. ആ വാക്കുകൾ ആകസ്മികവും അപ്രതീക്ഷിതവുമായിരുന്നു. വല്ലാത്ത ആശ്വാസമുളവാക്കിയ വാക്കുകൾ. സ്വയം നിയന്ത്രിക്കാൻ അവനു വളരെ പാടുപെടേണ്ടി വരുന്നത്ര, ആശ്വാസമുണ്ടാക്കിയ വാക്കുകൾ. അവൻ അവളുടെ കവിളു തലോടി. ഡോ. സ്ക്രേറ്റ തന്റെ സ്നേഹിതനാണെന്നു പറഞ്ഞു; മൂന്നു ദിവസങ്ങൾക്കുള്ളിൽ റൂസേന കമ്മറ്റിക്കു മുമ്പാകെ ഹാജരായാൽ മാത്രം മതിയെന്നും. അവളുടെ കൂടെ താനുമുണ്ടാകും. അവൾക്കു പേടിയുണ്ടാകേണ്ട കാര്യമില്ല.

റൂസേന പ്രതിഷേധിച്ചില്ല. തന്റെ വേഷം അഭിനയിക്കാനുള്ള ആഗ്രഹം അവനു വീണ്ടുകിട്ടി. അവനവളുടെ ചുമലുകളിൽ കൈ ചുറ്റി. അവളെ ചുംബിക്കുന്നതിനുവേണ്ടി സംസാരം ഇടക്കിടെ നിർത്തി. (ചുംബനങ്ങൾ ഒരിക്കൽക്കൂടി മൂടൽമഞ്ഞിന്റെ പർദ്ദയാൽ മറക്കപ്പെട്ടു.) റൂസേന തലസ്ഥാനത്തേക്ക് മാറണമെന്ന് അവൻ ആവർത്തിച്ചു. കടൽത്തീരത്തേക്കുള്ള യാത്രയെക്കുറിച്ചുള്ള സംസാരവും അവൻ ആവർത്തിക്കുകയുണ്ടായി.

സൂര്യൻ ചക്രവാളത്തിനു കീഴെ മറഞ്ഞു. കാറ്റിൽ ഇരുട്ടു ഗഹനമായി. ഫെർമരങ്ങൾക്കു മുകളിൽ ചന്ദ്രൻ വൃത്താകൃതിയിൽ പ്രത്യക്ഷപ്പെട്ടു. അവർ കാറിനടുത്തേക്കു മടങ്ങി. റോഡിനെ സമീപിക്കുമ്പോൾ അവർ ഒരു പ്രകാശ വലയത്തിനകത്തായി. കടന്നുപോകുന്ന ഒരു കാറിന്റെ വെളിച്ചമായിരിക്കും അതെന്നു അവർ ആദ്യം കരുതി. പക്ഷെ, അതവരിൽ കേന്ദ്രീകരിച്ചിരിക്കുകയാണെന്ന് ഉടനെ അവർ തിരിച്ച

റിഞ്ഞു. റോഡിനു മറുവശത്തു പാർക്കു ചെയ്തിരുന്ന ഒരു മോട്ടോർബൈക്കിൽ നിന്നായിരുന്നു വെളിച്ചം. അവരെ നിരീക്ഷിച്ചു കൊണ്ട് ഒരാൾ അതിനുമുകളിലുണ്ടായിരുന്നു.

'ഒന്നു വേഗമാകട്ടെ, നമുക്കു പോകാം. പ്ലീസ്.' റൂസേന പറഞ്ഞു.

അവർ കാറിനരികിലെത്തിയപ്പോൾ, മോട്ടോർസൈക്കിളിൽനിന്നും ആ മനുഷ്യനിറങ്ങി; അവരെ സമീപിച്ചു. ക്ലീമ ഒരിരുണ്ട രൂപം മാത്രമേ കണ്ടുള്ളൂ. കാരണം, പാർക്കു ചെയ്ത മോട്ടോർസൈക്കിളിന്റെ വെളിച്ചം അയാൾക്കു പിറകിലായിരുന്നു. കുഴലൂത്തുകാരന്റെ കണ്ണിലേക്കാണ് വെളിച്ചം വീണുകൊണ്ടിരുന്നത്.

'ഇവിടെ വരാൻ' റൂസേനക്കു നേരെ കുതിച്ചുകൊണ്ട് അയാൾ അലറി. 'എനിക്കു നിന്നോടു സംസാരിക്കണം. നമുക്കൊരുപാടു സംസാരിക്കാനുണ്ട്. ഒരുപാട്.' അയാളുടെ സ്വരം സമ്മർദ്ദം നിറഞ്ഞ് അവ്യക്തമായിരുന്നു.

കുഴലൂത്തുകാരനും സംഘർഷത്തിലായിരുന്നു. ആശയക്കുഴപ്പത്തിലായിരുന്നു. ഈ അനാദരവ് അവനിലുണ്ടാക്കിയ അരിശം മാത്രമാണ് അവനാകെ അനുഭവപ്പെട്ടത്: 'ഈ യുവതി എന്റെ കൂടെയാണുള്ളത്, നിന്റെ കൂടെയല്ല.' അവൻ പ്രഖ്യാപിച്ചു.

'നിന്നോടും, എനിക്കു നിന്നോടും പറയാനുണ്ട്, ഓർത്തോ.' അപരിചിതൻ ക്ലീമയോട് അലറി. 'പ്രശസ്തനായതുകൊണ്ട് എന്തുമാകാം എന്നാണു നിന്റെ വിചാരം. അവളെ കളിപ്പിക്കാമെന്നാണ് നീ ധരിച്ചു വെച്ചിരിക്കുന്നത. അവളുടെ തല കറക്കാമെന്ന. നിനക്കത് എളുപ്പമല്ലേ. നിന്റെ സ്ഥാനത്താണ് ഞാനെങ്കിൽ, എനിക്കും അതു ചെയ്യാൻ പറ്റും.'മോട്ടോർസൈക്കിളുകാരന്റെ ശ്രദ്ധ കുഴലൂത്തുകാരനിലായതു മുതലെടുത്ത് റൂസേന കാറിൽക്കയറി. മോട്ടോർസൈക്കിളുകാരൻ വാതിലിനരികിലേക്ക് ചാടിവന്നു. പക്ഷെ, ജാലകം അടഞ്ഞിരുന്നു. യുവതി റേഡിയോ ഓൺ ചെയ്തു. കാറിനകത്ത് ഉച്ചത്തിൽ സംഗീതമുയർന്നു. കുഴലൂത്തുകാരനും പതുങ്ങി കാറിൽക്കയറി. വാതിൽ വലിച്ചടച്ചു. ചെവിയടപ്പിക്കുന്നതായിരുന്നു സംഗീതം. ജാലകത്തിലൂടെ അലറിവിളിക്കുന്ന ഒരു മനുഷ്യന്റെ രൂപവും ഭാവഹാവാദികളും മാത്രമേ അവർക്കു മനസ്സിലാക്കാൻ പറ്റിയുള്ളൂ.

'എന്നെ എപ്പോഴും പിന്തുടരുന്ന ഒരു ഭ്രാന്തനാണത്.' റൂസേന പറഞ്ഞു. 'വേഗം, പ്ലീസ്, നമുക്കു പോകാം.'

10. ക്ലീമയും ബെർറ്റ് ലേഫും

അവൻ കാർ പാർക്കു ചെയ്തു. റൂസേനയേ കാൾമാർക്സ് ഹൗസിലേക്കു കൊണ്ടു പോയി. അവൾക്കൊരു ചുംബനം കൊടുത്തു. പിന്നീടവൾ വാതിലിനു പിറകിൽ മാഞ്ഞപ്പോൾ, ഒരു പാടു രാത്രികളായി ഉറങ്ങാത്തതു പോലെ, അവനു ക്ഷീണമനുഭവപ്പെട്ടു. നേരം വൈകുകയായിരുന്നു. ക്ലീമക്കു വിശപ്പുണ്ടായിരുന്നു. കാറിൽ ക്കയറി ഓടിച്ചുപോകുവാനുള്ള ശക്തിപോലുമില്ലെന്നു അവനു തോന്നി. ബെർട് ലേഫിന്റെ സാന്ത്വനവാക്കുകൾ കേൾക്കാൻ വല്ലാതെ ആഗ്രഹിച്ചുകൊണ്ടു, അവൻ പാർക്കു മുറിച്ചുകടന്നു റിച്മണ്ട് ഹോട്ടലിലേക്കു പോയി.

പ്രവേശനദ്വാരത്തിലെത്തിയപ്പോൾ, തെരുവുവിളക്കിന്റെ വെളിച്ചത്തിൽ തെളിഞ്ഞുനിൽക്കുന്ന വലിയ ഒരു പോസ്റ്റർ കണ്ട് അവൻ അന്തംവിട്ടു. അതിൽ ഭംഗിയില്ലാത്ത വലിയ അക്ഷരങ്ങളിൽ അവന്റെ പേരു കണ്ടു; അതിനു താഴെ, ചെറിയ അക്ഷരങ്ങളിൽ, ഡോ. സ്ക്രേറ്റയുടെയും, പിയാനോ വായനക്കാരൻ ഫാർമസിസ്റ്റിന്റെയും പേരുകളും. കൈകൊണ്ടുണ്ടാക്കിയതായിരുന്നു പോസ്റ്റർ. ഒരു സ്വർണ്ണ ട്രംപറ്റിന്റെ അത്ര അഴകില്ലത്തൊരു ചിത്രവും അതിലുണ്ടായിരുന്നു.

ഡോ. സ്ക്രേറ്റ കച്ചേരി ഇത്ര വേഗം പരസ്യപ്പെടുത്തിയതു കുഴലൂത്തുകാരൻ ഒരു ശുഭശകുനമായിക്കണ്ടു. കാരണം, ഈ വേഗത ഡോ. സ്ക്രേറ്റ തനിക്കു നമ്പാൻപറ്റുന്ന ഒരാളാണെന്നാണല്ലോ സൂചിപ്പിക്കുന്നത്. അവൻ വേഗം മുകളിലേക്കു പോയി. ബെർട് ലേഫിന്റെ കതകിൽ മുട്ടി.

ഉത്തരമുണ്ടായില്ല.

അവൻ വീണ്ടും മുട്ടി. വീണ്ടും. എന്നിട്ടും മറുപടിയുണ്ടായില്ല.

സമയം തെറ്റിയാണോ താൻ വന്നതെന്നു (അമേരിക്കക്കാരനു പല പെണ്ണുങ്ങളുമായി ബന്ധമുണ്ടെന്നത് പ്രസിദ്ധമാണ്) ചിന്തിക്കാൻ കഴിയുന്നതിനു മുമ്പ്, അവൻ വാതിൽപ്പിടി താഴോട്ടു തിരിച്ചു. വാതിൽ പൂട്ടിയിരുന്നില്ല. കുഴലൂത്തുകാരൻ അകത്തേക്കു കയറി. പിന്നെ നിന്നു. അവനൊന്നും കാണാൻ കഴിഞ്ഞില്ല. മുറിയിലെ ചുമരിലൊരിടത്തു നിന്നു വരുന്ന ഒരു തിളക്കം മാത്രമേ കണ്ടുള്ളൂ. അതു വിചിത്രമായൊരു തിളക്കമായിരുന്നു. ട്യൂബ് ലൈറ്റിന്റെ ധവളപ്രകാശമല്ല. വൈദ്യുത ബൾബിന്റെ മഞ്ഞ വെളിച്ചവുമല്ല. ഒരു നീല വെളിച്ചം. അതാകട്ടെ, മുറി നിറഞ്ഞിരിക്കുന്നു.

അപ്പോൾ, അവന്റെ കരുതലില്ലാത്ത വിരലുകളിലേക്കു വൈകിയ ഒരു വിചാരമെത്തി. ഒട്ടും ക്ഷണിക്കപ്പെടാതെ, വൈകിയ ഈ വേളയിൽ താൻ അതിക്രമിച്ചു കടക്കുകയെന്ന അവിവേകം ചെയ്യുകയാണ്. മര്യാദകേടാണെന്ന് ആശങ്കിച്ച് അവൻ ഇടനാഴിയിലേക്കു മടങ്ങി. വേഗം വാതിലടച്ചു.

പക്ഷെ, തിരിച്ചുപോകുന്നതിനുപകരം, ആ വിചിത്രവെളിച്ചം എന്താണെന്നു മനസ്സിലാക്കാൻ പണിപ്പെട്ടുകൊണ്ട്, അവൻ അവിടത്തന്നെ നിൽക്കുകയാണ് ചെയ്തത്. അത്രയും അവന്റെ മനസ്സു കുഴഞ്ഞിരിക്കുകയായിരുന്നു. അമേരിക്കക്കാരൻ മുറിയിൽ തുണിയൊന്നുമില്ലാതെ ഒരു അൾട്രാവയലറ്റു വിളക്കിനുകീഴിൽ സൂര്യസ്നാനം ചെയ്യുകയാണോ എന്നവൻ അത്ഭുതപ്പെട്ടു. അപ്പോൾ, വാതിൽതുറന്ന്, ബെർട് ലേഫ് പ്രത്യക്ഷപ്പെട്ടു. അയാൾ നഗ്നായിരുന്നില്ല. രാവിലെകണ്ട അതേ വസ്ത്രത്തിലായിരുന്നു. അയാൾ കുഴലൂത്തുകാരനെ നോക്കി പുഞ്ചിരിച്ചു: 'എന്നെക്കാണാൻ വന്നതിൽ സന്തോഷം. അകത്തേക്കു വരൂ.'

കൗതുകത്തോടെ കുഴലൂത്തുകാരൻ ഉള്ളിൽക്കയറി. ഇപ്പോൾ, മുറിയിൽ ഒരു സാധാരണ മച്ചുവിളക്കിന്റെ പ്രകാശമായിരുന്നു.

'ഞാൻ നിങ്ങളെ ശല്യപ്പെടുത്തിയെന്ന് ശങ്കിച്ചു.' കുഴലൂത്തുകാരൻ പറഞ്ഞു.

'തീരെ ശല്യമായില്ല.' കുഴലൂത്തുകാരൻ നീലവെളിച്ചം പുറപ്പെടുന്നതായിക്കണ്ട ജനലിലേക്കു ചൂണ്ടി ബെർട് ലേഫ് പ്രതികരിച്ചു. 'ഞാനവിടെ ആലോചിച്ചുകൊണ്ടു ഇരിക്കുകയായിരുന്നുവെന്നു മാത്രം.'

'ഞാൻ അൽപ്പംമുമ്പു കയറിവന്നപ്പോൾ... അങ്ങിനെ ഇടിച്ചു കയറിയതിനു ക്ഷമിക്കണം... തീർത്തും അസാധാരണമായൊരു വെളിച്ചം കണ്ടു.'

'വെളിച്ചം?' ബെർട് ലേഫ് പറഞ്ഞു. പിന്നെ ചിരിച്ചു. 'നിങ്ങളാ ഗർഭം

ഇത്ര ഗൌരവമുള്ളതായി കാണേണ്ട. അതു നിനക്കു മതിഭ്രമമുണ്ടാക്കുന്നുണ്ട്.'

'അല്ലെങ്കിൽ, ഇരുണ്ട ഇടനാഴിയിൽനിന്ന് കയറിവന്നതു കൊണ്ടാവാം.'

'ആകാം.' ബെർട് ലേഫ് പറഞ്ഞു. 'അതുപോട്ടെ, കാര്യങ്ങളെങ്ങിനെയായി?'

കുഴലൂത്തുകാരൻ തന്റെ കഥ തുടങ്ങി. അൽപ്പം കഴിഞ്ഞ് ബെർട് ലേഫ് ഇടക്കുകയറി: 'നിങ്ങൾക്കു വിശക്കുന്നുണ്ടോ?'

കുഴലൂത്തുകാരൻ തലയാട്ടി. ബെർട് ലേഫ് ഒരു കൊട്ട ബിസ്കറ്റും, ഒരു ടിന്ന് ഇറച്ചിയും അലമാരയിൽനിന്നെടുത്തു; താമസിയാതെ അവ രണ്ടും തുറന്നു.

അത്താഴം ആർത്തിയോടെ അകത്താക്കിക്കൊണ്ട് ക്ലീമ പറഞ്ഞുകൊണ്ടേയിരുന്നു. ബെർട് ലേഫിനെ ചോദ്യരൂപേണ നോക്കിക്കൊണ്ടുമിരുന്നു.

'എല്ലാം ശരിയാകും.' ബെർട് ലേഫ് അവനെ ആശ്വസിപ്പിച്ചു.

'കാറിനടുത്ത് ഞങ്ങളെ കാത്തിരുന്നവനെക്കുറിച്ച് നിങ്ങൾക്കെന്തു തോന്നുന്നു?'

ബെർട് ലേഫ് ചുമലു കുലുക്കി: 'അറിയില്ല. എന്തായാലും, അതിനിനി ഗൌരവമൊന്നുമില്ല.'

'അതെ. കോൺഫറൻസ് ഇത്രയും വൈകിയതെന്തുകൊണ്ടാണെന്നു കമീലയോടു എങ്ങിനെ വിശദീകരിക്കുമെന്നാണ് എനിക്കാലോചിക്കാനുള്ളത്.'

നേരം അപ്പോഴേ വല്ലാതെ വൈകിയിരുന്നു. ആശ്വസിക്കപ്പെട്ടും, സംശയങ്ങൾ ദൂരീകരിക്കപ്പെട്ടും, കുഴലൂത്തുകാരൻ കാറിലേറി തലസ്ഥാനത്തേക്കു വെച്ചുപിടിച്ചു. വഴിമുഴുവൻ അവനു കൂട്ടായി ഒരു വലിയ പൂർണ്ണചന്ദ്രനുണ്ടായിരുന്നു.

മൂന്നാം ദിവസം

1. ജേക്കബ്ബ്

ബുധനാഴ്ച്ച. രാവിലെ. മറ്റൊരു തിരക്കുപിടിച്ച ദിവസത്തിലേക്ക് സുഖചികിത്സാലയം ഉണർന്നിരിക്കുന്നു. റ്റബ്ബുകളിലേക്ക് വെള്ളം ധാരധാരയായി ഒഴുകി വീഴുന്നു. ഉഴിച്ചിലുകാർ നഗ്നമായ പുറങ്ങൾ ഉഴിയുന്നു. പാർക്കിംഗ് സ്ഥലത്ത് ഒരു സ്വകാര്യ കാർ, ഇതാ ഇപ്പോൾ, വന്നുനിന്നതേയുള്ളൂ. തലേദിവസം അതേയിടത്തുണ്ടായിരുന്ന വലിയ വെളുത്ത ആഡംബര സെഡാൻ അല്ല. ഈ നാട്ടിൽ ധാരാളമായി കണ്ടുവരുന്ന ഒരു സാധാരണ കാർ. ചക്രത്തിനു പിറകിലിരിക്കുന്ന യാൾക്ക് ഒരു നാൽപ്പത്തിയഞ്ചായിക്കാണും. അയാൾ ഒറ്റക്കാണ്. പിറകിലെ ഇരിപ്പിടത്തിൽ സ്യൂട്ക്കേസുകൾ കൂട്ടിയിട്ടിരിക്കുന്നു.

ആ മനുഷ്യൻ പുറത്തിറങ്ങുന്നു. വാതിലുകൾ പൂട്ടുന്നു. പാർക്കിംഗ് പരിചാരകനു ഒരഞ്ചു ക്രൗൺ നൽകുന്നു. നേരെ കാൾമാർക്സ് ഹൗസിലേക്ക് നടക്കുന്നു. ഡോ. സ്ക്രേറ്റയുടെ പേരെഴുതിയ വാതി ലിലെത്തും വരെ ഇടനാഴിയിലൂടെ നടക്കുന്നു. അയാൾ കാത്തിരിപ്പു മുറിയിൽ കടക്കുന്നു. ആപ്പീസ്സുവാതിലിൽ മുട്ടുന്നു. ഒരു നഴ്സ് പ്ര ത്യക്ഷപ്പെടുന്നു. അയാൾ സ്വയം പരിചയപ്പെടുത്തുന്നു. അപ്പോൾ, അയാളെ അഭിവാദനം ചെയ്യാൻ ഡോ. സ്ക്രേറ്റ പുറത്തേക്കു വരുന്നു: 'ജേക്കബ്ബേ നീ എപ്പോ വന്നു?'

'ഇപ്പൊ.'

'ഗംഭീരം. നമുക്കൊരുപാടു കാര്യങ്ങൾ ചർച്ച ചെയ്യാനുണ്ട്. നോക്കൂ...' അൽപ്പം ചിന്തിച്ച് അയാൾ പറയുന്നു, 'എനിക്കിപ്പൊ വരാൻ പറ്റില്ല. എന്റെ കൂടെ പരിശോധനാമുറിയിലേക്കു വരൂ. ഞാൻ നിനക്കൊരു കോട്ടു തരാം.'

ജേക്കബ്ബ് ഒരു വൈദ്യനായിരുന്നില്ല. മുമ്പൊരിക്കലും ഒരു ഗൈനക്കോളജിസ്റ്റിന്റെ പരിശോധനാമുറിയിൽ കയറിയിട്ടുമില്ല. പക്ഷെ, ഡോ. സ്ക്രേറ്റ അയാളുടെ കൈ പിടിച്ച്, ഒരു വെളുത്ത മുറിയിലേക്കു നയിച്ചു കഴിഞ്ഞിരുന്നു. അവിടെ, പരിശോധനാമേശമേൽ, കാലുകൾ അകറ്റി വെച്ച് തുണിയുരിഞ്ഞ ഒരു സ്ത്രീ കിടപ്പുണ്ടായിരുന്നു.

'ഡോക്റ്റർക്കൊരു കോട്ടു കൊടുക്കൂ.' സ്ക്രേറ്റ നഴ്സിനോട് പറഞ്ഞു. അവൾ ഒരു ക്യാബിനറ്റു തുറന്ന് ജേക്കബ്ബിനു ഒരു വെളുത്ത കോട്ടു കൊടുത്തു.

'വന്നൊന്നു നോക്കൂ. എന്റെ ഡയഗ്ണോസിസ് ശരിയാണോ എന്നു നോക്കു.' രോഗിക്കരികിലേക്ക് വരാൻ ക്ഷണിച്ചുകൊണ്ട് അയാൾ ജേക്കബ്ബിനോടു പറഞ്ഞു. കിണഞ്ഞു പരിശ്രമിച്ചിട്ടും ഇതുവരേക്കും ഒരൊറ്റ പിൻഗാമിയെയും സൃഷ്ടിച്ചിട്ടില്ലാത്ത തന്റെ അണ്ഡാശയങ്ങളുടെ രഹസ്യം രണ്ടു വൈദ്യവിശാരദർ പരിശോധിക്കുവാൻ പോകുന്നുവെന്ന ചിന്ത രോഗിയെ സന്തുഷ്ടയാക്കി.

ഡോ. സ്ക്രേറ്റ രോഗിയുടെ ഗർഭാശയം തൊട്ടുനോക്കുന്നതു തുടർന്നു. ചില ലത്തീൻപദങ്ങൾ ഉച്ചരിച്ചു. ജേക്കബ്ബ് അതിനു മറുപടിയായി അനുകൂലമായി മുരടനക്കി. പിന്നീട്, ഡോ. സ്ക്രേറ്റ ചോദിച്ചു: 'നീയിവിടെ എത്രനാളുണ്ട്?'

'ഒരു ദിവസം.'

'ഒരു ദിവസമോ? അതു പരിഹാസ്യമാംവിധം വളരെക്കുറവല്ലേ; നമുക്കൊന്നും ചർച്ച ചെയ്യാനാവില്ല.'

'നിങ്ങളങ്ങിനെ തൊടുമ്പോൾ വേദനിക്കുന്നു.' കാലുപൊക്കി വെച്ചിരുന്ന സ്ത്രീ പറഞ്ഞു.

'കുറച്ചു വേദനിക്കണം. പേടിക്കണ്ട.' സുഹൃത്തിനു രസമുണ്ടാകാൻ ജേക്കബ്ബ് പറഞ്ഞു.

'ഉവ്വ്, ഡോക്റ്റർ പറഞ്ഞതു ശരിയാണ്.' സ്ക്രേറ്റ പറഞ്ഞു. 'അതൊന്നുമില്ല. സ്വാഭാവികം മാത്രം. ഞാൻ ഒരു പറ്റം ഇൻജെക്ഷൻ എഴുതിത്തരാം. എന്നും രാവിലെ ആറുമണിക്ക് ഇവിടെ വരിക. ഈ നഴ്സ് കുത്തിവെച്ചോളും. ഇപ്പോൾ എഴുന്നേറ്റു വസ്ത്രം ധരിച്ചോളൂ.'

'ഞാൻ ശരിക്കും വന്നത് നിങ്ങളോടു യാത്രപറയാനാണ്.' ജേക്കബ്ബ് പറഞ്ഞു.

'എന്നുവെച്ചാ?'

'ഞാൻ വിദേശത്തേക്കു പോവുകയാണ്. എനിക്കു കുടിയേറിപ്പാർക്കാനുള്ള അനുമതി കിട്ടി.'

സ്ത്രീ വസ്ത്രം ധരിച്ചു. ഡോ. സ്ക്രേറ്റയോടും കൂട്ടുകാരനോടും

യാത്ര പറഞ്ഞു.

'എന്തൊരത്ഭുതം! ഞാനിതു തീരെ പ്രതീക്ഷിച്ചതല്ല! ഡോ. സ്ക്രേറ്റ വിസ്മയപ്പെട്ടു. 'എന്നോടു യാത്രപറയാനാണ് നീ വന്നതെന്നതിനാൽ ഞാനീ സ്ത്രീകളെ തിരിച്ചയക്കുകയാണ്.'

'ഡോക്റ്റർ' നഴ്സ് ഇടപെട്ടു. 'ഇന്നലെയും നിങ്ങളവരെ തിരിച്ചയച്ചു. ആഴ്ച്ചയൊടുവിൽ നമുക്കൊരുപാടു ജോലി ബാക്കിയാകും.'

'എന്നാ, ശരി, അടുത്തയാളെ വിളിക്കൂ.' ഒരു നെടുവീർപ്പിട്ടു ഡോ. സ്ക്രേറ്റ പറഞ്ഞു.

അടുത്തയാളെ നഴ്സ് അകത്തേക്കു വിട്ടു. രണ്ടുപേരും അവളെ അശ്രദ്ധമായി നോക്കി. പോയവളെക്കാൾ സുന്ദരിയാണ് വന്നവളെന്നു ശ്രദ്ധിച്ചു.

ജലചികിത്സ തുടങ്ങിയതുമുതൽ എങ്ങിനെയുണ്ടെന്ന് ഡോ. സ്ക്രേറ്റ അവളോടു ചോദിച്ചു. അതിനുശേഷം വിവസ്ത്രയാകാൻ ആവശ്യപ്പെട്ടു.

'പാസ്പോർട്ട് കിട്ടാൻ ഒരുപാടു നാളെടുത്തു. പക്ഷെ, അതിനുശേഷം, രണ്ടുദിവസത്തിനുള്ളിൽ സ്ഥലം വിടാൻ ഞാൻ തയ്യാറായി. എനിക്കാരോടും യാത്രപറയാൻ തോന്നിയില്ല.'

'അതുകൊണ്ടുതന്നെ, നിങ്ങളെന്നെക്കാണാൻ വന്നതിൽ എനിക്കേറെ സന്തോഷമുണ്ട്.' ഡോ. സ്ക്രേറ്റ പറഞ്ഞു. അതിനുശേഷം, യുവതിയോടു പരിശോധനാമേശമേലേക്ക് കയറാൻ പറഞ്ഞു. അയാൾ റബ്ബറുകൊണ്ടുള്ള കയ്യുറ ധരിച്ചു. രോഗിയിലേക്കു കൈ കടത്തി.

'നിന്നെയും ഓൾഗയേയുമൊഴിച്ച് എനിക്കാരെയും കാണേണ്ട.' ജേക്കബ്ബ് പറഞ്ഞു. 'അവൾക്കു കുഴപ്പമൊന്നുമില്ലെന്നു വിചാരിക്കുന്നു.''ഒക്കെ നന്നായിരിക്കുന്നു, വളരെ നന്നായിരിക്കുന്നു.' സ്ക്രേറ്റ പറഞ്ഞു. പക്ഷെ, താൻ ജേക്കബ്ബിനോടു പറയുന്നതെന്താണെന്ന് അയാൾക്കു ബോധമില്ലെന്നു അയാളുടെ സ്വരത്തിൽനിന്നു വ്യക്തമായിരുന്നു. അയാളുടെ ശ്രദ്ധ മുഴുവൻ രോഗിയിലായിരുന്നു: 'നമ്മൾ ചെറിയൊരു നടപടിയെടുക്കാൻ പോവുകയാണ.' അയാൾ പറഞ്ഞു. 'പേടിക്കാനൊന്നുമില്ല. നിങ്ങൾക്കൊന്നും അനുഭവപ്പെടില്ല.' പിന്നീട്, അയാൾ ഒര്രു ക്യാബിനറ്റിന്റെ ചില്ലുവാതിൽ തുറന്നു. ഒരു ഹൈപ്പോഡെർമിക് സിറിഞ്ചെടുത്തു. അതിനറ്റത്ത് സൂചിയല്ല, പ്ലാസ്റ്റിക്കിന്റെ ഒരു കൊച്ചുകുഴലായിരുന്നു.

'എന്താ അത്?' ജേക്കബ്ബ് ചോദിച്ചു.

'വൈദ്യം പരിശീലിക്കുന്ന നിരവധി വർഷങ്ങൾക്കിടയിൽ, അങ്ങേയറ്റം ഫലപ്രദമായ പല നൂതന വിധികളും ഞാൻ വികസിപ്പിച്ചെടുത്തിട്ടുണ്ട്. നിങ്ങൾ ഞാൻ സ്വാർത്ഥനാണെന്നു പറഞ്ഞേക്കാം. പക്ഷെ,

തൽക്കാലത്തേക്ക് ഞാനവ രഹസ്യമാക്കി വെക്കുകയാണ്.'

'വേദനിക്കില്ലല്ലോ?' കാലകറ്റിവെച്ചു കിടക്കുന്ന സ്ത്രീ, പേടിയിലുപരി ശൃംഗാരം കലർന്ന സ്വരത്തിൽ ചോദിച്ചു.

'ഒട്ടുമില്ല,' ഡോ. സ്ക്രേറ്റ, അതീവകരുതലോടെ താൻ കൈകാര്യം ചെയ്യുന്ന, ഒരു റ്റെസ്റ്റ്യൂബിലേക്കു സിറിഞ്ചു താഴ്ത്തിക്കൊണ്ടു പറഞ്ഞു. പിന്നെ അയാൾ സ്ത്രീയുടെ സമീപത്തേക്കു വന്നു. അവളുടെ കാലുകൾക്കിടയിൽ സിറിഞ്ചു കടത്തി. പ്ലഞ്ചർ താഴേക്കമർത്തി.

'വേദനിച്ചോ?'

'ഇല്ല,' രോഗി പറഞ്ഞു.

'റ്റാബ്ലെറ്റ് തിരിച്ചു തരാനും കൂടിയാണ് ഞാനിവിടേക്കു വന്നത്.'

ഡോ. സ്ക്രേറ്റ ജേക്കബ്ബിന്റെ വാക്കുകൾ ശ്രദ്ധിച്ചതേയില്ല. അയാൾ അപ്പോഴും രോഗിയിൽ വ്യാപൃതനായിരുന്നു. ഗൗരവവും ആലോചനാഭരിതവുമായ ഒരു ഭാവത്തോടെ അയാൾ അവളെ അടിമുടി നോക്കി: 'നിങ്ങളുടെ കാര്യത്തിൽ ഒരു കുട്ടിയുണ്ടാകാതിരിക്കുന്നത് ശരിക്കും ഒരപമാനമായിരിക്കും. നിങ്ങൾക്കു നീണ്ട കാലുകളുണ്ട്. പരിപുഷ്ടമായ ഇടുപ്പുണ്ട്. സുന്ദരമായ വാരിയെല്ലിൻകൂടുണ്ട്. കൂടാതെ, പ്രസന്നമായ നല്ല മുഖവും.'

അയാൾ രോഗിയുടെ മുഖം തൊട്ടു. താടി തട്ടി. പിന്നെ, പറഞ്ഞു: 'നല്ല താടി. ഉറപ്പുള്ള, നല്ല രൂപമുള്ളത്.'

പിന്നീടയാൾ അവളുടെ തുട പിടിച്ചു: 'അത്ഭുതകരമായത്ര ഉറപ്പുള്ള എല്ലുകളാണ് നിങ്ങളുടേത്. പേശികൾക്കടിയിൽ അവ തിളങ്ങുന്നതായി തോന്നുന്നു.'

അവളുടെ ശരീരം കൈകാര്യം ചെയ്യുന്നതിനിടയിൽ അയാൾ അവളെ പുകഴ്ത്തുന്നതു കുറച്ചു നേരം തുടർന്നു. അവളിപ്പോൾ പ്രതിഷേധിക്കുന്നതും അടക്കിച്ചിരിക്കുന്നതും നിർത്തി. കാരണം, അവളിലുള്ള വൈദ്യന്റെ താൽപ്പര്യത്തിന്റെ ഗൗരവം, അയാളുടെ സ്പർശനങ്ങളെ നിർലജ്ജതയുടെ ഇങ്ങേപ്പുറത്താക്കിയിരുന്നു.

ഒടുവിലയാൾ അവളോടു വസ്ത്രം ധരിക്കാൻ ആംഗ്യം കാട്ടി. പിന്നീടു സുഹൃത്തിനു നേരെ തിരിഞ്ഞു: 'എന്താ പറഞ്ഞുവന്നത്?'

'റ്റാബ്ലെറ്റ് തിരിച്ചുതരാനാണ് ഞാൻ വന്നതെന്ന്.'

'ഏതു റ്റാബ്ലെറ്റ്?'

വസ്ത്രം ധരിക്കുമ്പോൾ സ്ത്രീ പറഞ്ഞു: 'ഡോക്റ്റർ, എന്തെങ്കിലും ആശക്കു വകയുണ്ടോ?'

'എനിക്കു നല്ല തൃപ്തിയുണ്ട്.' ഡോ. സ്ക്രേറ്റ പറഞ്ഞു. 'കാര്യങ്ങൾ

നല്ല രീതിയിൽ പുരോഗമിക്കുന്നുവെന്നാണ് എനിക്കു തോന്നുന്നത്. നമുക്ക്, എനിക്കും നിങ്ങൾക്കും, വിജയം പ്രതീക്ഷിക്കാം.'

അയാൾക്കു നന്ദിപറഞ്ഞ് ആ സ്ത്രീ പരിശോധനാമുറി വിട്ടു. അപ്പോൾ ജേക്കബ്ബ് പറഞ്ഞു: 'മറ്റെല്ലാവരും എനിക്കു തരാൻ മടിച്ച ആ റ്റാബ്ലെറ്റ്, വർഷങ്ങൾക്കുമുമ്പ് നിങ്ങളെനിക്കു തന്നു. ഇപ്പോൾ, ഞാൻ യാത്രയാകുന്നതിനാൽ, എനിക്കിനിയതിന്റെ ആവശ്യമുണ്ടെന്നു തോന്നുന്നില്ല. ഞാനതു നിങ്ങൾക്കു തിരിച്ചു തരേണ്ടിയിരിക്കുന്നു.'

'അതു വെച്ചോളൂ. ഇവിടെയെന്നപോലെ എവിടെയും അതുപയോഗപ്പെട്ടേക്കും.'

'വേണ്ട, വേണ്ട. ഈ നാടിന്റെ ഭാഗമാണ് ആ റ്റാബ്ലെറ്റ്. ഇവിടത്തെയെല്ലാം ഈ നാട്ടിൽത്തന്നെ എനിക്കു വിട്ടുപോകണം.' ജേക്കബ്ബ് പറഞ്ഞു.

'ഡോക്ടർ, ഞാൻ അടുത്തയാളെ പറഞ്ഞയക്കുകയാണ്.' നഴ്സ് പറഞ്ഞു.

'ആ പെണ്ണുങ്ങളെയെല്ലാം വീടുകളിലേക്കു മടക്കൂ.' ഡോ സ്ക്രേറ്റ പറഞ്ഞു. 'എന്റെ ഇന്നത്തെ ജോലി കഴിഞ്ഞു. നീ കണ്ടോ, അവസാനം വന്നവൾക്കു കുട്ടിയുണ്ടാകും. ഒരുദിവസത്തേക്ക് അതു പോരെ?'

നഴ്സ് ഡോക്ടറെ അലിവോടെ നോക്കി. എങ്കിലും, അയാളെ അനുസരിക്കുന്നതിനുള്ള യാതൊരു ലക്ഷണവും കാട്ടിയില്ല.

ഡോ.സ്ക്രേറ്റക്കു നോട്ടത്തിന്റെ പൊരുളു മനസ്സിലായി: 'ശരി, അവരെ പറഞ്ഞയക്കണ്ട. ഞാൻ അരമണിക്കൂറിനുള്ളിൽ വരുമെന്നറിയിച്ചാൽമതി.'

'ഡോക്ടർ, ഇന്നലെയും അരമണിക്കൂറെന്നാണ് നിങ്ങൾ പറഞ്ഞത്. എന്നിട്ട് എനിക്കു നിങ്ങളുടെ പിന്നാലെ വഴിയിൽ ഓടേണ്ടി വന്നു.'

'വേവലാതിപ്പെടാതെ പൊന്നേ, ഞാൻ അരമണിക്കൂറിൽ വരും.' സ്ക്രേറ്റ പറഞ്ഞു. അതിനുശേഷം സുഹൃത്തോട് നഴ്സിനു കോട്ടു മടക്കികൊടുക്കാൻ പറഞ്ഞു. പിന്നെയവർ കെട്ടിടം വിട്ടു. നേരെ പാർക്കിനപ്പുറത്തുള്ള റിച്ച്മണ്ട് ഹോട്ടലിലേക്കു പോയി.

2. ജേക്കബ്ബും ഡോ. സ്ക്രേറ്റയും

അവർ രണ്ടാം നിലയിലേക്കു പോയി. ഇടനാഴിയുടെ അറ്റം വരെ നീണ്ട ചുകപ്പു പരവതാനി അവസാനിക്കുന്നതുവരെ. ഡോ. സ്ക്രേറ്റ ഒരു വാതിൽ തുറന്നു. സുഹൃത്തിനൊപ്പം ഇടുങ്ങിയ, എന്നാൽ പ്രസന്നമായ, ഒരു മുറിയിലേക്കു കയറി.

'ഇവിടെ എന്നും എനിക്കൊരു മുറി ഒരുക്കിവെക്കുന്നത്.' ജേക്കബ്ബ് പറഞ്ഞു, 'നിങ്ങളുടെ നല്ല മനസ്സാണ്.'

'ഇടനാഴിയുടെ ഈ അറ്റത്ത് എന്റെ പ്രത്യേക രോഗികൾക്കായി ചില മുറികൾ ഇപ്പോൾ മാറ്റി വെച്ചിട്ടുണ്ട്. നിന്റെ റൂമിനരികിൽ, പണ്ടു കാലത്ത് ക്യാബിനറ്റ് മിനിസ്റ്റർമാരും വ്യവസായികളും താമസിച്ചിരുന്ന മനോഹരമായൊരു കോർണ്ണർ സ്വീറ്റുണ്ട്. അവിടെ ഞാനെന്റെ ഏറ്റവും മുന്തിയ രോഗിയെ താമസിപ്പിച്ചിരിക്കുകയാണ്. ഒരു അമേരിക്കക്കാരൻ. അയാളുടെ കുടുംബത്തിന്റെ സ്വദേശം ഈ നാടാണ്. അയാളിപ്പോൾ എന്റെ ഒരു സുഹൃത്തു മാതിരിയായിട്ടുണ്ട്.'

'ഓൾഗ എവിടെയാണ് താമസം?'

'എന്നെപ്പോലെ മാർക്സ്ഹൗസിൽ. പേടിക്കാനൊന്നുമില്ല. അവൾക്കവിടെ സുഖമാണ്.'

'നീ അവളെ പരിപാലിക്കുന്നുവെന്നതാണ് മുഖ്യമായ കാര്യം. അവൾക്കെങ്ങിനെയുണ്ട്?'

'തരളമായ ഞരമ്പുകളുള്ള സ്ത്രീകൾക്കുണ്ടാകാവുന്ന പതിവു പ്രശ്നങ്ങളേ അവൾക്കുള്ളൂ.'

'അവളുടെ അനുഭവങ്ങളെക്കുറിച്ച് ഞാൻ നിനക്കെഴുതിയ കത്തിൽ പറഞ്ഞിരുന്നു.'

'ഉർവ്വരത കൈവരിക്കാനാണ് മിക്ക സ്ത്രീകളും ഇവിടെ വരുന്നത്. നിന്റെ സംരക്ഷണയിലുള്ള ഈ സ്ത്രീ അവളുടെ അവന്ധ്യത മുതലെടുക്കാതിരിക്കുന്നതാണ് ഭംഗി. നീ അവളെ എന്നെങ്കിലും നഗ്നയായി കണ്ടിട്ടുണ്ടോ?'

'ദൈവമേ! ഒരിക്കലുമില്ല.'

'ശരി, അവളെ ഒന്നു കണ്ടുനോക്കൂ. നെഞ്ചിൽനിന്നു തൂങ്ങിനിൽക്കുന്ന രണ്ടു പ്ലം പഴങ്ങളെപ്പോലെയാണ് അവളുടെ മുലകൾ. അവളുടെ വാരിയെല്ലുകൾ പുറത്തേക്കു കാണാം. ഇന്നുമുതൽ നീ അവളുടെ വാരിയെല്ലിൻകൂട് സൂക്ഷ്മമായി ശ്രദ്ധിക്കൂ. ശരിയായ ഒരു നെഞ്ചിൻകൂട് ഉത്സാഹസ്വഭാവമുള്ളതാകണം; പുറത്തേക്കു തള്ളിനിൽക്കുന്നത്. ആകാവുന്നത്ര സ്ഥലമുൾകൊള്ളാനെന്ന മട്ടിൽ അതു വികസിക്കണം. മറിച്ച്, ലോകത്തിൽനിന്നു പിൻവലിയുന്നതുപോലെ പ്രതിരോധപരമായ എല്ലിൻകൂടുകളുമുണ്ട്. ഒരാൾക്കു ചുറ്റും കൂടുതൽക്കൂടുതൽ മുറുകിവന്ന്, ഒടുവിലയാളെ ശ്വാസം മുട്ടിക്കുന്ന ഒരു കടുംകുപ്പായം പോലെയാണത്. അതാണവളുടെ കാര്യത്തിലുള്ളത്. അവളോടത് കാട്ടിത്തരാൻ പറയൂ.'

'ഞാനൊരിക്കലും അതു ചെയ്യില്ല.'

'അതു കണ്ടാൽ അവളെ നിന്റെ ആശ്രിതയായിക്കരുതാൻ നിനക്കാവില്ലെന്നു നീ ആശങ്കിക്കുന്നു.'

'മറിച്ചാണ് കാര്യം.' ജേക്കബ്ബ് പറഞ്ഞു. 'എനിക്കവളോടുള്ള സഹതാപം കൂടുമെന്നാണ് എന്റെ പേടി.'

'ഇടക്കുപറയട്ടെ, ചങ്ങാതീ.' സ്ക്രേറ്റ പറഞ്ഞു, 'ശരിക്കുമൊരു വിചിത്ര ജീവിയാണ് ഈ അമേരിക്കക്കാരൻ.'

'എനിക്കവളെ എവിടെ കാണാൻ പറ്റും?' ജേക്കബ്ബ് ചോദിച്ചു.

'ആരെ?'

'ഓൾഗയെ.'

'ഇപ്പോൾ പറ്റില്ല. അവൾ ചികിത്സയിലാണ്. രാവിലെ മുഴുവൻ അവൾ പൊയ്കയിൽത്തന്നെ കഴിയണം.'

'എനിക്കവളെ കാണണമെന്നുണ്ട്. അവളെ ഫോൺ ചെയ്യാമോ?'

സുഹൃത്തോടുള്ള സംഭാഷണം നിർത്താതെ, ഡോ. സ്ക്രേറ്റ ഫോണെടുത്തു. ഒരു നമ്പർ കറക്കി: 'ഞാൻ അയാളെ നിനക്കു പരിചയപ്പെടുത്താം. എനിക്കുവേണ്ടി നീ അയാളെ പൂർണ്ണമായും അപ

ഗ്രഥിക്കണം. മന:ശാസ്ത്രപരമായി നീ കുശാഗ്രബുദ്ധിയാണല്ലോ. നിനക്കയാളെ ശരിക്കും മനസ്സിലാക്കാൻ പറ്റും. അയാളെസംബന്ധിച്ച് എനിക്കു ചില പ്ലാനുകളുണ്ട്.'

'എന്തു പ്ലാൻ?' ജേക്കബ്ബ് ചോദിച്ചു. പക്ഷെ, അപ്പോഴേക്കും, ഡോ. സ്ക്രേറ്റ ഫോണിൽ സംസാരം തുടങ്ങിക്കഴിഞ്ഞിരുന്നു: 'റൂസേനയല്ലേ? സുഖമല്ലേ? വിഷമിക്കാനൊന്നുമില്ല. നിന്റെ അവസ്ഥയിൽ മനംപിരട്ടൽ സ്വാഭാവികമാണ്. എന്റെ ഒരു രോഗി ഇപ്പോളവിടെ പൂളിലുണ്ടോ എന്നാണ് എനിക്കറിയേണ്ടത്. നിന്റെ തൊട്ടടുത്തമുറിയിലെ അയൽക്കാരി. ഉവ്വോ? നന്നായി. തലസ്ഥാനത്തുനിന്നും അവൾക്കൊരു സന്ദർശകനുണ്ടെന്നു പറയൂ. എവിടേക്കും പോകരുതെന്നു അവളോടു പ്രത്യേകം പറയണം. അതെ, അവൾക്കുവേണ്ടി അയാൾ ഉഷ്ണാലയത്തിനു മുമ്പിൽ ഉച്ചക്കു കാത്തുനിൽക്കും.'

സ്ക്രേറ്റ ഫോൺ താഴെ വെച്ചു. 'ശരി, നീ കേട്ടല്ലോ. ഉച്ചക്കു നിനക്കവളെ വീണ്ടും കാണാം. നാശം, നമ്മളെന്താണ് പറഞ്ഞുവന്നത്?'

'അമേരിക്കക്കാരനെപ്പറ്റി.'

'ഉവ്വല്ലോ.' സ്ക്രേറ്റ പറഞ്ഞു. 'അതീവ വിചിത്ര കഥാപാത്രം. അയാളുടെ ഭാര്യയെ ഞാൻ സുഖപ്പെടുത്തിയതാണ്. അവർക്കു കുട്ടികളില്ലായിരുന്നു.'

'അയാൾ ഇവിടെ വന്നതെന്തിനാണ്?'

'ഹൃദ്രോഗം.'

'അയാളെവെച്ച് നിനക്കു ചില പദ്ധതികളുണ്ടെന്നു പറഞ്ഞു.''ഈ നാട്ടിൽ ഒരു ഡോക്റ്റർക്ക് മാന്യമായ ഒരുപജീവനമുണ്ടാകാൻ അയാൾ എന്തൊക്കെ ചെയ്യാൻ നിർബന്ധിതനാകുന്നുവെന്നത് അപമാനകരമാണ്.' ഡോ. സ്ക്രേറ്റ കുപിതനായി. 'ക്ലീമ, പ്രശസ്തനായ ആ കുഴലൂത്തുകാരൻ, ഇവിടെ വരുന്നുണ്ട്. അയാൾക്കുവേണ്ടി ഞാൻ ഡ്രം വായിക്കണം.'

സ്ക്രേറ്റ കാര്യമായാണ് പറയുന്നതെന്ന് ജേക്കബ്ബിനു തോന്നിയില്ല. പക്ഷെ, അയാൾ അത്ഭുതം നടിച്ചു: 'എന്ത്, നീ ഡ്രം വായിക്കുമെന്നോ?'

'ഉവ്വെന്റെ ചങ്ങാതീ. എനിക്കൊരു കുടുംബമുണ്ടാകാൻ പോകുന്ന സ്ഥിതിക്ക്, എനിക്കെന്തു ചെയ്യാൻ പറ്റും?'

'എന്ത്?' ജേക്കബ്ബ് അത്ഭുതപ്പെട്ടുപോയി. ഇത്തവണ ശരിക്കും. 'കുടുംബം? നീ വിവാഹിതനാണെന്നാണോ നീ പറയുന്നത്?'

'അതെ.' സ്ക്രേറ്റ പറഞ്ഞു.

'സൂസിയെ?'

വർഷങ്ങളായി സ്ക്രേറ്റയുടെ സ്ത്രീസുഹൃത്തായിരുന്നു സുഖ ചികിത്സാലയത്തിലെ ഒരു ഡോക്റ്ററായ സൂസി. പക്ഷെ, എപ്പോഴും, അവസാനനിമിഷത്തിൽ, വിവാഹം കഴിക്കുന്നതിൽനിന്നു ഒഴിഞ്ഞു മാറുന്നതിൽ അയാൾ വിജയിച്ചിരുന്നു.

'അതെ, സൂസിയെത്തന്നെ.' സ്ക്രേറ്റ പറഞ്ഞു. 'നിനക്കറിയാമല്ലോ, എല്ലാ ഞായറാഴ്ച്ചയും അവളുമൊത്ത് ഞാൻ പ്രകൃതിദൃശ്യം കാണാൻ മലകയറുന്ന കാര്യം.'

'ഒടുവിൽ നീ വിവാഹിതനായി.' ജേക്കബ്ബ് വിഷാദത്തോടെ പറഞ്ഞു.

'ഓരോ തവണയും ഞങ്ങൾ അവിടെ കയറിയെത്തിയാൽ.' സ്ക്രേറ്റ തുടർന്നു, 'ഞങ്ങൾ വിവാഹിതരാകേണ്ടതാണെന്നു സൂസി എന്നെ ബോദ്ധ്യപ്പെടുത്താൻ ശ്രമിക്കും. കയറ്റം എന്നെ വല്ലാതെ ക്ഷീണി പ്പിച്ചിരിക്കുന്ന ആ സമയത്ത് എനിക്കു വയസ്സായെന്നും, എനിക്കിനി കല്യാണം കഴിക്കുകയല്ലാതെ മറ്റൊന്നും ചെയ്യാനില്ലെന്നും തോന്നും. പക്ഷെ, അവസാനമാകുമ്പോൾ, ഞാൻ സ്വയം നിയന്ത്രിക്കുമായിരുന്നു. പ്രകൃതി ദൃശ്യം ആസ്വദിച്ചു തിരിച്ചെത്തിയാൽ, എനിക്കു ആത്മബലം വീണ്ടും കൈവരും. അപ്പോൾ, കല്യാണം വേണമെന്ന ചിന്തയില്ലാ താകും. എന്നാൽ, ഒരുദിവസം സൂസി എന്നെ ഒരു വളഞ്ഞവഴിയിലൂടെ കൊണ്ടുപോയി. മലകയറാൻ ഒരു പാടു നേരം പിടിച്ചു. മുകളിലെ ത്തുന്നതിനുമുമ്പു തന്നെ ഞാൻ വിവാഹത്തിനു സമ്മതിച്ചു. ഇപ്പോൾ, അവൾ ഗർഭിണിയാണ്. എനിക്കു അൽപ്പം കാശിനെപ്പറ്റി ചിന്തിച്ചേ പറ്റൂ. ആ അമേരിക്കക്കാരൻ മതപരമായ ചിത്രങ്ങളും വരക്കും. അതും ഒരു പാടു കാശുണ്ടാക്കാനുള്ള വഴിയാണ്. എന്താണ് നിന്റെ അഭി പ്രായം?'

'മതാത്മക ചിത്രങ്ങൾക്കു മാർക്കറ്റുണ്ടെന്ന് വിചാരിക്കുന്നുണ്ടോ?'

'നല്ല ഗംഭീരൻ മാർക്കറ്റുണ്ട്! തീർത്ഥാടനകാലത്ത് പള്ളിക്കരികിൽ ഒരു തട്ടുകട തട്ടിക്കൂട്ടിയാൽ മതി. ചിത്രമൊന്നിനു ഒരു ക്രൌൺ വെച്ചു കിട്ടിയാൽത്തന്നെ നല്ലൊരു തുകയുണ്ടാക്കാം. വിൽപ്പന ഞാനേ റ്റെടുക്കും. ലാഭം പപ്പാതിയായി വീതിക്കും.'

'മൂപ്പരെന്തു പറയുന്നു?'

'എന്തുചെയ്യണമെന്നറിയാൻ വയ്യാത്തത്ര പണമുണ്ട് അയാളുടെ കയ്യിൽ. ഞാനുമായി കച്ചവടത്തിലേർപ്പെടാൻ അയാളെ പ്രേരിപ്പിക്കാൻ എനിക്കാവില്ലെന്നു നല്ല ഉറപ്പുണ്ട്,' ഒരു ശാപവാക്കോടെ സ്ക്രേറ്റ പ റഞ്ഞു.

3. ഓൾഗ

പൊയ്കയുടെ തീരത്തുനിന്ന് റൂസേനാ നഴ്സ് തനിക്കു നേരെ കൈവീശുന്നത് വ്യക്തമായി കണ്ടുവെങ്കിലും, ഓൾഗ അവളെ കണ്ടില്ലാ എന്ന നാട്യത്തോടെ നീന്തുന്നതു തുടർന്നു.

ആ രണ്ടു സ്ത്രീകൾക്ക് പരസ്പരം ഇഷ്ടമില്ലായിരുന്നു. റൂസേനയുടെ മുറിക്കരികിലെ ഒരു കൊച്ചു മുറിയിലാണ് ഓൾഗയെ ഡോ. സ്ക്രേറ്റ താമസിപ്പിച്ചിരുന്നത്. റേഡിയോ ഉച്ചത്തിൽവെക്കുന്ന ഒരു ശീലമുണ്ട് റൂസേനക്ക്. ഓൾഗക്കാകട്ടെ മൗനമാണ് പ്രിയം. അവൾ പലതവണ ചുമരിൽ ഇടിക്കുകയുണ്ടായിട്ടുണ്ട്. ഒച്ച കൂട്ടിവെക്കുക മാത്രമായിരുന്നു അതിനുള്ള നഴ്സിന്റെ പ്രതികരണം.

റൂസേന കൈവീശുന്നത് നിർത്തിയില്ല. തലസ്ഥാനത്തു നിന്നുള്ള ഒരു സന്ദർശകൻ അവളെ ഉച്ചക്കു കാണാനെത്തുമെന്ന്, ഒടുവിൽ, അവൾക്കു രോഗിയോടു പറയാൻ സാധിച്ചു.

അതു ജേക്കബ്ബായിരിക്കുമെന്ന് ഓൾഗ മനസ്സിലാക്കി. അവൾക്കു ഭീമമായ ആനന്ദം അനുഭവപ്പെട്ടു. എന്നാൽ, ഉടൻതന്നെ, ഈ ആഹ്ലാദം അവളെ വിസ്മയിപ്പിക്കുകയും ചെയ്തു: അദ്ദേഹത്തെ വീണ്ടും കാണുമെന്ന ചിന്ത തനിക്കിത്ര സന്തോഷം തരുന്നതെന്തുകൊണ്ട്?

ഒരേസമയം ജീവിതം ജീവിക്കുന്നവരായും, അതേസമയം അതു നിരീക്ഷിക്കുന്നവരായും അനായാസം സ്വയം വിഭജിക്കുവാൻ കഴിയുന്ന ചില ആധുനിക മഹിളകളിൽ ഒരുവളായിരുന്നു വാസ്തവത്തിൽ ഓൾഗ.

പക്ഷെ, ജീവിതം നിരീക്ഷിക്കുന്ന ഓൾഗ പോലും ആഹ്ലാദിക്കുകയായിരുന്നു. കാരണം, ഇങ്ങിനെ കരുതലില്ലാതെ ആഹ്ലാദിക്കുന്നത് അവ

ളസംബന്ധിച്ച് (ജീവിതം ജീവിക്കുന്ന ഓൾഗയെ സംബന്ധിച്ച്) തീർത്തും ധാരാളിത്തമാർന്ന കാര്യമാണെന്ന് അവൾക്കു നന്നായി അറിയാമെങ്കിലും, അവളുടെ (ജീവിതം നിരീക്ഷിക്കുന്ന ഓൾഗയുടെ) കുറുമ്പ് ആ ധാരാളിത്തം അവൾക്കു സുഖപ്രദമാക്കി. തന്റെ ആനന്ദത്തിന്റെ രൂക്ഷതയറിഞ്ഞാൽ ജേക്കബ്ബ് വിരണ്ടുപോകുമെന്നോർത്ത് അവൾ പുഞ്ചിരിച്ചു.

പൊയ്കക്കു മുകളിലെ ഘടികാരത്തിന്റെ കൈകൾ പന്ത്രണ്ടിനു കാമണിക്കൂറുണ്ടെന്നു കാട്ടി. ജേക്കബ്ബിന്റെ കഴുത്തിൽ കൈചുറ്റി, അദ്ദേഹത്തെ വികാരവായ്പ്പോടെ ചുംബിച്ചാൽ അദ്ദേഹം എങ്ങിനെ പ്രതികരിക്കുമെന്ന് അവൾ ആശങ്കിച്ചു. അവൾ പൊയ്കയുടെ കരയിലേക്കു നീന്തിക്കയറി. തുണിമാറാൻ അറയിലേക്കു പോയി. കുറച്ചു നേരത്തേ ജേക്കബ്ബ് വരുന്ന വിവരമറിയിക്കാത്തതിൽ അവൾക്കു നേരിയ വിഷമം തോന്നി. അങ്ങിനെയെങ്കിൽ, ഒരൽപ്പം നന്നായി അണിഞ്ഞൊരുങ്ങാമായിരുന്നു. ഇപ്പോഴവൾ ധരിച്ചിരിക്കുന്നത് ചാരനിറമുള്ള വിരസമായ ഒരുടുപ്പാണ്. അതവളുടെ നല്ല മനസ്സു മുഷിപ്പിച്ചു.

തന്റെ രൂപം പൂർണ്ണമായും വിസ്മരിക്കപ്പെടുന്ന ചില വേളകൾ, അൽപ്പനിമിഷങ്ങൾക്കുമുമ്പ് പൊയ്കയിൽ നീന്തുമ്പോഴുണ്ടായതു പോലെ, അവൾക്കുണ്ടാകാറുണ്ടായിരുന്നു. പക്ഷെ, ഇപ്പോളവൾ അറയിലെ കൊച്ചു കണ്ണാടിയിൽ ചാരനിറത്തിലുള്ള ഉടുപ്പിട്ടു തന്നെ കാണുകയാണ്. ജേക്കബ്ബിന്റെ കഴുത്തിൽ കയ്യെറിഞ്ഞു ആവേശത്തോടെ അയാളെ ചുംബിക്കുന്നതാലോചിച്ച്, ഒരൽപ്പംമുമ്പ്, അവൾ കുസൃതിയോടെ മന്ദഹസിച്ചതായിരുന്നു. പക്ഷെ, ആ ചിന്തയുണ്ടായത് പൊയ്കയിൽ വെച്ചായിരുന്നു; ദേഹമില്ലാതെ, അശരീരിയായ ഒരാശയം പോലെ, നീന്തുമ്പോൾ. ഇപ്പോൾ, പൊടുന്നെ, ഒരു ശരീരവും ഉടുപ്പും കിട്ടിയപ്പോൾ, ആനന്ദമയമായ ആ വന്യഭാവനയിൽനിന്നും അവൾ അകന്നു. തനിക്കു കടുത്ത ദേഷ്യമുണ്ടാക്കുന്നവിധം ജേക്കബ്ബ് എന്നും തന്നെ എങ്ങിനെയാണോ കാണുന്നത്, താൻ തീർത്തും അങ്ങിനെ തന്നെയാണെന്ന് അവൾക്കു ബോദ്ധ്യമായി: ദയയർഹിക്കുന്ന ഗതിയില്ലാത്ത ഒരു കൊച്ചു പെൺകുട്ടി.

ഓൾഗ അത്ര വലിയ മണ്ടിയല്ലായിരുന്നുവെങ്കിൽ, അവൾ ശരിക്കും സുന്ദരിയാണെന്ന് സ്വയം കണ്ടെത്തിയേനെ. പക്ഷെ, ബുദ്ധിയുള്ള പെൺകുട്ടിയായതിനാൽ, ശരിക്കുമുള്ളതിനേക്കാൾ വിരൂപയാണ് താനെന്നു അവൾ സ്വയം കണക്കാക്കി. ശരിക്കു പറഞ്ഞാൽ, അവൾ വിരൂപയോ സുന്ദരിയോ അല്ല. സാധാരണ സൗന്ദര്യ മാനദണ്ഡങ്ങൾ വെച്ചു പുലർത്തുന്ന ഏതൊരു പുരുഷനും, പക്ഷെ, അവൾക്കൊപ്പം സന്തോഷത്തോടെ ഒരു രാത്രി പങ്കിടാൻ തയ്യാറാകും.

രണ്ടായി സ്വയം വിഭജിക്കുന്നതിൽ ആനന്ദിക്കുന്നവളാണ് ഓൾഗയെന്നതിനാൽ, ജീവിതം നിരീക്ഷിക്കുന്നവൾ, ഇപ്പോൾ, ജീവിതം

ജീവിക്കുന്നവളെ തടഞ്ഞു: താൻ ഇങ്ങിനെയായാലും അങ്ങിനെയായാലും എന്താണു കുഴപ്പം? കണ്ണാടിയിലെ പ്രതിരൂപത്തിന്റെ പേരിൽ എന്തിനു കഷ്ടപ്പെടണം? ആൺകണ്ണുകൾക്കുള്ള വെറുമൊരു വസ്തു വെന്നതിലുപരി താൻ ചിലതല്ലേ? ചന്തയിൽ വിൽപ്പനക്കുവെച്ച ചരക്കിനെക്കാൾ കൂടുതലെന്തോ ഒന്നല്ലേ? സ്വന്തം രൂപത്തിൽനിന്നു സ്വതന്ത്രയായിക്കഴിയാൻ, ചുരുങ്ങിയത് ഒരു പുരുഷനു സ്വതന്ത്രനാകാൻ പറ്റുന്നത്രയെങ്കിലും, തനിക്കു കഴിയില്ലേ?

അവൾ ഉഷ്ണാലയത്തിനു പുറത്തു വന്നപ്പോൾ, സ്നേഹവും അലിവുമുള്ള ഒരു മുഖം കണ്ടു. തനിക്കു നേരെ കൈ നീട്ടുന്നതിനു പകരം അയാൾ, ഒരു കൊച്ചു പെൺകുട്ടിയോടെന്നപോലെ, തന്റെ തല തലോടുകയാണ് ചെയ്യുകയെന്ന് അവൾക്കറിയാമായിരുന്നു. നിശ്ചയമായും, അതുതന്നെയാണ് അയാൾ ചെയ്തത്.

'ഉച്ചഭക്ഷണം എവിടെയാകാം?' അയാൾ ചോദിച്ചു. രോഗികളുടെ ഊണുമുറിയിലാകാമെന്നു അവൾ പറഞ്ഞു. അവിടെ അവളുടെ മേശക്കരികിൽ ഒഴിഞ്ഞ ഒരിടമുണ്ട്.

വിശാലമായിരുന്നു രോഗികളുടെ ഊണുമുറി. നിറയെ മേശകൾ. ആളുകൾ തിങ്ങിയിരുന്നു തിന്നുകയാണ്. ജേക്കബ്ബും ഓൾഗയും ഇരുന്നു. ഒരു പരിചാരിക വന്നു സൂപ്പു വിളമ്പാൻ നേരം ഒരുപാടെടുത്തു. അവരുടെ മേശക്കരികിൽ മറ്റു രണ്ടുപേരുണ്ടായിരുന്നു. രോഗികളുടെ സൗഹൃദസ്വഭാവമുള്ള കുടുംബത്തിലെ ഒരംഗമായി ജേക്കബ്ബിനെ തരം തിരിച്ചതുകൊണ്ട്, അവർ അയാളുമായി സംസാരിക്കാൻ ശ്രമിച്ചു. അതിനാൽ, മേശക്കരികിലെ പൊതുവേയുള്ള സംസാരത്തിനിടക്ക്, വ്യാവഹാരികമായ ചില വിശദാംശങ്ങൾ മാത്രമേ ജേക്കബ്ബിനു ഓൾഗയോടു ചോദിക്കാനായുള്ളൂ: അവൾക്കവിടത്തെ ഭക്ഷണം ഇഷ്ടമായോ? ഡോക്ടറെ ഇഷ്ടമായോ? ചികിത്സ ഇഷ്ടപ്പെട്ടോ? താമസസ്ഥലത്തെക്കുറിച്ചാരാഞ്ഞപ്പോൾ, തന്റെ അയൽവാസി ഒരു ഭീകരിയാണെന്ന് അവൾ മറുപടി നൽകി. അടുത്തൊരു മേശക്കരികിലിരുന്നുണ്ണുന്ന റൂസേനക്കു നേരെ അവൾ തലകൊണ്ടു ആംഗ്യം കാട്ടി.

മേശക്കരികിലെ സഹാഭോജികൾ യാത്രയായപ്പോൾ, റൂസേനയെ നോക്കി ജേക്കബ്ബ് പറഞ്ഞു: 'യവനമുഖങ്ങളെക്കുറിച്ചു ഹെഗെലിന്റെ വിചിത്രമായ ഒരു ചിന്തയുണ്ട്. അദ്ദേഹത്തിന്റെ അഭിപ്രായത്തിൽ, മൂക്കും പുരികവും ഒരേ രേഖയിൽ വരുന്നതു ഹേതുവായി മേധയുടെയും ചിത്തത്തിന്റെയും ആസ്ഥാനമായ തലയുടെ ഉപരിഭാഗത്തിനു പ്രാമുഖ്യമുണ്ടാകുന്നതുകൊണ്ടാണ് യവനമുഖത്തിനു സൗന്ദര്യമുണ്ടാകുന്നത്. എന്നാൽ, നിന്റെ അയൽവാസിയെ നോക്കുമ്പോൾ, അവളുടെ മുഖമാകെ വായയിൽ കേന്ദ്രീകരിച്ചതായിട്ടാണ് ഞാൻ കാണുന്നത്. എത്ര ഉഗ്രമായാണ് അവൾ ചവക്കുന്നതെന്നു നോക്കൂ. അതേസമയം, എത്ര ഉച്ചത്തിലാണ് അവൾ സംസാരിക്കുന്നത്. കീഴ്ഭാഗത്തിന്, മുഖത്തിന്റെ

ജന്തുഭാഗത്തിന്, ഇത്രയും പ്രാധാന്യം കൊടുക്കുന്നതു ഹെഗെലിനു അറപ്പുണ്ടാക്കിയേനെ. എങ്കിലും, ഞാൻ വെറുക്കുന്ന ഈ പെൺകുട്ടി മനോഹരിയാണ്.'

'അങ്ങിനെയാണോ നിങ്ങളുടെ വിചാരം?' ഈർഷ്യ വെളിപ്പെടുത്തുന്ന സ്വരത്തിൽ ഓൾഗ ചോദിച്ചു.

അതുകൊണ്ടാണ് ജേക്കബ്ബ് ധൃതിയിൽ കൂട്ടിച്ചേർത്തത്: 'എന്തായാലും, ചർവ്വിതചർവ്വണംചെയ്യുന്ന അവളുടെ വായ എന്നെ തുണ്ടു തുണ്ടാക്കുമെന്നാണ് എന്റെ പേടി.' അയാൾ വീണ്ടും കൂട്ടിച്ചേർത്തു: 'ഹെഗെലിനു നിന്നിലാവും കൂടുതൽ തൃപ്തി. നിന്റെ മുഖത്തെ ഭരിക്കുന്നത് പുരികമാണ്. അതെല്ലാവർക്കും തൽക്ഷണം നിന്റെ ബുദ്ധിയെ വ്യക്തമാക്കും.'

'ഇത്തരം വാദം എന്നെ ശുണ്ഠിപിടിപ്പിക്കും.' ഓൾഗ പരുഷമായി പറഞ്ഞു. ഒരു മനുഷ്യന്റെ മുഖലക്ഷണം അവന്റെ ആത്മാവിൽ മുദ്രണം ചെയ്യപ്പെട്ടിരിക്കുന്നുവെന്ന് തെളിയിക്കാനാണ് അതു ശ്രമിക്കുന്നത്. ശുദ്ധ അസംബന്ധം. ദൃഢമായ കീഴ്ത്താടിയും, വികാരവായ്പ്പുള്ള ചൊടികളുമുള്ളതായിട്ടാണ് ഞാനെന്റെ ആത്മാവിനെ വിഭാവനം ചെയ്യാറ്. എന്നാൽ, എന്റെ താടി ചെറുതാണ്. അതുപോലെതന്നെ വായും. ഞാനൊരിക്കലും എന്നെ കണ്ണാടിയിൽ കണ്ടില്ലായിരുന്നെങ്കിൽ, ഉള്ളിലുള്ള എന്നെക്കുറിച്ചുള്ള എന്റെ അറിവുവെച്ച് എന്റെ ബാഹ്യരൂപം വർണ്ണിക്കേണ്ടിവന്നാൽ, ആ ഛായാചിത്രം ഒട്ടും എന്നെപ്പോലിരിക്കില്ല. കാണുന്നതുപോലെയുള്ള ആളല്ലേയല്ല ഞാൻ!'

4. ജേക്കബ്ബും ഓൾഗയും

ജേക്കബ്ബും ഓൾഗയും തമ്മിലുള്ള ബന്ധത്തെ ചിത്രീകരിക്കുവാന ുള്ള ഒരു വാക്കു കണ്ടെത്തുക പ്രയാസം. ഓൾഗയുടെ, അവൾക്കു ഏഴു വയസ്സുള്ളപ്പോൾ വധശിക്ഷക്കു വിധേയനായ, അച്ഛന്റെ ഒരു സുഹൃത്തായിരുന്നു ജേക്കബ്ബ്. അനാഥയായ ആ പിഞ്ചുകുഞ്ഞിനെ തന്റെ ചിറകിനു കീഴിലൊതുക്കാൻ അന്നു ജേക്കബ്ബ് തീരുമാനിച്ചതാണ്. അയാൾക്കു മക്കളുണ്ടായിരുന്നില്ല. കടമയില്ലാത്ത അത്തരം പിതൃത്വം അയാൾക്കിഷ്ടമായിരുന്നു താനും. അയാൾ കളിയായി ഓൾഗയെ തന്റെ ആശ്രിതയെന്നു വിളിച്ചു.

ഇപ്പോൾ അവർ ഓൾഗയുടെ മുറിയിലാണ്. അവളൊരു ഹോട്പ്ലേറ്റ് പ്ലഗ്ഗുമായി ഘടിപ്പിച്ചു. പരന്ന ഒരു ചട്ടിയിൽ വെള്ളം ചൂടാക്കി.തന്റെ ആഗമനോദ്ദേശ്യം വെളിപ്പെടുത്താൻ തനിക്കാവില്ലെന്ന് ജേക്കബ്ബ് അപ്പോൾ തിരിച്ചറിഞ്ഞു. വിടപറയാനാണ് താൻ വന്നതെന്ന് അവളോ ടു പറയാനുള്ള തന്റേടം അയാൾക്കില്ലാതായി. ആ വാർത്ത അമിതമായ ദയനീയമാനം കൈവരിക്കുമെന്നു ഭയപ്പെട്ടു. താൻ അനാവശ്യമെന്നു കരുതുന്ന ഒരു വികാരാന്തരീക്ഷം അതുണ്ടാക്കുമെന്ന് ആശങ്കിച്ചു. അവൾ തന്നെ സ്വകാര്യമായി പ്രേമിക്കുന്നുണ്ടെന്ന് അയാൾക്കു പണ്ടേ ശങ്ക യുണ്ടായിരുന്നു.

ഓൾഗ അലമാരയിൽനിന്ന് രണ്ടു കോപ്പകളെടുത്തു; അവയിൽ സ്പൂണുകൊണ്ട് ഇൻസ്റ്റൻറ് കാപ്പിചേർത്തു; തിളച്ച വെള്ളം പകർന്നു. ജേക്കബ്ബ് ഒരു പഞ്ചസാരക്കട്ട ചേർത്തിളക്കുമ്പോൾ ഓൾഗ പറ യുന്നതു കേട്ടു: 'ജേക്കബ്ബ്, എന്നോടു ദയവായി പറയൂ, എന്റെ അച്ഛൻ എങ്ങിനെയുള്ള ആളായിരുന്നു?'

'എന്തേ, ചോദിക്കാൻ?'

'അദ്ദേഹം ശരിക്കും നിരപരാധിയായിരുന്നോ?'

'നീ എന്താണു വിചാരിക്കുന്നത്?' ജേക്കബ്ബ് അമ്പരന്നു ചോദിച്ചു. അൽപ്പകാലം മുമ്പ് ഓൾഗയുടെ അച്ഛന്റെ സൽപ്പേരു പുനഃസ്ഥാപിക്കപ്പെട്ടിരുന്നു. മരണശിക്ഷകിട്ടി വധിക്കപ്പെട്ട ആ രാഷ്ട്രീയ വ്യക്തിത്വം നിർദ്ദോഷിയാണെന്ന് പരസ്യമായി പ്രഖ്യാപിക്കപ്പെട്ടതുമാണ്. അയാളുടെ നിരപരാധിത്വത്തെ ആരും സംശയിച്ചിരുന്നില്ല.

'അതല്ല ഞാനുദ്ദേശിച്ചത്.' ഓൾഗ പറഞ്ഞു. 'ഞാനുദ്ദേശിച്ചത് നേരെ വിപരീതമാണ്.'

'എനിക്കു മനസ്സിലാകുന്നില്ല.' ജേക്കബ്ബ് പറഞ്ഞു.

'അദ്ദേഹത്തോട് എന്തു ചെയ്യുവോ, അതു തന്നെ അദ്ദേഹം മറ്റുള്ളവരോടു ചെയ്തിരുന്നില്ലേ എന്നു ഞാൻ ആശങ്കപ്പെടുകയായിരുന്നു. അദ്ദേഹവും അദ്ദേഹത്തെ തൂക്കുമരത്തിലേക്കയച്ചവർക്കും തമ്മിൽ തരിമ്പും വ്യത്യാസമുണ്ടായിരുന്നില്ല. അവരുടെ വിശ്വാസങ്ങൾ ഒന്നായിരുന്നു. അവരെല്ലാവരും കടുംപിടുത്തക്കാരായിരുന്നു. നേരിയ ഭിന്നതപോലും വിപ്ലവത്തെ മാരകമായ അപകടത്തിലാക്കുമെന്ന് ഉറച്ചു വിശ്വസിച്ചവരാണ് അവരെല്ലാവരും. എല്ലാവരെയും അവർ സംശയിക്കുകയും ചെയ്തു. താൻ സ്വയം വിശ്വസിച്ച പരിശുദ്ധമായ കാര്യങ്ങളുടെ പേരിൽത്തന്നെയാണ് അദ്ദേഹത്തെ അവർ മരണത്തിലേക്കയച്ചത്. അതുകൊണ്ട്, അവർ അദ്ദേഹത്തോടു പെരുമാറിയ അതേ രീതിയിൽത്തന്നെ അദ്ദേഹവും അവരോടു പെരുമാറിയിട്ടുണ്ടാവില്ലെന്നില്ലല്ലോ?''വിചാരിക്കാത്തത്ര വേഗത്തിലാണ് കാലം പറക്കുന്നത്. ഭൂതകാലം കൂടുതൽക്കൂടുതൽ ദുർഗ്രാഹ്യമാകുന്നു.' ഒരുനിമിഷം മടിച്ചശേഷം ജേക്കബ്ബ് പറഞ്ഞു. 'നിനക്കു നിന്റെ അച്ഛനെക്കുറിച്ചെന്തറിയാം, കുറച്ചു കത്തുകളും, കനിവു തോന്നി അവർ തിരിച്ചുതന്ന അവന്റെ ഡയരിയിലെ കുറച്ചു താളുകളും, അവന്റെ സുഹൃത്തുക്കളുടെ സ്വൽപ്പം ഓർമ്മകളുമല്ലാതെ?'

പക്ഷെ, ഓൾഗ വാശിപിടിച്ചു: 'നിങ്ങളൊഴിഞ്ഞുമാറുന്നതെന്തിന്? ഞാൻ തീർത്തും വ്യക്തമായ ഒരു ചോദ്യമാണ് ചോദിച്ചത്. എന്റെ അച്ഛൻ അദ്ദേഹത്തെ മരണത്തിലേക്കയച്ചവരെപ്പോലെതന്നെയായിരുന്നോ?'

'ആയിരിക്കാനിടയുണ്ട്.' ജേക്കബ്ബ് ചുമലു കുലുക്കിക്കൊണ്ടു പറഞ്ഞു.

'അങ്ങിനെയെങ്കിൽ, അതേ ക്രൂരതകൾ ചെയ്യാൻ അദ്ദേഹത്തിനും എന്തുകൊണ്ടു സാധിക്കുമായിരുന്നില്ലാ?'

'താത്ത്വികമായി.' ജേക്കബ്ബ് വളരെ മെല്ലെ മറുപടിപറഞ്ഞു, 'മറ്റുള്ളവർ

അദ്ദേഹത്തോടു ചെയ്തത്, താത്ത്വികമായി, അതുപോലെതന്നെ അദ്ദേഹത്തിന് അവരോടു ചെയ്യാൻ കഴിയുമായിരുന്നു. ആപേക്ഷികമായി ലാഘവത്വമുള്ള ഹൃദയത്തോടെ തന്റെ സഹജീവിയെ മരണത്തിലേക്കു പറഞ്ഞയക്കാൻ കഴിവില്ലാത്ത ഒരു മനുഷ്യനും ഈ ലോകത്തിലില്ല. എന്തായാലും, അത്തരമൊരുവനെ ഞാൻ കണ്ടിട്ടില്ല. ഇക്കാര്യത്തിൽ മനുഷ്യരിലൊരു മാറ്റമുണ്ടായാൽ, അവരിലുള്ള ഒരടിസ്ഥാന മാനുഷികഗുണം ഇല്ലാതാവും. അവർ പിന്നെ മനുഷ്യരാവില്ല. മറ്റൊരു ജീവിവർഗ്ഗമാകും.'

'ഗംഭീരമനുഷ്യന്മാരാണ് നിങ്ങൾ.' ഒരായിരം ജേക്കബ്ബുമാരോടന്നപോലെ ഓൾഗ ഒച്ചവെച്ചു. 'എല്ലാവരെയും ഘാതകരാക്കിയാൽ, സ്വന്തം കൊലപാതകം അപരാധമല്ലതാകുമല്ലോ. അതുവെറും അനിവാര്യമായ മാനുഷികസ്വഭാവമാകുമല്ലോ.'

'വീടിനും ജോലിക്കുമിടയിൽ മിക്ക മനുഷ്യരും ഉള്ളിലൊരു സ്വപ്നലോകത്താണ് നീങ്ങുന്നത്.' ജേക്കബ്ബ് പറഞ്ഞു. 'നന്മതിന്മകൾക്കതീതമായ ഒരു സുരക്ഷിതസ്ഥലിയിലാണ് അവരുടെ ജീവിതം. ഒരു കൊലപാതകിയെ അവർ കാണുന്നത് നിർവ്യാജമായ ഭയത്തോടെയാണ്. എന്നാൽ, സുരക്ഷിതമായ ഈ പ്രദേശത്തുനിന്നവരെ മാറ്റിയാൽ മാത്രംമതി, അവർ സ്വയം ഘാതകരായിമാറാൻ; അതെങ്ങിനെ സംഭവിച്ചുവെന്നു അവർ പോലുമറിയില്ല. ചരിത്രഗതിയിൽ അപൂർവ്വമായി മാത്രം ഉരുത്തിരിയുന്ന പരീക്ഷകളും, പ്രലോഭനങ്ങളുമുണ്ട്. അവയെ തടുക്കാൻ ആർക്കുമാവില്ല. പക്ഷെ, ഇതേക്കുറിച്ചു സംസാരിക്കുന്നത് തീർത്തും വൃഥാവിലാണ്. താത്ത്വികമായി നിന്റെ അച്ഛന് എന്തു ചെയ്യാൻ കഴിയുമായിരുന്നു എന്നതല്ല നിന്റെ കാര്യത്തിൽ പ്രധാനം. കാരണം, അതു തെളിയിക്കാൻ ഒരു തരത്തിലും മാർഗ്ഗമില്ല. അവൻ യഥാർത്ഥത്തിലെന്തു ചെയ്തുവെന്നതും ചെയ്തില്ലെന്നതുമാണ് നീ കണക്കിലെടുക്കേണ്ടത്. ആ അർത്ഥത്തിൽ, അവന്റെ മന:സാക്ഷി ശുദ്ധമായിരുന്നു.'

'നിങ്ങൾക്കതു പൂർണ്ണമായും ഉറപ്പുണ്ടോ?'

'പൂർണ്ണമായും. എന്നെപ്പോലെ അവനെയറിഞ്ഞ മറ്റൊരാളില്ല.'

'നിങ്ങളിൽ നിന്നിതു കേട്ടതിൽ സന്തോഷമുണ്ട്.' ഓൾഗ പറഞ്ഞു. 'കാരണം, ഞാനീ ചോദ്യം ചോദിച്ചത് വെറുതെയല്ല. കുറച്ചു കാലമായി എനിക്കു പേരുവെക്കാത്ത കത്തുകൾ വരുന്നു. ഒരു രക്തസാക്ഷിയുടെ മകളുടെ വേഷം ഞാൻ കെട്ടുന്നത് തെറ്റാണെന്നാണ് അവ പറയുന്നത്. കാരണം, എന്റെ അച്ഛൻ, വധിക്കപ്പെടുന്നതിനു മുമ്പ്, നിഷ്ക്കളങ്കരായ മനുഷ്യരെ, ലോകത്തെക്കുറിച്ചുള്ള അവരുടെ ആശയം അദ്ദേഹത്തിന്റേതിൽനിന്നു വ്യത്യസ്തമായിപ്പോയിയെന്ന കുറ്റം കൊണ്ടു മാത്രം, ജയിലിലേക്കയച്ചുവത്രേ.'

'അസംബന്ധം.' ജേക്കബ്ബ് പറഞ്ഞു.

'അലിവില്ലാത്ത കടുംപിടുത്തക്കാരനായും ക്രൂരനായുമാണ് ഈ കത്തുകൾ അദ്ദേഹത്തെ ചിത്രീകരിക്കുന്നത്. ശരിയാണ്, അവ വിഷം നിറഞ്ഞ ഊമക്കത്തുകളാണ്. പക്ഷെ, അവ പ്രാകൃതരെഴുതിയതല്ല. അവയിൽ അതിശയോക്തിയില്ല. മൂർത്തവും കുറിക്കുകൊള്ളുന്നതുമാണ്. ഞാനവയിൽ ഏറെക്കുറെ വിശ്വസിക്കുമെന്ന സ്ഥിതിയിലായിരുന്നു.' 'എപ്പോഴുമിത് പഴയ അതേ പ്രതികാരം തന്നെ.' ജേക്കബ്ബ് പറഞ്ഞു. 'ഞാൻ നിന്നോടു ഒരു കാര്യം പറയാം. അവർ നിന്റെ അച്ഛനെ അറസ്റ്റുചെയ്ത് ജയിലിലാക്കിയപ്പോൾ, ഭീകരതയുടെ ആദ്യത്തെ ആവേശത്തിൽ വിപ്ലവം ജയിലിലെത്തിച്ചവരെക്കൊണ്ട് അവിടം നിറഞ്ഞിരുന്നു. പ്രശസ്തനായ ഒരു കമ്മ്യൂണിസ്റ്റുകാരനായി അവനെ അവർ തിരിച്ചറിഞ്ഞു. കിട്ടിയ ആദ്യത്തെ അവസരത്തിൽത്തന്നെ അവരവനെ ആക്രമിച്ചു; തല്ലി ബോധം കെടുത്തി. പാറാവുകാർ, പരവേദനയാസ്വദിച്ചുകൊണ്ടു, ചിരിച്ചു നോക്കിനിന്നു.'

'അറിയാം.' ഓൾഗ പറഞ്ഞപ്പോഴാണ്, അവൾ പലകുറികേട്ട കഥയാണ് താൻ പറഞ്ഞതെന്ന് ജേക്കബ്ബ് മനസ്സിലാക്കിയത്. ഇക്കാര്യങ്ങൾ ഇനിയൊരിക്കലും പറയില്ലെന്ന് താൻ പണ്ടേ തീരുമാനിച്ചുറപ്പിച്ചതായിരുന്നു; പക്ഷെ, ഒരിക്കലുമതു വിജയിച്ചില്ലെന്നു മാത്രം. വാഹനാപകടത്തിൽപ്പെട്ടവർക്ക് അതോർക്കാതിരിക്കാൻ പറ്റില്ലല്ലോ.

'അറിയാം.' ഓൾഗ ആവർത്തിച്ചു. 'എനിക്കതിൽ അത്ഭുതമില്ല. വിചാരണയില്ലാതെ ജയിലിലടക്കപ്പെട്ടവരായിരുന്നല്ലോ തടവുകാർ. പലപ്പോഴും, ഒരു കാരണവുമില്ലാതെ. അപ്പോഴാണല്ലോ, ഇതിനൊക്കെ ഉത്തരവാദിയെന്ന് അവർ കരുതുന്ന മനുഷ്യരിലൊരുവനെ അവർക്കു നേരിട്ടു കിട്ടുന്നത്.'

'ജയിൽ യൂണിഫോറം അണിഞ്ഞ നിമിഷം മുതൽ നിന്റെ അച്ഛനും തടവുകാരിൽ ഒരാൾ മാത്രമായി. അപ്പോളവനെ ആക്രമിക്കുന്നതിൽ യാതൊരൗചിത്യവുമില്ലായിരുന്നു; പ്രത്യേകിച്ച്, പാറാവുകാരുടെ അലംഭാവമുള്ള കണ്ണുകൾക്കു കീഴെ ഭീരുത്വമാർന്ന പ്രതികാരം മാത്രമായിരുന്നു അത്. രക്ഷയില്ലാത്ത ഒരിരയെ ചവിട്ടിത്തേക്കുവാനുള്ള ക്രൂരമായ ആഗ്രഹം. അത്തരം പ്രതികാരത്തിന്റെ ഫലം തന്നെയാണ് നിനക്കു കിട്ടിയ കത്തുകളും. കാലത്തേക്കാൾ ശക്തമാണീ പ്രതികാരവാഞ്ഛയെന്ന് ഞാനിപ്പോൾ മനസ്സിലാക്കുന്നു.'

'പക്ഷെ, ജേക്കബ്ബ്, നൂറായിരം പേരാണ് ജയിലിലടക്കപ്പെട്ടത്. അതിലായിരങ്ങൾ തിരിച്ചു വന്നതുമില്ല. എന്നാലോ, ഉത്തരവാദികളായ ഒരൊറ്റയാളും ശിക്ഷിക്കപ്പെട്ടതുമില്ല. നീതിക്കുവേണ്ടിയുള്ള തൃപ്തമാകാത്ത ആഗ്രഹം മാത്രമാണ് സത്യത്തിലീ പ്രതികാരവാഞ്ഛ'

'മകളിലൂടെ അച്ഛനോടു പ്രതികാരം നിർവ്വഹിക്കുന്നതിനു നീ

തിയുമായൊരു ബന്ധവുമില്ല. അച്ഛൻ കാരണം നിനക്കു വീടു നഷ്ടപ്പെട്ടുവെന്നു നീ ഓർക്കണം. സ്വദേശം വിടാൻ നീ നിർബന്ധിതയായി. യൂണിവേഴ്സിറ്റിയിൽ പഠിക്കാനുള്ള അവകാശം നിഷേധിക്കപ്പെട്ടു. നാമമാത്രമായി നിനക്കറിയാവുന്ന മരിച്ചുപോയ അച്ഛൻ കാരണം. ഇനി, നിന്റെ അച്ഛന്റെ പേരിൽ നീ പീഡിപ്പിക്കപ്പെടുകയും വേണോ? എന്റെ ജീവിതത്തിലെ ഖേദതമമായ കണ്ടെത്തൽ പറയട്ടെ: പീഡിതർ പീഡകരെക്കാൾ ഒട്ടും ഭേദമല്ല. ഈ രണ്ടു വ്യക്തിത്വങ്ങളും നേരെ വിപരീത ദിശകളിലാകുന്നതും എനിക്കെളുപ്പം ഊഹിക്കാനാകും. നിന്റെ അച്ഛന്റെ ഉത്തരവാദിത്തം, മനുഷ്യനെങ്ങിനെയോ അവനെ അങ്ങിനെയാക്കിയ, സ്രഷ്ടാവിന്റെ ചുമലിലേക്കു മാറ്റാനുള്ള ആഗ്രഹമായിരിക്കും ഈ വാദത്തിൽ നീ കണ്ടേക്കുക. ഒരുപക്ഷെ, കാര്യങ്ങൾ അങ്ങിനെ കാണുന്നതായിരിക്കും നിനക്കു നല്ലത്. കാരണം, കുറ്റവാളികളും അവരുടെ ഇരകളും തമ്മിൽ ഭേദമില്ലെന്ന നിഗമനത്തിലെത്തുകയെന്നാൽ, എല്ലാ പ്രതീക്ഷകളും ഉപേക്ഷിക്കുകയെന്നാണ്. അതിന്റെ പേരാണ് കുട്ടീ, നരകം.'

5. ഫ്രാൻറിസെക്ൾ

റൂസേനയുടെ രണ്ടു സഹപ്രവർത്തകകളും അക്ഷമയിൽ ഉരുകുകയായിരുന്നു. ക്ലീമയുമായുള്ള തലേനാളത്തെ കൂടിക്കാഴ്ച്ച എങ്ങിനെയുണ്ടായിരുന്നുവെന്ന് അവർക്കറിയേണ്ടതുണ്ട്. പക്ഷെ, അവരുടെ ജോലി ഉഷ്ണാലയത്തിന്റെ മറ്റെ അറ്റത്തായിരുന്നു. മൂന്നുമണി കഴിഞ്ഞാലേ അവർക്കു ചങ്ങാതിയെ സമീപിച്ചു ചോദ്യങ്ങൾകൊണ്ടു വീർപ്പുമുട്ടിക്കാനാകൂ.

ഉത്തരം പറയാൻ റൂസേന മടികാട്ടി. ഒടുവിൽ, മടിച്ചുമടിച്ചു പറഞ്ഞു: 'അവനെന്നെ സ്നേഹിക്കുന്നുവെന്നു പറഞ്ഞു; കല്യാണം കഴിക്കുമെന്നും.'

'കണ്ടില്ലേ! ഞാൻ നിന്നോടു പറഞ്ഞതല്ലേ.' കൃശഗാത്രി പറഞ്ഞു. 'അവൻ വിവാഹമോചനത്തിനു ശ്രമിക്കുന്നുണ്ടോ?'

'ഉവ്വെന്നാണ് പറഞ്ഞത്.'

'അവനതു ചെയ്യേണ്ടിവരും.' ഉല്ലാസത്തോടെ നാൽപ്പതുകാരി പറഞ്ഞു. 'എന്തായാലും ഒരു കുഞ്ഞു കുഞ്ഞു തന്നെ. അവന്റെ ഭാര്യക്കോ, ഒന്നില്ല താനും.'

ഇപ്പോൾ റൂസേനക്കു സത്യം തുറന്നു പറയേണ്ടി വന്നു. 'എന്നെ പ്രാഗിലേക്ക് കൊണ്ടുപോകാമെന്നു പറഞ്ഞു. അവിടെ എനിക്കവൻ ഒരു ജോലി കണ്ടെത്തും. ഇറ്റലിക്കൊരു ഉല്ലാസയാത്ര പോകാമെന്നും പറഞ്ഞു. പക്ഷെ, ഇപ്പോൾ, അവനൊരു കുഞ്ഞു വേണമെന്നില്ല. അവന്റെ ഭാഗവും ശരിയാണ്. ആദ്യത്തെ വർഷങ്ങളല്ലേ ഏറ്റവും മനോഹരമായിട്ടുള്ളത്. ഒരു കുഞ്ഞുണ്ടായാൽ, ഞങ്ങൾക്കു പരസ്പരം ഏറെ ആസ്വദിക്കാൻ പറ്റില്ലല്ലോ.'

നാൽപ്പതുകാരി ഞെട്ടി: 'നീ ഗർഭം കലക്കാൻ പോവുകയാണോ?'

റൂസേന തലകുലുക്കി.

'നിനക്കു കിറുക്കാണ്' മെലിഞ്ഞവൾ ഒച്ചവെച്ചു.

'അവൻ നിന്നെ വിരലിൽ ചുറ്റിക്കഴിഞ്ഞു.' നാൽപ്പതുകാരി പറഞ്ഞു. 'കുട്ടിയെ കളയേണ്ട താമസം അവൻ നിന്നെ പറഞ്ഞയക്കും.'

'എന്തിന്?'

'നീ വാതുവെക്കാനുണ്ടോ?'

'അവനെന്നെ സ്നേഹിക്കുന്നുണ്ടെങ്കിലും?'

'അവൻ നിന്നെ സ്നേഹിക്കുന്നുണ്ടെന്നു നിനക്കെങ്ങിനെ അറിയാം?' നാൽപ്പതുകാരി പറഞ്ഞു.

'ഉണ്ടെന്ന് അവൻ പറഞ്ഞല്ലോ.'

'അപ്പൊ, രണ്ടു മാസമായി നിനക്കവന്റെ ഒരു വിവരവുമില്ലാതിരുന്നതെന്തുകൊണ്ട്?'

'അവനു സ്നേഹം ഭയമായിരുന്നു.' റൂസേന പറഞ്ഞു.

'എന്ത്?'

'ഞാനെങ്ങിനെ നിങ്ങളെപ്പറഞ്ഞു മനസ്സിലാക്കും? ഞാനുമായി പ്രേമത്തിലാകുന്നത് അവനു പേടിയായിരുന്നു.'

'അതുകൊണ്ടാ അവൻ ജീവിച്ചിരിക്കുന്നതിന്റെ യാതൊരു ലക്ഷണവും കാണിക്കാതിരുന്നത്?'

'അവൻ സ്വയം പരീക്ഷിക്കുകയായിരുന്നത്രേ. എന്നെ മറക്കാൻപറ്റില്ലെന്ന് അവനുറപ്പാക്കേണ്ടിയിരുന്നു. അതു മനസ്സിലാക്കാവുന്നതേയുള്ളൂ, അല്ലേ?'

'അതു ശരി,' നാൽപ്പതുകാരി പറഞ്ഞു. 'നിനക്കവൻ വയറ്റിലുണ്ടാക്കിയന്നറിഞ്ഞപ്പോ, നിന്നെ മറക്കാൻപറ്റില്ലെന്നവനു പെട്ടെന്നു ബുദ്ധിയുണ്ടായി.'

'ഞാൻ ഗർഭിണിയായതിൽ സന്തോഷമുണ്ടെന്നവൻ പറഞ്ഞു. കുട്ടികാരണമല്ല, ഫോൺചെയ്തതു കൊണ്ട്. അതവനെ എന്നെയവൻ സ്നേഹിക്കുന്നുണ്ടെന്ന് ഓർമ്മപ്പെടുത്തി.'

'കർത്താവേ, നീയെന്തൊരു മണ്ടിയാണ്' കൃശഗാത്രി വിസ്മയിച്ചു.

'ഞാൻ മണ്ടിയായത് എന്തുകൊണ്ടാണെന്ന് എനിക്കു മനസ്സിലാകുന്നില്ല.'

'എടീ, നിനക്കാകെയുള്ളത് ഈ കുഞ്ഞാണ്.' നാൽപ്പതുകാരി പറഞ്ഞു. 'കുഞ്ഞിനെക്കളഞ്ഞാൽ, നിനക്കു പിന്നെയൊന്നുമില്ല. അപ്പോളവൻ നിന്റെ മുഖത്തു തുപ്പും.'

'കുഞ്ഞിന്റെ പേരിലല്ലാതെ, എന്റെ പേരിൽ അവനെന്നെ ഇഷ്ടപ്പെടുകയാണ് എനിക്കു വേണ്ടത്.'

'നീ ആരാണെന്നാ നിന്റെ വിചാരം? നിന്റെ പേരിൽമാത്രം അവനെ ന്തിനു നിന്നെ ഇഷ്ടപ്പെടണം?'

ഇക്കാര്യം അവർ ആവേശത്തോടെ ഒരുപാടുനേരം ചർച്ചചെയ്തു. അവളുടെ കയ്യിലുള്ള ഒരേയൊരു തുറുപ്പുശീട്ട് കുഞ്ഞാണെന്നും, അതുപേക്ഷിക്കരുതെന്നും റൂസേനയോട് അവർ ആവർത്തിച്ചു കൊണ്ടേയിരുന്നു.

'ഞാനാണെങ്കിൽ ഒരിക്കലും അബോർഷൻ ചെയ്യില്ല. നിന്നോടു ഞാൻ പറഞ്ഞേക്കാം. ഒരിക്കലും, മനസ്സിലായോ? ഒരിക്കലും.' കൃശശരീരി പ്രഖ്യാപിച്ചു.

റൂസേനക്കു പെട്ടെന്ന് താനൊരു കൊച്ചുകുട്ടിയാണെന്നു തോന്നി. അവൾ പറഞ്ഞു (ജീവിക്കുവാനുള്ള ത്വര തലേനാൾ ക്ലീമക്കു തിരിച്ചു നൽകിയ അതേ വാക്കുകൾ): 'അപ്പൊ, ഞാനെന്തു ചെയ്യണമെന്നു പറയൂ.'

'വഴങ്ങിക്കൊടുക്കരുത്,' നാൽപ്പതുകാരി പറഞ്ഞു. അവളൊരു വലിപ്പു തുറന്ന് റ്റാബ്ലറ്റുകളുടെ ഒരു റ്റ്യൂബെടുത്തു. 'ഇതാ, ഇതിലൊന്ന് കഴിക്ക് നീയാകെ തളർന്നിട്ടുണ്ട്. ഇതു നിനക്കാശ്വാസം തരും.'

റൂസേന റ്റാബ്ലറ്റ് വായിലിട്ടിറക്കി.

'ആ റ്റ്യൂബ് വെച്ചോ. ദിവസം മൂന്നുപ്രാവശ്യം. ശാന്തമാകണമെന്നു തോന്നുമ്പോൾ മാത്രം. മനസ്സു വിഷമിച്ചിരിക്കുമ്പോൾ നീയോരോ വിഡ്ഢിത്തം കാട്ടിക്കൂട്ടും. വഴുക്കിവഴുതിപ്പോകുന്ന ഒരു കക്ഷിയാണവൻ. ഇതവന് ആദ്യത്തെത്തവണയൊന്നുമല്ല. പക്ഷെ, ഇത്തവണ അവന് അത്ര എളുപ്പത്തിൽ ഊരിപ്പോകാൻ പറ്റില്ല.'

ഒരിക്കൽക്കൂടി അവൾക്കെന്തു ചെയ്യണമെന്നു പിടിയില്ലാതായി. ഒരൽപ്പംമുമ്പുവരെ ഒരു തീരുമാനത്തിലെത്തിയതായി അവൾക്കു തോന്നിയതായിരുന്നു. പക്ഷെ, ഇപ്പോൾ, കൂട്ടുജോലിക്കാരികളുടെ വാദങ്ങൾ യുക്തിയുള്ളതാണെന്ന് അവൾക്കനുഭവപ്പെട്ടു. അവൾ വീണ്ടും അസ്വസ്ഥയായി. അനിശ്ചിതാവസ്ഥയിൽ, അവൾ കോണിപ്പടികളിറങ്ങി.

കെട്ടിടത്തിലെ പ്രവേശനശാലയിൽ പ്രക്ഷുബ്ധനും, മുഖം തുടുത്തവനുമായ ഒരു യുവാവ് അവൾക്കു നേരെ കുതിച്ചു.

'എന്നെക്കാത്ത് ഒരിക്കലും ഇവിടെ നിൽക്കരുതെന്ന് ഞാൻ നിന്നോടു പറഞ്ഞിട്ടുള്ളതല്ലേ.' ദ്വേഷത്തോടെ അവനെ നോക്കി അവൾ പറഞ്ഞു. 'ഇന്നലത്തെ സംഭവത്തിനുശേഷം നിനക്കതിനുള്ള കരളുറപ്പുണ്ടായത് എനിക്കു വിശ്വസിക്കാനാവുന്നില്ല.'

'ദേഷ്യപ്പെടാതെ, പ്ലീസ്!' ഗതിയറ്റ സ്വരത്തിൽ ആയ യുവാവ് ഉച്ചത്തിൽ പറഞ്ഞു.

'ശ്ശ്!' അവൾ അലറി. 'കഴിഞ്ഞതൊന്നും പോരാഞ്ഞ് ഇനി ഇവിടെയൊരു സീനുണ്ടാക്കണ്ട.' അവൾ പോകാനായി തുനിഞ്ഞു.

‘ഞാൻ സീനുണ്ടാക്കേണ്ടെങ്കിൽ, നീ അങ്ങിനെയങ്ങ് പോകരുത്.’

അവൾക്കൊന്നും ചെയ്യാൻ കഴിയുമായിരുന്നില്ല. പ്രവേശനശാലയിലൂടെ രോഗികൾ വന്നും പോയുമിരിക്കുന്നു. വെള്ളക്കുപ്പായമിട്ട സ്റ്റാഫും കടന്നുപോകുന്നുണ്ട്. ശ്രദ്ധയാകർഷിക്കുന്നത് അവൾ ഇഷ്ടപ്പെട്ടില്ല. അതിനാൽ, അവൾ അവിടെത്തന്നെ തങ്ങി. സഹജമായിരിക്കാൻ ശ്രമിച്ചു: ‘ശരി, നിനക്കെന്തു വേണം?’ സ്വരമടക്കി അവൾ പറഞ്ഞു.

‘ഒന്നും വേണ്ട. നീ എന്നെ മാപ്പാക്കിയാൽമാത്രം മതി. ഞാൻ ചെയ്തതോർത്ത് എനിക്കു ശരിക്കും ഖേദമുണ്ട്. പക്ഷെ, അയാൾക്കും നിനക്കുമിടയിലൊന്നുമില്ലെന്നു നീ ആണയിട്ടു പറയണം.’

‘നമുക്കിടയിലൊന്നുമില്ലെന്ന്! ഞാൻ നേരത്തേ പറഞ്ഞതാണല്ലോ.’

‘എങ്കിലാണയിട്!’

‘ബാലിശമാകാതെ. അത്തരം മണ്ടത്തരങ്ങളൊന്നും ഞാൻ ആണയിടാറില്ല.’

‘അപ്പോൾ നിങ്ങൾക്കിടയിലെന്തോ നടന്നിട്ടുണ്ട്.‘

‘ഇല്ലെന്നു ഞാൻ പറഞ്ഞതാണ്. നിനക്കെന്നെ വിശ്വാസമില്ലെങ്കിൽ, പിന്നെ നമുക്കു സംസാരിക്കാനൊന്നുമില്ല. അയാൾ വെറുമൊരു സുഹൃത്താണ്. സുഹൃത്തുക്കളുണ്ടാകാനുള്ള അവകാശമില്ലേ എനിക്ക്? ഞാൻ അയാളെ ബഹുമാനിക്കുന്നു. അയാൾ എന്റെ സുഹൃത്തായത് എനിക്കു സന്തോഷം തരുന്നു.ട

‘എനിക്കു മനസ്സിലാക്കാം. ഞാൻ നിന്നെ കുറ്റപ്പെടുത്തുന്നില്ല.’ യുവാവു പറഞ്ഞു.

‘അയാൾ നാളെയിവിടെ ഒരു കച്ചേരി നടത്തുന്നുണ്ട്. നീ എന്നെ ഒളിഞ്ഞുനിന്നു നിരീക്ഷിക്കില്ലെന്നു കരുതിക്കോട്ടെ.’

‘നിങ്ങൾക്കിടയിൽ യാതൊന്നുമില്ലെന്നു നീ വാക്കുതന്നാൽ.’

‘അത്തരം കാര്യങ്ങൾക്കു വാക്കുതന്ന് സ്വയം താഴാൻ ഞാനില്ലെന്നു നേരത്തേ പറഞ്ഞതാണ്. പക്ഷെ, ഒരു തവണ കൂടി നീ എന്നെ രഹസ്യമായി പിന്തുടർന്നാൽ, പിന്നെ നീ ജീവിച്ചിരിക്കുംവരെ എന്നെ കാണില്ലെന്നു നിനക്കു ഞാൻ വാക്കു തരുന്നു.’

‘റൂസേനാ, അതു ഞാൻ നിന്നെ സ്നേഹിക്കുന്നതുകൊണ്ടാണ.’യുവാവ് അസന്തുഷ്ടിയോടെ പറഞ്ഞു.

‘എനിക്കും സ്നേഹമുണ്ട്.’ റൂസേന പരുക്കനായി പറഞ്ഞു. ‘പക്ഷെ, നിന്റെ പേരിൽ ഞാൻ ഹൈവേയിൽ സീനുണ്ടാക്കുന്നില്ലല്ലോ.’‘അതു നീയെന്നെ സ്നേഹിക്കാത്തതുകൊണ്ടല്ലേ. ഞാൻ നിനക്കു നാണക്കേടാണ്.’

‘വിവരക്കേടു പറയാതെ’

‘നീയൊരിക്കലും എന്റെ കൂടെ പുറത്തിറങ്ങാറില്ല. എനിക്കൊപ്പം

മറ്റുള്ളവർ നിന്നെ കാണുന്നത് നീ ഇഷ്ടപ്പെടുന്നില്ല...'

'ശ്ശ്!' അവന്റെ ഒച്ച പോങ്ങിയതിനാൽ അവൾ ആവർത്തിച്ചു. 'എന്റെ അച്ഛൻ എന്നെക്കൊല്ലും. എന്റെ മേലെപ്പോഴും അദ്ദേഹത്തിന്റെ ഒരു കണ്ണുണ്ടെന്നു ഞാൻ പറഞ്ഞതല്ലേ. ഇപ്പൊ, ദേഷ്യപ്പെടാതിരിക്കൂ. എനിക്കു ശരിക്കും പോയേപറ്റൂ.'

യുവാവ് അവളുടെ കൈ കടന്നുപിടിച്ചു: 'ഇപ്പൊഴേ പോകല്ലേ.'

അശരണയായി റൂസേന മച്ചിലേക്കു കണ്ണുകളുയർത്തി.

യുവാവു പറഞ്ഞു: 'നമ്മുടെ വിവാഹം നടന്നാൽ, എല്ലാം മാറും. അപ്പൊ, അവനൊന്നും പറയാനാവില്ല. നമുക്കൊരു കുട്ടിയുണ്ടാകും.'

'എനിക്കൊരു കുട്ടിയും വേണ്ട,' പരുഷമായി റൂസേന പറഞ്ഞു. 'കുട്ടിയുണ്ടാകുന്നതിലും ഭേദം ഞാൻ സ്വയം കൊല്ലുകയാണ്'

'എന്തിന്?'

'എനിക്കു കുട്ടിവേണ്ട. അത്രതന്നെ.'

'റൂസേനാ, ഞാൻ നിന്നെ സ്നേഹിക്കുന്നു.' ചെറുപ്പക്കാരൻ വീണ്ടും പറഞ്ഞു.

അതിനു റൂസേന പ്രതികരിച്ചു: 'അതുകൊണ്ടാണ് നീയെന്നെ ആത്മഹത്യയിലേക്കു തള്ളിവിടുന്നത്, അല്ലെ?'

'ആത്മഹത്യയോ?' അമ്പരന്ന് അവൻ ചോദിച്ചു.

'ഉവ്വ്! ആത്മഹത്യ'

'റൂസേനാ' ചെറുപ്പക്കാരൻ പറഞ്ഞു.

'നീയെന്നെ അതിലേക്കു തള്ളിവിടും, ഉറപ്പ്! നീ തീർച്ചയായും എന്നെ അതിലേക്കു തള്ളിവിടും'

'എനിക്കു നിന്നെ ഇന്നു വൈകുന്നേരം കാണാൻ പറ്റുമോ?'എളിമയോടെ അവൻ ചോദിച്ചു.

'ഇല്ല, ഈ വൈകുന്നേരം പറ്റില്ല.' റൂസേന പറഞ്ഞു. പിന്നെ, അവനെ ശാന്തനാക്കേണ്ടതുണ്ടെന്നു മനസ്സിലാക്കി, അനുരഞ്ജനസ്വരത്തിൽ പറഞ്ഞു: 'നിനക്കെന്നെ ഇവിടേക്ക് ഫോൺചെയ്യാം ഫ്രാൻറിസെക്. പക്ഷെ, തിങ്കളാഴ്ച്ചക്കു മുമ്പല്ല.' അവൾ പോകാൻ തിരിഞ്ഞു.

'നിൽക്കൂ.' യുവാവു പറഞ്ഞു. 'നീ എനിക്കു മാപ്പുനൽകുന്നതിനുവേണ്ടി ഞാനൊരു കാര്യം കൊണ്ടുവന്നിട്ടുണ്ട്.' അവൻ അവൾക്കു നേരെ ഒരു കെട്ടു നീട്ടി.

അവളതു വാങ്ങി. വേഗം പുറത്തേക്കു പോയി.

6. ഗുളിക

'ഡോ. സ്ക്രേറ്റ ശരിക്കുമൊരു കിറുക്കനാണോ, അതോ നാട്യമാണോ?' ഓൾഗ ജേക്കബ്ബിനോടു ചോദിച്ചു.

'അയാളെ പരിചയപ്പെട്ട അന്നു മുതൽ ഞാനും എന്നോടു ഇതു തന്നെയാണ് ചോദിക്കുന്നത.' ജേക്കബ്ബ് ഉത്തരം പറഞ്ഞു.

'കിറുക്കന്മാർക്ക് ജീവിതം എളുപ്പമാകും, അവരുടെ കിറുക്ക് മറ്റുള്ളവരെക്കൊണ്ടു ആദരിപ്പിക്കുന്നതിൽ അവർ വിജയിച്ചാൽ.' ഓൾഗ പറഞ്ഞു. 'വിശ്വാസം വരാത്തവണ്ണം മറവിക്കാരനാണ് ഡോ. സ്ക്രേറ്റ. സംഭാഷണത്തിനിടക്ക് താനെന്താണ് പറയുന്നതെന്ന് അദ്ദേഹം മറക്കും. ചിലപ്പോൾ അദ്ദേഹം വഴിവക്കിൽ ആരോടെങ്കിലും സംസാരിച്ചു നിൽക്കും. പിന്നെ രണ്ടുമണിക്കൂർ വൈകിയാകും ആപ്പീസിലെത്തുക. പക്ഷെ, ആരും അദ്ദേഹത്തിനെതിരെ തിരിയില്ല. കാരണം, ഔദ്യോഗികമായി അംഗീകരിക്കപ്പെട്ട ഒരു കിറുക്കനാണദ്ദേഹം. അദ്ദേഹത്തിന്റെ കിറുക്കിനുള്ള അവകാശം പ്രാകൃതന്മാർ മാത്രമേ ചോദ്യം ചെയ്യുള്ളൂ.'

'കിറുക്കനോ, അല്ലയോ, അയാൾ നിന്നെ നന്നായി നോക്കുന്നുണ്ടെന്നാണ് എന്റെ വിശ്വാസം.'

'ആയിരിക്കാം. ഒരു പാടു മറ്റു പ്രധാനപ്പെട്ട പദ്ധതികൾക്കു സ്വയം സമർപ്പിക്കുന്നതിനു തടസ്സമാകുന്ന ഒരു രണ്ടാംതരം ജോലിയാണ് അദ്ദേഹത്തിനു രോഗചികിത്സയെന്നാണ് ഇവിടെയെല്ലാവരും ധരിച്ചു വെച്ചിരിക്കുന്നത്. ഉദാഹരണത്തിന്, നാളെ അദ്ദേഹം ഡ്രം വായിക്കാൻ പോകുന്നു.'

'ഒരു നിമിഷം.' ജേക്കബ്ബ് ഇടപെട്ടു. 'അതു ശരിക്കുമുള്ളതാണോ?'

‘നേരായും! പ്രശസ്തനായ കുഴലൂത്തുകാരൻ ക്ലീമ നാളെയിവിടെ കച്ചേരി നടത്തുമെന്നും ഡോ. സ്ക്രേറ്റ ഡ്രം വായിക്കുമെന്നും അറിയിക്കുന്ന പോസ്റ്ററുകളെക്കൊണ്ട് സ്പാ മൊത്തം നിറഞ്ഞിരിക്കുകയാണ്.’

‘അവിശ്വസനീയം.’ ജേക്കബ്ബ് പറഞ്ഞു. സ്ക്രേറ്റക്കു ഡ്രം വായിക്കാനുള്ള ഉദ്ദേശ്യമുണ്ടെന്നു കേട്ടിട്ട് എനിക്കത്ഭുതമൊന്നുമില്ല. ഞാനറിഞ്ഞവരിൽവെച്ച് ഏറ്റവും വലിയ സ്വപ്നജീവിയാണ് സ്ക്രേറ്റ. പക്ഷെ, അയാളുടെ ഒരു സ്വപ്നവും സഫലമാകുന്നത് ഞാൻ കണ്ടിട്ടില്ല. യൂണിവേഴ്സിറ്റിയിൽ വെച്ചാണ് ഞങ്ങൾ പരിചയപ്പെടുന്നത്. സ്ക്രേറ്റക്ക് കാര്യമായ കാശൊന്നുമുണ്ടായിരുന്നില്ല. അയാൾ എപ്പോഴും പാപ്പരായിരുന്നു. അതിനാൽ, എപ്പോഴും പണമുണ്ടാക്കുനുള്ള പദ്ധതികൾ മെനഞ്ഞുകൊണ്ടിരിക്കും. ഒരിക്കൽ അയാൾ ഒരു വെൽഷ് പെൺവേട്ടപ്പട്ടിയെ കൈക്കലാക്കാൻ തീരുമാനിച്ചു. ആ ജനുസ്സിൽപ്പെട്ട പട്ടിക്കുട്ടികൾക്ക് ഓരോന്നിനും നാലായിരം ക്രൌൺ വരെ കിട്ടുമെന്ന് ആരോ പറഞ്ഞതാണ് കാരണം. അയാൾ വേഗം കണക്കുകൂട്ടി. കൊല്ലത്തിൽ പട്ടി രണ്ടുതവണ പെറും. ഓരോ പ്രസവത്തിലും അഞ്ചു വീതം കുട്ടികൾ. ഇരഞ്ചു പത്ത്. പത്തു ഗുണം നാലായിരം, നാൽപ്പതിനായിരം. ഒരു കൊല്ലത്തിൽ. അയാളെല്ലാം ആലോചിച്ചിരുന്നു. ഒരു പാടു കഷ്ടപ്പെട്ട് യൂണിവേഴ്സിറ്റിയിലെ ഭോജനശാലയുടെ മാനേജരുടെ സഹായം അയാൾ നേടി. ദിവസവും ബാക്കിയാകുന്ന ഭക്ഷണം പട്ടിക്കു കൊടുക്കാമെന്നു അയാളേറ്റു. പട്ടിയെ നിത്യം നടത്തിക്കാൻകൊണ്ടുപോകാമെന്നു വാക്കുകൊടുത്ത രണ്ടു സ്ത്രീവിദ്യാർത്ഥികൾക്കു സ്ക്രേറ്റ ടേം പേപ്പറുകൾ എഴുതിക്കൊടുത്തു. വിദ്യാർത്ഥികൾക്കുള്ള ഡോർമിറ്ററിയിൽ പട്ടികളെ അനുവദിക്കില്ലായിരുന്നു. അതിനാൽ, അയാൾ ആഴ്ച്ചതോറും ഹൌസ്മദറിന് പനിനീർപ്പൂക്കുലകൾ കൊണ്ടുക്കൊടുക്കുമായിരുന്നു; അയാളുടെ പട്ടിയുടെ കാര്യത്തിൽ ഒരിളവ് അനുവദിക്കുന്നതുവരെ. തന്റെ പെൺപട്ടിക്കുവേണ്ടി സൗകര്യങ്ങളൊരുക്കാൻ അയാൾ രണ്ടു മാസങ്ങളാണ് ചെലവഴിച്ചത്. പക്ഷെ, അയാൾക്കൊരിക്കലും അതിനെക്കിട്ടില്ലെന്നു ഞങ്ങൾക്കറിയാമായിരുന്നു. അതിനെ വാങ്ങാൻ നാലായിരം ക്രൌൺ വേണ്ടിയിരുന്നു. അയാൾക്കതു കടംകൊടുക്കാൻ ആരും തയ്യാറായില്ല. ആരും അയാളെ ഗൌനിച്ചില്ല. എല്ലാവരും അയാളെ സ്വപ്നജീവിയായിക്കരുതി, തീർച്ചയായും സൂത്രശാലിയും സാഹസികനുമായ ഒരു സ്വപ്നജീവിയായി.’

‘വളരെ മനോഹരമായിരിക്കുന്നു. എങ്കിലും, നിങ്ങൾക്കദ്ദേഹത്തോടുള്ള വിചിത്രമായ മമത എനിക്കു മനസ്സിലാകുന്നില്ല. അദ്ദേഹത്തെ വിശ്വസിക്കാൻപറ്റില്ല. കൃത്യസമയത്ത് വരാൻ അദ്ദേഹത്തിനു കഴിയില്ല. തലേന്നു തന്ന വാക്കെന്താണെന്ന് പിറ്റേന്നു അദ്ദേഹം മറക്കും.’

‘അതു മുഴുവനും ശരിയല്ല. ഒരിക്കൽ അയാൾ എന്നെ ഒരുപാടു സഹായിച്ചിട്ടുണ്ട്. സത്യത്തിൽ, അത്രക്കെന്നെ ആരും സഹാ

യിച്ചിട്ടില്ല.’ജേക്കബ്ബ് തന്റെ ജാക്കറ്റിന്റെ കീശയിൽ കൈകടത്തി. മടക്കിവെച്ച ഒരു റ്റിഷ്യൂ പേപ്പർ പുറത്തെടുത്തു. അതു തുറന്ന് ഇളം നീല നിറമുള്ള ഒരു റ്റാബ്ലെറ്റ് വെളിക്കുകാട്ടി.

‘എന്താണിത്?’ ഓൾഗ ചോദിച്ചു.

‘വിഷം.’

ജേക്കബ്ബ് ഒരു നിമിഷം ആ യുവതിയുടെ ചോദ്യരൂപേണയുള്ള മൗനം ആസ്വദിച്ചു. പിന്നെ തുടർന്നു: ‘പതിനഞ്ചു കൊല്ലത്തിലധികമായി എന്റെ കയ്യിലീ റ്റാബ്ലറ്റ്. ജയിലിലെ എന്റെ ഒരു വർഷത്തിനു ശേഷം ഒരു കാര്യം എനിക്കു മനസ്സിലായി. ഒരു കാര്യമെങ്കിലും നമുക്ക് സുനിശ്ചിതമായതായിട്ടുണ്ടാകണം: സ്വന്തം മരണം. അതു നമ്മുടെതന്നെ നിയന്ത്രണത്തിലുണ്ടാകണം. അതിന്റെ സമയവും രീതിയും തീരുമാനിക്കുവാനുള്ള പ്രാപ്തിയും നമുക്കുണ്ടാകണം. ആ ഒരുറപ്പുണ്ടെങ്കിൽ ഒരുപാടു സംഗതികൾ നമുക്കു സഹിക്കാൻ പറ്റും. ആളുകളിൽനിന്ന് എപ്പോൾ വേണമെങ്കിലും മുക്തി നേടാനാകും.‘

‘ഈ റ്റാബ്ലറ്റ് ജയിലിൽ നിങ്ങളുടെ കയ്യിലുണ്ടായിരുന്നോ?‘

‘നിർഭാഗ്യവശാൽ, ഇല്ല! പക്ഷെ, പുറത്തുവന്നയുടൻ എനിക്കിതു കിട്ടി.’

‘എപ്പോഴാണ് ഇതു വേണ്ടായെന്നു തോന്നിയത്?’

‘ഈ നാട്ടിൽ ഇതുപോലൊന്ന് എപ്പോൾ വേണ്ടിവരുമെന്ന് ആർക്കും പറയാൻ പറ്റില്ല. മാത്രമല്ല, എനിക്കിതു താത്ത്വികമായ കാര്യമായിരുന്നു. പക്വതയെത്തുന്ന പ്രായത്തിൽ എല്ലാവർക്കും ഒരു വിഷഗുളിക കൊടുക്കേണ്ടതാണ്. ആ അവസരത്തിൽ ഔപചാരികമായ ഒരു ചടങ്ങും വേണം. ആത്മഹത്യക്ക് പ്രേരിപ്പിക്കാനല്ല, മറിച്ച്, കൂടുതൽ ശാന്തമായും സുരക്ഷിതമായും ജീവിക്കുവാനായി. സ്വന്തം ജീവിതവും മരണവും സ്വന്തം കയ്യിലാണെന്ന ബോധത്തോടെ ജീവിക്കാൻ.’

‘ഈ വിഷം നിങ്ങൾക്കെങ്ങിനെ കിട്ടി?’

‘ഒരു ലാബിൽ ബയോകെമിസ്റ്റായിട്ടായിരുന്നു ഡോ. സ്ക്രേറ്റയുടെ തുടക്കം. ആദ്യം ഞാൻ മറ്റൊരാളോടാണ് ചോദിച്ചത്. പക്ഷെ, എനിക്കു വിഷം തരാതിരിക്കേണ്ടത് തന്റെ ധാർമ്മികമായ കർത്തവ്യമാണെന്ന് അവൾ കരുതി. സ്ക്രേറ്റതന്നെയാണ് യാതൊരു ചാഞ്ചല്യവുമില്ലാതെ ഗുളികയുണ്ടാക്കിത്തന്നത്.’

‘കിറുക്കനായതുകൊണ്ടാകണം.’

‘ആകാം. പക്ഷെ, മിക്കവാറും, അയാൾ എന്നെ മനസ്സിലാക്കിയതുകൊണ്ടാവണം. ആത്മഹത്യാക്കളി കളിക്കുന്ന ഒരു ഞരമ്പു രോഗിയല്ലാ ഞാനെന്ന് അയാൾ മനസ്സിലാക്കിയിരുന്നു. ഞാനെന്തു വിലകൊ

ടുക്കുകയാണെന്നു അയാൾക്കറിയാമായിരുന്നു. ഇന്നു ഞാൻ അയാൾക്കീ റ്റാബ്ലറ്റ് തിരിച്ചു കൊടുക്കുകയാണ്. എനിക്കിനി ഇതിന്റെ ആവശ്യമില്ല.'

'അപ്പൊ, അപകടങ്ങളെല്ലാം ഒഴിഞ്ഞോ?'

'നാളെ രാവിലെ ഞാൻ നാടു വിടുകയാണ്. എന്നെന്നേക്കുമായി. ഒരു യൂണിവേഴ്സിറ്റിയിൽ പഠിപ്പിക്കാനുള്ള ക്ഷണം എനിക്കു കിട്ടിയിട്ടുണ്ട്. അധികാരികൾ എനിക്കു പോകാനുള്ള അനുമതിയും തന്നിരിക്കുന്നു.'

ഒടുവിൽ, അയാളതു പറഞ്ഞിരിക്കുന്നു. ജേക്കബ്ബ് ഓൾഗയെ നോക്കി. അവൾ മന്ദഹസിക്കുന്നതു കണ്ടു. അവൾ അയാളുടെ കൈ പിടിച്ചു: 'ശരിക്കും? നല്ല വാർത്തയാണല്ലോ! എനിക്കു നിങ്ങളെച്ചൊല്ലി സന്തോഷമായി.'

കൂടുതൽ പ്രസന്നമായ ഒരു ജീവിതം നയിക്കാൻ പറ്റുന്ന ഒരു വിദേശ രാജ്യത്തേക്ക് ഓൾഗ പോവുകയാണെന്ന് താനറിയുമ്പോൾ തനിക്കുണ്ടായേക്കാവുന്ന അതേ നിർമ്മമമായ ആനന്ദമാണ് അവൾ കാട്ടിയത്. ഇതപ്രതീക്ഷിതമായിരുന്നു. കാരണം, തന്നോടവൾക്കു വൈകാരികമായ ഒരാസക്തിയുണ്ടായിരുന്നുവെന്നു അയാൾ എപ്പോഴും ആശങ്കിച്ചിരുന്നു. അതങ്ങിനെയല്ലാത്തതിൽ അയാൾ സന്തോഷിച്ചു. അതേസമയം, തന്റെ മനസ്സ് തെല്ലൊന്നിളകിയിരിക്കുന്നുവെന്നുകണ്ട് അത്ഭുതപ്പെടുകയും ചെയ്തു.

ജേക്കബ്ബിന്റെ വെളിപ്പെടുത്തൽ ഓൾഗയിൽ വല്ലാത്ത ഉത്സാഹമുണ്ടാക്കിയാതിനാൽ, അവർക്കിടയിൽ റ്റിഷ്യൂപേപ്പറിൽ കിടക്കുന്ന ഇളംനീലറ്റാബ്ലറ്റിനെക്കുറിച്ചു കൂടുതൽ ചോദിക്കുവാൻ അവൾ മറന്നു. തന്റെ ഭാവി ഉദ്യോഗത്തിന്റെ എല്ലാ വിശദാംശങ്ങളും ജേക്കബ്ബിനവളോടു പറയേണ്ടതായിവന്നു.

'നിങ്ങൾക്കിതു തരപ്പെടുത്താൻ കഴിഞ്ഞതിൽ അതീവസന്തോഷം. ഇവിടെ നിങ്ങളെപ്പോഴും സംശയിക്കപ്പെടും. നിങ്ങളുടെ ജോലിചെയ്യാൻ പോലും അവർ സമ്മതിച്ചില്ലല്ലോ. അതിനുംപുറമേ, അവർ നിങ്ങളോടു രാജ്യസ്നേഹം പ്രസംഗിച്ചും സമയം കളയുന്നു. നിങ്ങളെ ജോലി ചെയ്യാൻ വിടാത്ത ഒരു നാടിനെ എങ്ങിനെ സ്നേഹിക്കാൻ? എന്റെ സ്വദേശത്തോടു എനിക്കൊരു സ്നേഹവുമില്ലെന്ന് എനിക്കു നിങ്ങളോടു പറയാൻപറ്റും. അതെന്നെ മോശക്കാരിയാക്കുന്നുണ്ടോ?'

'അറിയില്ല.' ജേക്കബ്ബ് പറഞ്ഞു. 'സത്യമായും. എന്റെ കാര്യം പറഞ്ഞാൽ, എനിക്കീ നാടിനോട് ഒരൊട്ടലുണ്ട്.'

'ഒരു പക്ഷെ, അതെന്നെ മോശക്കാരിയാക്കുന്നുണ്ടാകാം.' ഓൾഗ പറഞ്ഞുകൊണ്ടേയിരുന്നു. 'എങ്കിലും, എനിക്കെന്തിനോടെങ്കിലും

ഒട്ടലുള്ളതായി അനുഭവപ്പെട്ടിട്ടില്ല. ഇവിടെ എന്നെ കെട്ടിയിടാൻ എന്താണുള്ളത്?'

'വേദനയുള്ള ഓർമ്മകളും ബന്ധിപ്പിക്കുന്ന ഒരു കെട്ടാണ്.'

'എന്തിനോടു ബന്ധിപ്പിക്കുന്നത്? ജനിച്ചനാട്ടിൽ തങ്ങുന്നതിനോടോ? കഴുത്തിൽ കിടക്കുന്ന കല്ലെടുത്തുമാറ്റാതെ, ആളുകൾ സ്വാതന്ത്ര്യത്തെക്കുറിച്ചു പറയുന്നത് എനിക്കു മനസ്സിലാവില്ല. വളരാൻ പറ്റാത്തിടത്ത് ഒരു മരം സ്വസ്ഥമാണെന്നതുപോലെ. വെള്ളം കിനിഞ്ഞിറങ്ങുന്ന മണ്ണിലല്ലാതെ ഒരു മരത്തിനും സ്വസ്ഥമാകാനാവില്ല.'

'നിനക്കോ, നിനക്കിവിടെ വേണ്ടത്ര വെള്ളമുണ്ടോ?'

'പൊതുവെ, ഉവ്വ്. ഒടുവിൽ, അവരെന്നെ പഠിക്കാൻ അനുവദിച്ചതിനാൽ, എനിക്കു വേണ്ടതു കിട്ടിയിരിക്കുന്നു. ഞാൻ ജീവശാസ്ത്രം പഠിക്കാൻ പോകുന്നു. മറ്റൊന്നും എനിക്കു കേൾക്കണ്ട. ഈ ഭരണകൂടം സ്ഥാപിച്ചത് ഞാനല്ല. അതിന്റെ ഒരു കാര്യത്തിനും എനിക്കുത്തരവാദിത്തമില്ല. അതുപോട്ടെ, എപ്പോഴാണ് നിങ്ങൾ ശരിക്കും പോകുന്നത്?'

'നാളെ.'

'ഇത്ര പെട്ടെന്നോ?' അവൾ അയാളുടെ കൈപിടിച്ചു. 'ഇവിടെവന്ന്എന്നോടു വിടപറയാൻ മാത്രം മര്യാദ കാണിച്ച സ്ഥിതിക്ക്, ഇത്ര ധൃതിവെക്കാതെ, പ്ലീസ്.'

അയാൾ പ്രതീക്ഷിച്ചതിൽനിന്നും വ്യത്യസ്തമായിത്തന്നെ കാര്യങ്ങൾ തുടരുകയാണ്. താനുമായി രഹസ്യപ്രേമത്തിലായ ഒരു യുവതിയെപ്പോലെയല്ല അവൾ പെരുമാറുന്നത്. എന്നാൽ, തന്നോട് മാംസബദ്ധമല്ലാത്ത കുടുംബസ്നേഹം തോന്നുന്ന ഒരു ദത്തുമകളെപ്പോലെയുമല്ല അവളുടെ പെരുമാറ്റം. അവൾ വാചാലമായ മാർദ്ദവത്തോടെ അയാളുടെ കൈ പിടിച്ചിരിക്കുകയാണ്. അയാളുടെ കണ്ണുകളിലേക്കു നോക്കി ആവർത്തിക്കുകയാണ്: 'ഇത്ര ധൃതി വെക്കാതെ. യാത്ര പറയാൻ അൽപ്പനേരം കൂടി നിങ്ങളിവിടെ തങ്ങാത്തതിനു എനിക്കൊരു യുക്തിയും തോന്നുന്നില്ല.'

ഇതു ജേക്കബ്ബിനെ അൽപ്പം കുഴപ്പിച്ചു: 'നോക്കട്ടെ.' അയാൾ പറഞ്ഞു. 'കുറച്ചു നേരം കൂടി തങ്ങാൻ സ്ക്രേറ്റയും എന്നോടു പറഞ്ഞു.'

'തീർച്ചയായും നിങ്ങൾ കുറച്ചു കൂടുതൽ നേരം തങ്ങിയേ പറ്റൂ.' ഓൾഗ പറഞ്ഞു. 'എന്തായാലും, നമുക്കു വളരെക്കുറച്ചു സമയമേ ഒന്നിച്ചു കിട്ടാറുള്ളൂ. ഇപ്പൊ, എനിക്കു സ്നാനത്തിനു പോകേണ്ടതുണ്ടല്ലോ...' പിന്നെ, ഒന്നു ചിന്തിച്ച്, ജേക്കബ്ബ് അവിടെയിരിക്കേ, താനെങ്ങും പോകുന്നില്ലെന്ന് അവൾ പ്രഖ്യാപിച്ചു.

'അല്ലല്ല, നീ പോണം. ചികിത്സ മുടക്കരുത്. ഞാനും വരാം, കൂടെ.'

‘സത്യം?’ ഓൾഗ സന്തോഷത്തോടെ ചോദിച്ചു. അവൾ തുണിയലമാര തുറന്ന് എന്തോ തിരഞ്ഞുതുടങ്ങി.

തുറന്നുവെച്ച കടലാസ്സിൽ ഇളംനീല ഗുളിക അപ്പോഴും കിടപ്പുണ്ടായിരുന്നു. അതുണ്ടെന്ന കാര്യം ജേക്കബ്ബ് വെളിപ്പെടുത്തിയത് ഓൾഗയോടു മാത്രമാണ്. അവളാകട്ടെ, ആ വിഷത്തിനു പുറംതിരിഞ്ഞ് അലമാരയിലേക്ക് ചാഞ്ഞിരിക്കുന്നു. ഈ ഇളംനീലറ്റാബ്ലറ്റ് തന്റെ ജീവിതത്തിലെ നാടകമാണെന്ന് ജേക്കബ്ബ് വിചാരിച്ചു. അവഗണിക്കപ്പെട്ട, മിക്കവാറും. മറന്നുപോയ, വിരസമായേക്കാവുന്ന നാടകം. ഈ ബോറൻ നാടകത്തെ കളയേണ്ട കാലമായിരിക്കുന്നുവെന്നു ജേക്കബ്ബ് സ്വയം പറഞ്ഞു. ക്ഷണത്തിലതിനോട് വിട പറഞ്ഞ്, അതിനെ പിറകിൽ തള്ളണം. അയാൾ ഗുളിക ഒരു കടലാസ്സിൽ ചുരുട്ടി. ജാക്കറ്റിന്റെ മുൻവശത്തെ കീശയിലിട്ടു.

ഓൾഗ അലമാരയിൽനിന്ന്! ഒരു സഞ്ചിയെടുത്തു. അതിലേക്കൊരു തോർത്തു തിരുകി. അലമാരയുടെ വാതിലടച്ചു. ജേക്കബ്ബോടു പറഞ്ഞു.

‘ഞാൻ തയ്യാർ.’

7. വയസ്സന്മാരും നായകളും

പാർക്കിലെ ഒരു ബെഞ്ചിൽ റൂസേന ഇരുന്നിട്ട് എത്ര നേരമായെന്ന് ദൈവത്തിനേ അറിയൂ. അവളുടെ, ഒരേയൊരു ബിന്ദുവിൽത്തന്നെ ഉറച്ചുപോയ, ചിന്തകളും നിശ്ചലമായതുകൊണ്ടാകണം അവൾക്ക് അനങ്ങാൻ പറ്റാതെ പോയത്.

ഇന്നലെ കുഴലൂത്തുകാരൻ പറഞ്ഞത് അവൾ വിശ്വസിച്ചതായിരുന്നു. അതു സുഖപ്രദമായതു കൊണ്ടുമാത്രമല്ല, എളുപ്പമായതുകൊണ്ടും കൂടിയായിരുന്നു: ഏതു പോരിനുള്ള കരുത്തു തനിക്കില്ലയോ ആ പോരു, ശുദ്ധമായ മന:സാക്ഷിയോടെ ഉപേക്ഷിക്കുവാൻ, അതവൾക്കൊരു വഴി തുറന്നു തന്നതായിരുന്നു. പക്ഷെ, കൂട്ടുകാരികളുടെ പരിഹാസത്തിനുശേഷം, അവൾ അവനെ വീണ്ടും സംശയിച്ചു. അവനെക്കുറിച്ചു വെറുപ്പോടെ വിചാരിച്ചു. അവനെ നേടാനുള്ള സാമർത്ഥ്യമോ, പിടിവാശിയോ തനിക്കില്ലെന്ന് ഉള്ളിലാഴത്തിൽ ഭയപ്പെട്ടു.

നിർവ്വികാരമായി അവൾ ഫ്രാൻറിസെക് കൊടുത്ത കെട്ടു വലിച്ചു കീറിത്തുറന്നു. അതിനകത്ത് ഇളംനീളത്തുണിയിലുണ്ടാക്കിയ എന്തോ ഒന്നായിരുന്നു. അവൻ തനിക്കൊരു നിശാവസ്ത്രം സമ്മാനിച്ചിരിക്കുകയാണെന്ന് റൂസേന തിരിച്ചറിഞ്ഞു. അവൾ നിത്യം ധരിച്ചു കാണാൻ അവൻ ആഗ്രഹിച്ച ഒരു നൈറ്റ്ഗൌൺ; നിത്യം, നിരവധി ദിവസങ്ങളോളം, അവന്റെ ബാക്കിയുള്ള ജീവിതം മുഴുവൻ. അവളാ ഇളംനീലത്തുണിയിൽ കണ്ണുനാട്ടി. ആ നീലത്തുണി ഒഴുകിയൊഴുകി വിശാലമായ ഒരു കുളമാവുകയാണെന്ന് അവൾക്കു തോന്നി; നന്മയുടെയും സമർപ്പണത്തിന്റെയും ഒരു കുളം; ഒടുവിലവളെ പുതയുന്ന വിലകെട്ട പ്രേമത്തിന്റെ കുളം.

ആരെയാണവൾ അധികം വെറുക്കുന്നത്? തന്നെ വേണ്ടാത്തവനെയോ, വേണ്ടവനെയോ?

ഈ രണ്ടു വെറുപ്പുകളുമായി അവളാ ബെഞ്ചിൽ വേരിറങ്ങിയിരുന്നു. ചുറ്റും നടക്കുന്നതൊന്നും അവളറിഞ്ഞില്ല. ഒരു കൊച്ചുബസ്സ് പാർക്കിന്റെ ഓരത്തു വന്നുനിന്നു. പിന്നാലെ ഒരു പച്ചലോറിയും. അതിനകത്തു നിന്നു നായകൾ കരയുന്നതും ഓരിയിടുന്നതും റൂസേന കേട്ടു. ബസ്സിന്റെ വാതിലുകൾ തുറന്നു. കൈത്തണ്ടയിൽ ചുകപ്പുനാട കെട്ടിയ ഒരു വയസ്സൻ പുറത്തേക്കു വന്നു. സ്തംഭനാവസ്ഥയിലെന്നപോലെ റൂസേന നേരെ നോക്കുകയായിരുന്നു. താൻ നോക്കുന്നതെന്താണെന്നറിയാൻ അവൾക്കൊരു നിമിഷം വേണ്ടി വന്നു.

ബസ്സിനു നേരെ വയസ്സൻ ഒരാജ്ഞ പുറപ്പെടുവിച്ചു. അപ്പോൾ മറ്റൊരു വൃദ്ധൻ പുറത്തിറങ്ങി. അയാളും ചുകപ്പുനാട ധരിച്ചിരുന്നു; അതുകൂടാതെ, അറ്റത്ത് വയറിന്റെ ഒരു വളയമുള്ള, മൂന്നുമീറ്റർ നീളമുള്ള ഒരു വടിയുമേന്തിയിരുന്നു. കൂടുതലാളുകൾ പുറത്തു വന്നു; ബസ്സിനു മുമ്പിൽ നിരനിരയായിനിന്നു. അവരെല്ലാം വയസ്സന്മാരായിരുന്നു. എല്ലാവരുടെ കയ്യിലും അറ്റത്തു വളയമുള്ള നീണ്ട വടികളുണ്ടായിരുന്നു.

ആദ്യം വന്നയാൾക്ക് വടിയില്ലായിരുന്നു. അയാളാണ് ഉത്തരവുകളിറക്കിയത്. വയസ്സായ മാന്യദേഹങ്ങൾ, കുന്തമേന്തിയ വിലക്ഷണമായ ഒരു പടപോലെ ആദ്യം നിവർന്നുനിന്നു; പിന്നെ, അയഞ്ഞു നിന്നു. അപ്പോൾ ആദ്യത്തെയാൾ ഒരുത്തരവുകൂടി കൊടുത്തു. വൃദ്ധസേന പാർക്കു ലക്ഷ്യമാക്കി ഓടി. പാർക്കിലെത്തിയപ്പോൾ അവർ വഴി പിരിഞ്ഞു. ഓരോരാളും ഓരോ ദിശയിലേക്കോടി. ചിലർ പാതകളിലൂടെ. മറ്റുള്ളവർ പുല്ലിലൂടെ. പാർക്കിൽ നടക്കുന്ന രോഗികളും, കളിക്കുന്ന കുട്ടികളും, എല്ലാവരും പൊടുന്നനെ നിന്നു. നീണ്ട വടികളേന്തി ആക്രമണമാരംഭിക്കുന്ന വൃദ്ധമാന്യരെ അത്ഭുതത്തോടെ നോക്കി.

എന്താണു നടക്കുന്നതെന്നു കാണാൻ റൂസേനയും ആലോചനയുടെ മയക്കത്തിൽനിന്നും പുറത്തുവന്നു. വയസ്സായ മാന്യന്മാർക്കിടയിൽ അവൾ അച്ഛനെ തിരിച്ചറിഞ്ഞു. അദ്ദേഹത്തെ വെറുപ്പോടെ, എന്നാൽ അത്ഭുതമൊന്നുമില്ലാതെ, നോക്കി.

ഒരു ബെർച്ച് മരത്തിനു ചുറ്റും പുല്ലിലൂടെ ഒരു തെരുവുനായ പരക്കം പായുകയായിരുന്നു. വൃദ്ധരിലൊരാൾ അതിനു നേരെ ഓടാൻ തുടങ്ങിയപ്പോൾ, നായ അയാളെ അമ്പരപ്പോടെ നോക്കി. വയസ്സൻ വടി വീശി. വയറുകൊണ്ടുള്ള കുരുക്ക് പട്ടിയുടെ തലക്കുമുമ്പിലെത്തിക്കാൻ പണിപ്പെട്ടു. വടി നീളമുള്ളതും കൈകൾ ബലമില്ലാത്തതുമായിരുന്നു. അതിനാൽ, വയസ്സന് ഉന്നം തെറ്റി. കുരുക്കു പട്ടിയുടെ തലക്കു ചുറ്റും കിടന്നാടി. പട്ടി അതു കൗതുകത്തോടെ നോക്കിനിന്നു.

മറ്റൊരു പെൻഷൻകാരൻ, ബലമേറിയ കൈകളോടുകൂടിയ ഒരാൾ, അപ്പോഴേക്കും വയസ്സനെ സഹായിക്കാൻ ഓടിയെത്തി. താമസിയാതെ ആ കൊച്ചുപട്ടി കുരുക്കിന്റെ തടവിലായി. വയസ്സൻ വടി വലിച്ചു. കുരുക്ക് രോമം നിറഞ്ഞ കഴുത്തിലേക്കിറങ്ങി. പട്ടി നിലവിളിച്ചു. വയസ്സന്മാർ രണ്ടും പൊട്ടിച്ചിരിച്ചുകൊണ്ട് പട്ടിയെ പുൽത്തകിടിയിലൂടെ നിർത്തിയിട്ട വാഹനങ്ങൾക്കടുത്തേക്ക് വലിച്ചുകൊണ്ടുപോയി. അവർ ലോറിയുടെ വലിയ വാതിൽ തുറന്നു. കുരകളുടെ ഒരു വലിയ തരംഗം പുറത്തേക്കു വിക്ഷേപിക്കുന്ന ആ ലോറിയിലേക്ക് അവർ നായയെ വലിച്ചെറിഞ്ഞു.

റൂസേനക്ക് താൻ കാണുന്നത് സ്വന്തം കഥയിലെ ഒരു ഘടകം മാത്രമായിരുന്നു: രണ്ടുലോകങ്ങൾക്കിടയിൽ കുരുങ്ങിയ അസന്തുഷ്ടയായ ഒരു സ്ത്രീയാണവൾ: ക്ലീമയുടെ ലോകം തന്നെ തിരസ്കരിക്കുന്നു. താൻ ഒഴിവാക്കാനാഗ്രഹിക്കുന്ന ഫ്രാൻറിസെക്കിന്റെ ലോകം (മടുപ്പിന്റെയും വിരസതയുടെയും ലോകം, തോൽവിയുടെയും കീഴടങ്ങലിന്റെയും ലോകം) ഇവിടെ, ഈ ആക്രമണസേനയുടെ വേഷത്തിൽ, തന്നെ കുരുക്കിട്ടു വലിച്ചുകൊണ്ടുപോകാനെന്നപോലെ, തന്നെയും തിരഞ്ഞെത്തിയിരിക്കുന്നു.

മണൽവിരിച്ച ഒരു പാതയിൽ, പത്തു വയസ്സു വരുന്ന ഒരു കുട്ടി കുറ്റിക്കാട്ടിലേക്ക് വഴിതെറ്റിപ്പോയ തന്റെ പട്ടിയെ പരവശതയോടെ വിളിക്കുകയായിരുന്നു. കുട്ടിക്കടുത്തേക്ക് ഓടിവന്നത് പട്ടിയല്ല, വടിയേന്തിയ റൂസേനയുടെ അച്ഛനായിരുന്നു. ഉടൻതന്നെ കുട്ടി മിണ്ടാതായി. വയസ്സൻ പട്ടിയെ കൊണ്ടുപോകുമെന്നറിയാമായിരുന്ന അവൻ അതിനെ വിളിക്കാൻ പേടിച്ചു. അയാളിൽനിന്നു രക്ഷപ്പെടാൻ അവനിറങ്ങിയോടി. പക്ഷെ, വയസ്സനും പിന്നാലെ ഓടി. ഇപ്പോൾ അവർ ഒപ്പത്തിനൊപ്പം ഓടുകയാണ്. വടിയുമായി റൂസേനയുടെ അച്ഛനും, കരഞ്ഞുകൊണ്ട് കുട്ടിയും. പിന്നെ, കുട്ടി തിരിഞ്ഞോടാൻ തുടങ്ങി. റൂസേനയുടെ അച്ഛനും തിരിഞ്ഞോടി. വീണ്ടും, അവർ ഒപ്പത്തിനൊപ്പം ഓട്ടമായി.

കുറ്റിച്ചെടികൾക്കിടയിൽനിന്ന് ഒരു ഡാക്സ്ഹണ്ട് പുറത്തുവന്നു. റൂസേനയുടെ അച്ഛൻ വടി അതിനുനേരെ നീട്ടി. പക്ഷെ, പട്ടി അതു ജാഗ്രതയോടെ ഒഴിവാക്കി, കുട്ടിയുടെ നേരെ ഓടി. അവൻ അതിനെയെടുത്തു പുൽകി. റൂസേനയുടെ അച്ഛനെ സഹായിക്കാൻ മറ്റു വയസ്സന്മാർ വന്നു. കുട്ടിയുടെ കയ്യിൽനിന്നു പട്ടിയെ പറിച്ചെടുക്കാൻ ശ്രമിച്ചു. കുട്ടി കരയുകയായിരുന്നു; ഒച്ച വെക്കുകയും അവരുമായി മല്ലിടുകയുമായിരുന്നു. അവരവന്റെ കൈ പിടിച്ചു തിരിച്ചു. അവന്റെ കരച്ചിൽ വഴിപോക്കരുടെ ശ്രദ്ധ വല്ലാതെ ആകർഷിക്കുന്നതിനാൽ, അവരവന്റെ വായ കൈകൊണ്ടു മൂടി. വഴിപോക്കരാകട്ടെ, കാഴ്ച്ച നോക്കിയെങ്കിലും, ഇടപെടാനുള്ള ധൈര്യം കാട്ടിയില്ല.

റൂസേനക്കു അച്ഛനെയും കൂട്ടുകാരെയും കണ്ടുമതിയായി. പക്ഷെ, എങ്ങോട്ടു പോകും? ഇതുവരെ വായിച്ചു തീർന്നിട്ടില്ലാത്ത, അവൾക്കു

താൽപ്പര്യമില്ലാത്ത, ഒരു അപസർപ്പകനോവൽ കിടക്കുന്ന തന്റെ കൊച്ചു മുറിയിലേക്കോ? അവൾ കണ്ടുകഴിഞ്ഞ സിനിമ കാണിക്കുന്ന സിനിമാക്കൊട്ടകയിലേക്കോ? റിച്മണ്ട് ഹോട്ടലിലെ, എപ്പോഴും ഒരു ടെലവിഷൻസെറ്റ് തുറന്നിരിക്കുന്ന, പ്രവേശനഹാളിലേക്കോ? അവൾ ടെലവിഷൻസെറ്റ് മതിയെന്നു തീരുമാനിച്ചു. ബെഞ്ചിൽനിന്ന് എഴുന്നേറ്റു. വയസ്സന്മാരുടെ നാനാവശത്തുനിന്നും വന്നുകൊണ്ടിരുന്ന ബഹളത്തിനിടയിൽ, തന്റെ ഗർഭാശയത്തിലുള്ളതിനെക്കുറിച്ച് അവൾക്കു വീണ്ടും തീവ്രമായ ബോധമുണ്ടായി. അതു വിശുദ്ധമായ ഒന്നാണെന്ന് അവൾ തന്നോടുതന്നെ പറഞ്ഞു. അതവളെ ആകെ മാറ്റി. അതവളെ കുലീനയാക്കി. നായ്ക്കളെ നായാടുന്ന ഭ്രാന്തന്മാരിൽനിന്നും അതവളെ വ്യതിരിക്തയാക്കി. ഉപേക്ഷിക്കുവാനുള്ള അധികാരം, കീഴടങ്ങാനുള്ള അവകാശം, തനിക്കില്ലെന്ന് അവൾ സ്വയം പറഞ്ഞു. കാരണം, തന്റെ ഉദരത്തിൽ താൻ പേറുന്നത് തന്റെ ഒരേയൊരു പ്രതീക്ഷയാണ്. ഭാവിയിലേക്കുള്ള അവളുടെ ഒരേയൊരു പ്രവേശന ശീട്ട്.

പാർക്കിന്റെ ഓരത്തെത്തിയപ്പോൾ, അവളുടെ കണ്ണിൽ ജേക്കബ്ബ് പെട്ടു. സംഭവങ്ങൾ നോക്കിക്കൊണ്ട് അയാൾ റിച്മണ്ട് ഹോട്ടലിനു മുന്നിലെ നടപ്പാതയിൽ നിൽപ്പായിരുന്നു. മുമ്പ് ഒരിക്കലേ അവളയാളെ കണ്ടിട്ടുള്ളൂ. ഉച്ചഭക്ഷണസമയത്ത്. പക്ഷെ, അവളയാളെ ഓർത്തിരുന്നു. റേഡിയോ സ്വൽപ്പം ഒച്ചകൂട്ടിവെച്ചാൽ, അപ്പോൾ വാതിലിലിടിക്കുന്ന തന്റെ തൽക്കാല അയൽക്കാരിയായ രോഗി, അവൾ വളരെ രൂക്ഷമായി വെറുക്കുന്ന ഒരാളായിരുന്നു. അതിനാൽ, ആ സ്ത്രീയെ സംബന്ധിക്കുന്നതെല്ലാം സശ്രദ്ധമായ വിദ്വേഷത്തോടെ അവൾ വീക്ഷിച്ചിരുന്നു.

അയാളുടെ മുഖം അവളിൽ വെറുപ്പുണ്ടാക്കി. അതു വിരോധാഭാസമുള്ളതു പോലെ തോന്നിച്ചു. അവൾക്കാകട്ടെ, വിരോധാഭാസം വെറുപ്പായിരുന്നു. തന്റെ ഭാവിയുടെ പ്രവേശനദ്വാരത്തിൽ നിൽക്കുന്ന, കണ്ണുകൾകൊണ്ട് തുരന്നുനോക്കി, ഒരു തലയാട്ടലിലൂടെ തന്നെ നിരസിക്കുന്ന ആയുധമേന്തിയ ഒരു പാറാവുകാരനെപ്പോലെയാണ് വിരോധാഭാസം (ഏതു രൂപത്തിലുമുള്ള വിരോധാഭാസം) എന്നാണു അവൾ എന്നും വിചാരിച്ചിരുന്നത്. അവൾ നെഞ്ചുന്തിനിന്നു. തന്റെ മുലകളുടെ പ്രകോപ്പിക്കുന്ന എല്ലാ അഹന്തയോടും, തന്റെ ഉദരത്തിന്റെ സർവ്വാഭിമാനത്തോടെയും അയാൾക്കു മുമ്പിലൂടെ കടന്നുപോകാൻ അവൾ തീരുമാനിച്ചു.

എന്നാൽ, ആ മനുഷ്യനോ (അവൾ കൺകോണിലൂടെ മാത്രമാണ് അയാളെ നോക്കിക്കൊണ്ടിരുന്നത്), പൊടുന്നെ, അലിവാർന്ന മന്ദസ്വരത്തിൽ പറഞ്ഞു: 'വരൂ, ഇവിടേക്കു വരൂ...'

തന്നെ എന്തിനാണു വിളിക്കുന്നതെന്ന് ആദ്യം അവൾക്കു മനസ്സിലായില്ല. അയാളുടെ സ്വരത്തിലെ മാർദ്ദവം അവളെ കുഴക്കി. എങ്ങിനെ പ്രതികരിക്കണമെന്ന് അവൾക്കറിഞ്ഞില്ല. അവൾ തിരിഞ്ഞുനോക്കി.

അപ്പോഴാണ്, മനുഷ്യരുടേതുപോലെ വിരൂപമായ മോന്തയുള്ള, ഒരു തടിയൻ പോരുകാരൻ പട്ടി തന്റെ പിന്നാലെ വരുന്നത് അവൾ കണ്ടത്.

ജേക്കബ്ബിന്റെ ശബ്ദം നായയെ ആകർഷിച്ചു. അയാൾ അതിന്റെ പട്ട പിടിച്ചു: 'എന്റെ കൂടെ വാ. അല്ലെങ്കിൽ നിന്റെ കാര്യം പോക്കാണ്.'

പട്ടി അതിന്റെ വിശ്വാസം നിറഞ്ഞ തലയുയർത്തി. അതിന്റെ നാവ് ഉന്മേഷമുള്ള ഒരു കൊച്ചുപതാകപോലെ കിടന്നാടി.

പരിഹാസ്യതയും, നിസ്സാരതയും, എന്നാൽ, വ്യക്തമായ നാണക്കേടും നിറഞ്ഞ ഒരു മുഹൂർത്തം: അയാൾ തന്റെ പ്രകോപനപരമായ അഹന്തയോ, അഭിമാനമോ ശ്രദ്ധിച്ചിട്ടില്ല. തന്റെ നേർക്കാണ് അയാൾ നടന്നടുക്കുന്നതെന്നാണ് അവൾ ധരിച്ചിരുന്നത്. പക്ഷെ, അയാൾ വന്നത് നായക്കടുത്തേക്കാണ്. അവൾ അയാൾക്കു മുമ്പിലൂടെ കടന്നുപോയി. റിച്മണ്ട് ഹോട്ടലിന്റെ മുൻവശത്തെ വിശാലമായ പടികൾക്കു മുമ്പിൽ നിന്നു.

വടിയേന്തിയ രണ്ടു കിഴവന്മാർ പാർക്കിലൂടെ ജേക്കബ്ബിനടുത്തേക്ക് ഓടിവന്നു. അവൾ വെറുപ്പോടെ ആ രംഗം നോക്കിനിന്നു. ആ വയസ്സന്മാരുടെ ഭാഗം ചേരാതിരിക്കാൻ അവൾക്കു കഴിഞ്ഞില്ല.

പട്ടിയുടെ പട്ട പിടിച്ചുകൊണ്ട് ജേക്കബ്ബ് അതിനെ ഹോട്ടൽപ്പടികൾക്കു നേരെ കൊണ്ടുപോവുകയായിരുന്നു. വയസ്സരിലൊരാൾ ഒച്ചവെച്ചു: 'പട്ടിയെ വേഗം വിട്ടോ.'

മറ്റേ വയസ്സൻ: 'നിയമത്തിന്റെ നാമത്തിൽ'

വയസ്സന്മാരെ കണ്ടില്ലെന്നു നടിച്ച്, ജേക്കബ്ബ് നടത്തം തുടർന്നു. പക്ഷെ, അയാൾക്കു പിറകിൽ, അയാളുടെ ശരീരത്തിനരികിലൂടെ, ഒരു വടി മെല്ലെ താഴേക്കു നീങ്ങി. പോരുകാരൻ പട്ടിയുടെ തലക്കു മുകുളിൽ വയറുകൊണ്ടുള്ള കുരുക്ക് അസമർത്ഥമായി ഉലഞ്ഞു.

ജേക്കബ്ബ് വടിയറ്റം കടന്നുപിടിച്ചു. പരുഷമായി ഒരു വശത്തേക്കു തള്ളി.

മൂന്നാമതൊരു വയസ്സൻ ഓടിവന്നു ആക്രോശിച്ചു: 'ഇതു ക്രമസമാധാനലംഘനമാണ് ഞാനിപ്പോൾ പോലീസിനെ വിളിക്കും.'

മറ്റൊരു വൃദ്ധൻ ഉച്ചസ്ഥായിയിൽ പരാതിപ്പെട്ടു: 'അവൻ പുൽത്തകിടിയിലൂടെ ഓടിയതാണ്. കളിസ്ഥലത്തിലൂടെയും അതൊക്കെ നിരോധിക്കപ്പെട്ടതാണ്. കുട്ടികളുടെ മണൽപ്പെട്ടിയിൽ അവൻ മൂത്രമൊഴിച്ചു.കുട്ടികളെക്കാൾ ഇഷ്ടമാണോ നിങ്ങൾക്കു പട്ടികളെ?'

റൂസേന പടികൾക്കു മുകളിൽനിന്നു കാഴ്ച്ച കാണുകയായിരുന്നു. അൽപ്പംമുമ്പ് ഉദരത്തിൽമാത്രം അനുഭവപ്പെട്ട അഭിമാനം അവളുടെ ശരീരമാകെ പ്രവഹിച്ചു. അതവളിൽ നിഷേധത്തിന്റെ ശക്തി നിറച്ചു.

ജേക്കബ്ബും നായയും അവൾക്കരികിലെ പടികളിലെത്തിയപ്പോൾ, അവൾ പറഞ്ഞു: ‘പട്ടികളെ ഉള്ളിൽ കടത്തില്ല.’

ജേക്കബ്ബ് അവളോടു ശാന്തമായി ഉത്തരം പറഞ്ഞു. പക്ഷെ, അവൾക്കിനി പിന്തിരിയാനാവില്ലല്ലോ. കാലുകളകറ്റിവെച്ച്, റിച്മണ്ട് ഹോട്ടലിന്റെ വിശാലമായ വാതിൽപ്പടിയിൽ വേരുറപ്പിച്ചുനിന്നുകൊണ്ട് അവൾ ശഠിച്ചു: ‘ഇതു രോഗികൾക്കുള്ള ഹോട്ടലാണ്, പട്ടികൾക്കുള്ളതല്ല.’

‘നിങ്ങളും കുരുക്കുകെട്ടിയ ഒരു വടിയെടുത്തു വരാത്തതെന്തേ’ വാതിലിലൂടെ പട്ടിക്കൊപ്പം അകത്തേക്കു കടക്കാൻ ശ്രമിച്ചുകൊണ്ട് ജേക്കബ്ബ് ചോദിച്ചു.

ജേക്കബ്ബിന്റെ വാക്കുകളിൽ താൻ ഏറെ വെറുത്തിരുന്ന വിരോധാഭാസം അവൾ ഗ്രഹിച്ചു. അതവളെ അവൾ വന്നയിടത്തേക്ക് തിരിച്ചയച്ചു; അവൾ തിരിച്ചുപോകാനിഷ്ടപ്പെടാത്തിടത്തേക്ക്. ക്രോധം അവളെ അന്ധയാക്കി. അവൾ പട്ടിയെ പട്ടയോടുകൂടി കയറിപ്പിടിച്ചു. ഇപ്പോൾ അവർ രണ്ടു പേരും പട്ടിയെ പിടിച്ചിരിക്കുകയാണ്. ജേക്കബ്ബ് അകത്തേക്കും അവൾ പുറത്തേക്കും അവനെ വലിക്കുകയാണ്.

ജേക്കബ്ബ് റൂസേനയുടെ കണങ്കൈ കയറിപ്പിടിച്ചു; അവളുടെ വിരലുകൾ പട്ടയിൽനിന്നും അടർത്തിമാറ്റി. അതിന്റെ ആഘാതത്തിൽ അവളുടെ കാലിടറിപ്പോയി.

‘നിങ്ങൾക്കൊക്കെ തൊട്ടിലുകളിൽ കുട്ടികളല്ല, പട്ടികളാണ് വേണ്ടത്.’

അയാൾക്കു പിറകെ അവൾ വിളിച്ചുകൂവി.

ജേക്കബ്ബ് തിരിഞ്ഞു നിന്നു. അവരുടെ കണ്ണുകൾ പൊടുന്നനെ, മറയില്ലാത്ത വെറുപ്പോടെ, കൂട്ടിമുട്ടി.

8. സ്ക്രേറ്റയുടെ സ്വപ്നം

അപകടത്തിൽനിന്ന് കഷ്ടിച്ച് രക്ഷപ്പെട്ടതിനെക്കുറിച്ചു ബോധമില്ലാതെ, പോരുകാരൻപട്ടി മുറിക്കുചുറ്റും കൗതുകത്തോടെ പരതിനടന്നു. അവനെ എന്തുചെയ്യണമെന്നാലോചിച്ചു കൊണ്ട് ജേക്കബ്ബ് പകലുറങ്ങുന്ന കിടക്കയിൽ നീണ്ടുനിവർന്നു കിടന്നു. പ്രസരിപ്പുള്ള, സത്സ്വഭാവിയായ ആ പട്ടിയെ അയാൾക്കിഷ്ടമായി. പരിചയമില്ലാത്ത മുറിയിൽ അൽപ്പനിമിഷങ്ങൾക്കുള്ളിൽത്തന്നെ സ്വന്തം വീടുപോലെ പെരുമാറാനും, അപരിചിതനായ ഒരാളുമായി സ്നേഹത്തിലാകാനും അവൻ കാണിച്ച കരുതലില്ലായ്മ സംശയാസ്പദമായിരുന്നു. മണ്ടത്തരത്തിന്റെ വക്കത്തോളമെത്തുന്ന കരുതലില്ലായ്മയാണതെന്നു തോന്നിപ്പോയി. മുറിയുടെ എല്ലാമൂലകളും മണത്തു നോക്കിയശേഷം, അവൻ കിടക്കയിലേക്കു ചാടിക്കയറി ജേക്കബിനരികിൽ കിടന്നു. ജേക്കബ്ബ് ഒന്നു ഞെട്ടി; പക്ഷെ, ഈ സൗഹൃദസൂചനയാതൊരു ആശങ്കയുമില്ലാതെ സ്വാഗതം ചെയ്തു. അയാൾ പട്ടിയുടെ പുറത്തു കൈവെച്ചു. ആ മൃഗത്തിന്റെ ഊഷ്മളത ആനന്ദത്തോടെ അനുഭവിച്ചു. അയാൾക്കു പട്ടികളെ എന്നും ഇഷ്ടമായിരുന്നു. അവ പരിചിതരും, സ്നേഹമുള്ളവയും, അർപ്പണമനോഭാവമുള്ളവരും, എന്നാൽ, മനസ്സിലാക്കാൻ പ്രയാസമുള്ളവയുമായിരുന്നു. അജ്ഞേയമായ പ്രകൃതിയുടെ, ആത്മവിശ്വാസമുള്ള, സന്തുഷ്ടരായ ഈ പ്രതിനിധികളുടെ തലയിലൂടെയും ഹൃദയത്തിലൂടെയും എന്താണു കടന്നുപോകുന്നതെന്ന് നാമൊരിക്കലും അറിയില്ല.

അയാൾ നായുടെ പുറം ചൊറിഞ്ഞു. അൽപ്പംമുമ്പ് താൻ സാക്ഷിയായ രംഗത്തെക്കുറിച്ചു ചിന്തിച്ചു. വടിയേന്തിയ വയസ്സന്മാർ അയാളുടെ മനസ്സിൽ ജയിലിലെ പാറാവുകാരുമായും, ന്യായാധിപന്മാരുമായും,

അയൽക്കാർ, ഷോപ്പിംഗ് സമയത്ത്, രാഷ്ട്രീയം സംസാരിക്കുന്നുണ്ടോ എന്നു നിരീക്ഷിക്കുന്ന ചാരന്മാരുമായും ഒന്നായിത്തീർന്നു. ഇത്തരം ആളുകളെ അവർ ചെയ്യുന്ന ക്രൂരമായ ജോലികളിലേക്ക് നയിക്കുന്ന പ്രേരണ എന്താണ്? വിദ്വേഷമാണോ? തീർച്ചയായും അതെ; അതേസമയം, ചിട്ടയോടുള്ള ആഗ്രഹവും. ക്രമീകരണത്തോടുള്ള അഭിനിവേശം മാനവലോകത്തെ കൃത്രിമമായ ഒരു ആധിപത്യവ്യവസ്ഥയിലേക്കു പരിവർത്തിപ്പിക്കാൻ ശ്രമിക്കുന്നു; എല്ലാം സുഖമായി നീങ്ങുകയും, എല്ലാം വ്യക്തികളുടേതല്ലാത്ത ഒരു ഇച്ഛാശക്തിക്കു വഴങ്ങി വർത്തിക്കുന്ന ഒരു വ്യവസ്ഥയിലേക്കു മാറ്റാൻ. ചിട്ടയോടുള്ള ആഗ്രഹം, അതേസമയം, മരണത്തോടുള്ള ആഗ്രഹം കൂടിയാണ്. കാരണം, ചിട്ടയുടെ അനുസ്യൂതമായ ലംഘനമാണല്ലോ ജീവിതം. അഥവാ, തിരിച്ചു പറഞ്ഞാൽ, മനുഷ്യനു മനുഷ്യനോടുള്ള വെറുപ്പ് അതിന്റെ കുറ്റകൃത്യങ്ങളെ ന്യായീകരിക്കുന്ന നല്ലൊരു കപടന്യായമാണ് ചിട്ടയോടുള്ള ആഗ്രഹം.

അപ്പോൾ അയാൾ ആ സ്വർണ്ണമുടിക്കാരി യുവതിയെക്കുറിച്ചാലോചിച്ചു; പട്ടിയുമായി റിച്മണ്ട് ഹോട്ടലിലേക്കു കയറുന്നതിൽനിന്നും തന്നെ തടഞ്ഞ ആ യുവതിയെക്കുറിച്ച്. അയാൾക്കവളോടു വേദന കലർന്ന ഒരു വിദ്വേഷം തോന്നി. വടിയേന്തിയ വയസ്സന്മാരോട് അയാൾക്കു അമർഷം തോന്നിയില്ല. അവരെ അയാൾക്കു നന്നായി മനസ്സിലാക്കാം. അവരെ അയാൾ കണക്കിൽപ്പെടുത്തിയതാണ്. അങ്ങിനെയുള്ളവരുണ്ടെന്നതിൽ അയാൾക്ക് ശങ്കയേയില്ല. അവരെന്നും ഉണ്ടായിരിക്കുമെന്നതിലും സംശയമില്ല. അവരെന്നും തന്റെ പീഡകരായിരിക്കുമെന്നതിലും ശങ്കയില്ല. പക്ഷെ, ആ യുവതി! അവൾ തന്റെ നിത്യപരാജയമായിരിക്കുന്നു. മനോഹരിയാണവൾ. പീഡകയായിട്ടല്ല അവൾ പ്രത്യക്ഷപ്പെട്ടത്. കാഴ്ച്ചക്കാരിയായിട്ടാണ്. കാഴ്ച്ചയിൽ ഹരം പിടിച്ച്, അവൾ പീഡകരുമായി ഒന്നായി. വധശിക്ഷ കണ്ടുനിൽക്കുന്നവർ തൂക്കിലേറുന്നവനെ പീഡിപ്പിക്കുവാൻ തയ്യാറാകുന്നതോർത്ത് ജേക്കബ്ബ് എന്നും നടുങ്ങിയിട്ടുണ്ട്. കാരണം, കാലാന്തരത്തിൽ, ആരാച്ചാർ പരിചയമുള്ള ഒരാളായിമാറുകയും, പീഡിതൻ അഭിജാതഗന്ധമുള്ള എന്തോ ഒന്നായിത്തീരുകയും ചെയ്തിരിക്കുന്നു. മുമ്പ്, ദീനരായ പീഡിതരുമായി ഐക്യം പ്രാപിച്ചിരുന്ന ആൾക്കൂട്ടത്തിന്റെ ആത്മാവ്, ഇന്ന്, പീഡകരുടെ ദുരിതവുമായാണ് താദാത്മ്യം പ്രാപിക്കുന്നത്. കാരണം, നമ്മുടെ നൂറ്റാണ്ടിൽ മനുഷ്യരെ വേട്ടയാടുകയെന്നാൽ അതു വിശിഷ്ടമനുഷ്യരെ വേട്ടയാടുകയെന്നാണ്: പുസ്തകം വായിക്കുന്നവരെ, അല്ലെങ്കിൽ, പട്ടികളെ പോറ്റുന്നവരെ വേട്ടയാടുകയെന്നാണ്.

അയാൾക്കു കരതലത്തിൽ പട്ടിയുടെ ശരീരത്തിന്റെ ഊഷ്മളതയനുഭവപ്പെട്ടു. ഈ നാട്ടിൽ താനൊരിക്കലും സ്നേഹിക്കപ്പെടുകയില്ലെന്നു, ഒരു രഹസ്യമുദ്രയിലൂടെ, പ്രഖ്യാപിക്കുവാനാണ് ആ സ്വർണ്ണമുടിക്കാരി യുവതി വന്നതെന്ന് അയാൾ തിരിച്ചറിഞ്ഞു. അവൾ, ജനങ്ങളുടെ ഈ ദൂതുകാരി, കുരുക്കുള്ള വടികളുമായി തന്നെ ഭീഷണിപ്പെടുത്തുന്ന മനു

ഷ്യർക്ക് നിവേദിക്കുവാനായി, തന്നെയെന്നും പീഡിപ്പിക്കുവാൻ തയ്യാറാകും. അയാൾ പട്ടിയെ മാറോടണച്ചു. അവനെയവിടെ അപകടത്തിൽ വിടാൻ പറ്റില്ലെന്ന് അയാൾ വിചാരിച്ചു. ഈ നാട്ടിൽനിന്ന്! വളരെയകലേക്ക് അവനെ തന്റെകൂടെ കൊണ്ടുപോകണം; പീഡനത്തിന്റെ ഒരു സ്മാരകമായി; രക്ഷപ്പെട്ടവരിൽ ഒരുവനായി. പിന്നെ, പ്രസരിപ്പുള്ള ഈ പട്ടിയെ താൻ, പോലീസിൽനിന്ന് പലായനം ചെയ്യുന്ന ഒരു കുറ്റവാളിയെപ്പോലെ, ഒളിപ്പിക്കുകയല്ലേയെന്ന് അയാൾ ചിന്തിച്ചു. ആ ചിന്ത അയാൾക്കു ഹാസ്യജനകമായി തോന്നി.

ആരോ വാതിലിൽ മുട്ടി. ഡോ. സ്ക്രേറ്റ കടന്നുവന്നു: 'ഒടുവിൽ നീയെത്തി. ഏകദേശം സമയത്തു തന്നെ. ഉച്ചക്കുശേഷം മുഴുവൻ ഞാൻ നിന്നെ തിരക്കുകയായിരുന്നു. എന്തെടുക്കുകയായിരുന്നു?'

'ഞാൻ ഓൾഗയെക്കാണാൻ പോയി. പിന്നെ...' അയാൾ പട്ടിയെപ്പറ്റി പറയാൻ പുറപ്പെട്ടു. പക്ഷെ, സ്ക്രേറ്റ ഇടയിൽക്കയറി:

'ഞാൻ മനസ്സിലാക്കേണ്ടതായിരുന്നു. നമുക്കൊരുപാടു കാര്യങ്ങൾ ചർച്ചചെയ്യാനുള്ളപ്പോൾ സമയമിങ്ങിനെ പാഴാക്കുന്നത്. നീ ഇവിടെയുണ്ടെന്ന് ഞാൻ ബെർട് ലേഫോടു പറഞ്ഞുകഴിഞ്ഞു. നമ്മെ രണ്ടു പേരെയും ക്ഷണിക്കാൻ ഞാൻ ഏർപ്പാടാക്കിയിട്ടുണ്ട്.'

ആ സമയത്ത് പട്ടി കിടക്കയിൽനിന്നു ചാടി, ഡോക്റ്ററുടെ സമീപത്തേക്കു പോയി, പിൻകാലുകളിൽനിന്നു മുൻകാലുകൾ സ്ക്രേറ്റയുടെ നെഞ്ചിൽവെച്ചു. അയാൾ പട്ടിയുടെ പിൻകഴുത്തിൽ ചൊറിഞ്ഞു. 'ശരി, ശരി, ബോബ്, നീയൊരു നല്ല പട്ടി തന്നെ...' അതിനെ അവിടെ കണ്ടതിൽ അയാൾ ഒരത്ഭുതവും കാണിച്ചില്ല.

'ബോബെന്നാണോ ഇവന്റെ പേര്?'

'ഉവ്വ്, ബോബെന്നു തന്നെ' സ്ക്രേറ്റ പറഞ്ഞു. തൊട്ടടുത്തുള്ള കാട്ടിലുള്ള ഒരു സത്രമുടമസ്ഥന്റെ പട്ടിയാണതെന്നും പറഞ്ഞു. എല്ലായിടത്തും കറങ്ങിനടക്കുക കാരണം, എല്ലാവർക്കുമീ പട്ടിയെ അറിയാം.

തന്നെപ്പറ്റിയാണ് അവർ സംസാരിക്കുന്നതെന്ന് പട്ടിക്കു മനസ്സിലായി. അതവനെ സന്തോഷിപ്പിച്ചു. അവൻ വാലാട്ടി. ഡോ. സ്ക്രേറ്റയുടെ മുഖം നക്കാൻ ശ്രമിച്ചു.

'മന:ശാസ്ത്രത്തിൽ നിങ്ങൾക്കു നല്ല പിടിയാണ്.' ഡോക്റ്റർ പറഞ്ഞു. 'എനിക്കുവേണ്ടി നിങ്ങളിന്നു ബെർട് ലേഫിനെ ആഴത്തിൽ പഠിക്കണം. അയാളെ എങ്ങിനെ കൈകാര്യം ചെയ്യണമെന്ന് എനിക്കു പിടിയില്ല. അയാളെവെച്ച് എനിക്കു വലിയ വലിയ പദ്ധതികളുണ്ട്.'

'അയാളുടെ മതപരമായ ചിത്രങ്ങൾ വിൽക്കാനോ?'

'മതപരമായ ചിത്രങ്ങൾ, അതൊരു വഹയാണ്' സ്ക്രേറ്റ പറഞ്ഞു.

'അതിനേക്കാളേറെ പ്രധാനപ്പെട്ടതാണിത്. അയാളെന്നെ ദത്തെടുക്കുകയാണ് എനിക്കു വേണ്ടത്.'

'നിന്നെ ദത്തെടുക്കാനോ?'

'മകനായി ദത്തെടുക്കാൻ. എനിക്കതു പ്രാണപ്രധാനമാണ്. ഞാൻ അയാളുടെ ദത്തുമകനായാൽ, സ്വാഭാവികമായും എനിക്കു അമേരിക്കൻ പൗരത്വം കിട്ടും.'

'നീ കുടിയേറാൻപോവുകയാണോ?'

'അല്ല. ഞാനിവിടെ ദീർഘകാല പരീക്ഷണങ്ങളിലേർപ്പെട്ടിരിക്കുകയാണ്. അതു തടസ്സപ്പെടുത്താൻ ഞാൻ ആഗ്രഹിക്കുന്നില്ല. ഇടക്കു പറയട്ടെ, അതേപ്പറ്റിയും എനിക്കു നിന്നോടു ചർച്ച ചെയ്യുവാനുണ്ട്. കാരണം, ഈ പരീക്ഷണങ്ങൾക്ക് എനിക്കു നിന്റെ ആവശ്യമുണ്ട്. അമേരിക്കൻ പൗരത്വമുണ്ടായാൽ, ലോകം മുഴുവൻ എനിക്കു സ്വതന്ത്രമായി സഞ്ചരിക്കാം. മറ്റുതരത്തിൽ ഈ നാടു വിടാൻ ബുദ്ധിമുട്ടാണ്. എനിക്കാണെങ്കിൽ ഐസ്ലാൻഡിലേക്കു പോയേപറ്റൂ.'

'എന്തേ, കൃത്യമായും, ഐസ്ലാൻഡ്?'

'സാമൺമീൻ പിടിക്കാൻ പറ്റിയ ഏറ്റവും നല്ല സ്ഥലമാണത്,' സ്ക്രേറ്റ പറഞ്ഞു. അയാൾ തുടർന്നു: ' എന്നേക്കാൾ പതിനഞ്ചു വയസ്സു കൂടുതലേ ബെർട് ലേഫിനുള്ളുവെന്നതാണ് കാര്യങ്ങൾ കുഴപ്പിക്കുന്നത്. ദത്തുപിതൃത്വം നിയമപരമായ ഒരു നിലയാണെന്നും, അതിനു ജീവശാസ്ത്രപരമായ പിതൃത്വവുമായി ബന്ധമില്ലെന്നും, എന്നേക്കാൾ ചെറുപ്പമാണ് അയാളെങ്കിൽക്കൂടി, തത്ത്വത്തിൽ, അയാൾക്കെന്റെ ദത്തുപിതാവാകാൻ പറ്റുമെന്ന് അയാളോടു വിശദീകരിക്കേണ്ടതുണ്ട്. അയാൾ ഇതു മനസ്സിലാക്കിയേക്കും; അയാളുടെ ഭാര്യ ഏറെച്ചെറുപ്പമാണെങ്കിലും. അവരെന്റെ ഒരു രോഗിയാണ്. മറ്റന്നാൾ അവരിവിടെ വരുന്നുണ്ട്. അവർ വിമാനമിറങ്ങുമ്പോൾ കൂട്ടിക്കൊണ്ടുവരാൻ ഞാൻ സൂസിയെ പ്രാഗിലേക്കു പറഞ്ഞയച്ചിരിക്കുകയാണ്.'

'നിന്റെ ഈ പദ്ധതി സൂസിക്കറിയുമോ?'

'പിന്നേ! എന്തു വിലകൊടുത്തും ഭാവി അമ്മായിയമ്മയുടെ സ്നേഹം പിടിച്ചു പറ്റാൻ ഞാനവളെ പറഞ്ഞു ബോദ്ധ്യപ്പെടുത്തിയിട്ടുണ്ട്.''അമേരിക്കക്കാരനോ? അയാളിതേപ്പറ്റിയെന്തു പറയുന്നു?'

'അതു തന്നെയാണ് ഏറ്റവും പ്രയാസമുള്ള ഭാഗം. കാര്യങ്ങൾ അക്കമിട്ടു പറഞ്ഞാലേ അയാൾക്ക് മനസ്സിലാകൂ. അതിനാണ് എനിക്കു നിന്നെ വേണ്ടത്. അയാളെ പഠിക്കൂ; എന്നിട്ട്, അയാളെ എങ്ങിനെ കൈകാര്യം ചെയ്യണമെന്നു പറയൂ.'

സ്ക്രേറ്റ വാച്ചു നോക്കി. ബെർട് ലേഫ് തങ്ങളെ കാത്തിരിക്കുകയാണെന്ന് പറഞ്ഞു.

‘പക്ഷെ, ബോബിനെ നാമെന്തു ചെയ്യും?’ ജേക്കബ്ബ് ചോദിച്ചു.

‘അവനെ നിങ്ങളെങ്ങിനെ ഇവിടെക്കൊണ്ടുവന്നു?’ സ്ക്രേറ്റ പറഞ്ഞു.

ജേക്കബ്ബ് പട്ടിയുടെ ജീവൻ രക്ഷിച്ച കഥ പറഞ്ഞു. പക്ഷെ, സ്ക്രേറ്റ ചിന്താമഗ്നനായതിനാൽ, അശ്രദ്ധയോടെയാണതു കേട്ടത്. ജേക്കബ്ബ് പറഞ്ഞു നിർത്തിയപ്പോൾ, അയാൾ പറഞ്ഞു: ‘സത്രമുടമയുടെ ഭാര്യ എന്റെയൊരു രോഗിയാണ്. രണ്ടുകൊല്ലംമുമ്പ്, അവളൊരു സുന്ദര നായ കുട്ടിയെ പ്രസവിച്ചു. അവർക്കു ബോബിനെ നല്ല ഇഷ്ടമാണ്. നാളെ നീ അവനെ അവരെ ഏൽപ്പിച്ചേക്കൂ. അതിനിടെ, നമുക്കവ നൊരു ഉറക്കഗുളിക കൊടുക്കാം; നമ്മെ ശല്യപ്പെടുത്താതിരിക്കാൻ.’

അയാൾ കീശയിൽനിന്നും ഒരു റ്റ്യൂബെടുത്തു. ഒരു ഗുളിക പുറത്തേക്കു കുലുക്കിയെടുത്തു. അയാൾ പട്ടിയെ തന്റെ അരികിലേക്കു വിളിച്ചു. അതിന്റെ വായ തുറന്നു. തൊണ്ടയിലൂടെ താഴോട്ടു ഗുളിക നിക്ഷേപിച്ചു.

‘ഒരു നിമിഷം. അവൻ സുഖമായുറങ്ങും.’ അയാൾ പറഞ്ഞു. പിന്നെ, ജേക്കബ്ബുമൊത്ത് മുറി വിട്ടു.

9. ചില തത്ത്വചിന്തകൾ

ബെർട് ലേഫ് രണ്ടു സന്ദർശകരെയും സ്വാഗതം ചെയ്തു. ജേക്കബ്ബാകട്ടെ, മുറിയാകെ ഒന്നു കണ്ണോടിച്ചു. അതിനുശേഷം താടിക്കാരൻ പുണ്യവാളന്റെ ചിത്രത്തെ സമീപിച്ചു: 'നിങ്ങൾ വരക്കുമെന്നു കേട്ടിട്ടുണ്ട.' അയാൾ ബെർട് ലേഫിനോടു പറഞ്ഞു.

'ശരിയാണ്'ബെർട് ലേഫ് പറഞ്ഞു. 'അതു ലസാറസ് പുണ്യവാളനാണ്. എന്റെ രക്ഷകപുണ്യവാളൻ.'

'എന്തിനാണീ നീലപ്രഭാവലയം വരച്ചിരിക്കുന്നത്?' വിസ്മയം പ്രകടിപ്പിച്ചുകൊണ്ട് ജേക്കബ്ബ് ചോദിച്ചു.

'അതു ചോദിച്ചതിൽ എനിക്കു സന്തോഷമുണ്ട്. പൊതുവെ, ആൾക്കാർ ചിത്രം നോക്കുകയല്ലാതെ, അവരെന്താണ് കാണുന്നതെന്നുപോലും ഗ്രഹിക്കാറില്ല. പ്രഭാവലയം നീലയാക്കിയത്, സത്യത്തിൽ എല്ലാ പ്രഭാവലയങ്ങളും നീലയായതു കൊണ്ടാണ്.'

ജേക്കബ്ബ് വീണ്ടും വിസ്മയം കാട്ടി. ബെർട് ലേഫ് തുടർന്നു: 'സവിശേഷമായ ശക്തിയുള്ള ഒരു പ്രേമത്തോടെ ദൈവത്തോട് ആസക്തിയുണ്ടാകുന്നവർക്ക് അവരുടെ മുഴുവൻ ആത്മാവിലൂടെയുമൊഴുകുന്ന പരിശുദ്ധമായൊരു ആനന്ദം അനുഭവപ്പെടും. ആത്മാവിൽനിന്നത് പുറത്തേക്കു പ്രസരിക്കും. ഈ ദൈവികാനന്ദത്തിന്റെ വെളിച്ചം മൃദുവും ശാന്തവുമാണ്. അതിന്റെ വർണ്ണം ആകാശനീലിമയും.'

'ഒരു നിമിഷം,' ജേക്കബ്ബ് ഇടപെട്ടു. 'ഒരു പ്രതീകത്തിലുപരിയാണ് പ്രഭാവലയങ്ങളെന്നാണോ നിങ്ങൾ പറയുന്നത്?'

'തീർച്ചയായും.' ബെർട് ലേഫ് പറഞ്ഞു. 'പക്ഷെ, പുണ്യവാളന്മാരുടെ

തലയിൽനിന്നും അവ നിരന്തരമായി പ്രസരിക്കുന്നുവെന്നും, സഞ്ചരിക്കുന്ന റാന്തലുകളെപ്പോലെ അവർ ലോകത്തിൽ വ്യവഹരിക്കുകയാണെന്നും വിചാരിക്കരുത്. തീർച്ചയായും അങ്ങിനെയല്ല. തീവ്രമായ ആന്തരിക ആനന്ദത്തിന്റെ മുഹൂർത്തങ്ങളിൽ മാത്രമാണ് അവരുടെ പുരികങ്ങൾ നീലിമയാർന്ന ഒരു വെളിച്ചം വമിപ്പിക്കുന്നത്. യേശുവിന്റെ മരണം കഴിഞ്ഞുള്ള ആദ്യ നൂറ്റാണ്ടുകളിൽ, നിരവധി പുണ്യവാളന്മാരും, അവരെ അറിഞ്ഞിരുന്ന നിരവധി ജനങ്ങളുമുണ്ടായിരുന്ന അക്കാലത്ത്, ആർക്കും പ്രകാശപരിവേഷത്തിന്റെ വർണ്ണത്തെക്കുറിച്ച് സംശയമുണ്ടായിരുന്നില്ല. അക്കാലത്തെ ചിത്രങ്ങളിലും, ചുമർചിത്രങ്ങളിലും പ്രഭാവലയങ്ങൾ നീലനിറത്തിലായിരുന്നുവെന്ന് നിങ്ങൾക്കു കാണുവാനാകും. അഞ്ചാം നൂറ്റാണ്ടിൽ മാത്രമാണ് ചിത്രകാരന്മാർ കുറേശ്ശെയായി അവയെ മറ്റു നിറങ്ങളിൽ ചിത്രീകരിക്കാൻ തുടങ്ങിയത്. ഉദാഹരണത്തിന്, മഞ്ഞയും, ഓറഞ്ചും. ഏറെക്കഴിഞ്ഞ്, ഗോഥിക് ചിത്രങ്ങളിൽ, പ്രഭാവലയങ്ങൾ സ്വർണ്ണനിറത്തിൽ മാത്രമായി. ഇതു കൂടുതലും ആലങ്കാരികമായിരുന്നു. അതു ദ്യോതിപ്പിച്ചത് സഭയുടെ ഐഹികാധികാരവും മഹത്ത്വവുമായിരുന്നു. അക്കാലത്തെ സഭക്ക് ആദ്യകാല സഭയുമായി യാതൊരു സാദൃശ്യവുമില്ലാത്തതുപോലെ, ആ പ്രകാശപരിവേഷത്തിനു ശരിയായ പ്രഭാവലയവുമായി ഒരു സാമ്യവുമില്ല.'

'അതെനിക്കറിയില്ലായിരുന്നു.' ജേക്കബ്ബ് പറഞ്ഞു. ബെർട് ലേഫ് മദ്യംവെച്ച വലിപ്പുപെട്ടിക്കടുത്തേക്കു പോയി. ഏതു മദ്യം കുടിക്കണമെന്നു തന്റെ രണ്ടു സന്ദർശകരുമായും അൽപ്പനേരം ചർച്ചയിലേർപ്പെട്ടു. മൂന്നു ഗ്ലാസുകളിൽ കോഞ്ഞ്യാക് പകർന്നതിനു ശേഷം, അയാൾ വൈദ്യനു നേരെ തിരിഞ്ഞു: 'അച്ഛനാകാൻ പോകുന്ന ദു:ഖിതനായ ആ മനുഷ്യനെ മറക്കരുത്, പ്ലീസ്. എന്നെ സംബന്ധിച്ച് അതു വളരെ പ്രധാനപ്പെട്ടതാണ്.'

എല്ലാം ശുഭമായി കലാശിക്കുമെന്ന് സ്ക്രേറ്റ ബെർട് ലേഫിനുറപ്പു കൊടുത്തു. ജേക്കബ്ബ്, അപ്പോൾ, അവരെന്തിനെക്കുറിച്ചാണ് സംസാരിക്കുന്നതെന്നു ചോദിച്ചു. അവരയളോട് അക്കഥ പറഞ്ഞ ശേഷം (ജേക്കബ്ബ് മാത്രമാണ് അവരുടെ കൂടെയുള്ളതെങ്കിലും, അവരാരുടെയും പേരെടുത്തു പറഞ്ഞില്ല. അവരുടെ ഈ അലിവാർന്ന കരുതലിനെ നമുക്കാദരിക്കാം.) നിർഭാഗ്യവാനായ ആ ജനയിതാവിനോട് അയാൾ അനുകമ്പ പ്രകടിപ്പിച്ചു: 'ഈ രക്തസാക്ഷിത്ത്വത്തിലൂടെ കടന്നുപോകാത്തവരാരുണ്ട്. ജീവിതത്തിലെ കൂറ്റൻ പരീക്ഷണങ്ങളിലൊന്നാണത്. സ്വന്തം ഇച്ഛക്കെതിരെ അച്ഛനാകാൻ കീഴടങ്ങുന്നവരെ, അവരുടെ തോൽവി നിത്യനാശത്തിലേക്കു തള്ളിയിടുന്നു. എല്ലാ പരാജിതരിലുമെന്നപോലെ, അവരിൽ വിദ്വേഷം നിറയും. സ്വന്തം വിധി മറ്റുള്ളവർക്കുമുണ്ടാകട്ടേയെന്നു ആഗ്രഹിക്കും.'

'സുഹൃത്തേ!' ബെർട് ലേഫ് വിസ്മയത്തോടെ പറഞ്ഞു. 'സന്തുഷ്ടനായ ഒരച്ഛന്റെ മുമ്പിലാണ് നിങ്ങളിതു പറയുന്നത്. ഒന്നു രണ്ടു ദിവസം

കൂടി നിങ്ങളിവിടെ നിൽക്കുകയാണെങ്കിൽ, നിങ്ങൾക്കെന്റെ മകനെക്കാണാം. സുന്ദരനായൊരു കുട്ടി. ഇപ്പോൾ നിങ്ങൾ പറഞ്ഞത് അപ്പോൾ നിങ്ങൾ തിരിച്ചെടുക്കും.'

'ഞാനൊന്നും തിരിച്ചെടുക്കില്ല.' ജേക്കബ്ബ് പറഞ്ഞു. 'കാരണം, നിങ്ങളുടെ ആഗ്രഹത്തിനെതിരായല്ല നിങ്ങൾ ഒരച്ഛനായത്.'

'തീർച്ചയായുമല്ല. സ്വയേച്ഛയോടെയാണ് ഞാൻ അച്ഛനായത്. ഡോ. സ്ക്രേറ്റയുടെ നന്മകൊണ്ടും.'

സംതൃപ്തമായ ഒരു ഭാവത്തോടെ ഡോക്റ്റർ തലകുലുക്കി. ജേക്കബ്ബിന്റേതിൽനിന്നും വ്യത്യസ്തമായ ഒരാശയമാണ് പിതൃത്വത്തെക്കുറിച്ചു തനിക്കുമുള്ളതെന്ന് പ്രഖ്യാപിച്ചു. ഉദാഹരണത്തിന്, തന്റെ പ്രിയപ്പെട്ട സൂസിയുടെ അനുഗൃഹീതമായ സ്ഥിതി തെളിയിക്കുന്നതതാണ്. 'പ്രത്യുൽപ്പാദനത്തെസംബന്ധിച്ച് എന്നെ കുഴപ്പിക്കുന്ന ഒരേയൊരു കാര്യം,' അയാൾ കൂട്ടിച്ചേർത്തു, 'എത്ര ബോധമില്ലാതെയാണ് മാതാപിതാക്കൾ പരസ്പരം തിരഞ്ഞെടുക്കുന്നതെന്നതാണ്. എന്തു ബീഭത്സരൂപികളായ വ്യക്തികളാണ് പ്രജനനത്തിനു മുതിരുന്നതെന്നത് അവിശ്വസനീയമാണ്. തങ്ങളുടെ വൈരൂപ്യത്തിന്റെ ഭാരം, അവരുടെ പിൻഗാമികളുമായി പങ്കുവെച്ചാൽ, ലഘൂകരിക്കപ്പെടുമെന്നാവണം അവരുടെ വിചാരം.'

ഡോ. സ്ക്രേറ്റയുടെ വീക്ഷണം സൗന്ദര്യാത്മകമായ വംശവിദ്വേഷമാണെന്ന് ബെർട് ലേഫ് അഭിപ്രായപ്പെട്ടു. 'സോക്രട്ടീസു പോലും കുരൂപിയായിരുന്നുവെന്ന്! മറക്കരുത്. മാത്രമല്ല, പല കാമുകിമാരും ശാരീരികപൂർണ്ണതകൊണ്ടു പ്രശസ്തരായവരല്ല. സൗന്ദര്യാത്മക വർണ്ണവിവേചനം അനുഭവരാഹിത്യത്തിന്റെ ലക്ഷണമാണ്. പ്രേമാനന്ദത്തിന്റെ ലോകത്തിൽ ഏറെ ദൂരെ സഞ്ചരിക്കാത്തവരാണ് സ്ത്രീകളെ ബാഹ്യരൂപംകൊണ്ടുമാത്രം വിലയിരുത്തുന്നത്. പക്ഷെ, ഒരു സ്ത്രീക്കെന്തു നൽകാൻ കഴിയുമെന്നതിന്റെ നിസ്സാരമായ ഒരംശമേ കണ്ണുകൾ വെളിപ്പെടുത്തുന്നുള്ളൂവെന്ന്, സ്ത്രീകളെ ശരിക്കുമറിയുന്നവർക്കറിയാം. ദൈവം മനുഷ്യനോടു ഉർവ്വരമാകാനും, പെറ്റുപെരുകാനും കൽപ്പിച്ചപ്പോൾ, ഡോക്റ്ററേ, അവന്റെ മനസ്സിൽ സുന്ദരന്മാർ മാത്രമല്ല, വിരൂപരുമുണ്ടായിരുന്നു. ഞാൻ ഒന്നുകൂടി പറയട്ടെ, സൗന്ദര്യത്തിന്റെ മാനദണ്ഡം വരുന്നത് ദൈവത്തിൽനിന്നല്ല, ചെകുത്താനിൽനിന്നാണെന്ന് എനിക്കു നല്ല ബോദ്ധ്യമുണ്ട്. സൗന്ദര്യവും വൈരൂപ്യവും തമ്മിൽ സ്വർഗ്ഗത്തിൽ യാതൊരു വ്യത്യാസവുമുണ്ടായിരുന്നില്ല.'

ജേക്കബ്ബ് സംഭാഷണത്തിലേക്ക് വീണ്ടുമിറങ്ങി. പ്രത്യുൽപ്പാദനത്തോടു തനിക്കു തോന്നുന്ന വെറുപ്പിനു സൗന്ദര്യാത്മകമായ പരിഗണനകളൊന്നുമില്ലെന്ന് വാദിച്ചു: 'അച്ഛനാകാതിരിക്കാൻ മറ്റു പത്തു കാരണങ്ങൾ എനിക്കു നിരത്താനാകും.'

‘ഏതാണവ? കേൾക്കാൻ കൗതുകമുണ്ട്.’

‘ഒന്നാമതായി, എനിക്കു മാതൃത്വം ഇഷ്ടമല്ല.’ ജേക്കബ്ബ് പറഞ്ഞു. പിന്നെ, വിഷാദത്തോടെ നിർത്തി: ‘നമ്മുടെ നൂറ്റാണ്ട് എല്ലാ മിത്തുകളുടെയും മറനീക്കിക്കഴിഞ്ഞിരിക്കുന്നു. ബാല്യം നിഷ്കളങ്കതയുടെ കാലമല്ലാതായിട്ടു എത്രയോ കാലമായി. ഫ്രോയ്ഡ് ശൈശവലൈംഗികത കണ്ടെത്തി. ഈഡിപ്പസ്സിനെപ്പറ്റി നമ്മോടു പറഞ്ഞു. യൊക്കാസ്റ്റ മാത്രമാണ് തൊടാൻ പറ്റാതെയുള്ളത്. അവളുടെ മുഖപടം വലിച്ചുമാറ്റാൻ ആരും ധൈര്യപ്പെടില്ല. മാതൃത്വമാണ് അവസാനത്തെയും ഏറ്റവും ഭീമമായതുമായ വിലക്ക്. ഗുരുതരമായ ശാപം കുടികൊള്ളുന്ന വിശുദ്ധ വിലക്ക്. അമ്മയെ കുട്ടിയോടു തളച്ചിടുന്ന കെട്ടിനെക്കാൾ ശക്തമായ മറ്റൊരു കെട്ടില്ല. ഈ ബന്ധനം കുട്ടിയുടെ ആത്മാവിനെ വികലമാക്കുന്നു. അമ്മയെ, മകൻ വളർന്നു കഴിയുമ്പോൾ, സ്നേഹത്തിന്റെ ഖേദങ്ങളിൽ ഏറ്റവും ക്രൂരമായതിനുവേണ്ടി സജ്ജമാക്കുന്നു. മാതൃത്വം ഒരു ശാപമാണെന്നു ഞാൻ പറയും. അതിനു പങ്കാളിയാകാൻ ഞാനില്ല.’

‘രണ്ടാമത്തതോ’ ബെർട് ലേഫ് പറഞ്ഞു.

‘അമ്മമാരുടെ എണ്ണംകൂട്ടാൻ ഞാൻ തയ്യാറാകാത്തതിനു മറ്റൊരുകാരണം.’ ഒരൽപ്പം ജാള്യതയോടെ ജേക്കബ്ബ് പറഞ്ഞു, ‘എനിക്കു സ്ത്രീശരീരം ഇഷ്ടമാണെന്നുള്ളതാണ്. എന്റെ പ്രിയതമയുടെ മാറിടം ഒരു പാൽസ്സഞ്ചിയാകുമെന്നോർക്കുമ്പോൾ എനിക്കു ജുഗുപ്സയുണ്ടാകുന്നു.’

‘അടുത്തത്’ ബെർട് ലേഫ് പറഞ്ഞു.

‘പ്രസവിച്ചവരോടുള്ളതിനേക്കാൾ രൂക്ഷമായാണ് ഡോക്റ്റർമാരും നഴ്സുമാരും ഗർഭമലസി ആശുപത്രിയിലെത്തുന്നവരോട് പെരുമാറുന്നതെന്ന് ഈ ഡോക്റ്റർ സ്ഥിരീകരിക്കും. അവരോടവർ അൽപ്പം പുച്ഛം കാണിക്കും; ജീവിതത്തിലൊരിക്കലെങ്കിലും അത്തരമൊരു ഓപ്പറേഷനു അവർക്കു സ്വയം വിധേയമാകേണ്ടതുണ്ടെങ്കിൽക്കൂടി. പക്ഷെ, അവരുടെ കാര്യത്തിലത്, മറ്റേതൊരു ചിന്തയെക്കാളും ശക്തമായ, ഒരു സഹജ പ്രതികരണമാണ്. കാരണം, പ്രത്യുൽപ്പാദനമെന്ന വിശുദ്ധവ്യവസ്ഥ പ്രകൃതിയുടെ ഒരാവശ്യമാണ്. അതുകൊണ്ടാണ്, ജനനത്തിനനുകൂലമായ പ്രചരണങ്ങളിൽ അൽപ്പമെങ്കിലും യുക്തിമത്തായ വാദം തിരയുന്നത് നിഷ്പ്രയോജനകരമാകുന്നത്. കൃസ്തീയസഭയുടെ ജനനാനുകൂല പ്രചരണത്തിൽ കേൾക്കുന്നത് യേശുവിന്റെ ശബ്ദമാണെന്ന് നിങ്ങൾ വിചാരിക്കുന്നുണ്ടോ? കമ്മ്യൂണിസ്റ്റ് രാഷ്ട്രത്തിലെ ജനനാനുകൂല പ്രചരണത്തിൽ കേൾക്കുന്നത് മാർക്സിന്റെ ശബ്ദമാണെന്ന് നിങ്ങൾക്കു തോന്നുന്നുണ്ടോ? വംശവർദ്ധനയ്ക്കുള്ള കാമനയാൽ പ്രേരിതരായി, മനുഷ്യവർഗ്ഗം ഈ ഗ്രഹത്തിനുമുകളിൽ സ്വയം ശ്വാസംമുട്ടിയൊടുങ്ങും. പക്ഷെ, ജനനാനുകൂലപ്രചരണപ്രസ്ഥാനം മുമ്പോട്ടുതന്നെ നീങ്ങുകയാണ്. പൊതുജനമോ, മുഖം കൊണ്ടു കോക്രി

കാട്ടുന്ന ശിശുക്കളുടെയും, മുലയൂട്ടുന്ന അമ്മമാരുടെയും ചിത്ര ങ്ങൾകണ്ട് കണ്ണീരൊഴുക്കുന്നു. എന്നിലിത് ജുഗുപ്സയാണുണ്ടാക്കുന്നത്. മറ്റു ലക്ഷക്കണക്കിന് ആളുകൾക്കൊപ്പം, ഞാനും ഒരു വളിച്ച ചിരിയോടെ ഒരു തൊട്ടിലിനരികിൽ കുനിഞ്ഞു നിൽക്കുന്നതോർക്കുമ്പോൾ പേടി തോന്നുന്നു.'

'അടുത്തത്' ബെർട് ലേഫ് പറഞ്ഞു.

'തീർച്ചയായും, ഏതുതരം ലോകത്തേക്കാണ് എന്റെ കുട്ടിയെ പറഞ്ഞയക്കുന്നതെന്നുകൂടി എനിക്കാലോചിക്കേണ്ടതുണ്ട്. താമ സിയാതെ, സ്കൂൾ അവനെ കൊണ്ടുപോകും. ആയുഷ്ക്കാലം മുഴുവൻ ഞാൻ നിഷ്ഫലമായി ഏതു നുണകൾക്കെതിരെയാണോ പൊരുതിയത് അതേ നുണകൾകൊണ്ടവന്റെ തല നിറയ്ക്കും. അവനൊരു വ്യവസ്ഥാ നുകൂലിയായ മണ്ടനാകുന്നത് ഞാൻ കാണണോ? അതോ, എന്റെ ആശയങ്ങൾ അവനിൽ കുത്തിവെച്ച് അവൻ യാതന തിന്നുന്നത് കാ ണണോ? കാരണം, ഞാനേർപ്പെട്ട സംഘർഷങ്ങളിലേക്ക് അവനെയവ വലിച്ചിഴക്കും.'

'അടുത്തത' ബെർട് ലേഫ് പറഞ്ഞു.

'എന്നെക്കുറിച്ചും എനിക്കു ചിന്തിച്ചേ പറ്റൂ. ഈ ലോകത്ത് മാതാ പിതാക്കൾ മക്കളുടെ നിഷേധത്തിനും മക്കൾ മാതാപിതാക്കളുടെ നിഷേധത്തിനും വിലകൊടുക്കേണ്ടതുണ്ട്. എത്ര ചെറുപ്പക്കാർക്കാണ്, അവരുടെ മാതാപിതാക്കൾ അപമാനിതരായതുകൊണ്ട് വിദ്യാഭ്യാസം നിഷേധിക്കപ്പെട്ടത്? എത്ര മാതാപിതാക്കളാണ്, മക്കൾക്കു ദ്രോഹമില്ലാ തിരിക്കാൻവേണ്ടി, സ്ഥിരമായ ഭീരുത്വം തിരഞ്ഞെടുത്തിരിക്കുന്നത്? ഇവിടെ അൽപ്പമെങ്കിലും സ്വാതന്ത്ര്യം വേണമെന്നുള്ളവർ കുട്ടികൾ വേണ്ടെന്നു വെക്കണം.'

'നിങ്ങളുടെ ദശകം പൂർത്തിയാക്കാൻ ഇനിയും അഞ്ചു കാരണങ്ങൾ ബാക്കിയുണ്ട്.'

'അടുത്ത കാരണം അഞ്ചുകാരണങ്ങൾക്കു തുല്യമാകത്തക്ക പ്ര ാധാന്യമുള്ളതാണ്.' ജേക്കബ്ബ് പറഞ്ഞു. 'ഒരു കുട്ടിയുണ്ടാക്കുകയെന്നത് മനുഷ്യവംശവുമായി പരിപൂർണ്ണമായ ഐക്യത്തിലാവുകയെന്ന് കാണിക്കുകയാകും. എനിക്കൊരു കുട്ടിയുണ്ടായാൽ, അതിങ്ങിനെ പ റയുന്നതിന് സമമാകും: ഞാൻ ജനിക്കുകയും ജീവിതം രുചിക്കുകയും ചെയ്തു; പകർപ്പുകളുണ്ടാക്കുന്നതിനുള്ളത്ര ഗുണമുള്ളവിധം നല്ല താണതെന്ന് ഞാൻ വിളംബരം ചെയ്യുന്നു.'

'ജീവിതം നല്ലതാണെന്ന് നിങ്ങൾക്കനുഭവപ്പെട്ടിട്ടില്ലേ?' ബെർട് ലേഫ് ചോദിച്ചു.

കൃത്യത പാലിക്കാൻ ശ്രദ്ധിച്ചുകൊണ്ട് ജേക്കബ്ബ് പറഞ്ഞു: 'പുന

രുൽപ്പാദിക്കപ്പെടാൻമാത്രം മനോഹരമായ ഒരു ജീവിയാണ് മനുഷ്യനെന്ന് പൂർണ്ണ ബോദ്ധ്യത്തോടെ എനിക്കൊരിക്കലും പറയാൻ കഴിയില്ലെന്നു മാത്രമേ എനിക്കറിയൂ.'

'ജീവിതത്തിന്റെ ഏറ്റവും വഷളായ വശം മാത്രമേ നീ കണ്ടിട്ടുള്ളൂ എന്നതാണതിനു കാരണം.' ഡോ. സ്ക്രേറ്റ പറഞ്ഞു. 'ജീവിക്കേണ്ടതെങ്ങിനെയെന്നു ഒരിക്കലും നീ മനസ്സിലാക്കിയിട്ടില്ല. നിനക്കെപ്പോഴും, ആളുകൾ പറയാറുള്ളതുപോലെ, സംഭവങ്ങളുടെ ഒത്തനടുക്കു നിൽക്കണം. യാഥാർത്ഥ്യത്തിന്റെ കേന്ദ്രത്തിൽ. പക്ഷെ, നിന്റെ യാഥാർത്ഥ്യം എന്തായിരുന്നു? രാഷ്ട്രീയം. രാഷ്ട്രീയമാകട്ടെ, ജീവിതത്തിലെ പ്രാധാന്യമേറ്റവും കുറഞ്ഞ, മൂല്യമേറ്റവും കുറഞ്ഞയൊന്നും. പുഴയുടെ ഉപരിതലത്തിലെ മലിനമായ നുരയാണ് രാഷ്ട്രീയം. ജീവിതമാകുന്ന പുഴയോ, വളരെ ആഴത്തിൽ ജീവിക്കേണ്ടതാണുതാനും. ആയിരക്കണക്കിനു വർഷങ്ങളായി തുടർന്നുപോകുന്നതാണ് സ്ത്രീകളുടെ ഉർവ്വരതയെക്കുറിച്ചുള്ള ഗവേഷണം. അധികാരത്തിലിരിക്കുന്നതു ഏതു ഗവർമ്മെണ്ടാണൊന്നും അതിനു നോട്ടമില്ല. റബ്ബർഗ്ലൗവ്വിട്ട് ഒരു സ്ത്രീയുടെ അവയവം പരിശോധിക്കുമ്പോൾ, ഞാൻ ജീവന്റെ കേന്ദ്രത്തോട് നിന്നെക്കാൾ, മനുഷ്യവംശത്തിന്റെ നന്മയെക്കുറിച്ച് വ്യാകുലപ്പെട്ടതുമൂലം ജീവനപകടത്തിലാക്കിയ നിന്നെക്കാൾ, എത്രയോയേറെ അടുത്താണ്.'

പ്രതിഷേധിക്കുന്നതിനുപകരം, ജേക്കബ്ബ് സുഹൃത്തിന്റെ ശകാരം സ്വീകരിച്ചു. ഡോ. സ്ക്രേറ്റയാകട്ടെ, ഉത്തേജിതനായി, തുടർന്നു: 'വൃത്തങ്ങൾ കൊണ്ടു ആർക്കിമിഡീസും, ശിലകൾകൊണ്ടു മൈക്കലാഞ്ചലോയും, ടെസ്റ്റ്യൂബുകൾകൊണ്ടു പാസ്ച്ചറും. . . അവർ, അവർ മാത്രമാണ്, മനുഷ്യജീവിതത്തെ മാറ്റിയതും, ശരിയായ ചരിത്രമുണ്ടാക്കിയതും. രാഷ്ട്രീയക്കാരാകട്ടെ...' ഒന്നു നിർത്തി, സ്ക്രേറ്റ പുച്ഛത്തോടെ കൈവീശി.

'രാഷ്ട്രീയക്കാർ?' ജേക്കബ്ബ് ചോദിച്ചു; പിന്നെ, തുടർന്നു: 'ഞാൻ പറയാം. കലയും ശാസ്ത്രവുമാണ് വാസ്തവത്തിൽ ചരിത്രത്തിന്റെ നേരായ അരങ്ങുകളെങ്കിൽ, അതിനു വിപരീതമായി, മനുഷ്യവംശത്തിനുമേൽ അഭൂതപൂർവ്വമായ പരീക്ഷണങ്ങൾ നടത്തുന്ന അടഞ്ഞ ഒരു ശാസ്ത്രപരീക്ഷണശാലയാണ് രാഷ്ട്രീയം. അവിടെ മനുഷ്യഗിനിപ്പന്നികൾ രഹസ്യവാതിലുകളിലൂടെ വലിച്ചെറിയപ്പെടുന്നു; കരഘോഷത്താൽ പ്രലോഭിപ്പിക്കപ്പെട്ടും, തൂക്കുമരങ്ങളെ ഭയപ്പെട്ടും, അപലപിച്ചും, അപലപിക്കാൻ നിർബന്ധിക്കപ്പെട്ടും, അരങ്ങിലേക്കവർ വീണ്ടും ആനയിക്കപ്പെടുന്നു. ഈ ലാബിൽ ഒരു സഹായിയായി ജോലിനോക്കിയവനാണു ഞാൻ. അതേസമയം, പലതവണ, അവിടെ ഞാൻ ശാസ്ത്രക്രിയക്കു വിധേയനായിട്ടുമുണ്ട്. മൂല്യമുള്ളതൊന്നും ഞാൻ അവിടെ സൃഷ്ടിച്ചിട്ടില്ല (എന്റെ കൂടെ ജോലിചെയ്തവരേക്കാൾ കൂടുതലൊന്നും). മനുഷ്യനെന്തെന്നു മറ്റാരേക്കാളും, ഒരു പക്ഷെ,

എനിക്കു മനസ്സിലാക്കാനായി.'

'എനിക്കു നിങ്ങളെ മനസ്സിലാകും.' ബെർട് ലേഫ് പറഞ്ഞു, 'ആ പരീക്ഷണശാല എനിക്കും അറിവുള്ളതാണ്. ഞാനൊരിക്കലും അവിടെയൊരു സഹായിയായിരുന്നില്ല. എന്നും ഒരു ഗിനിപ്പന്നിയായിരുന്നു. യുദ്ധം പൊട്ടിപുറപ്പെട്ടപ്പോൾ ഞാൻ ജർമ്മനിയിലായിരുന്നു. ഞാൻ പ്രേമിച്ച പെണ്ണ്! എന്നെ രഹസ്യപ്പോലീസിനു ഒറ്റിക്കൊടുത്തു. ഗെസ്റ്റപ്പൊ അവളെ കാണാൻ വന്നതായിരുന്നു. മറ്റൊരു പെണ്ണുമൊത്തു കിടക്കയിലിരിക്കുന്ന എന്റെ ഒരു ഫോട്ടോ അവരവളെ കാണിച്ചു. അതവളെ വേദനിപ്പിച്ചു. നിങ്ങൾക്കറിയാലോ, പ്രേമം പലപ്പോഴും വെറുപ്പിന്റെ ലക്ഷണങ്ങൾ കാട്ടും. എന്നെ ജയിലിലേക്കെത്തിച്ചത് പ്രേമമാണെന്ന വിചിത്രവികാരത്തോടെയാണ് ഞാൻ അവിടേക്കു പോയത്. ഗെസ്റ്റപ്പൊയുടെ പിടിയിലാവുകയും, അതു, ആ വസ്തുത, അമിതമായി പ്രേമിച്ച ഒരാളുടെ വിശിഷ്ടാവകാശമാണെന്നു തിരിച്ചറിയുകയും ചെയ്യുന്നത് സുന്ദരമായ കാര്യമല്ലേ?'

ജേക്കബ്ബ് മറുപടി പറഞ്ഞു: 'മനുഷ്യവർഗ്ഗത്തോട് എനിക്കു പരിപൂർണ്ണമായ വെറുപ്പുണ്ടാകുന്നത്, അതിന്റെ ക്രൂരതക്കും, അതിന്റെ ഹീനതക്കും, അതിന്റെ ശുംഭത്തത്തിനും എങ്ങിനെ കാവ്യാത്മകമായ ഒരു മുഖപടമണിയാൻ കഴിയുന്നുവെന്നു കാണുമ്പോഴാണ്. അവൾ നിങ്ങളെ മരണത്തിനു വിട്ടുകൊടുക്കുന്നു. എന്നിട്ടതു വ്രണിതമായ പ്രണയത്തിന്റെ കാൽപ്പനികമായ സാഹസമായി അനുഭവിക്കുന്നു. നിങ്ങളോ, തനിക്കുവേണ്ടി ഷേക്സ്പിയർ എഴുതിയ ഒരു ദുരന്ത നാടകത്തിലെ ഭാഗമഭിനയിക്കുന്നുവെന്നു വിചാരിച്ച്, സങ്കുചിതമനസ്കയായൊരു സാധാരണസ്ത്രീമൂലം തൂക്കുമരത്തെട്ടു കയറുന്നു.'

'യുദ്ധത്തിനുശേഷം അവൾ കണ്ണീരിൽമുങ്ങി എന്റെയടുത്തു വന്നു,' ജേക്കബ്ബിന്റെ എതിർവാദം കേൾക്കാത്തതുപോലെ ബെർട് ലേഫ് തുടർന്നു. 'ഞാൻ അവളോടു പറഞ്ഞു: ബെർട് ലേഫ് പ്രതികാരദാഹിയല്ല.'

'നിങ്ങൾക്കറിയുമോ,' ജേക്കബ്ബ് പറഞ്ഞു, 'ഞാനെപ്പോഴും ഹെരോദ് രാജാവിനെക്കുറിച്ച് ഓർക്കാറുണ്ട്. കഥ നിങ്ങൾക്കറിയാം. യഹൂദരുടെ ഭാവിരാജാവിന്റെ പിറവിയെക്കുറിച്ചറിഞ്ഞപ്പോൾ, തനിക്കു സിംഹാസനം നഷ്ടപ്പെടുമെന്ന് അദ്ദേഹം പേടിച്ചുവെന്നാണ് കഥ. അതിനാൽ എല്ലാ നവജാതരെയും അദ്ദേഹം കൊല്ലിച്ചു. വ്യക്തിപരമായി, ഞാൻ ഹെരോദിനെക്കാണുന്നത് വ്യത്യസ്തമായാണ്; അതു ഭാവനാമയമായ ഒരു കളിയാണെന്ന് എനിക്കറിയാമെങ്കിൽക്കൂടി. അഭ്യസ്തവിദ്യനും, വിവേകിയും, ഉദാരമതിയുമായ ഒരു രാജാവായിരുന്നു ഹെരോദ്. രാഷ്ട്രീയ പരീക്ഷണശാലയിൽ ദീർഘകാലം പ്രവർത്തിച്ച്, ജീവിതത്തെയും മനുഷ്യനെയും കുറിച്ച് ഏറെപ്പഠിച്ച ഒരാൾ. മനുഷ്യനെ ഒരു പക്ഷെ സൃഷ്ടിക്കരുതായിരുന്നുവെന്ന നിഗമനത്തിൽ അദ്ദേഹം എത്തിച്ചേർന്നു.

അദ്ദേഹത്തിന്റെ ഈ സംശയം നിന്ദ്യമോ, അനാവശ്യമോ ആയിരുന്നില്ലെന്ന് ഞാൻ കൂട്ടിച്ചേർക്കട്ടെ. എനിക്കു തെറ്റിയിട്ടില്ലെങ്കിൽ, കർത്താവിനുപോലും മനുഷ്യവംശത്തെക്കുറിച്ച് ആശങ്കകളുണ്ടായിരുന്നു; തന്റെ സൃഷ്ടിയിലെ ഈ ഭാഗം നശിപ്പിക്കുന്നതിനെപ്പറ്റി ആലോചിച്ചിരുന്നു.'

'അതെ,' ബെർട് ലേഫ് യോജിച്ചു, 'അതു വരുന്നത് ഉൽപ്പത്തി പുസ്തകത്തിലെ ആറാം അദ്ധ്യായത്തിലാണ്:' ഞാനുണ്ടാക്കിയ മനുഷ്യനെ ഞാൻ നശിപ്പിക്കും... എന്തെന്നാൽ, അവനെ ഉണ്ടാക്കിയതിൽ ഞാൻ അനുതപിക്കുന്നു. ' മാനവചരിത്രം പുനരാരംഭിക്കാനായി, നോഹായ്ക്ക് പെട്ടകത്തിൽ അഭയംതേടാൻ അനുമതിനൽകിയത് കർത്താവിന്റെ ഭാഗത്തുനിന്നുണ്ടായ ഒരു നിമിഷത്തെ ദൗർബ്ബല്യമായിരുന്നിരിക്കണം. ആ ദൗർബല്യത്തെച്ചൊല്ലി ദൈവമൊരിക്കലും പശ്ചാത്തപിച്ചിട്ടില്ലെന്നു നമുക്കുറപ്പിക്കാൻപറ്റുമോ? അനുതപിച്ചാലുമില്ലെങ്കിലും, അവനൊന്നും ചെയ്യാൻ കഴിയുമായിരുന്നില്ല. തന്റെ തീരുമാനങ്ങൾ നിരന്തരം മാറ്റുക വഴി ദൈവത്തിനു സ്വയം പരിഹാസ്യനാകാൻ കഴിയില്ലല്ലോ. എന്നാൽ, ആ ചിന്ത ഹെരോദിന്റെ തലയിൽ കയറ്റിയത് അവനാണെങ്കിലോ? അങ്ങിനെയൊന്നു പരിഗണിക്കാതിരിക്കാൻ പറ്റുമോ?'

ബെർട് ലേഫ്, ചുമലുകുലുക്കുകയല്ലാതെ, ഒന്നും പറഞ്ഞില്ല.

'ഹെരോദ് ഒരു രാജാവായിരുന്നു. അയാൾക്കുണ്ടായിരുന്ന ഉത്തരവാദിത്തം തന്നോടു മാത്രമായിരുന്നില്ല. എന്നെപ്പോലെ, അയാൾക്കു സ്വയം ഇങ്ങിനെ പറയാനാവില്ല: മറ്റുള്ളവർ എന്തുവേണമെങ്കിലുമായിക്കോട്ടേ, ഞാൻ പ്രത്യുൽപ്പാദനം നടത്തില്ല. രാജാവായതിനാൽ, തനിക്കുവേണ്ടി മാത്രമല്ല, മറ്റുള്ളവർക്കുവേണ്ടിയുംകൂടി ഹെരോദിനു തീരുമാനമെടുക്കേണ്ടതായുണ്ടായിരുന്നു. അതിനാൽ, മനുഷ്യനിനി പ്രത്യുൽപ്പാദിക്കേണ്ടതില്ലെന്ന്, മനുഷ്യർക്കെല്ലാവർക്കുംവേണ്ടി, അദ്ദേഹം തീരുമാനിച്ചു. ഇങ്ങിനെയാണ് നവജാതശിശുക്കളുടെ കൂട്ടക്കൊലയുണ്ടായത്. ചരിത്രം അദ്ദേഹത്തിലാരോപിച്ചത്ര ക്രൂരമായിരുന്നില്ല അദ്ദേഹത്തിന്റെ പ്രേരണകൾ. അവസാനമായി ലോകത്തെ മനുഷ്യവംശത്തിന്റെ പിടിയിൽനിന്നു മോചിപ്പിക്കുവാനുള്ള ഉദാരമായ ഒരാഗ്രഹമായിരുന്നു ഹെരോദിനു പ്രേരണയായത്.'

'ഹെരോദിനെക്കുറിച്ചുള്ള നിങ്ങളുടെ വ്യാഖ്യാനം എന്നെ ഏറെ സന്തോഷിപ്പിക്കുന്നു.' ബെർട് ലേഫ് പറഞ്ഞു. 'ഇന്നുമുതൽ, 'നിർദ്ദോഷികളുടെ കൂട്ടക്കുരുതി'യെ നിങ്ങൾ കാണുന്നതുപോലെ ഞാനും കാണും. അത്രമാത്രം അതെന്നെ പ്രീതിപ്പെടുത്തിയിരിക്കുന്നു. പക്ഷെ, ഒരു കാര്യം മറക്കണ്ട. മനുഷ്യവർഗ്ഗത്തെ ഒടുക്കാൻ ഹെരോദ് തീരുമാനിച്ച അതേ കാലത്താണ്, രാജാവിന്റെ കത്തിയിൽനിന്ന് പിന്നീടു രക്ഷപ്പെട്ട ഒരു കൊച്ചുബാലൻ ബെത്‌ലഹേമിൽ ജനിക്കുന്നത്. ആ

ബാലൻ വളരുകയും, ജിവിതം ജീവിക്കാൻ അർഹതയുള്ളതാക്കാൻ ഒരേയൊരു കാര്യം മതിയെന്ന് ആളുകളോടു പറയുകയും ചെയ്തു: പരസ്പരസ്നേഹം. ഹെരോദ് ഏറെ പഠിപ്പുള്ളവനും പരിചയസമ്പന്ന നുമായിരുന്നിരിക്കാം. യേശു തീർച്ചയായും ഒരു ശിശുവായിരുന്നു; ജീവിതത്തെക്കുറിച്ച് ഏറെയൊന്നുമറിയാത്തവനായിരുന്നു. അവന്റെ സുവിശേഷങ്ങളെല്ലാം പരിചയക്കുറവിന്റെയും, ചെറുപ്പത്തിന്റെയും അടിസ്ഥാനത്തിൽ വിശദീകരിക്കാമെന്നു തോന്നുന്നു; അവന്റെ നിഷ് കളങ്കതയുടെ അടിസ്ഥാനത്തിൽ, നിങ്ങൾക്കതാണ് തോന്നുന്നതെങ്കിൽ. എങ്കിലും, അവന്റെ കയ്യിൽ സത്യമുണ്ടായിരുന്നു.'

'സത്യം? ആരാണാ സത്യം തെളിയിച്ചിട്ടുള്ളത്?' ജേക്കബ്ബ് പരു ഷമായി ചോദിച്ചു.

'ആരുമില്ല.' ബെർട് ലേഫ് പറഞ്ഞു. 'ആരും അതു തെളിയിച്ചിട്ടില്ല. ആരുമതു തെളിയിക്കുകയുമില്ല. തന്റെ പിതാവിന്റെ സൃഷ്ടി മോശ മാണെന്നു സമ്മതിക്കാതിരിക്കാൻമാത്രം യേശു തന്റെ പിതാവിനെ സ്നേഹിച്ചിരുന്നു. അവൻ തന്റെ നിഗമനത്തിലെത്തിയത് യുക്തിയി ലൂടെയല്ല, സ്നേഹത്തിലൂടെയായിരുന്നു. അതിനാൽ, ഹെരോദും യേശുവും തമ്മിലുള്ള കലഹം ഹൃദയത്തിലൂടെമാത്രമേ പരിഹരിക്കാ നാകൂ. മനുഷ്യനായിരിക്കുന്നതിൽ വല്ല മൂല്യവുമുണ്ടോ? ഉവ്വോ, ഇല്ലയോ? എനിക്കിതിന് തെളിവുകളില്ല. പക്ഷെ, യേശുവിനൊപ്പം എന്റെയും ഉത്തരം ഉവ്വെന്നാണ്.' അതും പറഞ്ഞു ഒരു പുഞ്ചിരിയോടെ അയാൾ ഡോ. സ്ക്രേറ്റക്കു നേരെ തിരിഞ്ഞു. 'അതുകൊണ്ടാണ് ഞാനെ ന്റെ ഭാര്യയെ, ഡോ. സ്ക്രേറ്റയുടെ മേൽനോട്ടത്തിൽ, ഇവിടെ ചികിത്സക്കു പറഞ്ഞയച്ചത്. സ്ക്രേറ്റ, എന്റെ മനസ്സിൽ, യേശുവിന്റെ പരിശുദ്ധശിഷ്യരിലൊരാളാണ്. കാരണം, അയാൾക്കു അത്ഭുതങ്ങൾ പ്രവർത്തിക്കാനാകും. സ്ത്രീകളുടെ മരവിച്ച ഗർഭാശയങ്ങളെ പുന രുജ്ജീവിപ്പിക്കാനാകും. ഞാനയാളുടെ ആരോഗ്യത്തിനുവേണ്ടി കു ടിക്കട്ടെ!'

10. ഒരു കൊച്ചു മാലാഖ

എപ്പോഴും ഒരു പിതാവിന്റെ ഉത്തരവാദിത്തത്തോടെയാണ് ജേക്കബ്ബ് ഓൾഗയോടു പെരുമാറിയിരുന്നത്. അയാൾ അവളുടെ 'വയസ്സൻ പുമാൻ' ആണെന്ന് കളിയായി സ്വയം വിശേഷിപ്പിക്കുമായിരുന്നു. എന്നാൽ, അയാൾക്കു മറ്റു പല സ്ത്രീകളുമുണ്ടെന്നും, അവരുടെ കാര്യം വ്യത്യസ്തമാണെന്നും അവൾക്കറിയാം. അവരോടവൾ അസൂയപ്പെട്ടു. പക്ഷെ, ഇന്നാദ്യമായി, ജേക്കബ്ബിൽ ശരിക്കും വയസ്സായ എന്തോ ഒന്നുണ്ടെന്ന് അവൾക്കു തോന്നി. അവളോടയാൾ പെരുമാറിയ രീതിയിൽ, അവൾക്കൊരു പഴക്കം അനുഭവപ്പെട്ടു. പ്രായമേറിയവരിൽ നിന്നും പുതുതലമുറയിലേക്കു വമിക്കാറുള്ള പഴക്കത്തിന്റെ ഗന്ധം.

ഗതകാലയാതനകളെക്കുറിച്ച് വീമ്പിളക്കുകയും, ആ യാതനകളുടെ ഒരു മ്യൂസിയമുണ്ടാക്കുകയും ചെയ്യുന്നതിൽനിന്നും വയസ്സായ മനുഷ്യരെ തിരിച്ചറിയാൻപറ്റും (കഷ്ടം! കദനമാർന്ന ഈ മ്യൂസിയങ്ങളിൽ സന്ദർശകർ വളരെ വിരളം) ജേക്കബ്ബിന്റെ മ്യൂസിയത്തിലെ ഏറ്റവും പ്രധാനപ്പെട്ട ജീവനുള്ള വസ്തു താനാണെന്ന് ഓൾഗ തിരിച്ചറിഞ്ഞു; അവളോടുള്ള ജേക്കബ്ബിന്റെ വിശാലമായ ഉദാരത സന്ദർശകരെ കരയിക്കാനുള്ളതാണെന്നും.

ഇന്നാകട്ടെ, ആ മ്യൂസിയത്തിലെ അത്യമൂല്യമായ നിർജ്ജീവവസ്തു അവൾക്കു വെളിപ്പെടുത്തിക്കിട്ടി: ആ ഇളംനീല ഗുളിക. അൽപ്പംമുമ്പ്, അവളുടെ മുമ്പിൽവെച്ച് അയാൾ ഗുളികയുടെ പൊതിയഴിച്ചപ്പോൾ, നേരിയൊരു വികാരംപോലുമില്ലാതിരുന്നതിൽ അവൾ അത്ഭുതപ്പെട്ടിരുന്നു. കഷ്ടകാലത്ത് ആത്മഹത്യയെക്കുറിച്ച് ജേക്കബ്ബ് മനനം ചെയ്തത് അവൾക്കു മനസ്സിലായെങ്കിലും, വിശുദ്ധഗൗരവത്തോടെ അയാളതവളോടു പറഞ്ഞത് അവൾക്കു പരിഹാസ്യമായിത്തോന്നി.

ആ ഗുളിക അമൂല്യമായൊരു വജ്രമെന്നു തോന്നിപ്പിക്കുംവിധം, വളരെക്കരുതലോടെ, അയാൾ കടലാസുപൊതി തുറന്നതും പരിഹാസ്യമായി തോന്നിയിരുന്നു. മുതിർന്ന ഓരോ മനുഷ്യനും ഏതു സാഹചര്യത്തിലും സ്വന്തം മരണത്തെ നിയന്ത്രിക്കേണ്ടതുണ്ടെന്നു പ്രസ്താവിച്ചതിനുശേഷം, യാത്രപോകുന്ന ദിവസം, ആ റ്റാബ്ലെറ്റ് ഡോ. സ്ക്രേറ്റയെ തിരിച്ചേൽപ്പിക്കുന്നതെന്തിനെന്ന്! അവൾക്കു പിടികിട്ടിയില്ല. വിദേശത്തുവെച്ചു അയാൾക്കു ക്യാൻസറോ മറ്റോ പിടിപെട്ടാൽ, ആ ഗുളികയുടെ ആവശ്യം വരില്ലേ? അല്ല, ജേക്കബ്ബിനു ഗുളിക വെറും വിഷമല്ല. മതപരമായൊരു ചടങ്ങിലെ മഹാപുരോഹിതനു തിരിച്ചേകാനുള്ള പ്രതീകാത്മകമായ ഒരു വസ്തുവാണത്.

അവൾ സ്നാനസ്ഥലി വിട്ടു. റിച്മണ്ടിലേക്ക് നീങ്ങി. മോഹഭംഗമാർന്ന വിചാരങ്ങളുണ്ടായിട്ടും, അവൾ ജേക്കബ്ബിനെ കാണാൻ കൊതിച്ചു. അയാളുടെ മ്യൂസിയം പങ്കിലമാക്കാൻ അവൾ വല്ലാതെ ആഗ്രഹിച്ചു; അവിടെ, ഇനിയും ഒരു വസ്തുവായിട്ടല്ല, ഒരു പെണ്ണായി വർത്തിക്കാനാഗ്രഹിച്ചു. അതിനാൽ, ഡോ. സ്ക്രേറ്റയുടെയും ബെർട് ലേഫിന്റെയും കൂടെ അടുത്ത മുറിയിൽ അവളെ കാത്തിരിക്കുന്ന അയാൾക്കൊപ്പം ചേരാൻ പറഞ്ഞുകൊണ്ടുള്ള ഒരു കുറിപ്പ് അയാളുടെ വാതിലിൽ കണ്ടപ്പോൾ അവൾ നിരാശപ്പെട്ടു. മറ്റുള്ളവരുടെ കൂട്ടത്തിലാകുന്നത് അവളുടെ ധൈര്യം ചോർത്തി. പ്രത്യേകിച്ചും, ബെർട് ലേഫ് അവൾക്കു അപരിചിതനായതിനാലും, ഡോ. സ്ക്രേറ്റ പൊതുവെ സൗഹൃദത്തോടെ, എന്നാൽ വ്യക്തമായ നിർമ്മമതയോടെയാണ്, അവളോടു പെരുമാറാറുള്ളതെന്നതുകൊണ്ടും.

ബെർട് ലേഫ്, ഒട്ടും താമസിക്കാതെ, അവളുടെ ലജ്ജയില്ലാതാക്കി. നന്നായി തല കുമ്പിട്ട് അയാൾ സ്വയം പരിചയപ്പെടുത്തി. ഇത്രയും പ്രധാനപ്പെട്ട ഒരു സ്ത്രീയെ നേരത്തേ പരിചയപ്പെടുത്താതിൽ ഡോ. സ്ക്രേറ്റയോടു പരിഭവിച്ചു.

ഈ യുവതിയെ സംരക്ഷിക്കാൻ ജേക്കബ്ബ് തന്നോടാവശ്യപ്പെട്ടിരുന്നുവെന്നു സ്ക്രേറ്റ പ്രതികരിച്ചു. ബെർട് ലേഫിനു പരിചയപ്പെടുത്താതിരുന്നത് കരുതിക്കൂട്ടിയാണ്. കാരണം, ഒരു സ്ത്രീക്കും ബെർട് ലേഫിനു വഴങ്ങാതിരിക്കാൻ പറ്റില്ല.

തൃപ്തിയാർന്ന ഒരു മന്ദസ്മിതത്തോടെ ബെർട് ലേഫ് ഈ കപടന്യായം സ്വാഗതം ചെയ്തു. പിന്നെ, ടെലഫോണെടുത്ത് അത്താഴം കൊണ്ടുവരാൻ പറഞ്ഞു.

'നല്ലൊരാഹാരം വിളമ്പാൻ പറ്റുന്ന ഒരൊറ്റ റസ്റ്ററണ്ടുപോലുമില്ലാത്ത ഈ ഗുദാമിൽ നമ്മുടെ സുഹൃത്ത് എങ്ങിനെ ആഡംബരമായിക്കഴിയുന്നുവെന്നത് അവിശ്വസനീയം തന്നെ.' ഡോ. സ്ക്രേറ്റ പറഞ്ഞു.

ബെർട് ലേഫ്, ടെലഫോണിനരികിലെ, അരഡോളർ നാണയങ്ങൾ

നിറഞ്ഞ, തുറന്ന ഒരു ചുരുട്ടു പെട്ടിയിൽ കയ്യിട്ടു: 'ആർത്തി പാപ മാണ്.' അയാൾ പറഞ്ഞു. പിന്നെ പുഞ്ചിരിച്ചു.

ഒരേസമയം ദൈവത്തിൽ തീവ്രമായി വിശ്വസിക്കുകയും, അതേസ മയം ജീവിതം ഇത്ര നന്നായി ആസ്വദിക്കുകയും ചെയ്യുന്ന ഒരാളെ താനിതുവരെ കണ്ടിട്ടില്ലെന്ന് ജേക്കബ്ബ് അഭിപ്രായപ്പെട്ടു.

'അതിനു കാരണം, നിങ്ങളിന്നേവരെ ശരിയായ ഒരു ക്രിസ്ത്യാ നിയെ കാണാത്തതുകൊണ്ടാവാം. സുവിശേഷവചനം, നിങ്ങൾക്ക റിയാമല്ലോ, ആനന്ദത്തിന്റെ ഒരു സന്ദേശമാണ്. ജീവിതാസ്വാദനമാണ് യേശുവിന്റെ സന്ദേശത്തിൽ പരമപ്രധാനമായത്.

സംഭാഷണത്തിൽ പ്രവേശിക്കുവാനുള്ള അവസരമായി ഓൾഗ ഇതിനെ കണ്ടു: 'ക്രിസ്ത്യാനികൾ ഭൗമജീവിതം കണ്ണീരിന്റെ താ ഴ്വരയാണെന്നു കരുതുന്നവരാണെന്നും, മരണാനന്തരമാണ് ശരിയായ ജീവിതം തുടങ്ങുന്നതെന്നുള്ള ആശയത്തിൽ ആഹ്ലാദിക്കുന്നവ രാണെന്നും എന്റെ അദ്ധ്യാപകർ പറഞ്ഞതായിട്ടാണ് ഞാൻ വിശ്വ സിക്കുന്നത്.'

'എന്റെ പൊന്നു യുവതീ,' ബെർട് ലേഫ് പറഞ്ഞു, 'അദ്ധ്യാപകരെ ഒരിക്കലും വിശ്വസിക്കരുത്.'

'പുണ്യവാളന്മാരെല്ലാം ചെയ്തതോ,' ഓൾഗ തുടർന്നു, 'ജീവിതത്തെ ത്യജിക്കലും. പ്രേമിക്കുന്നതിനു പകരം അവർ തങ്ങളെത്തന്നെ ചാട്ടക്കടിച്ചു. എന്നെയും നിങ്ങളെയും പോലെ കാര്യങ്ങൾ ചർച്ച ചെയ്യാതെ, ആശ്രമങ്ങളിലേക്കു വലിഞ്ഞു; ടെലഫോണെടുത്തു ഭക്ഷണം ഓർഡർ ചെയ്യാതെ വേരുകൾ കടിച്ചു തിന്നു.'

'പുണ്യവാളൻമാരെക്കുറിച്ച് നിനക്കൊന്നുമറിയില്ല, എന്റെ പൊന്നേ. അവർക്കു ജീവിതസുഖങ്ങളോടു കടുത്ത ആസക്തിയായിരുന്നു. പക്ഷെ, അവരതു നേടിയത് മറ്റു മാർഗ്ഗങ്ങളിലൂടെയായിരുന്നു. നിന്റെ അഭിപ്രായത്തിൽ, മനുഷ്യന്റെ പരമമായ സുഖം എന്താണ്? നിനക്കൂ ഹിക്കാൻ ശ്രമിക്കാം. പക്ഷെ, നീ സ്വയം വഞ്ചിക്കുകയായിരിക്കും ചെ യ്യുക. കാരണം, നിനക്കു വേണ്ടത്ര ആർജ്ജവമില്ല. ഇതൊരു ശകാരമല്ല. ആർജ്ജവമുണ്ടാകാൻ ആത്മജ്ഞാനം വേണം. ആത്മജ്ഞാനമോ, പ്രായത്തിന്റെ ഫലവും.യുവത്വം പ്രസരിപ്പിക്കുന്ന നിന്നെപ്പോലൊരു ചെറുപ്പക്കാരിക്ക് എങ്ങിനെ ആർജ്ജവമുള്ളവളാകാൻ കഴിയും? തന്റെ ഉള്ളിലെന്താണുള്ളതെന്നറിയാത്തവൾക്ക് ആർജ്ജവമുള്ളവളാകാൻ കഴിയില്ല. അറിഞ്ഞാൽത്തന്നെ, പരമമായ സുഖം ആരാധിക്ക പ്പെടേണ്ടതാണെന്ന് എന്നോടൊപ്പം സമ്മതിക്കേണ്ടിവരും. നീ യോ ജിക്കുന്നോ?'

മഹത്തരമായ സുഖങ്ങൾ താൻ അറിഞ്ഞിട്ടുണ്ടെന്ന് ഓൾഗ മറുപ ടി പറഞ്ഞു.

'ഇല്ല,' ബെർട് ലേഫ് പറഞ്ഞു. 'ആ പ്രശസ്തനായ ഓട്ടക്കാരന്റെ കാര്യമെടുക്കൂ. മൂന്നു ഒളിമ്പിക് മത്സരങ്ങളിൽ ജയിച്ചതിനാൽ അയാളെ ഏതു കുട്ടിക്കുമറിയും. അയാൾ ജീവിതം ത്യജിച്ചുവെന്നു നീ കരുതുന്നുണ്ടോ? എന്നിട്ടും, കൊച്ചുവർത്തമാനങ്ങളിലേർപ്പെടാതെ, സംഭോഗമില്ലാതെ, നന്നായി ആഹാരം കഴിക്കാതെ, അയാൾക്കു തീർച്ചയായും തന്റെ സമയം സ്റ്റേഡിയത്തിനു ചുറ്റും നിരന്തരമായി ഓടിത്തീർക്കേണ്ടി വന്നു. അയാളുടെ പരിശീലനം നമ്മുടെ ഏറ്റവും കീർത്തിമാന്മാരായ പുണ്യവാളന്മാർ ചെയ്തതിനു സമമായിരുന്നു. മരുഭൂമിയിലായിരിക്കേ, അലക്സാണ്ട്രിയായിലെ മക്കാരിയോസ് പുണ്യവാളൻ നിത്യവും ഒരു ചാക്കിൽ മണൽ നിറക്കുമായിരുന്നു. അതു ചുമലിലേറ്റി അന്തമില്ലാത്തത്ര ദൂരം നടക്കുമായിരുന്നു. ഓരോ ദിവസവും. ആകെത്തളർന്നു താഴെവീഴും വരെ. പക്ഷെ, നിന്റെയീ ഓട്ടക്കാരനും പുണ്യവാളനും, അവരുടെ ഭീമപ്രയത്നങ്ങൾക്കു, മതിയായ പ്രതിഫലം തീർച്ചയായും കിട്ടിയിരുന്നു. ബൃഹത്തായ ഒരു ഒളിമ്പിക്സ്റ്റേഡിയത്തിലെ കയ്യടി കേൾക്കുകയെന്നുവെച്ചാൽ അതെന്താണെന്ന് നിനക്കറിയുമോ? അതിനപ്പുറമൊരാനന്ദമില്ല! ചുമലിലൊരു ചാക്കു മണലേറ്റുന്നതെന്തിനെന്നു അലക്സാണ്ട്രിയായിലെ മക്കാരിയോസ് പുണ്യവാളന് അറിയാമായിരുന്നു. മരുഭൂമിയിലെ മാരത്തോണിന്റെ മഹത്വം വളരെ വേഗം ക്രിസ്തീയദേശങ്ങളിൽ അറിയപ്പെട്ടു. നമ്മുടെ ഓട്ടക്കാരനെപ്പോലെയായി മക്കാരിയോസ് പുണ്യവാളൻ. നിന്റെ ഓട്ടക്കാരനും ആദ്യം അയ്യായിരം മീറ്റർ ഓട്ടത്തിൽ ജയിച്ചു. പിന്നെ, പത്തായിരം മീറ്ററിൽ. ഒടുവിൽ, മാരത്തോൺ ജയിക്കാതെ മതിയാവില്ലെന്നായി. ആരാധനക്കുള്ള അഭിനിവേശം തൃപ്തിപ്പെടുത്താനാവില്ല. മക്കാരിയോസ് പുണ്യവാളൻ സ്വയം വെളിപ്പെടുത്താതെ തീബ്സിലെ ഒരാശ്രമത്തിലേക്കു പോയി. തന്നെ ഒരു അംഗമാക്കണമെന്ന് അപേക്ഷിച്ചു. പിന്നെ, വലിയനൊയമ്പിനുള്ള ഉപവാസകാലത്ത് അദ്ദേഹത്തിന്റെ മഹത്വത്തിന്റെ മുഹൂർത്തം സമാഗതമായി. എല്ലാ സന്യാസിമാരും ഇരുന്നുപവസിച്ചു. അദ്ദേഹമോ, നാൽപ്പതു ദിവസങ്ങൾ മുഴുവനും നിന്നാണ് ഉപവസിച്ചത്! എന്തൊരു വിജയമായിരുന്നൂ അതെന്ന് നിനക്കാലോചിക്കാൻപോലും പറ്റില്ല. അല്ലെങ്കിൽ, സിമിയോൺ സ്റ്റൈലൈറ്റ്സ് പുണ്യവാളനെ ഓർത്തു നോക്കൂ. മരുഭൂമിയിലദ്ദേഹം ഒരു സ്തംഭമുണ്ടാക്കി; അതിനു മുകളിലൊരു തട്ടും. അവിടെ ഇരിക്കാൻ പറ്റില്ല; നിന്നേ പറ്റൂ. ബാക്കിയുള്ള ആയുസ്സു മുഴുവൻ അദ്ദേഹം അവിടെ നിന്നു. മനുഷ്യന്റെ പരിമിതികളെ ഉല്ലംഘിക്കുന്ന അദ്ദേഹത്തിന്റെ അവിശ്വസനീയമായ ഈ നേട്ടം ക്രിസ്ത്യാനികളെ ഒന്നടങ്കം ആവേശിതരാക്കി. അഞ്ചാം നൂറ്റാണ്ടിലെ ഗഗാറിനായിരുന്നു സിമിയോൺ സ്റ്റൈലൈറ്റ്സ്. തന്നെക്കുറിച്ച് സിമിയോൺ സ്റ്റൈലൈറ്റ്സ് കേട്ടിട്ടുണ്ടെന്നും, സ്തംഭത്തിനുമുകളിൽനിന്ന് അദ്ദേഹം തന്നെ ആശീർവ്വദിച്ചുവെന്നും പാരീസിലെ ഷെനെവേവ് പുണ്യവാളത്തി, ഒരു വെൽഷ് വ്യാപാരി സംഘം വഴി, കേട്ടപ്പോൾ അവർക്കുണ്ടായ ആന

ന്ദം നിനക്കൂഹിക്കാനാകുമോ? അങ്ങിനെയൊരു നേട്ടമുണ്ടാക്കാൻ അദ്ദേഹം പുറപ്പെട്ടതെന്തിനാണെന്നറിയുമോ? ജീവിതത്തോടും മനുഷ്യവംശത്തോടും അദ്ദേഹത്തിനു മമതയില്ലാത്തതു കൊണ്ടാണോ? നീയിങ്ങിനെ പച്ചപ്പാവമാകരുത്. സിമിയോൺ സ്റ്റൈലൈറ്റ്സ് ദുരഭിമാനിയാണെന്ന് സഭാപിതാക്കൾക്കറിയാമായിരുന്നു. അവർ അദ്ദേഹത്തെ പരീക്ഷിക്കുകയും ചെയ്തു. തങ്ങളുടെ ആത്മീയാധികാരത്തിന്റെ നാമത്തിൽ, സ്തംഭത്തിൽനിന്നിറങ്ങാനും മത്സരമവസാനിപ്പിക്കാനും അവർ ആജ്ഞാപിച്ചു. സിമിയോൺ സ്റ്റൈലൈറ്റ്സിന് അതു കനത്തൊരടിയായിരുന്നു. എന്നാൽ, അവരെ അനുസരിക്കാന്മാത്രം വിവേകമോ, അല്ലെങ്കിൽ, കൗശലമോ, അദ്ദേഹത്തിനുണ്ടായിരുന്നു. അദ്ദേഹം നേട്ടമുണ്ടാക്കുന്നതിന് സഭാപിതാക്കൾ എതിരായിരുന്നില്ല. പക്ഷെ, സിമിയോൺ സ്റ്റൈലൈറ്റ്സിന്റെ ദുരഭിമാനം അദ്ദേഹത്തിന്റെ അച്ചടക്കബോധത്തെ കീഴടക്കരുതെന്ന്! അവർക്കു ഉറപ്പാക്കേണ്ടിയിരുന്നു. തട്ടിൽനിന്നു സങ്കടത്തോടെ അദ്ദേഹം ഇറങ്ങുന്നതു കണ്ടയുടനെ, അവരദ്ദേഹത്തോട് തിരിച്ചു കയറാൻ ആവശ്യപ്പെട്ടു. സ്തംഭത്തിനു മുകളിൽ, ലോകത്തിന്റെ സ്നേഹത്തിലും ആരാധനയിലും പൂണ്ട്, സിമിയോൺ സ്റ്റൈലൈറ്റ്സ് മൃത്യുവരിക്കുന്നത് അവർ ഉറപ്പാക്കി.'

ഓൾഗ എല്ലാം ശ്രദ്ധിച്ചു കേട്ടു. ബെർട് ലേഫിന്റെ അവസാന വാക്കുകൾ കേട്ടപ്പോൾ പൊട്ടിച്ചിരിക്കാൻ തുടങ്ങി.

'ആരാധനക്കുള്ള മഹത്തായ ആ ആഗ്രഹത്തിൽ പരിഹാസ്യമായൊന്നുമില്ല. എനിക്കതു ഹൃദയസ്പർശിയായാണ് തോന്നുനത്.' ബെർട് ലേഫ് പറഞ്ഞു. 'ആരാധന ആഗ്രഹിക്കുന്നവർ സഹജീവികളോട് ആസക്തിയുള്ളവരാണ്; അവരോടു കരുണയുള്ളവരാണ്; അവരില്ലാതെ ജീവിക്കാൻ പറ്റാത്തവരാണ്. സിമിയോൺ സ്റ്റൈലൈറ്റ്സ് പുണ്യവാളൻ മരുഭൂമിയിൽ, സ്തംഭത്തിനു മുകളിലെ ഒരുചതുരശ്രമീറ്ററിൽ, ഒറ്റക്കാണ്. എന്നാലോ, അദ്ദേഹം മുഴുവൻ മനുഷ്യവംശത്തിന്റെ കൂടെയുമാണ്‌ ലക്ഷക്കണക്കിനു കണ്ണുകൾ തനിക്കു നേരെ ഉയർന്നിരിക്കുന്നത് അദ്ദേഹം വിഭാവനം ചെയ്യുന്നു. ലക്ഷക്കണക്കിനു ചിന്തകളിൽ അദ്ദേഹം സന്നിഹിതനായിരിക്കുന്നു. അതദ്ദേഹത്തെ ആനന്ദത്തിലാഴ്ത്തുന്നു. മനുഷ്യവംശത്തോടുള്ള സ്നേഹത്തിന്റെയും, ജീവിതപ്രേമത്തിന്റെയും ഉത്തമോദാഹരണമാണിത്. നമ്മിലോരുരുത്തരിലും സിമിയോൺ സ്റ്റൈലൈറ്റ്സ് എത്രമാത്രം ജീവിച്ചുകൊണ്ടേയിരിക്കുന്നുവെന്ന്, എന്റെ പൊന്നു യുവതീ, നിനക്കൊരൂഹവുമില്ല. നമ്മുടെ ആത്മാവിന്റെ ധ്രുവങ്ങളിലെ നല്ല ധ്രുവം അദ്ദേഹമാണ്, ഇന്നുവരെ.' ആരോ വാതിലിൽ മുട്ടി. ഭക്ഷണം നിറച്ച ഒരുന്തുവണ്ടി തള്ളിക്കൊണ്ട് ഒരു പരിചാരകൻ അകത്തേക്കു വന്നു. മുകളിലൊരു വിരിപ്പിട്ട് അവൻ തീന്മേശ സജ്ജമാക്കി. ബെർട് ലേഫ് ചുരുട്ടുപെട്ടിയിൽ കയ്യിട്ടു. പരിചാരകന്റെ കീശയിൽ ഒരുപിടി നാണ്യം നിറച്ചു. പിന്നെ, അവരെല്ലാവരും തീറ്റ തുടങ്ങി. പരിചാരകൻ പിറകിൽനിന്നു വീഞ്ഞു പകരുകയും വിവിധ

യിനം വിഭവങ്ങൾ വിളമ്പുകയും ചെയ്തു.

ഓരോ വിഭവത്തിന്റെയും രുചിയെക്കുറിച്ച് ബെർട് ലേഫ് ആർത്തിയോടെ അഭിപ്രായം വിളമ്പിക്കൊണ്ടിരുന്നു. ഇത്ര നല്ല ഭക്ഷണം കഴിച്ചിട്ട് എത്രനാളായെന്നറിയില്ലെന്ന് സ്ക്രേറ്റ അഭിപ്രായപ്പെട്ടു. 'ഒരുപക്ഷെ, അവസാനമായിക്കഴിച്ചത്, എനിക്കുവേണ്ടി അമ്മ പാചകം ചെയ്തിരുന്നപ്പോഴാകണം. അപ്പോൾ ഞാൻ കൊച്ചുകുട്ടിയായിരുന്നു. അഞ്ചു വയസ്സിലേ ഞാൻ അനാഥനായി. അതിനുശേഷം എനിക്കു ചുറ്റുമുള്ള ലോകം വിചിത്രമായ ഒന്നായി. പാചകവും എനിക്കു വിചിത്രമായനുഭവപ്പെട്ടു. ഭക്ഷണപ്രേമം വരുന്നത് ബന്ധുക്കളോടും ചങ്ങാതിമാരോടുമുള്ള സ്നേഹത്തിൽനിന്നാണ്.'

'വളരെ ശരി.' ചുണ്ടുകളിലേക്ക് ഒരു വായ മാട്ടിറച്ചി ഉയർത്തിക്കൊണ്ട് ബെർട് ലേഫ് പറഞ്ഞു.

'അനാഥകുട്ടികൾക്ക് വിശപ്പില്ലാതാകും.' സ്ക്രേറ്റ പറഞ്ഞു. ഈ ദിവസം വരെ, മാതാപിതാക്കളില്ലാത്തതിന്റെ വിഷമം എനിക്കുണ്ടെന്ന് വിശ്വസിച്ചാലും. ഇന്നുപോലും, എനിക്കിത്ര വയസ്സായിട്ടുകൂടി, എനിക്കൊരച്ഛനെകിട്ടാൻ ഞാനെന്തും ചെയ്യും. എന്നെ വിശ്വസിച്ചാലും.'

'കുടുംബബന്ധങ്ങൾക്കു നിങ്ങൾ അമിതവില കൊടുക്കുകയാണ്.' ബെർട് ലേഫ് പറഞ്ഞു. 'എല്ലാവരും നിങ്ങളുടെ ബന്ധുക്കളും സുഹൃത്തുക്കളുമാണ്. അമ്മയുടെയും സഹോദരങ്ങളുടെയും അടുത്തേക്കു തിരികെ വിളിച്ചപ്പോൾ, യേശു പറഞ്ഞതു മറക്കണ്ട. അവൻ ശിഷ്യന്മാരെ ചൂണ്ടി പറഞ്ഞു: 'ഇവിടെയാണെന്റെ അമ്മയും സഹോദരന്മാരും.'

'എന്നിട്ടും തിരുസഭ,' സ്ക്രേറ്റ പറയാൻ മുതിർന്നു, 'കുടുംബം ഉന്മൂലനം ചെയ്യാനോ, അതിനു പകരം, എല്ലാവരെയും സ്വാഗതം ചെയ്യുന്ന ഒരു സമുദായമുണ്ടാക്കാനോ ആഗ്രഹിച്ചില്ല.'

'യേശുവും തിരുസഭയും തമ്മിൽ വ്യത്യാസമുണ്ട്. സെൻറ് പോൾ യേശുവിന്റെ പിൻഗാമിയാണെന്നു മാത്രമല്ല, അവനെ തെറ്റായി ചിത്രീകരിച്ച ആളാണെന്നുകൂടിയാണ് ഞാൻ വിചാരിക്കുന്നത്. ഒന്നാമതായി, സോളിൽനിന്ന്! പോളിലേക്കു ആകസ്മികമായ ഒരു മാറ്റമുണ്ട്! ഒരു രാത്രികൊണ്ട് മതം മാറുന്ന ഈ അത്യുന്മാദികളെക്കുറിച്ച് നമുക്ക് വേണ്ടത്ര അറിയാത്തതുപോലെ! സ്നേഹത്താൽ നയിക്കപ്പെടുന്നവരാണ് മതഭ്രാന്തന്മാരെന്ന്! എന്നോടാരും പറയരുതേ! ദശകൽപ്പനകൾ ഉരുവിടുന്ന സദാചാരഭ്രാന്തന്മാരാണവർ. പക്ഷെ, യേശു സദാചാരഭ്രാന്തനായിരുന്നില്ല. ശബ്ബത്ത് ആഘോഷിക്കാതിരുന്നതിനു അവർ അവനെ ശകാരിച്ചപ്പോൾ അവൻ പറഞ്ഞതോർത്തുനോക്കൂ: മനുഷ്യനു വേണ്ടിയുണ്ടാക്കിയതാണ് ശബ്ബത്ത്; മനുഷ്യൻ ശബ്ബത്തിനു വേണ്ടിയുണ്ടാക്കപ്പെട്ടതല്ല.' സ്ത്രീകളെ സ്നേഹിച്ചവനാണ് യേശു

സെൻറ് പോളിനെ കാമുകഭാവത്തോടെ ഭാവന ചെയ്യാൻ കഴിയുമോ? ഞാൻ സ്ത്രീകളെ ഇഷ്ടപ്പെടുന്നതുകൊണ്ട് സെൻറ് പോൾ എന്നെ അപലപിക്കും. പക്ഷെ, യേശുവതു ചെയ്യില്ല. സ്ത്രീകളെ, ഒരുപാടു സ്ത്രീകളെ സ്നേഹിക്കുന്നതിൽ ഞാനൊരു കുറവും കാണുന്നില്ല; സ്ത്രീകൾ, ഒരുപാടു സ്ത്രീകൾ എന്നെ സ്നേഹിക്കുന്നതിലും.'ബെർട് ലേഫ് മന്ദഹസിച്ചു. ആ ചിരി വലിയൊരു ആത്മസംതൃപ്തിയാണ് വെളിവാക്കിയത്: 'സുഹൃത്തുക്കളേ, ആയാസമില്ലാത്ത ജീവിതമായിരുന്നില്ല എൻറേത്. ഒന്നിൽക്കൂടുതൽത്തവണ ഞാൻ മരണത്തിന്റെ കണ്ണിൽ നോക്കിയിട്ടുണ്ട്. പക്ഷെ, ഒരു കാര്യത്തിൽ ദൈവം എന്നോടു കരുണ കാട്ടി. ഒരുകൂട്ടം സ്ത്രീകളെ ഞാൻ അനുഭവിച്ചു. അവരോ, എന്നെ സ്നേഹിക്കുകയും ചെയ്തു.'

അതിഥികൾ തീറ്റ തീർത്തു. പരിചാരകൻ മേശ വൃത്തിയാക്കാൻ തുടങ്ങുകയായിരുന്നു. അപ്പോൾ വാതിലിൽ മറ്റൊരു മുട്ടു കേട്ടു. ദുർബ്ബലവും, വിശ്വാസക്കുറവുള്ളതുമായ, ഒരു മുട്ട്; പ്രോത്സാഹനത്തിനു യാചിക്കുന്നതുപോലെ. 'വരൂ' ബെർട് ലേഫ് പറഞ്ഞു.

വാതിൽ തുറന്നു. ഒരു കുട്ടി അകത്തുകയറി. അതൊരു അഞ്ചുവയസ്സു വരുന്ന ഒരു പെൺകുട്ടിയായിരുന്നു. ചുളുങ്ങിയ ഒരു വെളുത്ത കുപ്പായമാണ് അവളിട്ടിരുന്നത്. വീതിയുള്ള വെളുത്ത ഒരു നാടകൊണ്ട് അവളതു പിറകിൽ, ഒരു ജോഡി ചിറകുകൾ പോലുള്ള, വില്ലുവെച്ചു കെട്ടിയിരുന്നു. അവളുടെ കയ്യിലൊരു പൂവുണ്ടായിരുന്നു: ഒരു വലിയ ദാലിയ. മുറിയിൽ ഒരു പാടു പേർ അമ്പരന്നു തന്നെത്തന്നെ നോക്കി നിൽക്കുന്നതുകണ്ട്, മുമ്പോട്ടു നീങ്ങാൻ ധൈര്യപ്പെടാതെ, അവൾ നിന്നു.

പുഞ്ചിരിച്ചുകൊണ്ട്, ബെർട് ലേഫ് എഴുന്നേറ്റു. പിന്നെ, പറഞ്ഞു: 'പേടി വേണ്ടാ, കുഞ്ഞുമാലാഖേ, ഉള്ളിലോട്ടു വരൂ.'

ബെർട് ലേഫിന്റെ പുഞ്ചിരിയിൽ ശരണം കണ്ടെത്തിയതുപോലെ, കുട്ടി പൊട്ടിച്ചിരിച്ചു. ബെർട് ലേഫിനരികിലേക്കോടി. അയാൾ പൂവു സ്വീകരിച്ചു. അവളുടെ നെറ്റിയിലുമ്മവെച്ചു.

അതിഥികളും പരിചാരകനും അത്ഭുതത്തോടെ ഈ രംഗം നോക്കിനിന്നു. പിറകിലെ വലിയ വില്ലു ആ കുട്ടി ശരിക്കും ഒരു മാലാഖയാണെന്നു തോന്നിപ്പിച്ചു. കയ്യിൽ ദാലിയയുമായി അവൾക്കു മീതെ കുനിഞ്ഞു നിൽക്കുന്ന ബെർട് ലേഫാകട്ടെ, ആ നാട്ടിലെ കൊച്ചുപട്ടണങ്ങളിൽ കാണുന്ന പുണ്യവാളന്മാരുടെ ബാരോക് പ്രതിമകളെ ഓർമ്മിപ്പിച്ചു.

'പ്രിയചങ്ങാതിമാരേ,' അതിഥികൾക്കുനേരെതിരിഞ്ഞ് അയാൾ പറഞ്ഞു, 'നിങ്ങളുമൊത്ത് ഞാൻ ചിലവഴിച്ച സമയം മനോഹരമായിരുന്നു. നിങ്ങളും സ്വയം സന്തുഷ്ടരാണെന്നു ഞാൻ പ്രതീക്ഷിക്കുന്നു. രാത്രി വൈകുംവരെ നിങ്ങൾക്കൊപ്പം കഴിയാൻ എനിക്കാശയുണ്ട്.

പക്ഷെ, നിങ്ങൾക്കറിയാവുന്നതുപോലെ, എനിക്കതാവില്ല. എന്നെ കാത്തിരിക്കുന്ന ഒരാളുടെ സമീപത്തേക്കു കൊണ്ടുപോകാനാണ് ഈ കൊച്ചുമാലാഖ വന്നിരിക്കുന്നത്. ഞാൻ പറഞ്ഞല്ലോ, ജീവിതം എന്നെ വിവിധ രീതിയിൽ പ്രഹരിച്ചിട്ടുണ്ട്. പക്ഷെ, സ്ത്രീകളെന്നെ സ്നേഹിച്ചിട്ടുണ്ട്.'

ബെർട് ലേഫ് ഒരു കയ്യാൽ ദാലിയ നെഞ്ചോടടക്കി. മറുകയ്യാൽ കുട്ടിയുടെ ചുമലിൽ തൊട്ടു. അതിഥികളുടെ കൊച്ചുസംഘത്തോടു തല വണങ്ങി. പരിഹാസ്യമാംവിധം നാടകീയമാണ് അയാളെന്നു ഓൾഗ വിചാരിച്ചു. അയാൾ പോകുന്നതു കണ്ട് അവൾ സന്തോഷിച്ചു. ഒടുവിൽ, ജേക്കബ്ബിനെ തനിക്കു ഒറ്റക്കു കിട്ടുമല്ലോ.

ബെർട് ലേഫ് തിരിഞ്ഞു നിന്നു. കുട്ടിയുടെ കൈപിടിച്ചു. വാതിലിലേക്കു നടന്നു. പക്ഷെ, മുറിവിടുന്നതിനുമുമ്പ്, ചുരുട്ടുപെട്ടിയിൽ നിന്നും ഒരു കുത്തു നാണയങ്ങൾ വാരി കീശ നിറച്ചു.

11. സക്രേറ്റയുടെ പ്രത്യുൽപ്പാദന ചിന്തകൾ

പരിചാരകൻ ഉന്തുവണ്ടിയിൽ എച്ചിൽപ്പാത്രങ്ങളും കാലിക്കുപ്പികളും പെറുക്കിവെച്ചു. അവൻ മുറിയിൽനിന്നു പോയപ്പോൾ ഓൾഗ ചോദിച്ചു: 'ഏതാണാ കൊച്ചുപെൺകുട്ടി?'

'ഞാനവളെ മുമ്പ് കണ്ടിട്ടില്ല.' സ്ക്രേറ്റ പറഞ്ഞു.

'അവൾ ശരിക്കുമൊരു കൊച്ചുമാലാഖയാണെന്നുതന്നെ തോന്നി.' ജേക്കബ്ബ് പറഞ്ഞു.

'അയാൾക്കു വെപ്പാട്ടികളെ എത്തിക്കുന്ന മാലാഖയോ?'

'അതെ.' ജേക്കബ്ബ് പറഞ്ഞു. 'കൂട്ടിക്കൊടുപ്പുകാരിയും ഇടനിലക്കാരിയുമായ ഒരു മാലാഖ. അയാളുടെ രക്ഷകമാലാഖയെ ഞാൻ അങ്ങിനെയാണ് വിഭാവനം ചെയുന്നത്.'

'അവൾ മാലാഖയാണോ എന്നൊന്നും എനിക്കറിയില്ല.' സ്ക്രേറ്റ പറഞ്ഞു. 'ഈ കൊച്ചുപെൺകുട്ടിയെ ഇതിനുമുമ്പൊരിക്കലും ഞാൻ കണ്ടിട്ടില്ലെന്നതാണ് വിചിത്രമായ കാര്യം. എനിക്കാണെങ്കിൽ ഈ ചുറ്റുവട്ടത്തുള്ള മിക്കവാറും എല്ലാവരെയും അറിയാം.'

'അങ്ങിനെയെങ്കിൽ ഒരേയൊരു വിശദീകരണമേയുള്ളൂ' ജേക്കബ്ബ് പറഞ്ഞു. 'അവളീ ലോകത്തിൽനിന്നുള്ളവളല്ല.'

'മാലഖയായാലും, വേലക്കാരിയുടെ മകളായാലും ഒരു കാര്യം ഉറപ്പാണ.' ഓൾഗ പറഞ്ഞു, 'അയാൾ പോയത് ഒരു പെണ്ണിനെക്കാണാനൊന്നുമല്ല. പൊങ്ങച്ചക്കാരാനാണയാൾ. വീമ്പിളക്കുക മാത്രമാണ് അയാളുടെ തൊഴിൽ.'

'ഇഷ്ടപ്പെടാൻ പറ്റിയ ഒരാളായിട്ടാണ് ഞാൻ അയാളെ കണ്ടത്.'ജേക്കബ്ബ് പറഞ്ഞു.

'ശരിക്കുമങ്ങിനെ ആയിരിക്കാം.' ഓൾഗ പറഞ്ഞു. 'പക്ഷെ, അങ്ങേയറ്റം ദുരഭിമാനമുള്ള ഒരു കക്ഷിയാണ് അയാളെന്നു ഞാനിപ്പോഴും ഉറപ്പിച്ചു പറയുന്നു. നമ്മൾ വരുന്നതിനു ഒരു മണിക്കൂർ മുമ്പ്, ആ അരഡോളർ നാണയങ്ങളിൽ കുറച്ചു ആ പെൺകുട്ടിക്കു നൽകി, ഒരു പ്രത്യേക സമയത്തു ഒരു പൂവും പിടിച്ചു വരാൻ അയാൾ അവളെ ഏർപ്പെടുത്തിയിരുന്നുവെന്നു ഞാൻ വാതുവെക്കാൻ തയ്യാറാണ്. അത്ഭുതങ്ങൾ അരങ്ങേറ്റാൻ വിശ്വാസികൾക്കു വലിയ മിടുക്കാണ്.'

'നീ ശരിയാണെന്ന് ഞാൻ നല്ലവണ്ണം കരുതുന്നു' ഡോ. സ്ക്രേറ്റ പറഞ്ഞു. 'കാരണം, ശ്രീമാൻ ബെർട് ലേഫ് വാസ്തവത്തിലൊരു രോഗിയാണ്. സംഭോഗത്തിന്റെ ഒരു രാത്രി അയാൾക്കു ഭീകരമായ അപകടത്തിനു വഴി തെളിക്കും.'

'കണ്ടില്ലേ, ഞാൻ ശരിയാണ്. സ്ത്രീകളെക്കുറിച്ചുള്ള അയാളുടെ എല്ലാ സൂചനകളും വെറും വായാടിത്തമാണ്.'

'എന്റെ പൊന്നു യുവതീ,' ഡോ. സ്ക്രേറ്റ പറഞ്ഞു, 'ഞാൻ അയാളുടെ വൈദ്യനും ചങ്ങാതിയുമാണ്. എന്നിട്ടും, എനിക്കു വലിയ ഉറപ്പൊന്നുമില്ല. എനിക്കറിയില്ല.'

'അയാൾ അത്രക്കു രോഗിയാണോ?' ജേക്കബ്ബ് ചോദിച്ചു.

'ഒരുകൊല്ലത്തോളമായി അയാൾ പിന്നെ ഇവിടെയെന്തിനു കഴിയണം? മാത്രമോ, അയാൾക്കു വളരെ പ്രിയമുള്ള യുവതിയായ ഭാര്യ അയാളെക്കാണാൻ ഇടക്കിടെമാത്രം വരാനെന്തേ?'

'അയാളില്ലാതെ വളരെ പെട്ടെന്ന് ഇവിടം ഒരൽപ്പം വിരസമായിപ്പോയി' ജേക്കബ്ബ് പറഞ്ഞു.

നേരാണ്, മൂവർക്കും പൊടുന്നനെ അനാഥത്വം അനുഭവപ്പെട്ടു. മുറിയിലവർ സ്വസ്ഥരല്ലാതായി. അവിടെ ഇനിയും തങ്ങാൻ അവർക്കു താൽപ്പര്യമില്ലാതായി.

സ്ക്രേറ്റ കസേരയിൽനിന്നെഴുന്നേറ്റു: 'നീയും ഞാനും ഓൾഗയെ വീട്ടിലാക്കും. പിന്നെ നമ്മളൊന്നു നടക്കാൻ പോകും. നമുക്കൊരു പാടു കാര്യങ്ങൾ ചർച്ച ചെയ്യാനുണ്ട്.'

ഓൾഗ പ്രതിതിഷേധിച്ചു: 'എനിക്കുറങ്ങാൻ ഇനിയും നേരമായില്ല' 'നേരെമറിച്ച്, നേരം കഴിഞ്ഞിരിക്കയാണ്. നിന്റെ വൈദ്യനെന്ന നിലയിൽ ഞാൻ കൽപ്പിക്കുകയാണ്.' സ്ക്രേറ്റ കർക്കശമായി പറഞ്ഞു.

അവർ റിച്മണ്ട് വിട്ടു. പാർക്കു മുറിച്ചു കടന്നു. വഴിയിൽ ജേക്കബ്ബിനോടു മൃദുവായി പറയാൻ ഓൾഗ അവസരം കണ്ടെത്തി: 'ഈ സാ

യാഹനം എനിക്കു നിങ്ങളുടെകൂടെ ചിലവഴിച്ചാൽ കൊള്ളാമെന്നുണ്ട്...'

പക്ഷെ, ജേക്കബ്ബ് ചുമൽകുലുക്കുക മാത്രമേ ചെയ്തുള്ളൂ. കാരണം, സ്വയേച്ഛ രാജകീയമായി അടിച്ചേൽപ്പിക്കുന്നയാളാണ് ഡോ. സ്ക്രേറ്റ. കാൾമാർക്സ്ഹൗസ് വരെ അവർ ഓൾഗയ്ക്ക് അകമ്പടിയായി. സുഹൃത്തിന്റെ സാന്നിദ്ധ്യത്തിൽ, ജേക്കബ്ബ്, പതിവുപോലെ, അവളുടെ തലയിൽ തലോടുക പോലും ചെയ്തില്ല. അവളുടെ പ്ലം പോലുള്ള മുലകളോട് ഡോക്റ്റർക്കുള്ള അനഭിരുചി അയാളെ നിരുത്സാഹപ്പെടുത്തിയതാണ്. അയാൾ ഓൾഗയുടെ മുഖത്തെ നിരാശ കണ്ടു. അവളെ വേദനിപ്പിച്ചതിൽ അയാൾ തന്നോടുതന്നെ ദേഷ്യപ്പെട്ടു.

'അപ്പോൾ, നീ എന്തു പറയുന്നു?' പാതയിൽ സ്നേഹിതനൊപ്പം ഒറ്റക്കായപ്പോൾ, സ്ക്രേറ്റ ചോദിച്ചു. എനിക്കൊരു അച്ഛൻ വേണമെന്ന് ഞാൻ പറയുന്നത് നീ കേട്ടതാണല്ലോ. അതു കല്ലിൽനിന്നുപോലും കണ്ണീരു വരുത്തുമായിരുന്നു. പക്ഷെ, അയാൾ പറഞ്ഞു തുടങ്ങിയതോ പോൾ പുണ്യവാളനെപ്പറ്റിയും. അതു മനസ്സിലാക്കാൻ അയാൾക്കത്ര പ്രയാസമോ? രണ്ടുകൊല്ലമായി ഞാൻ അനാഥനാണെന്ന് അയാളോടു പറയാൻ തുടങ്ങിയിട്ട്. അമേരിക്കൻപാസ്പോർട്ടിന്റെ മേന്മകളെക്കുറിച്ച് രണ്ടുകൊല്ലമായി ഞാൻ സ്തുതിക്കുന്നു. വിവിധ ദത്തെടുക്കൽ കേസുകളെക്കുറിച്ച്, സന്ദർഭവശാൽ, ഒരായിരം തവണ ഞാൻ സൂചിപ്പിച്ചിട്ടുണ്ട്. ഈ സൂചനകളെല്ലാം എന്നെ ദത്തെടുക്കാനുള്ള ചിന്ത പണ്ടേ അയാളിലുണ്ടാക്കിയിരിക്കണമെന്നാണ് ഞാൻ കണക്കു കൂട്ടിയത്.'

'തന്നിൽത്തന്നെ ആഴത്തിൽ ആമഗ്നനാണയാൾ' ജേക്കബ്ബ് പറഞ്ഞു.

'അതു ശരിയാണ' സ്ക്രേറ്റ സമ്മതിച്ചു.

'അയാളുടെ രോഗം ഗുരുതരമാണെങ്കിൽ, അതിലത്ഭുതമില്ല'ജേക്കബ്ബ് പറഞ്ഞു. 'നിങ്ങൾ പറഞ്ഞതു പോലെ അയാൾക്ക് അത്ര വലിയ രോഗമാണോ?'

'പറഞ്ഞതിനേക്കാൾ വഷളാണ് ശരിക്കും.' സ്ക്രേറ്റ പറഞ്ഞു. 'ആറുമാസം മുമ്പ് അയാൾക്കു രണ്ടാമത്തെയും, ഏറെ ഗുരുതരവുമായ ഹൃദയാഘാതമുണ്ടായി. അന്നു മുതൽ അയൾക്കു ദൂരയാത്ര വിലക്കായി. ഒരു തടവുപുള്ളിയെപ്പോലെയാണ് അയാൾ ഇവിടെ തങ്ങുന്നത്. ഒരു നൂലിൽ തൂങ്ങിനിൽക്കുകയാണ് അയാളുടെ ജീവൻ. അയാൾക്കതറിയുകയും ചെയ്യാം.'

'നോക്കൂ,' ജേക്കബ്ബ് പറഞ്ഞു, 'കാര്യമിങ്ങനെയാണെങ്കിൽ, സൂചനാപ്രയോഗംകൊണ്ട് കാര്യമില്ലെന്ന് വളരെമുമ്പേ നീ മനസ്സിലാക്കേണ്ടിയിരുന്നു. കാരണം, ഏതു സൂചനയും അയാൾക്കു തന്നെക്കുറിച്ചു മാത്രം ചിന്തിക്കാനേ കാരണമാകൂ. നീ നിന്റെ ആവശ്യം നേരിട്ടുതന്നെ പറയണം. അയാൾ തീർച്ചയായും സമ്മതിക്കും.

കാരണം, ആളുകളെ പ്രീതിപ്പെടുത്തുന്നത് അയാൾക്കിഷ്ടമാണ്. ആളുകളെ സന്തോഷിപ്പിക്കാൻ അയാൾ ആഗ്രഹിക്കുന്നു.'

'നീയൊരു മഹാമനീഷിയാണ്' നടത്തം നിർത്തി സ്ക്രേറ്റ ശബ്ദമുയർത്തിപ്പറഞ്ഞു. 'ആലോചിച്ചാൽ കാര്യമെളുപ്പമാണ്. കൃത്യമായും ശരിയുമാണ് അയാളെ എങ്ങിനെ കൈകാര്യം ചെയ്യണമെന്നറിയാതെ, ഒരു മണ്ടനെപ്പോലെ, ഞാൻ രണ്ടുകൊല്ലം പാഴാക്കി. കാര്യം വളഞ്ഞ വഴിയിലൂടെ സാധിക്കാൻനോക്കി, എന്റെ ജീവിതത്തിലെ രണ്ടുകൊല്ലം ഞാൻ ചിലവഴിച്ചു. കുറ്റം നിൻറേതാണ്. നീയെന്നെ മുമ്പെ ഉപദേശിക്കേണ്ടതായിരുന്നു.'

'നീയെന്നോട് മുമ്പേ ചോദിക്കേണ്ടതായിരുന്നു'

ഇരുണ്ട പാർക്കിലൂടെ രണ്ടു സുഹൃത്തുക്കളും, ശരത്ക്കാലത്തിന്റെ തുടക്കത്തിലെ ചുണയുള്ള വായു ശ്വസിച്ചുകൊണ്ട് അലസമായി നടന്നു.

'ഞാനാണ് അയാളെ ഒരു അച്ഛനാക്കിയത്' സ്ക്രേറ്റ പറഞ്ഞു. 'അതുകൊണ്ട്, അയാളെന്നെ മകനാക്കുന്നത് ഞാൻ അർഹിക്കുന്നതാണ്'

ജേക്കബ്ബ് യോജിച്ചു.

'ദൗർഭാഗ്യമെന്തെന്നോ,' ഒരു നീണ്ട നിശ്ശബ്ദതക്കു ശേഷം സ്ക്രേറ്റ തുടർന്നു. 'ചുറ്റും വിഡ്ഢികളാണ്. എനിക്കുപദേശം തേടാൻപറ്റുന്ന ആരെങ്കിലും ഈ ടൗണിലുണ്ടോ? ബുദ്ധിയുള്ളവനായി ജനിച്ചു പോയതുകൊണ്ടു മാത്രം ഒരാൾ പരിപൂർണ്ണമായും നിഷ്കാസിതനാക്കപ്പെടുകയാണ്. മറ്റൊന്നും ചിന്തിക്കാതെ, എന്റെ സവിശേഷ പഠനം ഹേതുവായി, ഞാൻ എപ്പോഴും, ചിന്തിക്കുന്നതിതാണ്: അവിശ്വസനീയമാംവിധം അളവിൽ മനുഷ്യവശം മണ്ടന്മാരെ സൃഷ്ടിക്കുന്നു. വ്യക്തി എത്ര മണ്ടനാണോ, അത്രയും അവൻ പ്രത്യുൽപ്പാദിക്കും. കുറ്റമറ്റ ജീവികൾ അങ്ങേയറ്റം ഒരൊറ്റ സന്തതിയെമാത്രമേ ഉൽപ്പാദിപ്പിക്കൂ. അവയിലേറ്റവും മികച്ചവയാകട്ടെ, നിന്നെപ്പോലെ, പ്രത്യുൽപ്പാദിക്കില്ലെന്നു തീരുമാനിക്കും. അതൊരു ദുരന്തമാണ്. ഞാനോ, അപരിചിതരുടെയിടയിലേക്കല്ലാതെ, സഹോദരരുടെ ഇടയിലേക്ക് മനുഷ്യൻ പിറന്നു വീഴുന്ന ഒരു ലോകം സ്വപ്നം കണ്ട് സമയം കഴിക്കുന്നു.'

സ്ക്രേറ്റയുടെ സംസാരത്തിൽ വലിയ രസം കാണാതെ, ജേക്കബ്ബ് കേട്ടുകൊണ്ടിരുന്നു.

സ്ക്രേറ്റ തുടർന്നു: 'വെറും വാക്കുകളാണവയെന്നു വിചാരിക്കരുത്. ഞാനൊരു രാഷ്ട്രീയക്കാരനല്ല, വൈദ്യനാണ്. സഹോദരൻ എന്ന വാക്കിനു, എന്നെ സംബന്ധിച്ച്, കൃത്യമായ അർത്ഥമുണ്ട്. ചുരുങ്ങിയ

തൊരച്ഛനോ അല്ലെങ്കിലൊരമ്മയോ പൊതുവായുള്ളവരാണ് സഹോദരങ്ങൾ. സോളമന്റെ എല്ലാ മക്കളും, അവർക്കു വ്യത്യസ്തരായ ഒരു നൂറമ്മമാരുണ്ടായിരുന്നുവെങ്കിലും, സഹോദരന്മാരായിരുന്നു. വിസ്മയകരമായിരുന്നിരിക്കണം അത്! നിനക്കെന്തു തോന്നുന്നു?'

ചുണയുള്ള വായു ഉള്ളിലേക്കെടുത്തതല്ലാതെ, ജേക്കബ്ബിനൊന്നും പറയാൻ തോന്നിയില്ല.

'തീർച്ചയായും' സ്ക്രേറ്റ തുടർന്നു, 'സംഭോഗസമയത്തു ആളുകളോട് ഭാവിതലമുറയെക്കുറിച്ച് കരുതണമെന്നു നിർബന്ധിക്കാനാവില്ല. പക്ഷെ, അതല്ല ഇക്കാര്യം. യുക്തിസഹമായ സന്താനോൽപ്പാദനത്തിന്റെ പ്രശ്നത്തിനു, നമ്മുടെ നൂറ്റാണ്ടിൽ, ശരിക്കും മറ്റു പരിഹാരവഴികളുണ്ടാകേണ്ടതാണ്. പ്രേമവും പ്രത്യുൽപ്പാദനവും കൂട്ടിക്കുഴക്കുന്നത് നമുക്കെന്നെന്നേക്കുമായി തുടരാൻ കഴിയില്ല.'

ആ ആശയത്തെ ജേക്കബ്ബ് അംഗീകരിച്ചു.

'പ്രത്യുൽപ്പാദനത്തിൽനിന്ന് പ്രേമത്തെ അടർത്തിമാറ്റാനേ നിങ്ങൾക്കു താൽപ്പര്യമുള്ളൂ' സ്ക്രേറ്റ പറഞ്ഞു. 'എനിക്കാകട്ടെ, പ്രേമത്തിൽനിന്ന് പ്രത്യുൽപ്പാദനത്തെ അടർത്തിമാറ്റുന്നതാണ് പ്രധാനം. നിനക്കൊരു പദ്ധതി ഞാൻ പരിചയപ്പെടുത്താൻ പോവുകയാണ്. ആ ടെസ്റ്റ്റ്റ്യൂബിലുണ്ടായിരുന്നത് എന്റെ രേതസ്സായിരുന്നു.'

ഇത്തവണ അയാൾക്കു ജേക്കബ്ബിന്റെ ശ്രദ്ധ കിട്ടി.

'അതേപ്പറ്റി നീയെന്തു പറയുന്നു?'

'ഉഗ്രനാശയം' ജേക്കബ്ബ് പറഞ്ഞു.

'അസാധാരണം' സ്ക്രേറ്റ പറഞ്ഞു. 'ഈ നടപടിവഴി ഞാൻ കുറച്ചു സ്ത്രീകളെ സുഖപ്പെടുത്തിക്കഴിഞ്ഞിരിക്കുന്നു. ഭർത്താവു ഷണ്ഡനായതുകൊണ്ടാണ് പല സ്ത്രീകൾക്കും കുട്ടികളില്ലാതിരിക്കുന്നതെന്നു മറക്കരുത്. രാജ്യത്താകമാനം എനിക്കു രോഗികളുണ്ട്. ഠൗൺക്ലിനിക്കിലെ ഗൈനക്കോളജി പരിശോധനകളുടെ ചുമതല, നാലു കൊല്ലങ്ങളായി, എനിക്കാണ്. ഒരു ടെസ്റ്റ്റ്റ്യൂബിൽനിന്നും സിറിഞ്ചു നിറച്ച്, പരിശോധിക്കപ്പെടുന്ന സ്ത്രീയുടെ ഗർഭാശയത്തിൽ ആ ബീജദ്രാവകം നിക്ഷേപിക്കാൻ വലിയ പാടൊന്നുമില്ല.'

'അപ്പോൾ, നിനക്കെത്ര കുട്ടികളുണ്ട്?'

'കുറേ വർഷങ്ങളായി ഞാനിതു തുടങ്ങിയിട്ട്. ഏകദേശമൊരെണ്ണമേ പറയാനാകൂ. ഞാനാണ് അച്ഛനെന്നു എനിക്കെപ്പോഴുമുറപ്പിക്കാനാവില്ല. കാരണം, എന്റെ രോഗികൾ എന്നോടു, ഒരർത്ഥത്തിൽ, അവരുടെ ഭർത്താക്കന്മാരുമൊത്ത് വിശ്വാസവഞ്ചന കാട്ടുന്നവരാണ്. മാത്രമല്ല, അവർ സ്വദേശത്തേക്കു തിരിച്ചുപോയാൽ, എന്റെ ചികിത്സ വിജയിച്ചുവോ എന്നെനിക്കു കണ്ടുപിടിക്കാനാവില്ല. പ്രാദേശികരോഗിക

ളുടെ കാര്യത്തിൽ സംഗതികൾ കൂടുതൽ വ്യക്തമാണ്.'

സ്ക്രേറ്റ മൂകനായി. ജേക്കബ്ബ് മസൃണമായൊരു പകൽസ്വപ്നത്തിനു സ്വയം വശംവദനായി. സ്ക്രേറ്റയുടെ പദ്ധതി അയാളുടെ ഹൃദയത്തിൽ തട്ടി. അതയാളെ ആനന്ദിപ്പിച്ചു. കാരണം, അതിലൂടെ അയാൾ തന്റെയാ പഴയ സ്നേഹിതനായ പിടിവാശിക്കാരൻ സ്വപ്നജീവിയെ തിരിച്ചറിഞ്ഞു: 'ഇത്ര നിരവധി സ്ത്രീകളിലൂടെ കുട്ടികളുണ്ടാവുകയെന്നത് ഗംഭീരം തന്നെ.' അയാൾ പറഞ്ഞു.

'അവരെല്ലാമോ, സഹോദരരും.' സ്ക്രേറ്റ കൂട്ടിച്ചേർത്തു.

നല്ല മണമുള്ള വായു ശ്വസിച്ചുകൊണ്ട്, നിശ്ശബ്ദമായി, അവർ നടത്തം തുടർന്നു. പിന്നെ സ്ക്രേറ്റ വീണ്ടും തുടങ്ങി: 'നിനക്കറിയുമോ, നമുക്കിഷ്ടപ്പെടാത്ത പലതും ഇവിടെയുണ്ടെങ്കിലും, ഈ നാടിനു നാം ഉത്തരവാദിയാണെന്ന് ഞാനെന്നോടു പതിവായി പറയാറുണ്ട്. വിദേശത്ത് സ്വതന്ത്രമായി സഞ്ചരിക്കാൻ പറ്റാത്തതിൽ ഞാൻ കുപിതനാകാറുണ്ടെങ്കിലും, എന്റെ നാടിനെ ദുഷിക്കാൻ ഒരിക്കലുമെനിക്കാവില്ല. അതിനാദ്യം എനിക്കെന്നെ ദുഷിക്കേണ്ടി വരും. അല്ല, നമ്മളിലാരാണ് ഈ നാടു നന്നാക്കാൻവേണ്ടി എന്തെങ്കിലും ചെയ്തിട്ടുള്ളത്? ഇവിടെ ജീവിതം സാദ്ധ്യമാക്കാൻ നമ്മിലാരെങ്കിലും എന്തെകിലും ചെയ്തിട്ടുണ്ടോ? ഈ നാടു സ്വന്തമാണെന്നു തോന്നാൻ? സ്വന്തം വീട്ടിലെപ്പോലെ സ്വസ്ഥമാണെന്നു തോന്നാൻ മാത്രമെങ്കിലും...' സ്ക്രേറ്റ ഇപ്പോൾ പതിയെ, മൃദുവായാണ് സംസാരിച്ചത്: 'അവനന്റെ ആൾക്കാർക്കിടയിലേ സ്വസ്ഥതയുണ്ടാകൂ. നീ നാടുവിടുകയാണെന്നു പറഞ്ഞതുകൊണ്ട്, ഞാൻ നിന്നെ എന്റെ പദ്ധതി പറഞ്ഞു മനസ്സിലാക്കിക്കാമെന്നു വിചാരിച്ചു. നിനക്കുവേണ്ടി എന്റെ കയ്യിലൊരു ടെസ്റ്റ് റ്റ്യൂബുണ്ട്. നീ വിദേശത്തായിരിക്കെ, നിന്റെ കുട്ടികൾ ലോകത്തിലേക്കു വരിക ഇവിടെയായിരിക്കും. ഒരു പത്തിരുപതു കൊല്ലത്തിനുള്ളിൽ ഇതെത്ര മഹത്തായ രാജ്യമായിരിക്കുമെന്നു നീ കാണും.'

ആകാശത്തിൽ വട്ടത്തിലുള്ള ഒരു ചന്ദ്രനുണ്ടായിരുന്നു (നമ്മുടെ കഥയിലെ അന്ത്യരാത്രിവരെ അതവിടത്തന്നെ ഉണ്ടാകും. അതിനാലീ കഥയെ ഒരു ചാന്ദ്രകഥയെന്നു വിളിക്കാം). സ്ക്രേറ്റ ജേക്കബ്ബിനൊപ്പം റിച്മണ്ടിലേക്കു പോയി. 'നീ നാളെ പോകണമെന്നില്ല.' അയാൾ പറഞ്ഞു.

'പോയെ പറ്റൂ. അവരെന്നെ കാത്തിരിപ്പുണ്ട്.' ജേക്കബ്ബ് പറഞ്ഞു. എങ്കിലും, തങ്ങാൻ പ്രേരിപ്പിക്കപ്പെടുന്നതു താൻ തടയില്ലെന്ന് അയാൾക്കറിയാമായിരുന്നു.

'അസംബന്ധം!' സ്ക്രേറ്റ പറഞ്ഞു. 'എന്റെ പദ്ധതി നിനക്കിഷ്ടമായതിലെനിക്കു സന്തോഷമുണ്ട്. നാളെ നമുക്കത് വിശദമായി സംസാരിക്കാം.

2. പടം പിടുത്തം.

പത്തു മണി. ഓൾഗ പതിവു പോലെ റൂസേനയിൽനിന്നു വലിയൊരു വെള്ളവിരിയും താക്കോലും വാങ്ങി. അറയിലേക്കു വലിഞ്ഞു. തുണിമാറി അയയിൽ തൂക്കി. വെള്ളവിരി പുറംകുപ്പായം പോലെ ദേഹത്തിൽചുറ്റി. അറ പൂട്ടി. താക്കോൽ റൂസേനയെ തിരിച്ചേൽപ്പിച്ചു. ചെറുകുളമുള്ള അടുത്ത മുറിയിലേക്കു പോയി. വിരി കൈവരിമേൽ അഴിച്ചിട്ടു. വെള്ളത്തിലേക്കുള്ള പടികളിറങ്ങി. മറ്റു പെണ്ണുങ്ങൾ കുളി തുടങ്ങിയിരുന്നു. കുളത്തിനു വലിയ വലുപ്പമൊന്നുമില്ല. നീന്തൽ ആരോഗ്യത്തിനു അത്യാവശ്യമാണെന്ന ബോദ്ധ്യമുള്ളതിനാൽ ഓൾഗ ഒന്നുരണ്ടു വരി നീന്തി. അപ്പോൾ, ചിലച്ചുകൊണ്ടിരുന്ന ഒരു സ്ത്രീയുടെ വായിലൽപ്പം വെള്ളം കയറി.

'നിനക്കെന്താ ഭ്രാന്താ?' അവൾ ഓൾഗയോട് ക്ഷോഭത്തോടെ ഒച്ചവെച്ചു. 'ഇതു നീന്തൽക്കുളമല്ല.'

കുളത്തിന്റെ ചുമരോരത്ത് പെണ്ണുങ്ങൾ പോക്കാച്ചിത്തവളകളെപ്പോലെ ആഴമില്ലാത്ത വെള്ളത്തിൽ കൂനിക്കൂടി ഇരിപ്പാണ്. ഓൾഗയേക്കാൾ പ്രായമുള്ളവരാണ് എല്ലാവരും. അവളെക്കാൾ കൊഴുത്തവരും. അരോഗദൃഢഗാത്രികൾ. അതിനാൽ, അവൾ നിശ്ചലമായി തുറിച്ചുനോക്കിക്കൊണ്ട് അവർക്കിടയിൽ ഒതുങ്ങിയിരുന്നു.

പെട്ടെന്ന്, അവൾ വാതിലിനരികിൽ ഒരു ചെറുപ്പക്കാരനെ കണ്ടു. കീറിയ സ്വെറ്ററും നീലജീൻസുമിട്ട ഒരു കുള്ളനെ.

'അയാളിവിടെ എന്തെടുക്കുകയാണ്?'

ഓൾഗ നോക്കുന്നിടത്തേക്ക് സ്ത്രീകളെല്ലാം നോക്കി. എല്ലാവരും

ഒച്ചവെക്കാൻ തുടങ്ങി.

ആ സമയം റൂസേന മുറിയിലേക്കു വന്നു വിളിച്ചു പറഞ്ഞു: 'നമുക്കു സന്ദർശകരുണ്ട്. വാർത്തയിൽക്കൊടുക്കാൻ നിങ്ങളുടെ പടമെടുക്കാൻ പോവുകയാണ്.'

ഈ വാർത്ത സ്ത്രീകൾ പൊട്ടിച്ചിരിയോടെ സ്വീകരിച്ചു. ഓൾഗ യാകട്ടെ, പ്രതിഷേധിച്ചു: 'എന്താണിതൊക്കെ?'

'അവർക്കു അധികാരികൾ അനുവാദം കൊടുത്തിട്ടുണ്ട്.' റൂസേന പറഞ്ഞു.

'അധികാരികൾ പോയിത്തുലയട്ടെ! എന്നോടാരും അന്വേഷിച്ചിട്ടില്ല.' ഓൾഗ നിലവിളിച്ചു.

കീറിയ സ്വെറ്ററിട്ട യുവാവ് (അവന്റെ കഴുത്തിൽ പ്രകാശമളക്കാനുള്ള ഒരുപകരണം തൂങ്ങുന്നുണ്ടായിരുന്നു) കുളത്തെ സമീപിച്ചു. ഓൾഗക്ക് അശ്ലീലമെന്നുതോന്നിയ ഒരിളിയോടെ അവളെ നോക്കി: 'മാഡം, നിങ്ങളെ സ്ക്രീനിൽ കാണുമ്പോൾ പ്രേക്ഷകർക്ക് ഉന്മാദലഹരിയുണ്ടാകും.'

സ്ത്രീകൾ വീണ്ടുമൊരു പൊട്ടിച്ചിരിയോടെ പ്രതികരിച്ചു. ഓൾഗ കൈകൾകൊണ്ട് മാറു മറച്ചു (അതത്ര പ്രയാസമുള്ള കാര്യമായിരുന്നില്ല. പ്ലം പഴങ്ങളെപ്പോലുള്ളതാണ് അവളുടെ സ്തനങ്ങളെന്നു നമുക്കറിയാമല്ലോ). മറ്റു സ്ത്രീകൾക്കു പിറകിലേക്ക് അവൾ ചുരുണ്ടുകൂടി.

നീലജീൻസിട്ട രണ്ടാളുകൾകൂടി കുളത്തിനടുത്തേക്കു വന്നു. അവരിൽ ഉയരം കൂടിയവൻ പ്രസ്താവിച്ചു: 'ദയവായി, ഞങ്ങൾ ഇവിടയില്ലെന്നുകരുതി നിങ്ങൾ സ്വാഭാവികമായ രീതിയിൽ വ്യാപരിച്ചാലും.' തന്റെ വിരിയിരിക്കുന്ന കൈവരിയിലേക്ക് ഓൾഗ കൈനീട്ടി. വെള്ളത്തിൽനിന്നുകൊണ്ടുതന്നെ വിരി വാരിച്ചുറ്റി. പിന്നീട്, പടികയറി, തറയോടുകൾക്കു മീതെ വെള്ളമിറ്റിച്ചുകൊണ്ടു നിന്നു.

'ഛെ! ഇപ്പൊഴേ പുറത്തു പോകല്ലേ!' കീറിയ സ്വെറ്ററിട്ട ചെറുപ്പക്കാരൻ വിളിച്ചുപറഞ്ഞു.

'ഇനിയും പതിനഞ്ചു മിനിട്ടു കുളത്തിലുണ്ടാകണം!'

റൂസേനയും വിളിച്ചുപറഞ്ഞു.

'അവൾക്കു നാണമാണ്' ഓൾഗയുടെ പിറകിൽനിന്ന്, കുളത്തിൽ നിന്നായിരുന്നു അട്ടഹാസം.

'അവളുടെ സൌന്ദര്യം ആരെങ്കിലും കട്ടുകൊണ്ടുപോകുമെന്നാണ് അവളുടെ പേടി' റൂസേന പറഞ്ഞു.

'നോക്കൂ, രാജകുമാരിയെ' കുളത്തിൽനിന്നൊരു സ്വരം.

‘പടത്തിൽ വരാൻ താൽപ്പര്യമിലാത്തവർക്ക് പോകാം’ ഉയരം കൂടിയവൻ ശാന്തമായി പറഞ്ഞു.

‘ഞങ്ങൾക്കു നാണമൊന്നുമില്ല. ഞങ്ങൾ സുന്ദരികളാണ്’ ഒരു തടിച്ചിമൂർച്ചയോടെ പറഞ്ഞു. ജലോപരിതലത്തിൽ പൊട്ടിച്ചിരി അലകളിളക്കി.

‘പക്ഷെ, ആ ചെറുപ്പക്കാരിയെ പോകാൻ സമ്മതിക്കരുത്. അവളിനിയും പതിനഞ്ചു മിനിട്ടുകൂടി കുളത്തിലുണ്ടാകണം’ വസ്ത്രം മാറുന്ന അറയിലേക്കു വാശിയോടെ നീങ്ങുന്ന റൂസേന ക്രുദ്ധയായി പറഞ്ഞു.

3. രണ്ടുതരം സ്ത്രീകൾ

റൂസേനയെ ക്രുദ്ധയായ്പ്പോയതിന്റെ പേരിൽ കുറ്റപ്പെടുത്താനാവില്ല. എങ്കിലും, ഓൾഗ പടമെടുക്കാൻ വിസമ്മതിച്ചതിനു അവളെന്തിനു ശുണ്ഠിയെടുക്കണം? ചെറുപ്പക്കാരുടെ ആഗമനം ആനന്ദത്തിന്റെ ആക്രന്ദനങ്ങളാൽ സ്വാഗതം ചെയ്ത സ്ഥൂലശരീരികളുടെ സംഘവുമായി അവളെന്തിനു താദാത്മ്യം പ്രാപിക്കണം?

അതിരിക്കട്ടെ, സ്ഥൂലശരീരികളായ ഈ സ്ത്രീകളെന്തിനിത്ര ആഹ്ലാദിക്കണം? ഈ ചെറുപ്പക്കാരെ തങ്ങളുടെ ലാവണ്യം കാണിച്ച് വശീകരിക്കാമെന്നിവർ കരുതുന്നുണ്ടോ?

തീർച്ചയായുമില്ല. വശ്യലാവണ്യമൊന്നും തങ്ങളുടെ പക്കലില്ലായെന്ന ദൃഢവിശ്വാസത്തിൽനിന്നാണ് അവരുടെ സ്പഷ്ടമായ ലജ്ജാരാഹിത്യം കൃത്യമായും ഉടലെടുത്തിരിക്കുന്നത്. അവരിൽ നിറയെ യൗവ്വനത്തിളപ്പുള്ള സ്ത്രീകളോടുള്ള വിദ്വേഷമായിരുന്നു. മൈഥുനത്തിനുപയോഗമില്ലാത്ത തങ്ങളുടെ ശരീരത്തിന്റെ പ്രദർശനത്തിനു പെൺനഗ്നതയെ അപഹസിക്കാനും അപമാനിക്കാനുമാകുമെന്ന് അവരാശിച്ചു. തങ്ങളുടെ ശരീരത്തിന്റെ വികർഷണംകൊണ്ട് പെൺശരീരത്തിന്റെ മഹത്ത്വത്തോട് പ്രതികാരം ചെയ്യാനും അതിനെ ഇടിച്ചു തകർക്കുവാനും അവർ ആഗ്രഹിച്ചു. ശരീരങ്ങളെല്ലാം, സുന്ദരമായവയുമല്ലാത്തവയും, അന്തിമമായി വ്യത്യാസങ്ങളില്ലാത്തവയാണെന്ന് അവർക്കറിയാം. സുന്ദരമായതിനെ വിരൂപമായതിന്റെ നിഴൽ ഗ്രസിക്കുമെന്നു, പുരുഷന്മാരുടെ കാതുകളിൽ ഇങ്ങിനെ മന്ത്രിക്കുമ്പോൾ, അവർക്കറിയാം: നോക്കൂ, നിങ്ങളെ വശീകരിക്കുന്ന ശരീരത്തിന്റെ സത്യമിത്രയേയുള്ളൂ! നോക്കൂ, ഈ ഇടിഞ്ഞ മുലകൾ തന്നെയാണ് നിങ്ങൾ ഉന്മാദത്തോടെ ആരാധിക്കുന്ന സ്തനങ്ങൾ!

കുളത്തിലെ പെണ്ണുങ്ങളുടെ ആനന്ദമാർന്ന നാണമില്ലായ്മ യുവത്വത്തിന്റെ നശ്വരതക്കു ചുറ്റുമുള്ള ശവപ്രേമികളുടെ സംഘനൃത്തമായിരുന്നു. ബലിമൃഗമായി കുളത്തിലൊരു ചെറുപ്പക്കാരി ഉണ്ടായത് ആ സംഘനൃത്തത്തിന്റെ ഉല്ലാസം ഇരട്ടിപ്പിച്ചു. ഓൾഗ വിരിപ്പു പുതച്ചപ്പോൾ, അതിനെ തങ്ങളുടെ ക്രൂരമായ അനുഷ്ഠാനത്തെ അട്ടിമറിക്കുന്ന ഒരംഗവിക്ഷേപമായി അവർ വ്യാഖ്യാനിച്ചു. അതുമൂലം അവർ കോപിഷ്ഠരായി.

പക്ഷെ, തടിയുള്ളവളോ, പ്രായമുള്ളവളോ അല്ല റൂസേന. ഓൾഗയേക്കാൾ സുന്ദരിയുമാണവൾ. പിന്നെയെന്തുകൊണ്ടവൾ ഓൾഗയോടു ഒരുമ കാട്ടിയില്ലാ?

ഗർഭമലസിപ്പിക്കാൻ സമ്മതിക്കുകയും, ക്ലീമക്കൊപ്പമുള്ള സന്തോഷം തന്നെ കാത്തിരിക്കുന്നുവെന്നുറപ്പാക്കുകയും ചെയ്തിരുന്നുവെങ്കിൽ അവളുടെ പ്രതികരണം തീർത്തും വ്യത്യസ്തമായിരുന്നേനെ. സ്നേഹിക്കപ്പെടുന്നുവെന്ന ബോധം ഒരു സ്ത്രീയെ സാമാന്യഗണത്തിൽ നിന്നും വേർപെടുത്തുമല്ലോ. അനുപമമായ തന്റെ അനന്യതയുടെ അനുഭവം അങ്ങിനെ റൂസേനയെ മത്തുപിടിപ്പിക്കുമായിരുന്നു. ഈ തടിച്ചികളെ ശത്രുക്കളായും, ഓൾഗയെ സഹോദരിയായും അവൾ കണ്ടേനെ. സൗന്ദര്യം സൗന്ദര്യത്തോടെന്നപോലെ, സ്നേഹം സ്നേഹത്തോടെന്നപോലെ, അവളവളുടെ സഹായത്തിനെത്തുമായിരുന്നു.

പക്ഷെ, കഴിഞ്ഞ രാത്രി റൂസേനയുടെ ഉറക്കം ശരിയായിരുന്നില്ല. ക്ലീമയുടെ പ്രേമത്തെ നമ്പാൻ പറ്റില്ലെന്ന് അവൾ തീരുമാനിച്ചു കഴിഞ്ഞിരുന്നു. സാധാരണസ്ത്രീകളിൽനിന്ന് അവളെ വേർതിരിച്ചു നിർത്തുന്നവയൊക്കെ വെറും മായയാണെന്ന്, അതിനാൽ, അവൾക്കു തോന്നി. ഉദരത്തിലതിവേഗം വളരുന്ന, സമൂഹത്താലും പാരമ്പര്യത്താലും സംരക്ഷിക്കപ്പെടുന്ന, ഒരു ഭ്രൂണം മാത്രമേ തനിക്കുള്ളൂ. തനിക്കുവേണ്ടി പൊരുതുമെന്നു വാഗ്ദാനം ചെയ്തിരിക്കുന്ന പെൺഭാഗധേയത്തിന്റെ മഹത്തായ സാർവ്വത്രികത മാത്രമേ തന്റെകൂടെയുള്ളൂ.

സാർവ്വത്രികമായ സ്ത്രീത്വത്തെയാണ് കുളത്തിലെ പെണ്ണുങ്ങൾ പ്രതിനിധാനം ചെയ്യുന്നത്. നിരന്തരമായി പ്രസവിക്കുകയും, ശുശ്രൂഷിക്കുകയും, ശുഷ്കിക്കുകയും ചെയ്യുന്ന സ്ത്രീത്വം. താൻ സ്നേഹിക്കപ്പെടുന്നുവെന്നും, ഉപമാതീതമായ ഒരു വ്യക്തിത്വമാണ് താനെന്നും ഒരു സ്ത്രീ വിശ്വസിക്കുന്ന ക്ഷണികമായ ഒരു നിമിഷമുണ്ടെന്നുള്ള ആശയത്തെ പരിഹസിക്കുന്ന സ്ത്രീത്വം.

അതുല്യയാണ് താനെന്നുറപ്പുള്ള ഒരു സ്ത്രീക്കും, സാർവ്വത്രിക സ്ത്രീഭാഗധേയത്തിൽപ്പുതഞ്ഞിരിക്കുന്ന സ്ത്രീകൾക്കുമിടയിൽ അനുരഞ്ജനം അസാദ്ധ്യം. ഭാരിച്ചചിന്തകളാർന്ന ഉറക്കമില്ലാത്ത ഒരു രാത്രിക്കു ശേഷം റൂസേന ഈ സ്ത്രീകളുടെ പക്ഷത്താണ് ചേർന്നത് (പാവം കുഴലൂത്തുകാരൻ!).

4. സത്രത്തിലെ സൽക്കാരം.

കെട്ടിടങ്ങൾ നോക്കുകയായിരുന്ന ബോബ് അയാളുടെ മുഖം നക്കുവാനായി കൂടെക്കൂടെ തലതിരിച്ചുകൊണ്ടിരുന്നു. നഗരത്തിലെ അവസാനവീടുകൾക്കുമപ്പുറത്ത് അംബരചുംബികളായ അപ്പാർട്ടുമെൻറ് കെട്ടിടങ്ങൾ ഉയർന്നുനിന്നു. ഒരുവർഷം മുമ്പുവരെ അവ അവിടെയില്ലായിരുന്നു. ജേക്കബ്ബിനവ ബീഭത്സമായി കാണപ്പെട്ടു. പച്ചപ്പാർന്ന പ്രകൃതിദൃശ്യത്തിൽ അവ ഒരു ചെടിച്ചട്ടിയിലെ ചൂലുകളപ്പോലെ തോന്നി. ആ കെട്ടിടങ്ങൾ സംതൃപ്തിയോടെ നോക്കുകയായിരുന്ന ബോബിനെ ജേക്കബ്ബ് തലോടിക്കൊണ്ടിരുന്നു. സാരമേയങ്ങളുടെ ശിരസ്സിലേക്ക് സൗന്ദര്യത്തെക്കുറിച്ചുള്ള ഒരു ബോധവും കടത്തിവിടാതിരിക്കാൻ ദൈവം കരുണ കാണിച്ചുവെന്ന് അയാൾ വിചാരിച്ചു.

നായ വീണ്ടും അയാളുടെ മുഖം നക്കി (ജേക്കബ്ബ് തന്നെക്കുറിച്ചാണ് നിരന്തരം ചിന്തിക്കുന്നതെന്ന്, ഒരു പക്ഷെ, അവനു തോന്നിയിട്ടുണ്ടാകാം). തന്റെ നാട്ടിൽ കാര്യങ്ങൾ നന്നാവുകയോ വഷളാവുകയോ അല്ല, പരിഹാസ്യമാവുകയാണെന്ന് ജേക്കബ്ബ് ചിന്തിച്ചു: നരനായാട്ടിനിരയായിരുന്നൂ ഒരിക്കൽ താൻ. എന്നാൽ, ഇന്നലെ താൻ സാക്ഷിയായത്, പുതിയ നടന്മാർ നയിക്കുന്ന പഴയ നാടകം പോലുള്ള ഒരു പട്ടിവേട്ടക്കാണ്. ന്യായാധിപന്മാരുടെയും തുറുങ്കുപാറാവുകാരുടെയും വേഷമിട്ടത് വാർദ്ധക്യകാലവേതനം പറ്റുന്ന ചിലരായിരുന്നു. രാഷ്ട്രീയത്തടവുകാരുടെ വേഷത്തിലോ, ഒരു പറപ്പട്ടിയും, ഒരു പോരുകാരൻപട്ടിയും, ഒരു ഡാക്സ്ഹണ്ടും.

കാലുകെട്ടപ്പെട്ടും, ആണിയടിക്കപ്പെട്ടും, നാവറുക്കപ്പെട്ടും തങ്ങളുടെ പൂച്ചയെ തന്റെ അയൽക്കാർ വർഷങ്ങൾക്കുമുമ്പ് വീട്ടുമുറ്റത്തു കണ്ടത് അയാളോർത്തു. അയലത്തെക്കുട്ടികൾ മുതിർന്നവരായി അഭിനയിച്ചതിന്റെ ഫലം. ജേക്കബ്ബ് ബോബിന്റെ തല തലോടി. സത്രമുറ്റത്തു

കാറു നിർത്തി.

നായ തന്റെ വീട്ടിലേക്ക് ആഹ്ലാദത്തോടെ കുതിക്കുമെന്നാണ് ജേക്കബ്ബ് കാറിൽനിന്നിറങ്ങുമ്പോൾ വിചാരിച്ചത്. പക്ഷെ, ബോബ് ഓടുന്നതിനുപകരം ജേക്കബ്ബിനു ചുറ്റും ചാടി. അവനു കളിക്കണമായിരുന്നു. എന്നാൽ. 'ബോബ്' എന്നൊരൊച്ചകേട്ടപ്പോൾ, അവനൊരു വെടിയുണ്ടപോലെ വാതിൽപ്പടിയിൽ നിന്നിരുന്ന സ്ത്രീയുടെ സമീപത്തേക്കോടി.

'ഒരു വഹക്കുകൊള്ളാത്ത തെണ്ടി.' അവൾ പറഞ്ഞു. പിന്നീട്, ജേക്കബ്ബിനോട് നായ വല്ലാതെ ശല്യപ്പെടുത്തിയോയെന്നു ക്ഷമാപണത്തോടെ ആരാഞ്ഞു.

രാത്രി മുഴുവൻ നായ തന്റെ കൂടെയായിരുന്നുവെന്നും, ഇപ്പോഴവനെ വണ്ടിയിലിട്ടു കൊണ്ടുവന്നതാണെന്നും ജേക്കബ്ബ് പറഞ്ഞു. അവൾ ബഹളത്തോടെ ധാരാളം നന്ദി പറഞ്ഞു. അകത്തു കടന്നിരിക്കാൻ നിർബന്ധിച്ചു. സത്രത്തിലെ സൽക്കാരങ്ങൾക്കുപയോഗിക്കുന്നതെന്നു തോന്നിയ ഒരു പ്രത്യേക മുറിയിൽ അയാളെ ഇരുത്തി. പിന്നെ, ഭർത്താവിനെത്തിരക്കി പുറത്തേക്കിറങ്ങി.

കുറച്ചുകഴിഞ്ഞ്, ഒരു യുവാവിനൊപ്പം, അവൾ തിരികെ വന്നു. യുവാവ് ജേക്കബ്ബിനരികിലിരുന്നു. അയാളുടെ കൈപിടിച്ചു കുലുക്കി: 'ബോബിനെ തിരിച്ചു തരാൻ ഇത്രയും ദൂരം കാറോടിച്ചു വന്ന നിങ്ങൾ ഒരു നല്ല മനുഷ്യനായിരിക്കണം. മണ്ടനാണവൻ. ചുറ്റും ഓടിനടക്കാൻ മാത്രമറിയുന്നവൻ. എങ്കിലും, ഞങ്ങൾക്കവനെ ശരിക്കും ഇഷ്ടമാണ്. എന്തെങ്കിലും ഭക്ഷണം കഴിച്ചുകൂടെ?'

'ആവാം. വലിയ ഉപകാരം.' ജേക്കബ്ബ് പറഞ്ഞു. സ്ത്രീ അടുക്കളയിലേക്കോടി. ഒരു പറ്റം അടുത്തൂൺകാരിൽനിന്നും ബോബിനെ എങ്ങിനെ രക്ഷിച്ചുവെന്ന കഥ ജേക്കബ്ബ് വിസ്തരിച്ചു.

'തന്തയില്ലാത്തവന്മാർ' യുവാവ് ആക്രോശിച്ചു. പിന്നീട്, അടുക്കളയിലേക്കു തിരിഞ്ഞ് ഭാര്യയോടു വിളിച്ചു പറഞ്ഞു: 'വേരാ! ഇവിടെ വരൂ! ആ തന്തയില്ലാത്തവരവിടെ, ടൗണിൽ, എന്താണു കാട്ടിക്കൂട്ടുന്നതെന്നു നീ കേട്ടോ!'

ആവിപാറുന്ന ഒരു പാത്രം സൂപ്പുമായി വേര മടങ്ങി വന്നു. അവളിരുന്നപ്പോൾ, തലേദിവസത്തെ തന്റെ സാഹസകഥ ജേക്കബ്ബിന് ആവർത്തിക്കേണ്ടിവന്നു. മേശക്കുകീഴെ, തന്റെ ചെവിക്കു പിറകിൽ ചൊറിയാൻ അനുവദിച്ചുകൊണ്ട്, നായയുമിരുന്നു.

ജേക്കബ്ബ് സൂപ്പുകുടിച്ച് എഴുന്നേറ്റപ്പോൾ, ചെറുപ്പക്കാരൻ അടുക്കളയിലേക്കോടി ഒരു പാത്രം പൊരിച്ച പന്നിയിറച്ചിയും കുറുമയും കൊണ്ടുവന്നു.

ജനലിനരികിലങ്ങിനെയിരിക്കേ, ജേക്കബ്ബിന് ഉന്മേഷം തോന്നി. ചെറുപ്പക്കാരൻ താഴെ പട്ടണത്തിലെ ജനങ്ങളെ ശപിച്ചു (ജേക്കബ്ബിനു രസം പിടിച്ചു: ഈ യുവാവ് തന്റെ തീൻകടയെ ഉന്നതമായ ഒരു കൈലാസമായാണ് കരുതുന്നത്; ഉദാത്തവും ഏകാന്തസുന്ദരവുമായ ഒരു സ്ഥലമായി). സ്ത്രീ പുറത്തേക്കു പോയി. രണ്ടു വയസ്സുള്ള ഒരു ആൺകുട്ടിയെ മുന്നിൽ നയിച്ചുകൊണ്ടു തിരിച്ചു വന്നു.

'ഈ സാറിനോടു നന്ദി പറ,' അവൾ പറഞ്ഞു. 'ബോബിനെ തിരിച്ചു കൊണ്ടുവന്നത് ഇദ്ദേഹമാണ്.'

ജേക്കബ്ബിനു വേണ്ടി കുട്ടി വ്യക്തമല്ലാത്ത ചില വാക്കുകൾ ചിലക്കുകയും ചെറിയൊരു ചിരി പാസ്സാക്കുകയും ചെയ്തു. പുറത്ത് നല്ല വെയിലായിരുന്നു. മഞ്ഞയായ് മാറുന്ന ഇലച്ചാർത്തുകൾ തുറന്ന ജനലിനു മുകളിലേക്ക് മന്ദമായി കുനിഞ്ഞു നിന്നു. എങ്ങുമൊരു ശബ്ദവുമില്ല. ലോകത്തിനെത്രയോ മുകളിൽത്തന്നെയാണ് ഈ സത്രം. ലഭ്യമാണ് ഇവിടെ സമാധാനം.

പ്രജനനതൽപ്പരനല്ലെങ്കിലും ജേക്കബ്ബിനു കുട്ടികളെ ഇഷ്ടമാണ്: 'നല്ല ഭംഗിയുള്ളവനാണ് നിങ്ങളുടെ കുട്ടി' അയാൾ പറഞ്ഞു.

'ലേശം ലക്ഷണക്കേടുണ്ടിവന്' സ്ത്രീ പറഞ്ഞു. 'കൊക്കുപോലെ വലിയ മൂക്ക് ഇവനെവിടുന്നു കിട്ടിയോ എന്തോ?'

ജേക്കബ്ബിനു ഓർമ്മയിൽ തന്റെ സുഹൃത്തിന്റെ മൂക്കു വന്നതുകൊണ്ടു പറഞ്ഞു: 'നിങ്ങളെ പരിച്ചരിച്ചത് ഡോ. സ്ക്രേറ്റയാണെന്ന് അദ്ദേഹം എന്നോടു പറഞ്ഞിട്ടുണ്ട്.'

'ഡോക്റ്ററെ നിങ്ങൾക്കറിയുമോ?' ചെറുപ്പക്കാരൻ സന്തോഷത്തോടെ ചോദിച്ചു.

'ചങ്ങാതിയാണ്.' ജേക്കബ്ബ് പറഞ്ഞു.

'ഞങ്ങൾക്കദ്ദേഹത്തോട് വലിയ കടപ്പാടുണ്ട്.' യുവതിയായ ആ അമ്മ പറഞ്ഞു. സ്ക്രേറ്റയുടെ ബീജോൽക്കർഷപദ്ധതിയുടെ വിജയങ്ങളിലൊന്നാവണം ഈ കുട്ടിയെന്ന് ജേക്കബ്ബ് വിചാരിച്ചു.

'ഡോക്റ്ററല്ല, മാന്ത്രികനാണദ്ദേഹം.' ചെറുപ്പക്കാരൻ ആരാധനയോടെ പറഞ്ഞു.

ജേക്കബ്ബ് ആലോചിച്ചു: ബെത്‌ലഹേമിലെ ശാന്തി നിറഞ്ഞിരിക്കുന്ന ഈ സ്ഥലത്ത് ഇവർ മൂവരും ഒരു പരിശുദ്ധകുടുംബമാണ്. മനുഷ്യനായ പിതാവാലല്ല, ദൈവമായ സ്ക്രേറ്റയാൽ ജന്മമെടുത്തുവനല്ലോ ഈ കുട്ടി.

വലിയ മൂക്കുള്ള കുട്ടി വീണ്ടും അവ്യക്തമായി എന്തോ പുലമ്പി. സസ്നേഹം അവനെ നോക്കി യുവപിതാവ് ഭാര്യയോടു പറഞ്ഞു:

‘നിന്റെ ഏതു വിദൂര പിതാമഹനാണ് വലിയ മൂക്കുണ്ടായിരുന്നതെന്ന് ഞാൻ ആലോചിക്കുകയാണ്.’

ജേക്കബ്ബ് ചിരിച്ചു. അയാൾക്കു മനസ്സിൽ രസകരമായൊരു ചോദ്യമുദിച്ചു: സ്വന്തം ഭാര്യയെ ഗർഭവതിയാക്കാനും ഡോ. സ്ക്രേറ്റ സിറിഞ്ചു തന്നെയാണോ ഉപയോഗിച്ചത്?

‘ശരിയല്ലേ ഞാനാലോചിച്ചത്?’ യുവപിതാവാരാഞ്ഞു.

‘തീർച്ചയായും.’ ജേക്കബ്ബ് പറഞ്ഞു. ‘ശവക്കുഴിയിലായിട്ടു കാലമെത്രയായാലും നമ്മുടെ മൂക്കുകൾ ഭൂമിയിലിങ്ങിനെ ഉലാത്തുമെന്നുള്ളത് ഒരാശ്വാസം തന്നെ.’

എല്ലാവരും ചിരിച്ചു. സ്ക്രേറ്റയായിരിക്കാം ഈ കുട്ടിയുടെ അച്ഛനെന്ന വിചാരം വെറും സ്വപ്നമാണെന്ന് ജേക്കബ്ബിനപ്പോൾ തോന്നി.

5. ചാരൻ

ഫ്രിഡ്ജ് നേരെയാക്കിയ ശേഷം ഫ്രാൻറിസെക് അതിന്റെ ഉടമസ്ഥയിൽനിന്നു കൂലി വാങ്ങി. പുറത്തിറങ്ങി. തന്റെ വിശ്വസ്തയായ മോട്ടോർസൈക്കിളിൽ പട്ടണത്തിന്റെ മറ്റേ അറ്റത്തേക്കു കുതിച്ചു. ആ ദിവസത്തെ രശീതുകൾ ഏൽപ്പിക്കാൻ, മുഴുവൻ ജില്ലയിലെയും അറ്റകുറ്റപ്പണി കയ്യാളുന്ന, ആപ്പീസ്സിലെത്തി. അവന്റെ ജോലി രണ്ടുമണികഴിഞ്ഞ് അൽപ്പനേരത്തിനുശേഷം അവസാനിച്ചു. മോട്ടോർസൈക്കിൾ വീണ്ടും പ്രവർത്തിപ്പിച്ച് അവൻ ഉഷ്ണാലയത്തിലേക്കു തിരിച്ചു. പാർകിംഗ് സ്ഥലത്ത് അവനൊരു വലിയ വെള്ളക്കാറു കണ്ടു. മോട്ടോർസൈക്കിൾ അതിനരികിൽ സ്ഥാപിച്ച്, സ്തംഭാവലികൾക്കു കീഴിലൂടെ, 'പൊതുജനശാല'യിലേക്കു നടന്നു. കുഴലൂത്തുകാരൻ അവിടെയുണ്ടാകുമെന്ന് അവനൂഹിച്ചു.

തന്റേടമോ, അക്രമാസക്തിയോ അല്ല അവനു പ്രേരണയായത്. കുഴപ്പമുണ്ടാക്കാൻ അവനിപ്പോൾ താൽപ്പര്യമില്ല. മറിച്ച്, ആത്മനിയന്ത്രണം പാലിക്കുമെന്ന് അവൻ തീരുമാനിച്ചിരുന്നു. വഴങ്ങാൻ, തീർത്തും കീഴടങ്ങാൻ. എന്തും സഹിക്കാൻ ത്രാണി തരുന്നത്ര വലുതാണ് തന്റെ സ്നേഹമെന്ന് അവൻ സ്വയം ധരിപ്പിച്ചു. തന്റെ രാജകുമാരിക്കു വേണ്ടി വ്യാളികളെ നേരിടാനും, കടലുകൾ താണ്ടാനും, എന്തു യാതനകൾ സഹിക്കാനും തയ്യാറാകുന്ന യക്ഷിക്കഥയിലെ രാജകുമാരനെപ്പോലെ എത്ര അസാമാന്യമായ അപമാനം സഹിക്കാനും അവൻ തയ്യാറായിരുന്നു.

ഈ സുഖചികിത്സാകേന്ദ്രത്തിൽ അവനെന്തിനാണീ താഴ്മ? പ്രലോഭനീയമാംവിധം ധാരാളമായി സുലഭമായ ഏതെങ്കിലുമൊരു യുവതിയെ അവനു തിരഞ്ഞെടുത്താൽപ്പോരെ?

റൂസേനയേക്കാൾ ചെറുപ്പമാണ് ഫ്രാൻറിസെക്. നിർഭാഗ്യവശാൽ, വളരെച്ചെറുപ്പം. കൂടുതൽ പക്വത നേടുമ്പോൾ, എല്ലാം നശ്വരമാണെന്ന്

അവൻ കണ്ടെത്തും. ഒരു പെണ്ണിന്റെ ചക്രവാളത്തിനപ്പുറത്ത്, ഇനിയും നിരവധി പെണ്ണുങ്ങളുടെ ചക്രവാളങ്ങൾ തുറന്നുവരുമെന്നു അവനു ബോദ്ധ്യമാകും. പക്ഷെ, കാലത്തെക്കുറിച്ച് ഫ്രാന്റിസെക്കിന് ഇപ്പോഴൊന്നുമറിയില്ല. സ്ഥിരവും മാറ്റമില്ലാത്തതുമായ ഒരു ലോകത്തിലാണ് ബാല്യം മുതൽ അവന്റെ ജീവിതം. നിശ്ചലമായ ഒരു തരം നിത്യതയിൽ. ഒരേ അച്ഛനും ഒരേ അമ്മയും തന്നെയാണ് അവനിപ്പോഴുമുള്ളത്. അവനെ ഒരു പുരുഷനാക്കിയ റൂസേനയാകട്ടെ, ആകാശത്തിന്റെ മൂടി പോലെയായിരുന്നു. അവനു ലഭ്യമായ ഒരെയോരാകാശത്തിന്റെ മൂടി. അവളില്ലാത്തൊരു ജീവിതം അവനു അചിന്തനീയം.

അവളെ രഹസ്യമായി പിന്തുടരുകയില്ലെന്ന് അവൻ തലേന്ന് അനുസരണയോടെ അവൾക്കു വാക്കു കൊടുത്തതാണ്. അതേസമയത്തുതന്നെ, അവളെ ശല്യപ്പെടുത്താതിരിക്കാൻ സത്യസന്ധമായി തീരുമാനിക്കുകയും ചെയ്തിരുന്നു. കുഴലൂത്തുകാരനിൽമാത്രമാണ് തനിക്കു താൽപ്പര്യമെന്നവൻ സ്വയം പറഞ്ഞു. അവനെ പിന്തുടരുന്നത് വാസ്തവത്തിൽ വാഗ്ദാനലംഘനമാവില്ല. എന്നാൽ, അതേസമയം, ഇതു വെറുമൊരു ഒഴിവുകഴിവുമാത്രമാണെന്നും അവനറിയാമായിരുന്നു. റൂസേന തന്റെ പെരുമാറ്റത്തെ അപലപിക്കും. പക്ഷെ, തനിക്കയാളെ കണ്ടേ പറ്റൂ. കുറച്ചു കൂടുതൽ നേരത്തേക്ക്. എല്ലാം അവസാനിപ്പിക്കാൻ. മറ്റേതൊരു വിചാരത്തെക്കാളും ദൃഢനിശ്ചയത്തെക്കാളും അതിശക്തമായിരുന്നൂ ഈയൊരു ചിന്ത. മദ്യാസക്തിപോലെ തീവ്രം. തന്റെ പീഡകന്റെ മുഖത്തേക്കു തനിക്കു നോക്കണം. റൂസേനയുടെ ശരീരവുമായി, തനിക്കു അചിന്ത്യവും അഭാവനീയവുമായി തോന്നുന്ന, സംഗമത്തിലേർപ്പെട്ട അവന്റെ ശരീരം തനിക്കു കാണണം. അവരുടെ രണ്ടു ദേഹങ്ങളും ഒന്നാകുന്നതു ചിന്തിക്കുവാൻ തനിക്കു സാദ്ധ്യമാണോ എന്നു സ്വന്തം കണ്ണുകൊണ്ട് സ്ഥാപിക്കുവാൻ തനിക്കവനെ നോക്കിയേ പറ്റൂ.

രംഗവേദിയിൽ അവരുടെ മേളം തുടങ്ങിക്കഴിഞ്ഞിരുന്നു. സ്ക്രേറ്റ ഡ്രമ്മും, മെലിഞ്ഞ ഒരാൾ പിയാനോയും, കുഴലൂത്തുകാരൻ കുഴലും വായിക്കുകയായിരുന്നു. ചില ജാസ്സ് ആരാധകർ, റിഹേഴ്സൽ കാണാൻ പതുങ്ങിയെത്തി, ഹാളിലിരിപ്പുണ്ട്. തന്റെ വരവിന്റെ പ്രേരണ കണ്ടു പിടിക്കപ്പെടുമെന്ന ഒരു ഭയവും ഫ്രാന്റിസെക്കിനില്ലായിരുന്നു. ചൊവ്വാഴ്ച്ച വൈകുന്നേരം, മോട്ടോർസൈക്കിളിന്റെ തീക്ഷ്ണവെളിച്ചത്തിൽ, കുഴലൂത്തുകാരൻ തന്റെ മുഖം കണ്ടിരുന്നില്ലെന്ന് അവനുറപ്പുണ്ട്. റൂസേന കരുതലെടുക്കുന്നതുകൊണ്ട്, അവനുമായുള്ള ബന്ധത്തെക്കുറിച്ച് അത്ര വലിയ അറിവും കുഴലൂത്തുകാരനുണ്ടാകില്ല.

കുഴലൂത്തുകാരൻ സംഗീതജ്ഞരോട് നിർത്താൻ ആവശ്യപ്പെട്ടു. പിന്നീട്, മെലിഞ്ഞ മനുഷ്യനോടു, പിയാനോക്കടുത്തിരുന്ന്, താളക്രമം കാണിച്ചുകൊടുത്തു. ഫ്രാന്റിസെക് ഹാളിനു പിറകിലൊരു ഇരിപ്പിടത്തിലിരുന്നു. കുഴലൂത്തുകാരനെ പിന്തുടരുന്ന ഒരു നിഴലായി ആ ദിനം മുഴുവൻ അവൻ സാവധാനം മാറുകയായിരുന്നു.

6. ജേക്കബ്ബിന്റെ വൈകാരികവൈരുദ്ധ്യം

വനസത്രത്തിൽനിന്നും ജേക്കബ്ബ് വണ്ടി തിരിച്ചോടിക്കുകയായിരുന്നു. തന്റെ മുഖം നക്കിക്കൊണ്ടിരുന്ന ഉല്ലാസവാനായ നായ അരികെ ഇരിപ്പിടത്തിലില്ലാത്തതിൽ അയാൾ ഖേദിച്ചു. ജീവിതത്തിലെ നാൽപ്പത്തിയഞ്ചു സംവത്സരങ്ങൾ ആ ഇരിപ്പിടം ഒഴിച്ചിടാൻ കഴിഞ്ഞത് ഒരത്ഭുതം തന്നെയെന്ന് അപ്പോഴാണ് അയാൾക്കു തോന്നിയത്. അതുകൊണ്ടുതന്നെ, ഇപ്പോൾ, ഭാരവും ഭാണ്ഡവുമില്ലാതെ, ഏകനായി, യുവത്വത്തിന്റെ വ്യാജവും (എന്നാൽ മനോഹരമായ) ഒരു വികാരത്തോടെ, ഭാവിക്കു തറക്കല്ലിടാൻ തുടങ്ങുന്ന ഒരു വിദ്യാർത്ഥിയെപ്പോലെ, തനിക്കനായാസമായി ഈ ദേശം വിട്ടുപോകാൻ കഴിയുന്നു.

രാജ്യം വിടുകയാണെന്ന ചിന്ത മനസ്സിൽ ദൃഢമായി ഉറപ്പിക്കാൻ അയാൾ പരിശ്രമിച്ചു. ഗതകാലജീവിതം ചിന്തയിലുണർത്താനും അയാൾ മിനക്കെട്ടു. പിന്തിരിഞ്ഞു നോക്കുന്ന ഒരു പ്രകൃതിദൃശ്യമായി അതിനെക്കാണുവാൻ കഠിനയത്നം ചെയ്തു; തലകറങ്ങുംവിധം വിദൂരസ്ഥമായ ഒരു പ്രകൃതിദൃശ്യമായി. പക്ഷെ, തനിക്കു പിറകിൽ, തന്റെ മനോനേത്രത്തിൽ, അയാൾക്കു വിളിച്ചു വരുത്തുവാൻ കഴിഞ്ഞത് അടഞ്ഞുപോയ ചെറിയൊരു കിന്നരപ്പെട്ടി മാത്രമാണ്. താൻ ജീവിച്ചുതീർത്ത ഒരു ഭാഗധേയത്തിന്റെ വ്യാജരൂപം നൽകാൻ കഴിയുന്ന ഓർമ്മകളുടെ ശകലങ്ങൾ ചികഞ്ഞെടുക്കാൻ അയാൾക്കു വളരെ യത്നിക്കേണ്ടി വന്നു.

അയാൾ റോഡരികിലെ മരങ്ങളെ നോക്കി. അവയിലെ ഇലച്ചാർത്തുകൾ പച്ചയും ചുകപ്പും മഞ്ഞയും തവിട്ടുമായിരുന്നു. കാടുകൾക്കു തീപിടിച്ചിരിക്കുന്ന, ഉജ്ജ്വലവും വികാരശൂന്യവുമായ ആ

വനജ്വാലകൾ തന്റെ ജീവിതത്തെയും സ്മരണകളെയും ആഹരിക്കുന്ന, ഒരു നിമിഷത്തിലാണ് താൻ യാത്രയാകുന്നതെന്ന് അയാൾ ആലോചിച്ചു. വേദന തോന്നാത്തതിന്റെ പേരിൽ താൻ വേദനിക്കേണ്ടതുണ്ടോ? ദു:ഖമനുഭവപ്പെടാത്തതിന്റെ പേരിൽ താൻ ദു:ഖിക്കേണ്ടതുണ്ടോ?

അയാൾക്കൊരു സങ്കടവും തോന്നിയില്ല. എന്നാൽ, ധൃതി അനുഭവപ്പെട്ടതുമില്ല. വിദേശത്തുള്ള ചങ്ങാതിമാരുമായുള്ള ഏർപ്പാടുകളനുസരിച്ച്, ഈ സമയമാകുമ്പോഴേക്കും അയാൾ അതിർത്തി കടന്നിരിക്കേണ്ടതാണ്. പക്ഷെ, കൂട്ടുകാർക്കിടയിൽ നന്നായി അറിയപ്പെടുന്നതും പുച്ഛിക്കപ്പെട്ടതുമായ, അനിശ്ചിതമായ ആലസ്യത്തിനു അയാൾ വീണ്ടുമിരയായി. ചുറുചുറുക്കും ദൃഢനിശ്ചയവും ആവശ്യമായ സന്ദർഭങ്ങളിൽത്തന്നെയാണല്ലോ അയാൾ ഈ ആലസ്യത്തിനു കീഴടങ്ങാറുള്ളത്. ഇന്നിവിടം വിടുമെന്നുള്ളതിൽ അവസാനനിമിഷംവരെ താൻ ഉറച്ചുനിൽക്കുമെന്ന് അയാൾക്കറിയാമായിരുന്നു. പക്ഷെ, വർഷങ്ങളായി, ചിലപ്പോൾ നീണ്ട ഇടവേളകൾക്കുശേഷം, എന്നാലെപ്പോഴും ആഹ്ലാദത്തോടെ, തന്റെ സുഹൃത്തിനെക്കാണാൻ സന്ദർശിക്കുന്ന ആകർഷകമായ സുഖചികിത്സാനഗരത്തോടു യാത്ര പറയുന്ന നിമിഷം വൈകിക്കാൻ ചെയ്യാവുന്നതൊക്കെ ഇന്നു രാവിലെ മുതൽ താൻ ചെയ്യുകയായിരുന്നുവെന്നും അയാൾക്കറിയാം.

അയാൾ കാറു പാർക്കുചെയ്തു (അതെ, കുഴലൂത്തുകാരന്റെ വലിയ ആഡംബരക്കാറും ഫ്രാന്റിസെക്കിന്റെ മോട്ടോർസൈക്കിളും മുമ്പേ അവിടെയുണ്ടായിരുന്നു). പിന്നീടയാൾ വീഞ്ഞുശാലയിലേക്കു പോയി. അരമണിക്കൂറിൽ ഓൾഗ അവിടെ അയാൾക്കൊപ്പം ചേരും. പാർക്കിലെ ജ്വലിക്കുന്ന മരങ്ങൾ കാണാവുന്ന ഒരു ജാലകത്തിനടുത്ത് അയാൾ തനിക്കിഷ്ടപ്പെട്ട ഒരു മേശ കണ്ടു. പക്ഷെ, ഭാഗ്യമില്ലായ്മയെന്നു പറയട്ടെ, മുപ്പതിലെത്തിയ ഒരാൾ അവിടെ നേരത്തേ സ്ഥലം പിടിച്ചിരിക്കുന്നു. ജേക്കബ്ബ് അതിനരികിലൊരിടത്തിരുന്നു. അവിടെ നിന്ന് അയാൾക്കു മരങ്ങൾ കാണുവാൻ കഴിയുമായിരുന്നില്ല. അതിനാൽ, അയാളുടെ താൽപ്പര്യം ആ മുപ്പതുകാരനിലായി. വാതിലിൽ നിന്നു കണ്ണുപറിക്കാതെ, കാലടിയാൽ താളം പിടിക്കുന്ന അവൻ വ്യക്തമായും സംഭ്രമത്തിലായിരുന്നു

7. റൂസേനയുടെ വാശി

ഒടുവിലവളെത്തി. ക്ലീമ, കസേരയിൽനിന്നു ചാടിയെഴുന്നേറ്റ്, അവളെ സ്വീകരിക്കാൻ മുമ്പോട്ടു നീങ്ങി. ജാലകസമീപത്തുള്ള മേശക്കരികിലേക്ക് അവനവളെ ആനയിച്ചു. അവർക്കിടയിലുള്ള ഉടമ്പടി ഇപ്പോഴും സാധുവാണെന്നു കാണിക്കാനുള്ള ശ്രമം പോലെ അവളെ നോക്കി മന്ദഹസിച്ചു. തങ്ങൾ ശാന്തരാണെന്നും, പരസ്പരവിശ്വാസമുള്ളവരാണെന്നും, ഒരുമയുള്ളവരാണെന്നും വരുത്തിത്തീർക്കുവാൻ ശ്രമിക്കുന്നതു പോലെയായിരുന്നു അവന്റെ ആ മന്ദഹാസം. തന്റെ പുഞ്ചിരിക്ക് അനുകൂലമായ ഒരു പ്രതികരണഭാവം അവനവളുടെ മുഖത്തന്വേഷിച്ചു. പക്ഷെ, അങ്ങിനെയൊന്ന് അവിടെ കണ്ടെത്താനായില്ല. അവനെയതു പരിഭ്രമിപ്പിച്ചു. മനസ്സിലുള്ളതു തുറന്നു പറയാൻ ഭയപ്പെട്ടതിനാൽ, അവനവളുമായി അനാകുലമായ ഒരന്തരീക്ഷം സൃഷ്ടിക്കാനുതകുന്ന കൊച്ചു വർത്തമാനത്തിൽ മുഴുകി. എന്നിട്ടും, അവന്റെ വാക്കുകൾ, ഒരു കൽച്ചുമരിൽ തട്ടിയാലെന്നപോലെ, അവളുടെ മൗനത്തിൽ മുട്ടി തിരിച്ചു വന്നു.

കുറച്ചു കഴിഞ്ഞ് അവൾ അവനെ തടസ്സപ്പെടുത്തി: 'എന്റെ മനസ്സു മാറിയിരിക്കുന്നു. കുറ്റമാണ് ചെയ്യുന്നത്. അതുചെയ്യാൻ നിനക്കാകുമായിരിക്കും. എനിക്കാവില്ല.'

തനിക്കുള്ളിലെല്ലാം ഇടിഞ്ഞു വീഴുന്നതായി കുഴലൂത്തുകാരന് അനുഭവപ്പെട്ടു. എന്തുപറയണമെന്നറിയാതെ അവൻ റൂസേനയെ ഭാവരഹിതമായി നോക്കിക്കൊണ്ടേയിരുന്നു. ഗതികെട്ട ക്ഷീണമല്ലാതെ മറ്റൊന്നും അവനുണ്ടായില്ല. റൂസേന ആവർത്തിച്ചു: 'കുറ്റമാണ് ചെയ്യുന്നത്.'

അവളെ അങ്ങിനെ നോക്കിയിരിക്കേ, അവൾ അയഥാർത്ഥമാണെന്ന് അവനു തോന്നി. ഏതു സ്ത്രീയുടെ മുഖമാണോ അകന്നിരിക്കുമ്പോൾ തനിക്ക് ഓർത്തെടുക്കാൻ പറ്റാത്തത്, ആ സ്ത്രീ ഇതാ, ഇപ്പോൾ, തന്റെ ജീവിതത്തിലെ ശിക്ഷയായി മുമ്പിലിരിക്കുന്നു (ജൈവികമായി, പടിപടിയായി, ഉള്ളിൽനിന്നും തന്റെ ജീവിതത്തിലേക്കു കടന്നുവരുന്നതിനെ മാത്രമേ ക്ലീമ, നാമേവരെയും പോലെ, യാഥാർത്ഥ്യമായി നണ്ണിയിരുന്നുള്ളൂ. വിചാരിക്കാതെ, ക്രമരഹിതമായി, പുറത്തുനിന്നു വരുന്നതെല്ലാം അയാഥാർത്ഥ്യത്തിന്റെ കടന്നുകയറ്റമായി അവൻ കണ്ടു. കഷ്ടം! ആ അയാഥാർത്ഥ്യത്തെപ്പോലെ യഥാർത്ഥമായി മറ്റൊന്നുമില്ലല്ലോ).

രണ്ടുദിവസങ്ങൾക്കുമുമ്പ് കുഴലൂത്തുകാരനെ തിരിച്ചറിഞ്ഞിരുന്ന പരിചാരകൻ അവരുടെ മേശയെ സമീപിച്ചു. ബ്രാണ്ടി നിറച്ച രണ്ടു ഗ്ലാസ്സുകൾ അവന്റെ താലത്തിലുണ്ടായിരുന്നു. അവനുല്ലാസത്തോടെ പറഞ്ഞു: 'കണ്ടില്ലേ, നിങ്ങൾക്കെന്തു വേണമെന്ന്! നിങ്ങളുടെ കണ്ണുകളിൽനിന്നു എനിക്കു വായിക്കാം.' റൂസേനയോടു അവൻ കഴിഞ്ഞതവണ പറഞ്ഞതുതന്നെ ആവർത്തിച്ചു: 'നോക്കിയിരുന്നോ. എല്ലാ പെൺകുട്ടികൾക്കും നിന്റെ കണ്ണു മാന്തിപ്പൊളിക്കാൻ തോന്നുന്നുണ്ട്.' അതിനുശേഷം അവൻ ഉറക്കെച്ചിരിച്ചു.

പരിചാരകന്റെ വചനങ്ങൾ ശ്രദ്ധിക്കാതിരിക്കാൻമാത്രം തന്നിൽത്തന്നെ ആമഗ്നനായിരുന്നു ക്ലീമ. ഒരിറക്കു ബ്രാണ്ടി മോന്തി, അവൻ റൂസേനക്കു നേരെ ചാഞ്ഞു: 'എന്താണു കാര്യം? നമ്മളെല്ലാം തീരുമാനിച്ചുവെന്നാണ് ഞാൻ കരുതിയത്. നമുക്കിടയിലെല്ലാം തീരുമാനിക്കപ്പെട്ടതല്ലേ? പരസ്പരം പൂർണ്ണമായും മനസ്സിലാക്കാൻ ഒരഞ്ചുവർഷമെങ്കിലും വേണമെന്ന്, എന്നെപ്പോലെ, നീയും ചിന്തിച്ചിരുന്നല്ലോ റൂസേനാ! നമുക്കിടയിലെ സ്നേഹത്തിനു വേണ്ടിയാണ് നാമിതു ചെയ്യുന്നത്. നമുക്കു രണ്ടുപേർക്കും കൂടി ശരിക്കുമൊരു കുഞ്ഞു വേണമെന്നുള്ളപ്പോൾ, ഒരു കുഞ്ഞുണ്ടാകാൻ.'

8. ജേക്കബ്ബിന്റെ വന്യവിഭാവനം

ബോബിനെ വയസ്സന്മാരെ ഏൽപ്പിക്കാൻ ആഗ്രഹിച്ച ആ നഴ്സിനെ ജേക്കബ്ബ് ക്ഷണമാത്രയിൽത്തന്നെ തിരിച്ചറിഞ്ഞു. അവളും അവൾക്കൊപ്പമുള്ള ചെറുപ്പക്കാരനും എന്താണു സംസാരിക്കുന്നതെന്നറിയാനുള്ള ജിജ്ഞാസയോടെ, വിലോഭിതനായി, അയാൾ അവളെ നിരീക്ഷിച്ചു. ഒരു വാക്കുപോലും തിരിച്ചറിയാൻ അയാൾക്കു കഴിഞ്ഞില്ല. സംഭാഷണം സംഘർഷഭരിതമാണെന്നു, പക്ഷെ, വ്യക്തമായി.

ചെറുപ്പക്കാരൻ കേട്ടത് അസ്വസ്ഥവർത്തമാനമാണെന്നു അയാളുടെ മുഖഭാവം വിളിച്ചുപറഞ്ഞു. വാക്കുകൾ കിട്ടാൻ അവനു കുറച്ചു നേരം കാത്തിരിക്കേണ്ടി വന്നു. അവനവളോടു യാചിക്കുകയാണെന്നു അവന്റെ ആംഗ്യങ്ങൾ വ്യക്തമാക്കി. പക്ഷെ, ആ യുവതി ശാഠ്യത്തോടെ മൂകയായിരുന്നു.

ഏതോ ഒരു ജന്മം അപകടത്തിലാണെന്നു വിചാരിക്കാതിരിക്കാൻ ജേക്കബ്ബിനു കഴിഞ്ഞില്ല. വധിക്കപ്പെടുന്ന സമയത്ത് ഇരയെ അടക്കി നിർത്താൻ തയ്യാറെടുക്കുന്ന ഒരാളെപ്പോലെയാണ് സ്വർണ്ണമുടിയുള്ള യുവതിയെന്നു ഇപ്പോഴും അയാൾക്കു തോന്നി. ആ യുവാവ് ജീവിതത്തിന്റെ പക്ഷത്തും, അവൾ മരണത്തിന്റെ പക്ഷത്തുമാണെന്ന് അയാൾ ഒരുനിമിഷം പോലും ശങ്കിച്ചില്ല. അവൻ ആരുടെയോ ജീവൻ രക്ഷിക്കാൻ ആഗ്രഹിക്കുന്നു. അതിനായി സഹായമാഭ്യർത്ഥിക്കുകയാണവൻ; സ്വർണ്ണമുടിക്കാരിയാകട്ടെ, ആ അഭ്യർത്ഥന നിരസിക്കുകയും. അവൾ മൂലം ഒരാൾ ഒരാൾ മരിക്കാൻ പോകുന്നു.

ചെറുപ്പക്കാരൻ വാശിപിടിക്കുന്നത് മതിയാക്കിയതായി, അൽപ്പം

കഴിഞ്ഞ്, അയാൾ ശ്രദ്ധിച്ചു. അവനിപ്പോൾ പുഞ്ചിരിക്കുന്നു. യുവതിയുടെ കവിളിൽ തലോടാനും അവൻ മടി കാണിക്കുന്നില്ല. അവരൊരു തീരുമാനത്തിലെത്തിയോ? ഹേയ്, തീരെയില്ല. മഞ്ഞമുടിക്കു കീഴിലുള്ള ആ മുഖം, അവന്റെ നോട്ടത്തെ വെട്ടിച്ച്, വാശിയോടെ, വിദൂരതയിൽ കണ്ണു നട്ടിരിക്കുകയാണ്.

തലേനാൾമുതൽ ആരാച്ചാരുടെ സഹായിയായി മാത്രമല്ലാതെ തനിക്കു വിഭാവനംചെയ്യാൻ പറ്റാത്ത ആ യുവതിയിൽനിന്നും കണ്ണു പറിച്ചെടുക്കുന്നതിനു ജേക്കബ്ബ് അശക്തനായി. മനോഹരവും, എന്നാൽ ശൂന്യവുമായ, ഒരു മുഖമാണവൾക്കുള്ളത്; ഒരു പുരുഷനെ ആകർഷിക്കാൻമാത്രം സുന്ദരവും, എന്നാൽ, അവന്റെ എല്ലാ അപേക്ഷകളെയും ഗ്രസിച്ച് അപ്രത്യക്ഷമാക്കാൻമാത്രം ശൂന്യവും. ആ മുഖത്ത് അഹന്തയായിരുന്നു. സൗന്ദര്യത്തിന്റെ പേരിലല്ല, ശൂന്യതയുടെ പേരിലാണ് ആ അഹന്തയെന്നും ജേക്കബ്ബ് അറിഞ്ഞു.

തനിക്കു നന്നായി അറിയാവുന്ന ഒരായിരം മുഖങ്ങൾ താനാ മുഖത്തു കാണുന്നുവെന്ന് ജേക്കബ്ബ് ആലോചിച്ചു. ആ മുഖവുമായുള്ള ധാരമുറിയാത്ത ഒരു സംഭാഷണമായിരുന്നു തന്റെ ജീവിതം മുഴുവനും. അതിനോടു താനെന്തെങ്കിലും വിശദീകരിക്കാൻ ശ്രമിക്കുമ്പോഴൊക്കെ, ആ മുഖം വ്രണപ്പെട്ടുകൊണ്ടു തിരിഞ്ഞുകളയും. തന്റെ വാദങ്ങളോടു വേറെന്തെങ്കിലും പറഞ്ഞു പ്രതികരിക്കും. താനതിനോടു പുഞ്ചിരിക്കുമ്പോഴൊക്കെ, അൽപ്പത്തരത്തിന്റെ പേരിൽ, അതു ശകാരിക്കും. എന്തെങ്കിലുമൊന്നു ചെയ്യാൻ താനതിനോടു യാചിക്കുമ്പോഴൊക്കെ, ഉൽക്കർഷബോധം കാണിക്കുകയാണെന്നു കുറ്റപ്പെടുത്തും... ഒന്നും മനസ്സിലാക്കാത്ത, എന്നാൽ, എല്ലാം തീരുമാനിക്കുന്ന ആ മുഖം; മരുഭൂമിപോലെ ശൂന്യമായ, എന്നാൽ ആ ശൂന്യതയിൽ അഹന്ത കൊള്ളുന്ന മുഖം.

ആ മുഖത്തേക്ക് ഇതവസാനമായിട്ടാണ് താനിന്നു നോക്കുന്നതെന്ന് അയാൾക്കു തോന്നി. അതിന്റെ സാമ്രാജ്യത്തിൽനിന്ന് നാളെ താൻ യാത്രയാവുകയാണല്ലോ.

9. റൂസേനയുടെ സത്യം

റൂസേനയും ജേക്കബ്ബിനെ കണ്ടു തിരിച്ചറിഞ്ഞു. അയാളുടെ കണ്ണുകൾ തന്റെമേൽ തറച്ചിരിക്കുന്നതായി അനുഭവപ്പെട്ടു. അത വളെ അസ്വസ്ഥയാക്കി. നിശ്ശബ്ദമായ ഒരുപജാപത്തിലേർപ്പെട്ട രണ്ടു പുരുഷന്മാരുടെ തോക്കിൻകുഴലുപോലുള്ള തുറിച്ചു നോട്ടങ്ങളാൽ ചൂഴ്ന്നിരിക്കപ്പെട്ടതായി അവൾക്കു തോന്നി.

ക്ലീമ തന്റെ വാദങ്ങൾ നിരത്തുകയായിരുന്നു. അവനോടെങ്ങിനെ പ്രതികരിക്കണമെന്ന് അവൾക്കറിഞ്ഞില്ല. പിറക്കാനിരിക്കുന്ന ഒരു കു ഞ്ഞിന്റെ കാര്യമാകുമ്പോൾ, യുക്തിക്കല്ല, വികാരത്തിനാണ് സം സാരിക്കാനുള്ള അവകാശമെന്ന് തന്നോടുതന്നെ, വേഗത്തിൽ, ആവർത്തിക്കാനാണ് അവളിഷ്ടപ്പെട്ടത്.

ആ ഇരട്ടനോട്ടങ്ങളുടെ പരിധിയിൽനിന്ന് നിശ്ശബ്ദമായി മുഖം തിരിച്ച്, അവൾ ജനലിനു പുറത്തേക്കു കണ്ണു നട്ടിരുന്നു. പിന്നീടൊരൽപ്പം ഏകാഗ്രത കിട്ടിയപ്പോൾ, തെറ്റിദ്ധരിക്കപ്പെട്ട ഒരമ്മയുടെയും കാമു കിയുടെയും വ്രണപ്പെട്ട ഒരു ബോധം തന്നിലുറവെടുക്കുന്നതായി അവൾക്കനുഭവപ്പെട്ടു. അവളിലാ ബോധം പുളിപ്പിച്ച മാവുപോലെ ഉയർന്നു വന്നു. വാക്കുകളിലേക്ക് ഈ ബോധം പകരാൻ കഴിയാത്തതിന ാൽ, പാർക്കിലെ ഒരു സ്ഥലത്ത് ദൃഷ്ടിയുറപ്പിച്ചു നിർത്തുന്നതിലൂടെ അതറിയിക്കാമെന്ന് അവൾ ധരിച്ചു.

തന്റെ ദൃഷ്ടി തറച്ച അതേ സ്ഥലത്ത്, പൊടുന്നനെ, തനിക്കു പരി ചയമുള്ള ഒരു രൂപം അവൾ കണ്ടു. അവൾ ഭയന്നു പോയി. ക്ലീമ പറയുന്നതെന്തെന്ന് കേൾക്കാതായി. ഇപ്പോഴിതാ, മൂന്നാമതൊരു തു റുനോട്ടത്തിന്റെ തോക്കുകുഴൽ തനിക്കു നേരെ ചൂണ്ടിനിൽക്കുന്നു.

മൂന്നിലുംവെച്ച് ഏറ്റവും വലിയ അപകടകാരി. തന്റെ ഗർഭത്തിന് ആരാണുത്തരവാദിയെന്ന് റൂസേനക്കത്ര ഉറപ്പില്ലായിരുന്നല്ലോ. ആദ്യം അവൾ ആരെയാണോ സംശയിച്ചത്, അവനാണിപ്പോൾ രഹസ്യമായി ഒരു മരത്തിനു പിറകിൽ പാതി മറഞ്ഞ് അവളെ നിരീക്ഷിക്കുന്നത്. പക്ഷെ, തുടക്കത്തിൽ മാത്രമായിരുന്നു അങ്ങിനെയൊരു സംശയം. കാലം കഴിയെ, കുഴലൂത്തുകാരനാണു ജനയിതാവെന്നു തീരുമാനിക്കാനാണ് അവളിഷ്ടപ്പെട്ടത്. ഒടുവിലൊരുദിവസം അതു തീർച്ചയായും അവൻ തന്നെയെന്നു അവൾ ഉറപ്പിക്കുകയാണുണ്ടായത്. ഇവിടെ ഒരു കാര്യം തീർത്തും സ്പഷ്ടമാക്കട്ടെ: അവളവന്റെ തലയിൽ കാപട്യത്തിലൂടെ ഗർഭം കെട്ടിവെക്കുകയായിരുന്നില്ല. കാപട്യമല്ലാ തീരുമാനത്തിലെത്താൻ അവൾ തിരഞ്ഞെടുത്തത്; സത്യമായിരുന്നു. സത്യമായും അതങ്ങിനെയാണെന്ന് അവൾ തീരുമാനിക്കുകയായിരുന്നു.

കൂടാതെ, ഗർഭം പരിശുദ്ധമായ ഒന്നാണല്ലോ. താൻ അവജ്ഞയോടെ കാണുന്ന ഒരുവനാണതിനു ഹേതുവാകുന്നതെന്നത് അസാദ്ധ്യമാണെന്നവൾക്കു തോന്നി. താൻ ആശിക്കുകയും, ആദരിക്കുകയും, ആരാധിക്കുകയും ചെയ്യുന്ന ഒരു പുരുഷനാൽ മാത്രമേ ഗർഭവതിയാകൂ എന്നവൾക്കുറപ്പായത്, യുക്തിയുക്തമായ അനുമാനത്താലല്ല, യുക്ത്യതീതമായ ഒരു വെളിപാടിനാലാണ്. പിന്നീട്, കുഞ്ഞിന്റെ പിതാവായി താൻ തിരഞ്ഞെടുത്തവൻ ഞെട്ടി, പേടിച്ച്, പിതൃദൌത്യമേറ്റെടുക്കാൻ വിസമ്മതിക്കുന്നത് ഫോണിലൂടെ കേട്ടപ്പോൾ എല്ലാം അന്തിമമായി നിർണ്ണയിക്കപ്പെട്ടു. ആ നിമിഷം മുതൽ, തന്റെ സത്യത്തെ അവൾ സംശയിച്ചില്ലെന്നു മാത്രമല്ല, അതിനുവേണ്ടി പൊരുതാൻവരെ തയ്യാറായി.

നിശ്ശബ്ദം ക്ലീമ റൂസേനയുടെ കപോലങ്ങൾ തലോടി. അവൾ ചിന്തയിൽനിന്നുമുണർന്നു. അവൻ പുഞ്ചിരിക്കുന്നതു കണ്ടു. വീഞ്ഞുമുറിയിലെ മേശ ഒരു മതിലുപോലെ തങ്ങളെ വേർതിരിക്കുന്നുവെന്നും, അതിനാൽ, നാട്ടിൻപുറത്തുകൂടെ ഒരു സവാരികൂടിയാകാമെന്നും അവൻ പറഞ്ഞു.

അവൾ പേടിച്ചു. വീഞ്ഞുമുറിയിലെ ജനലിന്മേൽ കണ്ണുംനട്ട് ഫ്രാന്റിസെക്കപ്പോഴും പാർക്കിലെ മരത്തിനു പിറകിലുണ്ട്. പുറത്തിറങ്ങുമ്പോൾ അവൻ വന്നു അലോസരപ്പെടുത്തിയാലെന്തു സംഭവിക്കും? ചൊവ്വാഴ്ച്ച നടന്നതുപോലെ അവനൊരു രംഗമുണ്ടാക്കിയാലെന്തുണ്ടാകും?

'ബ്രാണ്ടിയുടെ പണം പിടിച്ചോളൂ.' ക്ലീമ പരിചാരകനോടു പറഞ്ഞു.

കൈസഞ്ചിയിൽനിന്നു റൂസേന ഒരു സ്ഫടികറ്റ്യൂബെടുത്തു.

കുഴലൂത്തുകാരൻ പരിചാരകന് ഒരു നോട്ടു കൊടുത്തു. ബാക്കിവന്ന പണം ഉദാരതയോടെ നിരസിച്ചു.

റ്റ്യൂബു തുറന്ന് റൂസേന കൈവെള്ളയിലേക്കൊരു റ്റാബ്ലറ്റ് കുലുക്കിയിട്ടു. പിന്നെ, അതു വിഴുങ്ങി.

അവൾ റ്റ്യൂബടക്കുമ്പോൾ കുഴലൂത്തുകാരൻ അവൾക്കു നേരെ തിരിഞ്ഞു. അവളുടെ മുഖത്തേക്കു നോക്കി. രണ്ടു കൈകളും അവൾക്കുനേരെ നീട്ടി. അവന്റെ വിരൽസ്പർശമേൽക്കുന്നതിനുവേണ്ടി അവൾ റ്റ്യൂബു കയ്യൊഴിഞ്ഞു.

'വരൂ, നമുക്കിറങ്ങാം,' അവൻ പറഞ്ഞു. റൂസേന എഴുന്നേറ്റു. ജേക്കബ്ബിന്റെ വിദ്വേഷമാർന്ന തുറുനോട്ടം അവളുടെ കണ്ണിൽപ്പെട്ടു. അവൾ തന്റെ കണ്ണുകൾ പിൻവലിച്ചുകളഞ്ഞു.

പുറത്തെത്തിയപ്പോൾ, അവൾ ഉൽക്കണ്ഠയോടെ പാർക്കിലേക്കു നോക്കി. ഫ്രാന്റിസെക് അവിടെ ഇല്ലായിരുന്നു.

10. ഒരു മണ്ടനബദ്ധം

ജേക്കബ്ബെഴുന്നേറ്റു. പാതിനിറഞ്ഞ ഗ്ലാസ്സുമെടുത്ത് ഒഴിഞ്ഞുകിട്ടിയ മേശക്കരികിലിരുന്നു. പാർക്കിലെ ചുകപ്പുനിറമാണ്ടുവരുന്ന മരങ്ങളെ ജനലിലൂടെ തൃപ്തിയോടെ ഒന്നു നോക്കി. തന്റെ നാൽപ്പത്തിയഞ്ചു വർഷത്തെ ജീവിതത്തെ താനാഹുതിചെയ്യുന്ന അഗ്നിയെപ്പോലെയാണീ മരങ്ങളെന്നു വീണ്ടും വിചാരിച്ചു. പിന്നീട്, നോട്ടം മേശപ്പുറത്തേക്കു വഴുതി വീണു. ചാരപ്പാത്രത്തിനരികിൽ റൂസേന മറന്നുവെച്ച സ്ഫടികറ്റ്യൂബു കണ്ടു. അയാൾ അതെടുത്തു പരിശോധിച്ചു: ലേബലിൽ തനിക്കു പരിചയമില്ലാത്ത ഒരു മരുന്നിന്റെ പേരാണ്. പെൻസിലുകൊണ്ടവിടെ കുറിച്ചിരിക്കുന്നു: 'ദിവസം മൂന്നുനേരം'. അകത്തുള്ള ഗുളികകൾ ഇളംനീല നിറത്തിലാണെന്നത് അയാൾക്കു വിചിത്രമായിത്തോന്നി.

അയാൾ സ്വദേശത്തു ചിലവഴിക്കുന്ന അന്ത്യമുഹൂർത്തങ്ങളാണിവ. നിസ്സാരസംഭവങ്ങൾപോലും അസാധാരണമാംവിധം സാരഗർഭമാവുകയും അന്യാപദേശദൃശ്യങ്ങളായി പരിവർത്തനം ചെയ്യപ്പെടുകയുമാണ്. നീലഗുളികകളുടെ ഒരു സ്ഫടികറ്റ്യൂബ് ഈ മേശപ്പുറത്ത്, ഇതേദിവസംതന്നെ, തനിക്കുവേണ്ടി ഇട്ടേച്ചുപോയതിന്റെ പൊരുളെന്താകുമെന്ന് അയാൾ സ്വയം ചോദിച്ചു. അതും, രാഷ്ട്രീയപീഡനത്തിന്റെ അനന്തരാവകാശിയും, ആരാച്ചാരുടെ കയ്യാളുമായ ആ സ്ത്രീതന്നെ ഇതിവിടെ ഇട്ടേച്ചുപോയതെന്തിന്? ഇളംനീലഗുളികകളുടെ ആവശ്യം ഇനിയും തീർന്നിട്ടില്ലെന്ന് അവൾ തന്നെ ഓർമ്മിപ്പിക്കാൻ ശ്രമിക്കുകയാണോ? അതല്ല, ജാക്കറ്റിന്റെ കീശയിലുള്ള റ്റാബ്ലറ്റ് വിഴുങ്ങുകവഴി താൻ പ്രകടമാക്കിയേക്കാവുന്ന കീഴടങ്ങൽതന്നെയാണ്, സ്വരാജ്യം വിടുകവഴി താൻ കാണിക്കുന്നതെന്നാണോ അവൾ തന്നോടു പറയാൻ ശ്രമിക്കുന്നത്?

അയാൾ കീശയിൽ പരതി. സുതാര്യമായ കടലാസിന്റെ പൊതി പുറത്തെടുത്തു നിവർത്തി. മറന്നുവെച്ച ട്യൂബിലെ ഗുളികകളെക്കാൾ ഒരൽപ്പം കടുത്ത നിറമാണ് തന്റെ ഗുളികക്കെന്ന്! അയാൾക്കിപ്പോൾ തോന്നി. ട്യൂബു തുറന്ന് ഒരു ടാബ്ലറ്റ് അയാൾ തന്റെ കയ്യിലേക്കിട്ടു. ഉവ്വ്, തൻറേതിനു നിറം അൽപ്പം കൂടും. വലുപ്പം ഒരൽപ്പം കുറയും. ഒന്നിനു പിറകെ ഒന്നായി അയാൾ രണ്ടു ടാബ്ലറ്റുകളും സ്ഫടികട്യൂബിലേക്കിട്ടു. അവയെ ഒരുമിച്ചു നോക്കിയപ്പോൾ, ഒറ്റ നോട്ടത്തിൽ ആർക്കും വ്യത്യാസം കണ്ടുപിടിക്കാൻ കഴിയില്ലെന്നയാൾ കണ്ടു. നിരുപദ്രവകരമായ, ഒരു പക്ഷെ, തീരെ നിസ്സാരമായ ഏതോ രോഗത്തിനുള്ള ഗുളികകൾക്കു മുകളിൽ മരണം ഒളിഞ്ഞു കിടക്കുകയാണ്.

ആ സമയത്ത് ഓൾഗ മേശക്കരികിലെത്തി. ജേക്കബ്ബ് ഉടനെ ട്യൂബിന്റെ മൂടിയടച്ച്, ചാരപ്പാത്രത്തിനരികിൽ വെച്ചു. അതിനുശേഷം തന്റെ ചങ്ങാതിയെ സ്വീകരിക്കാനെഴുന്നേറ്റു.

'ക്ലീമയെ, പ്രശസ്തനായ ആ കുഴലൂത്തുകാരനെ, ഞാനിതാ, ഇപ്പോൾ, കാണാനിടയായി വിശ്വാസം വരുന്നില്ല!' അവൾ, ജേക്കബ്ബിനരികിലിരുന്നുകൊണ്ട്, പറഞ്ഞു. 'അവന്റെ കൂടെ ആ ഭയങ്കരിയുമുണ്ടായിരുന്നു! ഇന്നു കുളത്തിൽ വെച്ച് അവളെന്നെ ശരിക്കും കഷ്ടപ്പെടുത്തി.

പക്ഷെ, പെട്ടെന്ന്, അവൾ സംസാരം നിർത്തി. കാരണം, റൂസേന ആ സമയത്ത് അവരുടെ മേശക്കരികിലെത്തിയിരുന്നു. അവൾ പറഞ്ഞു: 'ഞാനെന്റെ ഗുളികകൾ ഇവിടെവെച്ച് മറന്നു.

ജേക്കബ്ബ് മറുപടി പറയുന്നതിനു മുമ്പ്, ചാരപ്പാത്രത്തിനരികിൽ, അവൾ ട്യൂബു കണ്ടു. അതെടുക്കാൻ അവൾ കൈ നീട്ടി.

എന്നാൽ, അവളെക്കാൾ വേഗത്തിൽ ജേക്കബ്ബ് അതു കൈവശപ്പെടുത്തി.

'അതിങ്ങു തരാൻ' റൂസേന പറഞ്ഞു.

'അതിലൊരെണ്ണം എനിക്കു തരാമോ?'

'ക്ഷമിക്കണം. എനിക്കു നേരമില്ല'

'ഞാനും ഇതേ മരുന്നാണ് കഴിക്കുന്നത്. മാത്രമല്ല...'

'സഞ്ചരിക്കുന്ന ഫാർമസിയല്ല ഞാൻ' റൂസേന പറഞ്ഞു.

ജേക്കബ്ബ് മൂടി ഊരാൻ നോക്കി. പക്ഷെ, അപ്രതീക്ഷിതമായി അതിനു നേരെ കൈനീട്ടി റൂസേന അയാളെ തടഞ്ഞു. ജേക്കബ്ബ് ഉടനെ ട്യൂബ് മുഷ്ടിയിലൊതുക്കി.

'എന്താണിതൊക്കെ? എന്റെ ഗുളികകളെനിക്കു തരൂ!' യുവതി അയാളോടു ഒച്ചയിട്ടു. ജേക്കബ്ബ് അവളുടെ കണ്ണുകളിലേക്ക് നോക്കി. പിന്നീട്, സാവധാനം, തന്റെ കരം തുറന്നു.

11. കമീലയും സിനിമാക്കാരും

ശകടത്തിന്റെ കടകടാരവത്തിൽ അവൾക്കു തന്റെ യാത്രയുടെ വിഫലത വ്യക്തമാണെന്നു തോന്നി. സുഖചികിത്സാനഗരത്തിൽ തന്റെ ഭർത്താവുണ്ടാകാൻ എന്തായാലും വഴിയില്ല. പിന്നെ എന്തിനു താൻ അങ്ങോട്ടു പോകുന്നു? നേരത്തേ തനിക്കറിയാവുന്ന കാര്യം കണ്ടെത്താനാണോ ഈ നാലുമണിക്കൂർ തീവണ്ടി യാത്ര? യുക്തിയുള്ള ഉദ്ദേശ്യമല്ല തന്റെ പ്രവൃത്തിക്കു പിന്നിൽ. തിരിഞ്ഞുകൊണ്ടേയിരിക്കുന്ന, തനിക്കു തടുത്തു നിർത്താനാകാത്ത തനിക്കുള്ളിലുള്ള ഒരു യന്ത്രമാണതിനു പിന്നിൽ.

(അതെ, അന്ധമായ അസൂയയാൽ ദൂരത്തുനിന്നും നിയന്ത്രിക്കപ്പെടുന്നത്, പക്ഷെ, അന്ധതക്ക് എന്തു നിയന്ത്രണമാണ് നൽകാനാകുക, രണ്ടു റോക്കറ്റുകളെപ്പോലെ, ഫ്രാൻറിസെക്കും കമീലയും ഈ സമയം കഥാസ്ഥലിയിലേക്കു വിക്ഷേപിക്കപ്പെടുകയാണ്.)

തലസ്ഥാനനഗരിക്കും സുഖചികിത്സാനഗരത്തിനും ഇടയിലുള്ള റെയിൽഗതാഗതം അത്ര ഋജുവല്ല. ക്ലീമയുടെ ഭാര്യക്ക് മൂന്നു വണ്ടികൾ മാറിക്കയറേണ്ടി വന്നു. സ്ഥലത്തെ ആരോഗ്യദായകമായ ജലപ്രവാഹങ്ങളെയും, അത്ഭുതശക്തിയുള്ള പശിമണ്ണിനെയും പ്രശംസിച്ചു കൊണ്ടുള്ള പരസ്യപ്പലകകൾനിറഞ്ഞ, ഗ്രാമീണലാളിത്യമുള്ള, സ്റ്റേഷനിലെത്തിയപ്പോഴേക്കും അവൾ പരിക്ഷീണയായി. സ്റ്റേഷനിൽനിന്ന്! ഉഷ്ണജലാശയങ്ങളിലേക്കുള്ള, ഇരുവശവും പോപ്ലാർമരങ്ങളുള്ള, നടവഴിയിലൂടെ അവൾ നടന്നു. സ്തംഭാവലികൾക്കടുത്തെത്തിയപ്പോൾ അവൾ അമ്പരന്നുപോയി. കൈകൊണ്ടുവരച്ച ഒരു പോസ്റ്ററിൽ, ചുകന്ന അക്ഷരങ്ങളിൽ, അവൾ തന്റെ ഭർത്താവിന്റെ പേര് കണ്ടു. ആ പേരിനു കീഴെ മറ്റു രണ്ടാൾക്കാരുടെ പേരുകൾകൂടി അവൾ വായിച്ചു. അവൾക്കതു

വിശ്വസിക്കാനായില്ല: ക്ലീമ നുണ പറഞ്ഞിട്ടില്ല! കാര്യങ്ങൾ കൃത്യമായും അവൻ പറഞ്ഞതുപോലെതന്നെ. കുറച്ചുനേരം അവൾക്കു തീവ്രമായ ആനന്ദം അനുഭവപ്പെട്ടു. പണ്ടെന്നോ നഷ്ടമായിപ്പോയ വിശ്വാസം അവൾക്കു വീണ്ടും അനുഭവവേദ്യമായി.

പക്ഷെ, ആനന്ദം അധികനേരം നീണ്ടുനിന്നില്ല. കച്ചേരിയുണ്ടെന്നുള്ളത് ഭർത്താവിന്റെ വിശ്വസ്തതക്കുള്ള തെളിവാകുന്നില്ലെന്ന് അവൾക്കുടനെ ബോധമുണ്ടായി. ഒറ്റപ്പെട്ട ഈ ചികിത്സാനഗരത്തിൽ കച്ചേരി നടത്താൻ അവൻ സമ്മതിച്ചത്, തീർച്ചയായും, ഏതോ ഒരു പെണ്ണുമായി സന്ധിക്കാൻതന്നെയാകണം. വിചാരിച്ചതിലുമേറെ വഷളാണ് സംഗതികളെന്ന് അവൾ പെട്ടെന്ന് തിരിച്ചറിഞ്ഞു. താൻ ഒരു കെണിയിൽ വീണിരിക്കുകയാണ്.

തന്റെ ഭർത്താവ് വേറെവിടെയോ ആണെന്നു സ്ഥാപിക്കുവാനും, അങ്ങിനെ, അവൻ വിശ്വാസവഞ്ചകനാണെന്നു പരോക്ഷമായി (വീണ്ടുമൊരിക്കൽക്കൂടി, ഒരു നൂറാമത്തെത്തവണ) തെളിയിക്കാനുമാണ് താനിവിടെ വന്നത്. ഇപ്പോൾ കാര്യങ്ങൾ തകിടം മറിഞ്ഞിരിക്കുന്നു. പച്ചനുണ പറയുന്നവനായിട്ടല്ല താനവനെ പിടികൂടാൻപോകുന്നത്. മറിച്ച്, വിശ്വാസവഞ്ചനചെയ്യുന്നവനായി, പ്രത്യക്ഷമായി, സ്വന്തം കണ്ണുകൊണ്ട്, താനവനെ പിടികൂടാൻപോവുകയാണ്. ഏതവളുടെ കൂടെയാണോ ക്ലീമ ഈ ദിവസം ചിലവഴിച്ചത്, ആ സ്ത്രീയെ താൻ, ഇഷ്ടമായാലുമില്ലെങ്കിലും, കാണാൻ പോവുകയാണ്. ഈ വിചാരം അവളെ വിറയൽവരെ എത്തിച്ചു. എല്ലമറിയാമെന്ന്! കുറേക്കാലമായി അവൾക്കുറപ്പുണ്ടായിരുന്നു. പക്ഷെ, ഇതേവരെ അവളൊന്നും, അവന്റെ ഒരൊറ്റ കാമിനിയെയും, കണ്ടിട്ടില്ലായിരുന്നു. നേരു പറഞ്ഞാൽ അവൾക്കൊന്നും അറിയില്ല. അറിയാമെന്നു വിശ്വസിക്കുകമാത്രമാണ്. ഊഹാപോഹത്തിനു, എന്നാൽ, അവൾ അസന്ദിഗ്ദ്ധതയുടെ മഹത്ത്വം നൽകി. വിശ്വാസി ദൈവമുണ്ടെന്നു വിശ്വസിക്കുന്നതുപോലെയാണ് അവൾ ഭർത്താവിന്റെ വിശ്വാസവഞ്ചനയിൽ വിശ്വസിച്ചത്. പക്ഷെ, ദൈവമെപ്പോഴും അദൃശ്യനായിരുക്കുമെന്ന പൂർണ്ണനിശ്ചയത്തോടെയാണ് വിശ്വാസി തന്റെ ദൈവത്തിൽ വിശ്വസിക്കുന്നത്. ഉച്ചയൂണിനു വരുന്നുണ്ടെന്നുള്ള ദൈവത്തിന്റെ ഫോൺവിളി കിട്ടിയാൽ ഒരു വിശ്വാസിക്കുണ്ടാവാകുന്നത്ര കൊടുംഭീതിയാണ്, ക്ലീമയെ മറ്റൊരു പെണ്ണുമൊത്തു താനിന്നു കാണുമല്ലോ എന്ന ചിന്ത അവളിലുളവാക്കിയത്.

അവളുടെ സർവ്വാംഗങ്ങളെയും സംഭ്രമം കീഴടക്കി. അപ്പോൾ, ആരോ അവളുടെ പേരു വിളിക്കുന്നതു കേട്ടു. തിരിഞ്ഞുനോകിയപ്പോൾ, സ്തംഭാവലികൾക്കു കീഴെ മൂന്നു യുവാക്കൾ നിൽക്കുന്നതു കണ്ടു. ചൂടുകുപ്പായവും ജീൻസുമിട്ടവർ. അവരുടെ യാഥാസ്ഥിതികമല്ലാത്ത ശൈലി, അരികിലൂടെ അലസമായി നടന്നുപോകുന്ന സുഖചികിത്സാലയത്തിലെ മറ്റു കക്ഷികളുടെ വിരസമായ വെടിപ്പിൽനിന്നും വളരെ വ്യതിരിക്ത

മായിരുന്നു.

ചിരിച്ചുകൊണ്ടാണ് അവരവളെ എതിരേറ്റത്.

'എന്തൊരത്ഭുതം' അവൾ ആഹ്ലാദത്തോടെ പറഞ്ഞു. സിനിമാക്കാരായിരുന്നൂ അവർ. സൂക്ഷ്മഭാഷിണിയുമായി അവൾ രംഗവേദിയിൽ വിലസിയ കാലത്തെ സുഹൃത്തുക്കൾ.

അവരിലുയരമേറിയവൻ, ഒരു സംവിധായകൻ, ഉടനെ അവളുടെ കൈ പിടിച്ചു: 'ഞങ്ങൾ കാരണമാണ് നിങ്ങളിന്നിവിടെ വന്നതെന്നു വിചാരിക്കാൻ എന്തു സുഖമായിരുന്നേനെ...'

'പക്ഷെ, നിങ്ങളിവിടെ വന്നത് നിങ്ങളുടെ ഭർത്താവു കാരണമാണല്ലോ...' സഹാസംവിധായകൻ ശോകത്തോടെ പറഞ്ഞു.

'ഞങ്ങളുടെ പൊട്ടഭാഗ്യം!' സംവിധായകൻ പറഞ്ഞു.

'തലസ്ഥാനത്തെ ഏറ്റവും സുന്ദരിയായ സ്ത്രീ. ആ വൃത്തികെട്ട കുഴലൂത്തുകാരൻ പിടിച്ചു കൂട്ടിലാക്കിയതുമൂലം വർഷങ്ങളോളം അവരെ നമുക്കു കാണാൻപറ്റാതായി.'

'ഷിറ്റ്!' ഛായാഗ്രാഹകൻ (കീറിയ ചൂടുകുപ്പായമിട്ട കുള്ളൻചെറുപ്പക്കാരൻ) പറഞ്ഞു. 'നമുക്കിതാഘോഷിക്കണം.'

പ്രകാശം പ്രസരിപ്പിക്കുന്ന ഒരു രാജ്ഞിക്കാണ് തങ്ങളുടെ നിറഞ്ഞൊഴുകുന്ന ആരാധന സമർപ്പിക്കുന്നതെന്ന് അവർ വിചാരിച്ചു; അടുത്തനിമിഷംതന്നെ, അവജ്ഞയോടെ നിരസിക്കപ്പെട്ട ഉപഹാരങ്ങളിരിക്കുന്ന മുളംകൂടയിലേക്ക്, അശ്രദ്ധമായി തങ്ങളുടെ ആരാധന എറിഞ്ഞുകളയുന്ന ഒരു രാജ്ഞിക്ക്. കമീലയാകട്ടെ, അലിവാർന്ന കൈകളിൽ ആലംബം തേടിയ ഒരു മുടന്തിപ്പെങ്കുട്ടിയുടെ കൃതജ്ഞതയോടെ അവരുടെ വാക്കുകൾ സ്വീകരിച്ചുകൊണ്ടിരുന്നു.

12. ഒരുനൂറു ചോദ്യങ്ങൾ

അപരിചിതയായ ഒരു യുവതിക്ക് ഒരൽപ്പംമുമ്പാണ് താൻ വിഷം നൽകിയതെന്ന് ജേക്കബ്ബ്, ഓൾഗ സംസാരിച്ചുകൊണ്ടിരുന്നപ്പോൾ, ആലോചിച്ചുകൊണ്ടിരുന്നു. ഏതു നിമിഷവും അവളതു വിഴുങ്ങിയേക്കാം.

എല്ലാം പെട്ടെന്നായിരുന്നു. എന്താണു നടക്കുന്നതെന്നറിയുന്നതിനുമുമ്പ് എല്ലാം കഴിഞ്ഞു. തന്റെ അറിവില്ലാതെയാണതു നടന്നത്.

ഓൾഗ സംസാരിച്ചുകൊണ്ടേയിരുന്നു. ജേക്കബ്ബാകട്ടെ, മനസ്സിൽ, ന്യായീകരണങ്ങൾ പരതുകയായിരുന്നു. ആ യുവതിക്കു ട്യൂബു നൽകാൻ താൻ ആഗ്രഹിച്ചതല്ല. അവൾ, അവൾ തന്നെയാണ് തന്നെ അതിനു നിർബന്ധിച്ചത്.

ആർജ്ജവമില്ലാത്ത ഒരു ന്യായമാണതെന്ന് ഉടനടി, അയാൾക്കു ബോദ്ധ്യമായി. അവളെ അനുസരിക്കാതിരിക്കാൻ ഒരായിരം വഴികളുണ്ടായിരുന്നു. അവളുടെ ഗർവ്വിനെ സ്വന്തം ഗർവ്വുകൊണ്ടു നേരിടാമായിരുന്നു. ട്യൂബിലെ ആദ്യത്തെ ഗുളിക ശാന്തമായി തന്റെ കൈവെള്ളയിലേക്കു വീഴ്ത്തി കീശയിലിടാമായിരുന്നു. അങ്ങിനെ ചെയ്യാനുള്ള മന:സാന്നിദ്ധ്യം തനിക്കില്ലായിരുന്നതുകൊണ്ട്, ആ യുവതിയുടെ പിന്നാലെയോടി, ട്യൂബിൽ വിഷമുണ്ടെന്നു ഏറ്റുപറയാമായിരുന്നു. അതെങ്ങിനെ സംഭവിച്ചുവെന്നു വിശദീകരിക്കാൻ അത്ര പ്രയാസമുണ്ടാകുമായിരുന്നില്ല.

പക്ഷെ, ഒന്നും ചെയ്യാതെ, ഓൾഗ എന്തോ പറയുന്നതും നോക്കി, താൻ കസേരയിലിരിക്കുകയാണ്. ചാടിയെഴുന്നേറ്റ് ആ നഴ്സിനെ പിടികൂടുകയാണ് വേണ്ടത്. സമയം ഇനിയുമുണ്ട്. അവളുടെ ജീവൻ

രക്ഷിക്കാൻ ചെയ്യവുന്നതൊക്കെ ചെയ്യേണ്ടത് തന്റെ കർത്തവ്യമാണ്. പിന്നെയെന്തുകൊണ്ടാണ് കസേരയിൽത്തന്നെ താനിരിക്കുന്നത്? എന്തു കൊണ്ടു താൻ അനങ്ങുന്നില്ല?

ഓൾഗ സംസാരിക്കുകയായിരുന്നു. കസേരയിൽ അനങ്ങാതെ താനെങ്ങിനെയിങ്ങനെയിരിക്കുന്നുവേന്നോർത്ത് അയാൾ അത്ഭുതപ്പെട്ടു.

ഉടനെഴുന്നേറ്റ് ആ നഴ്സിനെ തിരഞ്ഞേപറ്റൂവെന്ന് അയാൾ തീരുമാനിച്ചു. തനിക്കു പോകണമെന്ന് ഓൾഗയെ എങ്ങിനെ പറഞ്ഞുമനസ്സിലാക്കുമെന്ന്! അയാൾ ആശങ്കിച്ചു. നടന്നതെന്താണെന്ന് അവളോട് ഏറ്റുപറയണോ? അവളോടത് ഏറ്റുപറയാൻ പറ്റില്ലെന്നയാൾ അനുമാനിച്ചു. അയാൾ നഴ്സിനടുത്തെത്തും മുമ്പുതന്നെ അവളാ ഗുളിക കഴിച്ചിട്ടുണ്ടെങ്കിലോ? ജേക്കബ്ബ് ഒരു ഘാതകനാണെന്ന് ഓൾഗ അറിയേണ്ടതുണ്ടോ? ഇനി, അഥവാ, സമയത്തുതന്നെ നഴ്സിനെ കണ്ടെത്തിയാലും, തന്റെ ഈ നീണ്ട വൈമനസ്യം ഓൾഗയോടെങ്ങിനെ ന്യായീകരിക്കും? അവളെ എങ്ങിനെ പറഞ്ഞു മനസ്സിലാക്കും? ആ സ്ത്രീക്കു റ്റ്യൂബു നൽകിയതിന് എന്തു സമാധാനം പറയും? ഒന്നും ചെയ്യാതെയിരുന്ന ഈ നിമിഷങ്ങളുടെ പേരിൽ, കസേരയിലിങ്ങനെ വേരുറച്ചിരുന്നതിന്റെ പേരിൽ, ഇപ്പോൾ മുതൽ, ഏവർക്കും തന്നെയൊരു ഘാതകനായി കാണേണ്ടിവരും.

ഇല്ല, ഓൾഗയോട് കുറ്റസമ്മതം നടത്താൻപറ്റില്ല. പക്ഷെ, അവളോടു പിന്നെന്തു പറയും? പൊടുന്നനെ എഴുന്നേറ്റോടുന്നതിന് എന്തു സമാധാനം പറയും?

അവളോടെന്തു പറയുമെന്നതിന് എന്തു പ്രസക്തിയാണുള്ളത്? ഇത്തരം മണ്ടത്തരങ്ങളാലോചിച്ച് തനിക്കെങ്ങിനെയിങ്ങിനെ ഇരിക്കാൻ കഴിയുന്നു? ഒരു ജീവന്മരണപ്രശ്നത്തിന്റെ നേരത്ത്, തനിക്കെങ്ങിനെ, ഓൾഗയെന്തു വിചാരിക്കുമെന്നോർത്ത് വ്യാകുലപ്പെടാനാകുന്നു?

അനാവശ്യമാണ് തന്റെ ചിന്തകളെന്ന് അയാൾക്കറിയാം. ശങ്കിച്ചു നിൽക്കുന്ന ഓരോ നിമിഷവും ആ നഴ്സിനു ഭീഷണിയായിരിക്കുന്ന അപകടത്തിന്റെ സാദ്ധ്യത വർദ്ധിപ്പിക്കുകയേയുള്ളൂ. ഇപ്പോൾത്തന്നെ, സത്യത്തിൽ, വളരെ വൈകി. അയാൾ ഇങ്ങിനെ ശങ്കിച്ചുകൊണ്ടിരിക്കേ, അവളും അവളുടെ കൂട്ടുകാരനും വീഞ്ഞുമുറിയിൽനിന്ന് വളരെ ദൂരത്തെത്തിയിരുന്നു. ഏതു ദിശയിലാണ് അവരെ തിരഞ്ഞു പോകേണ്ടതെന്ന് ജേക്കബ്ബിനൊരു പിടിയുംകിട്ടിയില്ല. അവരെവിടെയാണ് പോയതെന്ന് തനിക്കൊന്നറിയാൻ കഴിഞ്ഞിരുന്നെങ്കിൽ അവരെ എവിടെയാണു കണ്ടെത്താൻ കഴിയുക?

പക്ഷെ, ഉടൻതന്നെ, ഈ വാദം മറ്റൊരു ഒഴിവുകഴിവാണെന്ന് അയാൾ സ്വയം ശാസിച്ചു. പെട്ടന്നവരെ കണ്ടുപിടിക്കുക പ്രയാ

സമാണെങ്കിലും, അതസാദ്ധ്യമൊന്നുമല്ലല്ലോ. പ്രവർത്തിക്കാൻ ഇനിയും അത്ര വൈകിയിട്ടില്ല. പക്ഷെ, ഉടൻ വേണം. അതല്ലെങ്കിൽ, കാര്യം വളരെവളരെ വൈകിപ്പോകും.

'ദിവസം തുടങ്ങിയതു തന്നെ വഷളായിട്ടാണ്.' ഓൾഗ പറയുകയായിരുന്നു. 'ഞാൻ കൂടുതൽ കിടന്നുറങ്ങി. പ്രാതലിനു വൈകിയാണു പോയത്. അതുകൊണ്ടവരൊന്നും തന്നില്ല. കുളത്തിലെത്തിയപ്പോൾ, അവിടെ, ആ മണ്ടൻ സിനിമാക്കാരും. നിങ്ങളുമായി ഇവിടെ ചിലവഴിക്കുന്ന അവസാന ദിവസമാണിതെന്നതുകൊണ്ട്, ഈ ദിവസം എത്ര മനോഹരമായിരിക്കണമെന്നു ഞാൻ ആഗ്രഹിച്ചതോർക്കുമ്പോൾ... എനിക്കത്ര പ്രധാനമാണിത്. ജേക്കബ്ബ്, എത്രമാത്രം പ്രധാനപ്പെട്ടതാണിതെന്ന് നിങ്ങൾക്കു വല്ല പിടിയുമുണ്ടോ?'

മേശക്കു കുറുകെ ചാഞ്ഞുകൊണ്ട് അവളയാളുടെ കൈ പിടിച്ചു.

'വിഷമിക്കേണ്ട. നിന്റെ ദിവസം ചീത്തയാക്കേണ്ട ഒരു കാര്യവുമില്ല' വളരെ പ്രയാസപ്പെട്ട് അയാൾ പറഞ്ഞു. ആ നഴ്സിന്റെ കൈസഞ്ചിയിൽ വിഷമുണ്ടെന്നും, അവളുടെ ജീവനും മരണവും അയാളുടെ കയ്യിലാണെന്നും ഒരു സ്വരം അയാളെ നിരന്തരം ഓർമ്മപ്പെടുത്തിക്കൊണ്ടിരുന്നു. നിലക്കാതെ ശല്യംചെയ്യുന്ന ഒരു സ്വരം. പക്ഷെ, അതേസമയം, വിചിത്രമെന്നു പറയട്ടെ, വളരെ വിദൂരമായൊരാഴത്തിൽനിന്നു വരുന്നതുപോലെ ആ സ്വരം ദുർബ്ബലമായി.

13. ക്ലീമയുടെ പുതിയ തന്ത്രം

റൂസേനയുമൊത്ത് ഒരു കാട്ടുറോഡിലൂടെയാണ് ക്ലീമ വണ്ടി ഓടിച്ചു പോയത്. ആഡംബരക്കാറിലെ റൂസേനയുടെ സവാരി ഇത്തവണ തനിക്കൊരു പ്രയോജനവുമുണ്ടാക്കില്ലെന്നവൻ വൈകാതെ മനസ്സിലാക്കി. വാശിപൂണ്ട മൗനത്തിൽനിന്നു റൂസേനയെ പുറത്തു കൊണ്ടുവരാൻ ഒന്നിനും കഴിഞ്ഞില്ല. കുറച്ചുകഴിഞ്ഞപ്പോൾ, കുഴലൂത്തുകാരൻ കുറച്ചുനേരത്തേക്കൊന്നും മിണ്ടിയില്ല. മൗനത്തിനു ഏറെ ഭാരമേറിയപ്പോൾ, അവൻ ചോദിച്ചു: 'നീ കച്ചേരിക്കു വരുന്നുണ്ടോ?'

'അറിയില്ല.' അവളുത്തരമേകി.

'വരണം, പ്ലീസ്' അവൻ പറഞ്ഞു.

സായാഹ്നത്തിലെ കച്ചേരിയെക്കുറിച്ചുള്ള സംഭാഷണം അവർക്കു തങ്ങളുടെ കലഹത്തിൽനിന്ന് ശ്രദ്ധ തിരിക്കാനുള്ള ഒഴിവുകഴിവായി. ഡ്രം വായനക്കാരനായ ഡോക്റ്ററെക്കുറിച്ചു ക്ലീമ തമാശഭാവത്തിൽ സംസാരിക്കാൻ ശ്രമിച്ചു. റൂസേനയുമായുള്ള നിർണ്ണായകമായ ഏറ്റുമുട്ടൽ വൈകുന്നേരമാകുന്നതുവരെ നീട്ടിവെക്കാൻ അവൻ തീരുമാനിച്ചു.

'കച്ചേരിക്കു ശേഷം നീയെന്നെ കാത്തിരിക്കുമെന്നു പ്രതീക്ഷിക്കുന്നു' അവൻ പറഞ്ഞു. 'കഴിഞ്ഞ തവണത്തെപ്പോലെ.' ഈ വാക്കുകൾ ഉരുവിട്ടു കഴിഞ്ഞതും അതിന്റെ ആന്തരാർത്ഥം അവനു മനസ്സിലായി. 'കഴിഞ്ഞ തവണത്തെപ്പോലെ'യെന്നാൽ, മേളക്കു ശേഷം അവർ സംഭോഗത്തിലേർപ്പെടുമെന്നർത്ഥം. കർത്താവേ, അങ്ങിനെയൊരു സാദ്ധ്യത താനെന്തുകൊണ്ടോർത്തില്ല?

അവളുടെകൂടെ താൻ കിടക്ക പങ്കിട്ടേക്കാമെന്ന ചിന്ത ഈ നിമിഷം വരെ അവന്റെ മനസ്സിലുണ്ടായിരുന്നില്ലെന്നത് വിചിത്രമാണ്. റൂസേന

യുടെ ഗർഭം അവളെ പതിയെ, അദൃശ്യമായി, ഉൽക്കണ്ഠയുടെ മാംസ രാഗമില്ലാത്ത ഒരു ഭൂമിയിലേക്ക് തള്ളിനീക്കുകയായിരുന്നു. അവളോ ടാർദ്രത കാട്ടണമെന്നും, അവളെ ചുംബിക്കണമെന്നും, തലോടണമെന്നും, അവൻ സ്വയം പഠിപ്പിച്ചിരുന്നതാണ്. അതെല്ലാമവൻ ചെയ്യുകയും ചെ യ്തു. പക്ഷെ, അവയെല്ലാം വെറും ആംഗ്യങ്ങൾ മാത്രമായിരുന്നു. മാംസാനുരാഗമില്ലാത്ത, ശൂന്യമായ, മുദ്രകൾ.

കഴിഞ്ഞ കുറച്ചു ദിവസങ്ങളായി താൻ ചെയ്ത ഏറ്റവും വലിയ അപരാധം റൂസേനയുടെ ശരീരത്തോടു കാണിച്ച ഈ അവഗണന യാണെന്ന്, ചിന്തിച്ചപ്പോൾ, അവൻ തിരിച്ചറിഞ്ഞു. അതെ, അതവ നിപ്പോൾ തികച്ചും സ്പഷ്ടമായി (താൻ ഉപദേശം തേടിയ സുഹൃത്തുക്ക ളിലാരും ഇക്കാര്യം തന്റെ ശ്രദ്ധയിൽപ്പെടുത്തിയില്ലെന്നോർത്ത് അവനു ദേഷ്യമുണ്ടായി): അവളുടെകൂടെ കിടക്ക പങ്കിട്ടേ പറ്റൂ! ഈ യുവതിയിൽ പൊടുന്നനെ ഉളവായ, തനിക്കു ഭേദിക്കാൻ പറ്റാത്ത, ഈ അകൽച്ചയു ടെ സൂക്ഷ്മമായ ഉറവിടം അവരുടെ ശരീരങ്ങളുടെ ഇപ്പോഴും നിലനി ൽക്കുന്ന അന്യതാബോധം തന്നെയാണ്. റൂസേനയുടെ ഗർഭാശയ ത്തിലെ പുഷ്പമായ കുഞ്ഞിനെ നിരസിക്കുന്നത്, ഗർഭമേറുന്ന അവ ളുടെ ശരീരത്തെ വ്രണിതമാക്കുംവിധം തിരസ്കരിക്കലാണ്. അതിനാ ൽ, അവളുടെ ഗർഭമില്ലാത്ത ശരീരത്തിൽ താൻ കൂടുതൽ താൽപ്പര്യം കാണിച്ചേ പറ്റൂ. കന്യാശരീരത്തെ തന്റെ കൂട്ടാളിയാക്കിക്കൊണ്ട്, ഉർവ്വരശരീരത്തെ ചെറുത്തേ പറ്റൂ.

ഈ ഒരു ചിന്ത അവനിൽ വീണ്ടും പ്രതീക്ഷ വളർത്തി. റൂസേന യുടെ ചുമലിൽ കൈ ചുറ്റിക്കൊണ്ടവൻ അവളിലേക്കു ചാഞ്ഞു: 'നമ്മളിങ്ങിനെ കലഹിക്കുന്നതോർത്ത് എന്റെ ഹൃദയം നുറുങ്ങുക യാണ്. നോക്കൂ, നമ്മളൊരു പരിഹാരം കണ്ടെത്തിയിരിക്കും. നമ്മളൊ രുമിച്ചുണ്ടാകും എന്നതാണ് പ്രധാനം. ഈ രാത്രി നമ്മളിൽനിന്നു തട്ടിപ്പറിക്കാൻ നാം ആരെയും അനുവദിക്കില്ല. കഴിഞ്ഞ തവണത്തെപ്പോ ലെതന്നെ മനോഹരമായിരിക്കും ഈ രാത്രിയും.'

ഒരു കൈ സ്റ്റിയറിംഗ്ചക്രത്തിലും, മറുകൈ റൂസേനയുടെ ചുമ ലിലും പിടിച്ചിരിക്കുമ്പോൾ, ആ യുവതിയുടെ നഗ്നമായ ചർമ്മത്തിനു വേണ്ടിയുള്ള ഒരാഗ്രഹം ആഴത്തിൽനിന്നുയർന്നു വരുന്നതായി വളരെ ആകസ്മികമായി അവനു തോന്നി. അതവനെ ആനന്ദിപ്പിക്കുകയും ചെയ്തു. കാരണം, അവൾക്കുമവനും പൊതുവായി സംസാരിക്കാ നുള്ള ഒരേയൊരു ഭാഷ നൽകാൻ കഴിയുന്നത് ആഗ്രഹത്തിനു മാത്ര മാണല്ലോ

'നമ്മളെവിടെ സന്ധിക്കും?' അവൾ ചോദിച്ചു.

കച്ചേരിവിട്ട് താൻ ആർക്കൊപ്പമാണ് പോകുന്നതെന്ന് സ്പായിലുള്ള എല്ലാവരും കാണുമെന്ന് ക്ലീമക്കറിയാമായിരുന്നു. പക്ഷെ, അതൊ ഴിവാക്കാൻ പറ്റില്ല: 'പരിപാടി കഴിഞ്ഞയുടൻ, ബാൻഡ്സ്റ്റാൻഡിനു കീഴെ.'

14. റൂസേനയും കമീലയും

'സെന്റ് ലൂയി ബ്ലൂസും', 'വെൻ ദ സെയ്ൻറ്സ് ഗോ മാർച്ചിങ്ങ് ഇന്നും' അവസാനമായൊന്നുകൂടി പരിശീലിക്കാൻ ക്ലീമ 'പൊതുജനശാല'യിലേക്ക് തിരിക്കിട്ടു പോകുമ്പോൾ, റൂസേന ചുറ്റു പാടും ആകുലപ്പെട്ടു നോക്കുകയായിരുന്നു. ഒരൽപ്പം പിറകിൽ, ഫ്രാന്റിസെക് മോട്ടോർസൈക്കിളിൽ തങ്ങളെ പിന്തുടരുന്നത്, അൽപ്പംമുമ്പ്, കാറിൽവെച്ച്, പിൻദൃശ്യങ്ങൾ കാട്ടുന്ന കണ്ണാടിയിൽ, റൂസേന പലവട്ടം കണ്ടിരുന്നു. എന്നാലിപ്പോൾ അവനെയെങ്ങും കാണാനില്ല.

കാലം പിന്തുടരുന്ന, പലായനം ചെയ്യുന്ന, ഒരു കുറ്റവാളിയാണ് താനെന്ന് അവൾക്കു തോന്നി. തനിക്കെന്തു വേണമെന്നത് നാളെ യാകുമ്പോഴേക്കും അറിഞ്ഞിരിക്കണമെന്ന് അവൾക്കറിയാം. എന്നാലവൾക്കോ ഒന്നുമറിയില്ലതാനും. ലോകത്തിലാകെ അവൾക്കു വിശ്വാസമുള്ള ഒരാളുമില്ല. സ്വന്തം കുടുംബം പോലും അന്യമാണ്. ഫ്രാന്റിസെക് അവളെ സ്നേഹിക്കുന്നുണ്ട്. അതിനാൽത്തന്നെയാണ് അവളവനെ അവിശ്വസിക്കുന്നതും (ഒരു മാൻപേട വേട്ടക്കാരനെ വിശ്വസിക്കാത്തതു പോലെ). അവൾ ക്ലീമയെയും അവിശ്വസിക്കുന്നു (വേട്ടക്കാരൻ മാൻപേടയെ വിശ്വസിക്കാത്തതു പോലെ). കൂട്ടുജോലിക്കാരെ അവൾക്കിഷ്ടമൊക്കെത്തന്നെ. പക്ഷെ, അവൾക്കവരെ അത്ര വിശ്വാസം പോരാ (ഒരു വേട്ടക്കാരൻ മറ്റു വേട്ടക്കാരെ അവിശ്വസിക്കുന്നതു പോലെ). ജീവിതത്തിലവൾ ഏകയാണ്. കഴിഞ്ഞ കുറച്ചാഴ്ച്ചകളായി, അവൾ തന്റെ ഗർഭത്തിൽ പരിചയമില്ലാത്തൊരു ചങ്ങാതിയെ കൊണ്ടുനടക്കുകയാണ്. അതാണവളുടെ ഏറ്റവും നല്ല അവസരമെന്ന് ചിലർ പറയുന്നു. മറ്റു ചിലർ പറയുന്നത് അതിനു നേരെ വിപരീതമാണ്.

അവൾക്കാകട്ടെ, ആ ചങ്ങാതിയോട് തോന്നിയത് നിർമ്മമത മാത്രവും.

അവൾക്കൊന്നുമറിയില്ല. അറിവില്ലായ്മ അവളിൽ നിറഞ്ഞു നിൽക്കുകയാണ്. അവളെങ്ങോട്ടാണ് പോകുന്നതെന്നുകൂടി അവളറിഞ്ഞില്ല.

സുഖചികിത്സാനഗരത്തിലെ 'സ്ലാവിയ'യെന്ന ഏറ്റവും മോശമായ റസ്റ്ററണ്ട് കടന്നു പോവുകയായിരുന്നു അവൾ. സ്ഥലവാസികൾ ബിയറു കുടിക്കാനും തറയിൽ തുപ്പിനിറക്കാനുമെത്തുന്ന ഒരു വൃത്തികെട്ട കഫേയാണത്. പോയകാലത്ത്, അതൊരു പക്ഷെ, ഏറ്റവും മുന്തിയതായിരുന്നിരിക്കണം. അക്കാലം മുതൽക്കേയുള്ള ഒരുദ്യാനമവിടെ ഇപ്പോഴുമുണ്ട്; അതിൽ മൂന്നു ചുകന്ന മരമേശകളും അവക്കുള്ള കസേരകളും (അവയുടെ ചായം ഇളകിയിട്ടുണ്ട്), കസേരകളിൽ ചാരിവെച്ച കുടകളും. തുറസ്സായ സ്ഥലത്തെ ബാൻഡ് സംഗീതത്തിലും നൃത്തത്തിലുമുള്ള ബൂർഷ്വാസുഖത്തിന്റെ ഒരു സ്മരണിക. പക്ഷെ, അവൾക്ക്, യാതൊരു ചരിത്രസ്മരണയുമില്ലാത്ത വർത്തമാനത്തിന്റെ ഇടുങ്ങിയ നടപ്പാലത്തിലൂടെ ജീവിതം വെറുതേ നീക്കിനിരക്കുന്ന ഈ സ്ത്രീക്ക്, അക്കാലത്തെക്കുറിച്ചെന്തറിയാം? വിദൂരമായ കാലത്തുനിന്ന്! നമ്മിലേക്കാ ചുകന്ന കുടകൾ വീഴ്ത്തുന്ന നിഴൽ അവൾ കാണുന്നില്ല. അവളാകെ കണ്ടത്, ജീൻസിട്ട മൂന്നാണുങ്ങളെയും, സുന്ദരിയായ ഒരു പെണ്ണിനെയും, വിരിപ്പില്ലാമേശയുടെ നടുക്കുള്ള വീഞ്ഞുകുപ്പിയും മാത്രമായിരുന്നു.

പുരുഷന്മാരിലൊരാൾ അവളെ വിളിച്ചു. അവൾ തിരിഞ്ഞുനിന്നു. കീറിയ സ്വെറ്ററിട്ട കുറിയ ക്യാമറാക്കാരനെ അവൾ തിരിച്ചറിഞ്ഞു.

'വരൂ, നമുക്കൽപ്പം കുടിക്കാം!' അവൻ ഒച്ചയിട്ടു.

അവൾ അനുസരിച്ചു.

'ലാവണ്യവതിയായ ഈ യുവതി കാരണം, ഞങ്ങൾക്കിന്നു രാവിലെ ഒരൽപ്പം അശ്ലീലമുള്ള പടം പിടിക്കാനായി' അങ്ങിനെ പറഞ്ഞുകൊണ്ട് ക്യാമറാക്കാരൻ റൂസേനയെ അവരുടെ കൂടെയുള്ള സ്ത്രീക്കു പരിചയപ്പെടുത്തി. അവൾ കൈനീട്ടി, മനസ്സിലാകാത്തരീതിയിൽ എന്തോ പിറുപിറുത്തു.

റൂസേന ക്യാമറക്കാരനു സമീപമിരുന്നു. അവൻ അവളുടെ മുമ്പിലൊരു ഗ്ലാസ്സു വെച്ചു. അതിൽ വീഞ്ഞു നിറച്ചു.

എന്തെങ്കിലും നടക്കുന്നുണ്ടല്ലോ എന്നതിൽ റൂസേനക്കു നന്ദി തോന്നി. എങ്ങോട്ടാണ് പോകുന്നതെന്നോ, എന്തു ചെയ്യണമെന്നോ ഇനിയും അവൾക്കാലോചിക്കേണ്ടതില്ലല്ലോ. കുട്ടിയെ വേണോ, വേണ്ടയോയെന്ന് ഇനി തീരുമാനിക്കേണ്ടതില്ല.

15. ജേക്കബ്ബിന്റെ വെപ്രാളം

അയാളൊടുവിലൊരു തീരുമാനത്തിലെത്തി. പരിചാരകനു പണം കൊടുത്തശേഷം, തനിക്കു പോകേണ്ടതുണ്ടെന്നു ഓൾഗയോടു പറഞ്ഞു; കച്ചേരിക്കു മുമ്പ് വീണ്ടും കാണാമെന്നും പറഞ്ഞു.

എന്താണ് ചെയ്യാനുള്ളതെന്ന് ഓൾഗ അയാളോടു ചോദിച്ചു. ജേക്കബ്ബിനപ്പോൾ താൻ ചോദ്യംചെയ്യപ്പെടുകയാണെന്ന അസുഖകരമായ ഒരു തോന്നലുണ്ടായി. സ്ക്രേറ്റയെ കാണാനുണ്ടെന്നാണ് അയാൾ മറുപടി പറഞ്ഞത്.

'ശരി,' അവൾ പറഞ്ഞു. 'പക്ഷെ, അതത്ര സമയമൊന്നുമെടുക്കില്ലല്ലോ ഞാനിവിടെ ആറിനുണ്ടാകും. ഞാൻ നിങ്ങളെ ഡിന്നറിനു ക്ഷണിക്കുകയാണ്.'

കാൾമാർക്സ് ഹൗസു വരെ ഓൾഗയെ ജേക്കബ്ബ് അനുഗമിച്ചു. ഇടനാഴിയിലൂടെ അവൾ അപ്രത്യക്ഷമായപ്പോൾ, അയാൾ വാതിൽകാക്കുന്നവനോട് ചോദിച്ചു: 'മിസ്സ് റൂസേന അകത്തുണ്ടോയെന്നു പറയാമോ, പ്ലീസ്?'

'ഇല്ലല്ലോ,' കാവൽക്കാരൻ പറഞ്ഞു. 'ബോർഡിൽ താക്കോൽ തൂങ്ങിക്കിടക്കുന്നു.'

'അടിയന്തിരമായ ഒരു കാര്യം അവളോടു പറയാനുണ്ട' ജേക്കബ്ബ് പറഞ്ഞു. 'അവളെവിടെക്കാണുമെന്നു പറയാൻപറ്റുമോ?'

'എനിക്കറിയില്ല.'

'ഇന്നു വൈകുന്നേരം കച്ചേരി നടത്താൻപോകുന്ന കുഴലൂത്തുകാരനൊപ്പം ഒരൽപ്പം മുമ്പ് ഞാനവളെ കണ്ടതാണ്.'

'ഉവ്വ്, അയാളുടെ കൂടെ അവൾ പുറത്തുപോകുന്നുണ്ടെന്നു പറയുന്നത് ഞാനും കേട്ടതാണ്.' വാതിൽകാക്കുന്നവൻ പറഞ്ഞു. 'ഇപ്പോളയാൾ 'പൊതുജനശാല'യിൽ റിഹേർസൽ ചെയ്യുന്നുണ്ടാകും.'

തന്റെ ഡ്രമ്മുകളുടെ നിരക്കു പിന്നിൽ സിഹാസനസ്ഥനായിരിക്കുന്ന ഡോ. സ്ക്രേറ്റ, ജേക്കബ്ബിനെ കണ്ടപ്പോൾ, തല കുലുക്കി. ജേക്കബ്ബ് അയാളെ നോക്കിച്ചിരിച്ചു. ഒരു ഡസൻ ആരാധകരിരിക്കുന്ന (അതെ, കൂട്ടത്തിൽ, ക്ലീമയുടെ നിഴലായ ഫ്രാന്റിസെക്കും ഉണ്ടായിരുന്നു) ഇരിപ്പിടങ്ങളുടെ നിരകൾ പരിശോധിച്ചു. അതിനുശേഷം, ആ നഴ്സ് ഒടുവിൽ വരുമെന്നാശിച്ചുകൊണ്ട്, ജേക്കബ്ബ് ഇരുന്നു.

ഇനിയും അവളെ അന്വേഷിച്ച് എവിടെപ്പോകാനാണെന്നു അയാൾ ആകുലപ്പെട്ടു. തനിക്കൊരുപിടിയുമില്ലാത്ത ഒരു നൂറു വ്യത്യസ്ത സ്ഥലങ്ങളിൽ ഈ നിമിഷം അവളുണ്ടായിരിക്കാം. കുഴലൂത്തുകാരനോടു ചോദിച്ചാലോ? പക്ഷെ, എങ്ങിനെ ചോദിക്കും? മാത്രമല്ല, റൂസേനക്കിപ്പോഴേ വല്ലതും പറ്റിയിട്ടുണ്ടെങ്കിലോ? അവൾ മരിച്ചുപോയാൽ, അവളുടെ മരണം വിശദീകരണമില്ലാത്തതാകുമെന്നു ജേക്കബ്ബ് മുമ്പേ അനുമാനിച്ചുകഴിഞ്ഞിരുന്നു. പ്രേരണയില്ലാതെ കൊല്ലുന്ന ഒരുവനെ പിടിക്കാനാവില്ലല്ലോ. തന്നിലേക്കു ശ്രദ്ധ തിരയാൻവേണ്ടി താൻ വല്ലതും ചെയ്യേണ്ടതുണ്ടോ? തന്നിലേക്ക് സംശയം തിരിക്കാനായി വഴി വെച്ചു കൊടുക്കേണ്ടതുണ്ടോ?

അയാൾ സ്വയം നിയന്ത്രിച്ചു. ഒരു മനുഷ്യജീവൻ അപകടത്തിലാണ്. ഭീരുത്വമാർന്ന രീതിയിൽ ഇങ്ങിനെ ചിന്തിക്കാൻ തനിക്കവകാശമില്ല. രണ്ടു പാട്ടുകൾക്കിടയിലെ ഇടവേള മുതലെടുത്ത് അയാൾ ബാൻഡുവേദിയുടെ പിറകിൽ കയറി. സ്ക്രേറ്റ അയാളെ നോക്കി വിശാലമായി ചിരിച്ചു. പക്ഷെ, ജേക്കബ്ബ് തന്റെ വിരൽ ചുണ്ടിൽവെച്ചു; ഒരു മണിക്കൂർമുമ്പ് വീഞ്ഞുശാലയിൽ കുഴലൂത്തുകാരനൊപ്പമുണ്ടായിരുന്ന നഴ്സ് എവിടെ കാണുമെന്നു അയാളോടു ചോദിക്കാൻ അടക്കിയ സ്വരത്തിൽ ആവശ്യപ്പെട്ടു.

'നിങ്ങളെല്ലാം അവളിലെന്താണിത്ര കാണുന്നത്?' സ്ക്രേറ്റ മുഷിപ്പോടെ മുറുമുറുത്തു. 'റൂസേന എവിടെയാ?' അയാൾ കുഴലൂത്തുകാരനോട് വിളിച്ചു ചോദിച്ചു. അവനൊന്നു തുടുത്തു. അറിയില്ലെന്നു പറഞ്ഞു.

'പോട്ടെ!' ജേക്കബ്ബ് പറഞ്ഞു. അയാൾ താഴെ, സീറ്റിലേക്ക്, ഇറങ്ങിവന്നു. ഇപ്പോഴും താൻ തെറ്റായാണ് പെരുമാറുന്നതെന്ന് അയാൾക്കറിയാം. റൂസേനയുടെ ജീവനു താൻ വില കൽപ്പിക്കുണ്ടെങ്കിൽ, ഭൂമിയും ആകാശവുമിളക്കി, അവളെ കണ്ടുപിടിക്കാൻ എല്ലാവരെയും താൻ

ജാഗ്രതപ്പെടുത്തിയേനെ. പക്ഷെ, മന:സാക്ഷിക്കു മുമ്പിലൊരു ഒഴിവുകഴിവു നിരത്താൻവേണ്ടി മാത്രമാണല്ലോ, താൻ അവളെ തിരയാൻ തുനിയുന്നത്.

വിഷമടങ്ങിയ റ്റ്യൂബു അവൾക്കു നൽകിയ നിമിഷം അയാൾ വീണ്ടുമോർമ്മിച്ചു. തനിക്കു ബോധമുണ്ടാകുന്നതിനുമുമ്പ്, അത്രയും വേഗത്തിലല്ലേ അതു ശരിക്കും നടന്നത്? ശരിക്കും തന്റെ അറിവില്ലാതെയല്ലേ അതു സംഭവിച്ചത്?

അതു സത്യമല്ലെന്ന് ജേക്കബ്ബിനറിയാമായിരുന്നു. അയാളുടെ മന: സാക്ഷി അടങ്ങിയിട്ടില്ല. സ്വർണ്ണമുടിക്കു കീഴിലെ ആ മുഖം അയാൾ വീണ്ടും മനസ്സിലേക്കാവാഹിച്ചു. യാദൃച്ഛികമായല്ല (മന: സാക്ഷിയെ ശാന്തമാക്കിയല്ല) താനാ വിഷമടങ്ങിയ റ്റ്യൂബ് ആ നഴ്സിനു നൽകിയതെന്ന് അയാൾ തിരിച്ചറിഞ്ഞു. വർഷങ്ങളായി ഒരവസരം പാർത്തിരുന്ന ഒരു പഴയ ആഗ്രഹമായിരുന്നു അതെന്ന് അയാൾക്കു മനസ്സിലായി. അവസരം ഒടുവിൽ അനുസരണയോടെ അതിനടുത്തേക്കു കുതിച്ചെത്തും വിധം ശക്തമായ ഒരു ആഗ്രഹം.

അയാൾ വിറപൂണ്ടു. ഇരിപ്പിടത്തിൽനിന്നും എഴുന്നേറ്റു. കാൾമാർക്സ് ഹൗസിലേക്ക് കുതിച്ചു. പക്ഷെ, റൂസേന അപ്പോഴും മടങ്ങിയിട്ടില്ലായിരുന്നു.

16. ഒരു രതി സായാന്ഹം

എന്തൊരു സ്വർഗ്ഗം! എന്തൊരാശ്വാസം! ഒരു നാടകത്തിനു നടുവിൽ, എന്തൊരിടവേള! മൂന്നു കാമാദേവന്മാരൊത്തുള്ള ഭോഗലാലസമായ എന്തൊരപരാഹ്നം!

കുഴലൂത്തുകാരന്റെ രണ്ടു പീഡകർ, അവന്റെ രണ്ടു കഠിനതകൾ, മുഖാമുഖമിരിക്കുകയാണ്. ഒരേ കുപ്പിയിൽനിന്നും വീഞ്ഞു കുടിക്കുകയാണ്. രണ്ടു പേരും, അവരെവിടെയിരിക്കുന്നുവോ, അവിടെയിരിക്കുന്നതിൽ ഒരു പോലെ തൃപ്തരാണ്. രണ്ടു പേർക്കും അവനെയൊഴിച്ച്, മറ്റെന്തു ചിന്തിക്കാനും സന്തോഷമേയുള്ളൂ. ഹൃദയസ്പൃക്കായ എന്തൊരു സഖ്യമാണിത്! എന്തൊരു ലയം!

ശ്രീമതി ക്ലീമ മൂന്നാണുങ്ങളെയും നോക്കി. ഒരിക്കലവൾ അവരുടെ മണ്ഡലത്തിന്റെ ഭാഗമായിരുന്നു. തന്റെ ഇന്നത്തെ ജീവിതത്തിന്റെ ഒരു നെഗറ്റീവ് എന്നപോലെയാണ് അവളിപ്പോൾ അവരെ നോക്കിക്കാണുന്നത്. ആകുലതകളിലാമഗ്നയായി, അവളിവിടെ ശുദ്ധമായ അല്ലലില്ലായ്മയ്ക്കെതിരെ ഇരിക്കുകയാണ്. ഒരു പുരുഷനിൽ ബന്ധിതയായ അവൾ, വീര്യത്തിന്റെ അനന്തമായ വൈജാത്യത്തെ പ്രതിനിധാനം ചെയ്യുന്ന മൂന്നു കാമാദേവന്മാരെ അഭിമുഖീകരിക്കുന്നു.

കാമദേവന്മാരുടെ അഭിപ്രായപ്രകടനങ്ങൾക്കു ലക്ഷ്യം ഒന്നേയുള്ളൂ: ഈ രണ്ടു സ്ത്രീകളുമൊത്തു രാത്രി പങ്കിടുക. അഞ്ചുപേരടങ്ങുന്ന ഒരു കാമരാത്രി. നടക്കാത്ത ഒരു ലക്ഷ്യമാണതെന്നവർക്കറിയാം. കാരണം, ശ്രീമതി ക്ലീമയുടെ ഭർത്താവ് അവിടെയുണ്ടല്ലോ. പ്രാപിക്കാൻ പറ്റാത്തതാണെങ്കിലും, ആ ലക്ഷ്യത്തെ അവർ പിന്തുടരുന്നു. അത്ര മനോഹരമാണാ ലക്ഷ്യം.

അവർക്കു വേണ്ടതെന്തെന്ന് ശ്രീമതി ക്ലീമക്കറിയാം. വെറും വന്യഭാവനയായ, വെറുമൊരു കളിമാത്രമായ, സ്വപ്നസമാനമായ വ്യാമോഹമായ ഈ ലക്ഷ്യത്തിന് അവൾ അനായാസമായി സ്വയം കീഴടങ്ങുന്നു. ദ്വയാർത്ഥമുള്ള അവരുടെ സംസാരം കേട്ട് അവൾ ചിരിക്കുന്നു. തന്റെ സഹായിയായ പേരറിയാത്ത സ്ത്രീക്കൊപ്പം, അവൾ ഉത്തേജനാത്മകമായ തമാശകൾ കൈമാറുന്നു. നാടകത്തിലെ ഈ ഇടവേള ആകാവുന്നത്ര നീണ്ടുപോകാൻ അവളാശിക്കുന്നു. അങ്ങിനെയായാൽ, തന്റെ എതിരാളിയെ കണ്ട്, സത്യത്തിന്റെ മുഖം നോക്കുന്ന നിമിഷം ഇനിയും കൂടുതൽ വൈകിക്കാമല്ലോ.

വീണ്ടും ഒരു കുപ്പി വീഞ്ഞുകൂടി. എല്ലാവർക്കും നല്ല ഉല്ലാസം. എല്ലാവരും ഒരൽപ്പം മത്തിലാണ്. വീഞ്ഞുകൊണ്ടുള്ള ലഹരിയല്ല. ആ അന്തരീക്ഷത്തിന്റെ വൈചിത്ര്യം കൊണ്ടുള്ള ലഹരി. വളരെ വേഗം കടന്നുപോകുന്ന ആ നിമിഷത്തെ ദീർഘിപ്പിക്കുവാനുള്ള ആഗ്രഹം കൊണ്ടുണ്ടായ ലഹരി.

മേശക്കടിയിൽ, ഡയരക്റ്ററുടെ കാൽവണ്ണ തന്റെ ഇടതു കാലില മരുന്നത് ശ്രീമതി ക്ലീമക്കനുഭവപ്പെട്ടു. അതു നന്നായി മനസ്സിലായെങ്കിലും അവൾ തന്റെ കാൽ പിൻവലിച്ചില്ല. അവർക്കിടയിലൊരു വിഷയാസക്തിയുടെ ബന്ധം സ്ഥാപിക്കുന്ന ഒരു സ്പർശനമാണത്. അതല്ലെങ്കിൽ, അതു തികച്ചും യാദൃച്ഛികമായി സംഭവിച്ചതാകാം. അതിന്റെ നിസ്സാരത കാരണം, അവളതു തീരെ ശ്രദ്ധിക്കാതെയുമിരിക്കാം. അതിനാൽ, നിഷ്കളങ്കതയുടെയും നിർലജ്ജതയുടെയും അതിരിലുള്ള ഒരു സ്പർശനമാണത്. ആ അതിരു ഭേദിക്കാൻ കമീല തയ്യാറല്ല. എന്നാൽ, ആ അതിരിൽ (അപ്രതീക്ഷിതമായ സ്വാതന്ത്ര്യത്തിന്റെ ഈ നേർവരമ്പിൽ) തങ്ങാൻ അവൾക്കു സന്തോഷമേയുള്ളൂ. വാക്കുകൾ കൊണ്ടുള്ള സൂചനകളിലേക്കും, മറ്റു സ്പർശങ്ങളിലേക്കും, ക്രീഡകളിലേക്കും, ആ മാന്ത്രിക രേഖ തെന്നിപ്പോവുകയാണെങ്കിൽ, അതവൾക്കിനിയും സന്തോഷമേകും. മാറിമറിയുന്ന ഈ അതിർവരമ്പിന്റെ നിഷ്കളങ്കമായ അസന്നിഗ്ദ്ധതയാൽ സംരക്ഷിതയായി, ദൂരെ, ഇനിയും ദൂരേക്ക് പറന്നുപോകാൻ അവൾ ആഗ്രഹിച്ചു.

കമീലയുടെ അസ്വസ്ഥതയുളവാക്കുംവിധം പ്രകാശമാനമായ സൗന്ദര്യം, തന്റെ ആക്രമണം കരുതലോടെയുള്ള മന്ദഗതിയിലാക്കുവാൻ ഡയരക്റ്ററെ പ്രേരിപ്പിച്ചുവെങ്കിൽ, റൂസേനയുടെ സാധാരണ ലാവണ്യം, ക്യാമറക്കാരനെ നേരെ, ശക്തമായി ആകർഷിക്കുകയാണുണ്ടായത്. അവൻ അവളുടെ ചുമലിൽ കൈ ചുറ്റി. അവളുടെ മുലയിൽ കരതലം ചേർത്തു.

കമീല നോക്കുകയാണ്. മറ്റുള്ളവരുടെ നാണമില്ലാത്ത ചേഷ്ടകൾ അവളിത്ര അടുത്തു കണ്ടിട്ട് കാലം കുറേയായി. ആ യുവതിയുടെ മുലയെ, കുപ്പായത്തിനുള്ളിലൂടെ കവരുകയും, കശക്കുകയും,

ഞെക്കുകയും, തലോടുകയും ചെയ്യുന്ന അവന്റെ കൈ അവൾ നോക്കുകയാണ്. വിഷയലോലുപതയുടെ നിറമുള്ള, നിശ്ചലവും, നിഷ്ക്രിയവുമായ റൂസേനയുടെ മുഖവും അവൾ നിരീക്ഷിക്കുന്നു. കൈ മുല തലോടുകയാണ്. സമയം മധുരമായി കടന്നു പോവുകയാണ്. തന്റെ മറ്റേക്കാലിൽ അസിസ്റ്റൻറിന്റെ മുട്ടമരുന്നത് കമീലക്കനുഭവപ്പെട്ടു.

ഇപ്പോൾ അവൾ പറയുന്നു: 'ഈ രാത്രി ഞാൻ ശരിക്കും ജീവിച്ചു തകർക്കും.'

'നിന്റെ കുഴലൂത്തുകാരൻ ഭർത്താവു പോയിത്തുലയട്ടെ!' ഡയരക്റ്റർ പ്രതിവചിച്ചു.

'അതെ, പോയിത്തുലയട്ടെ!' സഹസംവിധായകൻ ആവർത്തിച്ചു.

17. റൂസേനയുടെ സങ്കടം

അപ്പോഴാണ് റൂസേന അവളെ തിരിച്ചറിഞ്ഞത്. അതെ, കൂട്ടുകാരി തന്നെ കാണിച്ച ഫോട്ടോയിലെ അതേ മുഖം! അവൾ പൊടുന്നനെ ക്യാമറക്കാരന്റെ കൈ തട്ടി മാറ്റി.

'നിനക്കു കിറുക്കാണ്' അവൻ പരാതിപ്പെട്ടു.

അവൻ വീണ്ടും അവളുടെ കഴുത്തിൽ കയ്യിടാൻ നോക്കി. വീണ്ടും അവനെ അവൾ തള്ളി മാറ്റി.

'എന്തു ധൈര്യം നിനക്ക' അവളവനോട് കയർത്തു.

സംവിധായകനും സഹാസംവിധായകനും പൊട്ടിച്ചിരിച്ചു. 'നീ ശരിക്കും അതു ഉദ്ദേശിച്ചോ?' സഹായി റൂസേനയോട് ചോദിച്ചു.

'ഉവ്വ്, ഉറപ്പായും' അവൾ കർക്കശമായി പറഞ്ഞു.

സഹസംവിധായകൻ വാച്ചു നോക്കി. ക്യാമറക്കാരനോടു പറഞ്ഞു: 'കൃത്യം ആറുമണി. ഓരോ ഇരട്ട മണിക്കൂറിലും നമ്മുടെ സുഹൃത്ത് പുണ്യവാളത്തിയാകുന്നതുകൊണ്ടാണ് ഈ തിരിച്ചടി സംഭവിക്കുന്നത്. അതുകൊണ്ട് നീ ഏഴു മണിയാകുംവരെ കാത്തിരിക്കണം.'

വീണ്ടും പൊട്ടിച്ചിരി. അപമാനംകൊണ്ട് റൂസേന ചുകന്നു. മുലയിലൊരു അപരിചിതന്റെ കയ്യുമായി താൻ പിടിക്കപ്പെട്ടിരിക്കുന്നു. തന്നെ തലോടുന്നത് കാണാൻ താൻ സ്വയം അനുവദിച്ചിരിക്കുന്നു. എല്ലാവരും തന്നെ കളിയാക്കുന്ന നേരത്ത്, തന്റെ ഏറ്റവും വലിയ എതിരാളിയാൽ പിടിക്കപ്പെടാൻ താൻ അനുവദിച്ചിരിക്കുന്നു.

സംവിധായകൻ ക്യാമറക്കാരനോടു പറഞ്ഞു: 'ആറു ഒരൊറ്റ

യക്കമൊക്കി മാറ്റാൻ നിനക്കൊരു പക്ഷെ, ഈ യുവതിയോട് അപേക്ഷിക്കാം.'

'താത്ത്വികമായി ആറിനെ ഒറ്റയക്കമൊക്കാൻ പറ്റുമെന്നു കരുതുന്നുണ്ടോ?' സഹസംവിധായകൻ ചോദിച്ചു.

'ഉവ്വ്,' സംവിധായകൻ പറഞ്ഞു. 'തന്റെ പ്രശസ്തമായ എലിമെൻറ്സിൽ യൂക്ലിഡ് അങ്ങിനെ പറയുന്നുണ്ട്: ചില പ്രത്യേക, നിഗൂഢ, സാഹചര്യങ്ങളിൽ, ഒറ്റയക്കങ്ങൾ ഇരട്ടയക്കങ്ങളെപ്പോലെ പെരുമാറും.' അത്തരമൊരു നിഗൂഢ സാഹചര്യത്തിലാണ് നാമിപ്പോളെന്ന്! എനിക്കു തോന്നുന്നു.'

'അതുകൊണ്ട്, ആറു മണി ഒരൊറ്റയക്കമുള്ള മണിയാണെന്ന് നീ സമ്മതിക്കുന്നോ, റൂസേനാ?' സഹസംവിധായകൻ പറഞ്ഞു.

'സമ്മതിക്കുന്നോ?' അവൾക്കു നേരെ ചാഞ്ഞുകൊണ്ട്, ക്യാമാറക്കാരനും ചോദിച്ചു.

'നമ്മുടെ യുവതി മിണ്ടുന്നില്ല.' സഹസംവിധായകൻ പറഞ്ഞു. 'അതുകൊണ്ട്, അവളുടെ മൌനം സമ്മതമോ, വിസമ്മതമോ എന്നു തീരുമാനിക്കേണ്ടത് നമ്മളാണ്.'

'നമുക്കു വോട്ടിനിടാം.' ഡയറക്റ്റർ പറഞ്ഞു.

'അതു ന്യായം' സഹായി പറഞ്ഞു. 'ഇക്കാര്യത്തിൽ ആറു ഒറ്റയക്കമാണെന്നു റൂസേന സമ്മതിക്കുന്നുവെന്ന് അനുകൂലിക്കുന്നവരാരൊക്കെ? കമീലാ! നിന്റെ വോട്ടാണ് ആദ്യം'

'റൂസേനക്കു പൂർണ്ണസമ്മതമാണെന്നാണ് ഞാൻ കരുതുന്നത്' കമീല പറഞ്ഞു.

'നീയോ, ഡയറക്റ്ററേ?'

'എനിക്കുറപ്പാണ്,' സംവിധായകൻ തന്റെ മൃദുസ്വരത്തിൽ മൊഴിഞ്ഞു. 'ആറു ഒറ്റയക്കമായിക്കാണാൻ റൂസേനക്കു സമ്മതമാണ്.'

'തീവ്രതാൽപ്പര്യമുള്ളവനാണ് നമ്മുടെ ക്യാമറാമാൻ. അതുകൊണ്ട് അവനു വോട്ടില്ല. ഞാൻ അനുകൂലിച്ചു വോട്ടു ചെയ്യുന്നു' സഹസംവിധായകൻ പറഞ്ഞു. 'എതിരില്ലാത്ത മൂന്നു വോട്ടായി നാമിതു തീരുമാനിക്കുന്നു. റൂസേനയുടെ മൗനം സമ്മതത്തിനു തുല്യമാണല്ലോ. അതിനാൽ, ക്യാമാറക്കാരാ, നിനക്കു നിന്റെ ശൃംഗാരവേല തുടരാം.'

ക്യമാറക്കാരൻ റൂസേനക്കു നേരെ ചാഞ്ഞു. കൈ അവളുടെ ചുമലിലൂടെ ചുറ്റി. കരതലംകൊണ്ട് അവളുടെ മുല വീണ്ടും തൊട്ടു.

മുമ്പത്തെക്കാളേറെ ശക്തിയോടെ അവളവനെ തട്ടി മാറ്റി; ഒച്ചവെച്ചു: 'നിന്റെ വൃത്തികെട്ട കൈ മാറ്റ്'

കമീല ഇടപെട്ടു: 'നോക്കൂ, റൂസേനാ, നിന്നെ അത്രക്കിഷ്ടമായതു കൊണ്ടല്ലേ, അവൻ നിസ്സഹായനാകുന്നത്. നാമെല്ലാവരും ഇത്രനേരം സന്തോഷത്തോടെയല്ലേ...'

അൽപ്പനിമിഷങ്ങൾക്കു മുമ്പുവരെ റൂസേന തീർത്തും നിഷ്ക്രിയയായിരുന്നു. സംഭവഗതികൾക്കവൾ വഴങ്ങിക്കൊടുക്കുകയായിയിരുന്നു; തന്റെ വഴിയിലേക്ക് യാദൃച്ഛികമായി വരുന്ന സംഭവങ്ങളിൽ തന്റെ ഭാഗധേയം വായിച്ചെടുക്കാൻ പ്രതീക്ഷിക്കുന്നതു പോലെ. താനകപ്പെട്ടിരിക്കുന്ന അളമുട്ടിയ കെണിയിൽനിന്നു രക്ഷപ്പെടാനായി, തന്നെ വഹിച്ചുകൊണ്ടുപോകാൻ, വശീകരിക്കപ്പെടാൻ, ഏതു പ്രേരണക്കും വിധേയയാകാൻ അവൾ സ്വയം അനുവദിക്കുമായിരുന്നു.

പക്ഷെ, യാചനാപൂർവ്വം ഏതവസരത്തിനു നേർക്കാണോ അവൾ കണ്ണുയർത്തിയത്, അതു പൊടുന്നനെ അവൾക്കെതിരായി. എതിരാളിയുടെ മുമ്പിൽ പരിഹാസ്യയായ, നോക്കുകുത്തിയായി മാറിയ റൂസേന, തനിക്കു സഘനമായ ഒരേയൊരാലംബമേയുള്ളൂവെന്ന്, ഒരേയൊരു സ്വാന്തനമേയുള്ളൂവെന്ന്, മോചനത്തിനുള്ള ഒരേയൊരു മാർഗ്ഗമേയുള്ളൂവെന്ന്, തിരിച്ചറിഞ്ഞു: തന്റെ ഗർഭാശയത്തിലെ ഭ്രൂണം. അവളുടെ മുഴുവനാത്മാവും (ഒരിക്കൽക്കൂടി! ഒരിക്കൽക്കൂടി!) അവളുടെ ദേഹത്തിന്റെ ഉള്ളാഴത്തിലേക്കു നൂണ്ടിറങ്ങി. തനിക്കുള്ളിൽ നിശ്ശബ്ദമായി, വേഗത്തിൽ, വളരുന്ന അവനിൽനിന്നും താനൊരിക്കലും പിരിയില്ലെന്ന് അവൾക്കിപ്പോൾ ഉറപ്പുവന്നു. ഇവരുടെ പൊട്ടിച്ചിരിക്കും, വൃത്തികെട്ട കൈകൾക്കും മീതെ തന്നെ പൊക്കിനിർത്തുന്ന, രഹസ്യമായ, ഒരു തുറുപ്പുശീട്ടാണ് തനിക്കവൻ. അതവരോടുറക്കെ നേരിട്ടു വിളിച്ചു പറയാനുള്ള, അവരുടെ പരിഹാസത്തിനു പ്രതികാരം ചെയ്യാനുള്ള, ആ സ്ത്രീയോടു, അവളുടെ അനാദരമാർന്ന അലിവിനോടു, പകരം വീട്ടാനുള്ള തീവ്രമായൊരു അഭിനിവേശം അവളിലുളവായി.

ശാന്തമാകൂ! അവൾ തന്നോടുതന്നെ പറഞ്ഞു. പിന്നെ, സഞ്ചിയിൽ റ്റ്യൂബിനുവേണ്ടി തിരഞ്ഞു. അതു പുറത്തെടുക്കേണ്ടതാമസം, കൈത്തണ്ടയിൽ ആരോ മുറുകെപ്പിടിക്കുന്നത് അവൾക്കനുഭവപ്പെട്ടു.

18. ബെർട് ലേഫും സിനിമാക്കാരും

അയാൾ വരുന്നത് ആരും കണ്ടിരുന്നില്ല. പൊടുന്നനെയാണ് അയാൾ പൊട്ടിവീണത്. റൂസേന മുഖമുയർത്തി. അയാൾ പുഞ്ചിരിക്കുന്നതു കണ്ടു.

അയാൾ അവളുടെ കയ്യിലെ പിടി വിട്ടില്ല. കൈത്തണ്ടയിൽ അയാളുടെ വിരലുകളുടെ ശക്തമായ സ്പർശം റൂസേന അനുഭവിച്ചു. അവൾ അനുസരിച്ചു: കൈസഞ്ചിയുടെ അടിയിലേക്കു റ്റ്യൂബു തിരികെ വീണു.

'മാന്യകളെ, മാന്യന്മാരെ, നിങ്ങളുടെ മേശക്കരികെയിരിക്കാൻ എന്നെ അനുവദിച്ചാലും. ബെർട് ലേഫെന്നാണ് എന്റെ പേര്.'

ഈ കടന്നുകയറ്റക്കാരനെച്ചൊല്ലി ആർക്കുമൊരാവേശവുമുണ്ടായില്ല. ആരും സ്വയം പരിചയപ്പെടുത്തിയില്ല. കൂട്ടുകാരെ പരിചയപ്പെടുത്താനുള്ളത്ര സാമൂഹികമര്യാദ റൂസേനക്കുമുണ്ടായില്ല.

'അപ്രതീക്ഷിതമായ എന്റെ ആഗമനം നിങ്ങളെ അസ്വസ്ഥരാക്കിയെന്നു തോന്നുന്നു.' ബെർട് ലേഫ് പറഞ്ഞു. അടുത്തുള്ള മേശക്കരികിൽനിന്ന് അയാളൊരു കസേര വലിച്ചെടുത്തു. അവരുടെ മേശയുടെ ഒഴിഞ്ഞ ഭാഗത്ത് അതിട്ടിരുന്നു. അദ്ധ്യക്ഷസ്ഥാനത്ത് അയാളായി. അയാൾക്കു വലതുവശം റൂസേനയും.

'മാപ്പാക്കണം' അയാൾ തുടർന്നു. 'കുറേ കാലമായി, വരികയല്ല, പ്രത്യക്ഷപ്പെടുകയാണ് എന്റെ ശീലം.'

'അങ്ങിനെയെങ്കിൽ,'സഹസംവിധായകൻ പറഞ്ഞു. 'നിങ്ങളെ ഒരു പ്രേതമെന്നു നണ്ണി, ഞങ്ങൾ നിങ്ങളെ ശ്രദ്ധിക്കാതിരുന്നോളാം.'

'സന്തോഷം,' തെല്ലൊന്നു തല കുനിച്ച് ബെർട് ലേഫ് പറഞ്ഞു. 'പക്ഷെ, ഞാനതിനു സമ്മതിച്ചാലും, നിങ്ങൾക്കതിനാവില്ല.'

അതിനുശേഷം, അയാൾ സ്ലാവിയാക്കകത്തുള്ള ദീപ്തമാക്കപ്പെട്ട റസ്റ്ററണ്ടിനു നേരെ തിരിഞ്ഞു. കൈകൊട്ടി.

'നിങ്ങളെ ഇവിടേക്കാരാണ് ക്ഷണിച്ചത്, മൂപ്പരേ?' ക്യാമറക്കാരൻ ചോദിച്ചു.

'എനിക്കു സ്വാഗതമില്ലെന്നാണോ നിങ്ങൾ പറയുന്നത്? എനിക്കിപ്പോൾത്തന്നെ, വേണമെങ്കിൽ, റൂസേനയെയും കൂട്ടി പോകാം. പക്ഷെ, ശീലം ശീലമാണല്ലോ. എല്ലാ വൈകുന്നേരവും ഒരു കുപ്പി വീഞ്ഞു കുടിക്കാൻ ഞാനീ മേശയിലെത്താറുണ്ട്.' അയാൾ മേശപ്പുറത്തെ വീഞ്ഞുകുപ്പിയുടെ ലേബൽ പരിശോധിച്ചു. 'പക്ഷെ, തീർച്ചയായും, നിങ്ങൾ കുടിക്കുന്ന വീഞ്ഞിനെക്കാൾ മുന്തിയതരം.'

'ഈ ഗുദാമിൽ നല്ല വീഞ്ഞെങ്ങിനെ കിട്ടും എന്നാണെന്റെ സംശയം,' സഹസംവിധായകൻ പറഞ്ഞു.

'മൂപ്പരേ, നിങ്ങൾ വല്ലാത്ത പൊങ്ങച്ചക്കരനാണെന്നു തോന്നുന്നു' ഇടങ്കോലിടുന്നവനെ പരിഹസിക്കാൻ, ക്യാമറാക്കാരൻ കൂട്ടിച്ചേർത്തു. 'ഒരു പ്രായം കഴിഞ്ഞാൽ, മറ്റൊന്നും ചെയ്യാനില്ലെന്നത് സത്യമാണ്.'

'അതു തെറ്റാണ്.' ക്യാമറാക്കാരന്റെ നിന്ദ കേൾക്കാത്തതുപോലെ ബെർട് ലേഫ് പറഞ്ഞു. 'ഏറ്റവും ഗംഭീരമായ ഹോട്ടലുകളിലുള്ള തിനേക്കാൾ മെച്ചപ്പെട്ട കുറച്ചു കുപ്പികൾ ഇവിടെ ഇപ്പോഴും ഒ ളിച്ചിരിപ്പുണ്ട്.'

നേരത്തെ തീരെ കാണാതിരുന്ന, ഇപ്പോൾ, ബെർട് ലേഫിനെ സ്വാ ഗതം ചെയ്യുന്ന, മാനേജരുടെ കൈപിടിച്ചു കുലുക്കുകയായിരുന്നു അയാൾ. മാനേജർ ബെർട് ലേഫിനോട് ചോദിച്ചു: 'എല്ലാവർക്കുമായി മേശയൊരുക്കട്ടെ?'

'പിന്നല്ലാതെ.' ബെർട് ലേഫ് മറുപടി പറഞ്ഞുകൊണ്ട് മറ്റുള്ളവരുടെ നേരെ തിരിഞ്ഞു: 'മഹതികളെ, മാന്യന്മാരെ, ഞാനൊരുപാടു തവണ ഇവിടെവെച്ചു കുടിച്ച മുന്തിയതരം വീഞ്ഞ്, എനിക്കൊപ്പം കുടിക്കാൻ ഞാൻ നിങ്ങളെ ക്ഷണിക്കുന്നു.'

ആരും മിണ്ടിയില്ല. അപ്പോൾ മാനേജർ പറഞ്ഞു: 'ആഹാരപാ നീയങ്ങളുടെ കാര്യത്തിൽ ശ്രീമാൻ ബെർട് ലേഫിനെ പരിപൂർണ്ണമാ യും വിശ്വസിക്കാമെന്നു ഞാൻ മാന്യന്മാർക്കും മഹതികൾക്കും ഉറപ്പു തരുന്നു.'

'എന്റെ ചങ്ങാതീ' ബെർട് ലേഫ് മാനേജരോടു പറഞ്ഞു, 'രണ്ടു കുപ്പിയും ഒരു പാത്രം പാൽക്കട്ടിയും കൊണ്ടു വാ.' പിന്നെ മറ്റുള്ളവർക്കു

നേരെ തിരിഞ്ഞ്: 'നിങ്ങളുടെ വിമ്മിഷ്ടം അനാവശ്യമാണ്. റൂസേനയുടെ കൂട്ടുകാർ എൻറേയും കൂട്ടുകാരാണ്.'

ഗ്ലാസ്സുകളും പാത്രങ്ങളുമുള്ള ഒരു താലവും, മേശവിരിപ്പുമായി, പന്ത്രണ്ടു വയസ്സുള്ള ഒരു പയ്യൻ റസ്റ്ററണ്ടിൽനിന്ന് ഓടി വന്നു. അടുത്തൊരു മേശയിലവൻ താലം നിക്ഷേപിച്ചു. പിന്നെ, വിരുന്നുകാരുടെ നേരെ ചാഞ്ഞ്, അവരുടെ പാതി നിറഞ്ഞ ഗ്ലാസ്സുകൾ ഒന്നൊന്നായി മാറ്റി. ഗ്ലാസ്സുകളും, തുറന്ന കുപ്പിയും അവൻ അടുത്തമേശയിലുള്ള താലത്തിനരികെ വെച്ചു. അതിനുശേഷം, പാത്രം തുടക്കുന്ന ഒരു തോർത്തുകൊണ്ട്, വ്യക്തമായും വൃത്തികേടായ, അവരുടെ മേശ തുടച്ചു. അതിനുമീതെ, കണ്ണഞ്ചിക്കുന്ന, ഒരു വെള്ളവിരിപ്പിട്ടു. പിന്നെ, അടുത്ത മേശയിലേക്കു പോയി, ഗ്ലാസ്സുകൾ കൊണ്ടുവന്ന് ഗ്രാഹകർക്കു മുമ്പിൽ നിരത്തി.

'ആ ഗ്ലാസ്സുകളും പുളിവെള്ളത്തിന്റെ കുപ്പിയും കൊണ്ടുക്കള' ബെർട് ലേഫ് കുട്ടിയോടു പറഞ്ഞു. 'നിന്റെ പപ്പാ ഞങ്ങൾക്കു നല്ല വീഞ്ഞു കൊണ്ടുവരും.'

ക്യാമാറക്കാരൻ പ്രതിഷേധിച്ചു: 'ഞങ്ങൾക്കിഷ്ടമുള്ളതു കുടിക്കാൻ ഞങ്ങളെ അനുവദിക്കാനുള്ള കരുണ കാട്ടാമോ, മൂപ്പരെ?'

'നിങ്ങളുടെ ഇഷ്ടംപോലെ സാറേ' ബെർട് ലേഫ് പറഞ്ഞു. 'ആൾക്കാരുടെ മേലെ സന്തോഷം അടിച്ചേൽപ്പിക്കുന്നതിനു ഞാൻ അനുകൂലമല്ല. മോശം വീഞ്ഞു മോന്താനും, മണ്ടത്തരത്തിനും, വൃത്തികെട്ട നഖങ്ങൾക്കുമുള്ള അവകാശം ഏതൊരുവനുമുണ്ട്. നോക്കൂ, കുട്ടാ,' കുട്ടിയുടെ നേരെ തിരിഞ്ഞ് അയാൾ പറഞ്ഞു: 'അവർക്കവരുടെ പഴയ ഗ്ലാസ്സുകളും കൂടെ ഒഴിഞ്ഞ പുതിയ ഗ്ലാസ്സുകളും നൽകൂ. മൂടൽമഞ്ഞിലുണ്ടാക്കിയ വീഞ്ഞു വേണോ, വെയിലിൽപിറന്ന വീഞ്ഞു വേണോയെന്ന് എന്റെ അതിഥികൾക്കു തീരുമാനിക്കാം.'

അങ്ങിനെ ഓരോരുത്തർക്കും ഈരണ്ടു ഗ്ലാസ്സു വീതമായി. ഒഴിഞ്ഞ ഒന്നും, വീഞ്ഞുബാക്കിയായ മറ്റൊന്നും. രണ്ടു കുപ്പികളുമായി മാനേജർ മേശയെ സമീപിച്ചു. അതിലൊന്ന് തുടകൾക്കിടയിലിറുക്കി, ഗംഭീരമായൊരു ചേഷ്ടയോടെ, അതിന്റെ കോർക്കു വലിച്ചെടുത്തു. പിന്നീടയാൾ ബെർട് ലേഫിന്റെ ഗ്ലാസ്സിലൊരൽപ്പം വീഞ്ഞു പകർന്നു. ബെർട് ലേഫ് ഗ്ലാസ്സു ചുണ്ടിലേക്കുയർത്തി. ഒരിറക്കു കുടിച്ചു. മാനേജർക്കു നേരെ തിരിഞ്ഞു: 'ഉജ്ജ്വലം! ഇരുപത്തിമൂന്നിലെയാണോ ഇത്?'

'ഇരുപത്തിരണ്ടിലെ.' മാനേജർ തിരുത്തി.

'ഒഴിക്ക്!' ബെർട് ലേഫ് പറഞ്ഞു. മാനേജർ മേശക്കു ചുറ്റും കുപ്പിയുമായി നടന്ന് ഒഴിഞ്ഞ ഗ്ലാസ്സുകൾ നിറച്ചു.

ബെർട് ലേഫ് ഗ്ലാസ്സ് അതിന്റെ തണ്ടിൽ പിടിച്ചുയർത്തി. 'എന്റെ ചങ്ങാതിമാരേ, ഈ വീഞ്ഞു രുചിച്ചാലും. ഭൂതകാലത്തിന്റെ മധുര

രസമാണിതിന്. ഉള്ളിലേക്കു ശ്വാസമെടുക്കുന്നതു പോലെ, മജ്ജ നിറഞ്ഞ ഒരു എല്ല് ഊമ്പിക്കുടിക്കുന്നതുപോലെ, പണ്ടു മറന്നുപോയ ഒരു ഗ്രീഷ്മത്തെ വലിച്ചുകുടിക്കുമ്പോലെ, ഇതിനെ ആസ്വദിച്ചാലും. ഈ പാനോപചാരം വഴി ഞാൻ ഭൂതത്തെ വർത്തമാനവുമായി ബന്ധിക്കുകയാണ്. ആയിരത്തിത്തൊള്ളായിരത്തി ഇരുപത്തിരണ്ടിലെ സൂര്യനെ ഈ നിമിഷത്തെ സൂര്യനുമായി സന്ധിപ്പിക്കുകയാണ്. റൂസേനയാണ് ആ സൂര്യൻ. ഒരു രാജ്ഞിയാണ് താനെന്നു സ്വയമറിയാത്ത, നൂറുശതമാനം ലാളിത്യമുള്ള, സ്ത്രീ. ഈ സുഖചികിത്സാനഗരത്തിന്റെ പശ്ചാത്തലത്തിൽ, അവളൊരു യാചകന്റെ വസ്ത്രത്തിലുള്ള വജ്രമാണ്. പകലത്തെ വിളറിയ ആകാശത്തിന്റെ പശ്ചാത്തലത്തിൽ വിസ്മൃതമായ തിങ്കൾക്കല. മഞ്ഞിൽ ചിറകനക്കുന്ന ഒരു പൂമ്പാറ്റയെപ്പോലെയാണവൾ.

ക്യാമറക്കാരൻ പണിപ്പെട്ടൊന്നു ചിരിച്ചു: 'ഇതു കുറച്ചു കൂടിപ്പോയില്ലേ, മൂപ്പരേ?'

'ഇല്ല. ഇതു അതിശയോക്തിയല്ല.' ബെർട് ലേഫ് പറഞ്ഞു. പിന്നെ, ക്യാമറക്കാരനെ അഭിസംബോധന ചെയ്തു: 'പുളിവെള്ളത്തിന്റെ മനുഷ്യാകാരമുള്ള വീപ്പയായ നീ ആത്മാവിന്റെ അടിത്തട്ടിൽമാത്രം ജീവിക്കുന്നതു കൊണ്ടാണ്, നിനക്കങ്ങിനെ തോന്നുന്നത്! ഒരു ആൽകെമിസ്റ്റിന്റെ കലത്തിലെന്നപോലെ, തിളച്ചു മറിയുന്ന അല്ലങ്ങളാണ് നിന്റെയുള്ളിൽ നിറയെ! നിന്റെതന്നെ ഉള്ളിലുള്ള വൈരൂപ്യം നിനക്കു ചുറ്റും കണ്ടെത്തുവാനാണ് നീ നിന്റെ ജീവിതം സമർപ്പിച്ചിരിക്കുന്നത്. അങ്ങിനെ മാത്രമേ നിനക്കു ഈ ലോകവുമായി, നൈമിഷികമായെങ്കിലും, ശാന്തിയിലാകാനാകൂ. കാരണം, സുന്ദരമായ ഈ ലോകം നിന്നെ ഭയപ്പെടുത്തുന്നു, മടുപ്പിക്കുന്നു, നിരന്തരം അതിന്റെ കേന്ദ്രത്തിൽനിന്നു നിന്നെ തള്ളിയകറ്റുന്നു. നിന്റെ കൈനഖങ്ങൾക്കടിയിൽ മാലിന്യമിരിക്കേ, ലാവണ്യവതിയായ ഒരു യുവതി അരികിലിരിക്കുന്നത് എത്ര അസഹനീയം! അതുകൊണ്ട്, അവളെ അനുഭവിക്കുംമുമ്പ് നിനക്കവളെ മലിനമാക്കണം, അല്ലെടോ? നീ മേശക്കടിയിൽ കൈ ഒളിപ്പിക്കുന്നത് എന്നെ സന്തോഷിപ്പിക്കുന്നു. നിന്റെ വിരൽനഖങ്ങളെക്കുറിച്ചു ഞാൻ സംസാരിച്ചത് തീർച്ചയായും ഉചിതമായി.'

'നിങ്ങളുടെ നല്ലമര്യാദകൾക്കു ഞാൻ പിണ്ണാക്കിന്റെ വിലയേ കാണുന്നുള്ളൂ. നിങ്ങളെപ്പോലെ വെള്ളക്കോളറും ടൈയും കെട്ടിയ കോമാളിയല്ല ഞാൻ,' ക്യാമാറക്കാരൻ മൂർച്ചയോടെ പറഞ്ഞു.

'നിന്റെ വൃത്തികെട്ട നഖങ്ങളും, കീറിയ സ്വെറ്ററും, സൂര്യനു കീഴിൽ, പുതിയതൊന്നുമല്ല,' ബെർട് ലേഫ് പറഞ്ഞു. 'വളരെ പണ്ടു, സമ്പ്രദായങ്ങളോടുള്ള തന്റെ പുച്ഛം പ്രകടമാക്കുക വഴി ഏവരുടെയും ആരാധന നേടാൻവേണ്ടി ദോഷൈകദൃക്കായ ഒരുദാർശനികൻ ഏതൻസിലെ

തെരുവുകളിലൂടെ കീറിയ കുപ്പായമിട്ടു നടന്നിരുന്നു. ഒരിക്കൽ സോക്രട്ടീസ് അയാളെ കാണാനിടയായപ്പോൾ പറഞ്ഞു: 'നിന്റെ കുപ്പായക്കീറലിലൂടെ എനിക്കു നിന്റെ ദുരഹങ്കാരം കാണാം.' നിന്റെ മാലിന്യവും, സാർ, ദുരഹങ്കാരം തന്നെ. നിന്റെ ദുരഹങ്കാരമോ മലിനവും.'

റൂസേനക്കു ആശ്ചര്യത്തിൽനിന്ന് മുക്തയാകാനായില്ല. രോഗിയെന്ന നിലയിൽ തനിക്കൽപ്പം മാത്രം പരിചയമുള്ള ഒരു മനുഷ്യൻ തന്റെ സഹായത്തിനായി പൊടുന്നനെ മാനത്തുനിന്നു പൊട്ടിവീണിരിക്കുന്നു. അയാളുടെ പെരുമാറ്റത്തിലെ സഹജലാവണ്യവും, ക്യാമാറക്കാരന്റെ അപമര്യാദയെ മണ്ണുകപ്പിച്ച അയാളുടെ നിർദ്ദയമായ ആത്മവിശ്വാസവും അവളെ വശീകരിച്ചു.

'നിന്റെ സംസാരശേഷി നശിച്ചതായി ഞാൻ മനസ്സിലാക്കുന്നു.' ഒരു കൊച്ചു മൗനത്തിനു പിന്നാലെ ബെർട് ലേഫ് ക്യാമറക്കരനോടു പറഞ്ഞു.'പക്ഷെ, നിന്നെ വ്രണപ്പെടുത്താൻ എനിക്കുദ്ദേശ്യമില്ലായിരുന്നുവെന്നു നീ ദയവായി മനസ്സിലാക്കണം. ശന്തിയാണെനിക്കിഷ്ടം, കലഹമല്ല. എന്റെ വാഗ്‌വിലാസത്താൽ ഞാൻ സ്വയം മതിമറന്നുപോയെങ്കിൽ, മാപ്പാക്കണം.എനിക്കൊന്നേ വേണ്ടു. നിങ്ങളീ വീഞ്ഞു രുചിക്കുക. ആരെത്തിരഞ്ഞാണോ ഞാനിവിടെ വന്നത് ആ റൂസേനയുടെ പേരിൽ പാനോപചാരം ചെയ്യുക.'

ബെർട് ലേഫ് ചഷകം ഉയർത്തി. പക്ഷെ, മറ്റാരും പങ്കുചേർന്നില്ല.

'ഹോട്ടലുകാരാ,' മാനേജരെ നോക്കി ബെർട് ലേഫ് പറഞ്ഞു, 'എനിക്കൊപ്പം ഈ പാനോപചാരത്തിൽ ഭാഗഭാക്കായാലും.'

'ഈ വീഞ്ഞുള്ളപ്പോൾ, എപ്പോഴും.' മാനേജർ പറഞ്ഞു. അരികത്തെ മേശയിൽനിന്നു അയാൾ ഒഴിഞ്ഞ ഒരു ഗ്ലാസ്സെടുത്ത് അതിലേക്കു വീഞ്ഞു പകർന്നു. 'ശ്രീമാൻ ബെർട് ലേഫിനു നല്ല വീഞ്ഞുകളെപ്പറ്റി എല്ലാമറിയാം. ദൂരത്തുള്ള കൂട് ഒരു കുരുവി കണ്ടെത്തുന്നതുപോലെ, ഒരു പാടു കാലം മുമ്പ്, എന്റെ വീഞ്ഞു കലവറ അദ്ദേഹം മണത്തുപിടിച്ചു.'

സ്വന്തം ആത്മാഭിമാനം പുകഴ്ത്തപ്പെട്ട ഒരുവനെപ്പോലെ ബെർട് ലേഫ് സന്തോഷലിപ്തമായ ഒരു ചിരി പാസ്സാക്കി.

'റൂസേനക്കു ഉപചാരമർപ്പിക്കുന്നതിൽ നിങ്ങൾ പങ്കു ചേരില്ലേ?'

'റൂസേനക്കൊ?' മാനേജർ ചോദിച്ചു.

'അതെ. റൂസേനക്ക്.' ഒരു നോട്ടം കൊണ്ടു തനിക്കടുത്തിരിക്കുന്നവളെ ചൂണ്ടി ബെർട് ലേഫ് പറഞ്ഞു. 'എന്നോളമിഷ്ടം നിനക്കവളോടുണ്ടോ?'

'നിങ്ങൾക്കൊപ്പം, ശ്രീമാൻ ബെർട് ലേഫ്, സുന്ദരികൾ മാത്രമേ ഉണ്ടാകൂ. നിങ്ങൾക്കടുത്താണ് അവളിരിക്കുന്നതെന്നതുകൊണ്ട്, അവളെയൊന്നു നോക്കുകയേവേണ്ടൂ അവൾ സുന്ദരിയാണെന്നറിയാൻ.

ബെർട് ലേഫ് വീണ്ടും ആനന്ദത്തിന്റെ ഒരു ചിരി പുറപ്പെടുവിച്ചു. വിചിത്രമെന്നു പറയട്ടെ, തുടക്കം മുതൽ ബെർട് ലേഫിനെ ഒരു രസികനായിക്കണ്ട, കമീല ചിരിയിൽ പങ്കു ചേർന്നു. അപ്രതീക്ഷിതമായ ആ ചിരി, അത്ഭുതകരവും അവർണ്ണനീയുവുമാംവിധം, പകരുന്നതായി. തന്ത്രപരമായ ഐക്യത്തിന്റെ പേരിൽ സംവിധായകൻ കമീലക്കൊപ്പം കൂടി. പിന്നെ, സഹസംവിധായകനും. ഒടുവിൽ റൂസേനയും ആ ബഹുസ്വരമാർന്ന ചിരിയിൽ, മൃദുവായൊരാലിംഗനത്തിലേക്കെന്നപോലെ, ആണ്ടിറങ്ങി. അതവളുടെ അന്നത്തെ ആദ്യ ചിരിയായിരുന്നു. മറ്റുള്ളവരേക്കാൾ ഉച്ചത്തിലാണ് അവൾ ചിരിച്ചത്. ചിരിച്ചിട്ടും ചിരിച്ചിട്ടും അവൾക്കു മതിയായില്ല.

ബെർട് ലേഫ് ഗ്ലാസ്സുയർത്തി: 'റൂസേനക്ക്!'

മാനേജർ തന്റെ ഊഴമായപ്പോൾ ഗ്ലാസ്സുർത്തി. പിന്നെ, കമീല. അതിനു പിറകെ, സംവിധായകനും അയാളുടെ സഹായിയും. അവരെല്ലാം ബെർട് ലേഫിനെ മാതൃകയാക്കി ആവർത്തിച്ചു: 'റൂസേനക്ക്!' ക്യാമറക്കാരൻ പോലും ഒടുവിൽ ഗ്ലാസ്സുയർത്തി, മിണ്ടാതെ, ഒരിറക്കിറക്കി.

ഡയരക്റ്റർ ഒരു കവിൾ രുചിച്ചു. 'ഇതു ശരിക്കും ഒന്നാംതരം വീഞ്ഞു തന്നെ.' അയാൾ പറഞ്ഞു.

'ഞാൻ പറഞ്ഞതല്ലേ?' മാനേജർ പറഞ്ഞു.

ഇതിനിടയിൽ, മേശക്കു നടുവിൽ, കുട്ടി ഒരു പാത്രം ചീസു നിരത്തി. ബെർട് ലേഫ് പറഞ്ഞു: 'എടുത്തു കഴിക്കൂ. ഒന്നാന്തരമാണവ.'

സംവിധായകന്റെ കണ്ണു തള്ളിപ്പോയി: 'എവിടുന്നു കിട്ടിയിത്? ഫ്രാൻസിലാണ് നമ്മളെന്നു തോന്നിപ്പോകും.'

പൊടുന്നനെ, എല്ലാ സംഘർഷങ്ങളും പൂർണ്ണമായും അയഞ്ഞു. അന്തരീക്ഷം ശാന്തമായി. അവർ സംസാരം തുടങ്ങി. ചീസു തിന്നു. മാനേജർക്കിതു (വളരെച്ചുരുക്കം ജാതി ചീസു കിട്ടുന്ന ഈ നാട്ടിൽ) എവിടെനിന്നു കിട്ടിയെന്നു അത്ഭുതം കൂറി. ഗ്ലാസ്സുകൾ വീണ്ടും വീണ്ടും നിറച്ചു.

കാര്യങ്ങൾ പരകോടിയിലെത്തിയപ്പോൾ, ബെർട് ലേഫ് എഴുന്നേറ്റു. വിട വാങ്ങി: 'നിങ്ങളുടെ കൂട്ട് എനിക്കിഷ്ടമായി. ഞാനതിനു നന്ദി പറയട്ടെ. എന്റെ ചങ്ങാതി ഡോ. സ്ക്രേറ്റ ഇന്നു വൈകീട്ട് ഒരു കച്ചേരി നടത്തുന്നുണ്ട്. എനിക്കും റൂസേനക്കും അവിടെ പോകേണ്ടതുണ്ട്.'

19. നിരാശാകാമുകന്മാർ

റുസേനയും ബെർട് ലേഫും സന്ധ്യയുടെ കനംകുറഞ്ഞ മഞ്ഞിൽ അപ്രത്യക്ഷരായി. കുടിയന്മാരുടെ കൂട്ടത്തെ കാമാതുരതയുടെ സ്വപ്നദ്വീപിലേക്കു കൊണ്ടുപോയ ആദ്യത്തെ ആവേഗം അപ്പാടെ ഇല്ലാതായിക്കഴിഞ്ഞിരുന്നു. ഇനിയൊന്നിനും അതു തിരിച്ചുകൊണ്ടുവരാനാകില്ല. ഏവരും നിരാശക്കു കീഴടങ്ങി.

ഒരു സ്വപ്നത്തിൽനിന്നുണരുന്നതു പോലെയാണ് കമീലക്കു തോന്നിയത്; എന്തു വിലകൊടുത്തും താൻ തങ്ങാനാഗ്രഹിച്ച സ്വപ്നത്തിൽനിന്നും. കച്ചേരിക്കു പോകേണ്ടി വരില്ലെന്നായിരുന്നു അവൾ വിചാരിച്ചു കൊണ്ടിരുന്നത്. ഭർത്താവിനെ തിരഞ്ഞു പിടിക്കാനല്ല, മറിച്ച്, ഒരു സാഹസകൃത്യത്തിനുവേണ്ടിയാണ് താനിവിടെ വന്നതെന്ന തിരിച്ചറിയുന്നത് എത്രമാത്രം മനോഹരമായ ഒരു വിസ്മയമായി മാറിയേനെ. ഈ മൂന്നു സിനിമാക്കാർക്കൊപ്പം തങ്ങിയ ശേഷം, നാളെ രാവിലെ, പതുങ്ങി വീട്ടിലെത്തുന്നത് എത്ര ഗംഭീരമായിരുന്നേനെ. അതാണു ചെയ്യേണ്ടതെന്ന് അവളുടെ കാതിലൊരു ആമന്ത്രണമുണ്ടായി. അതാണ് വേണ്ടത്; അതാണ് മോചനം; അതാണ് ചികിത്സ; ഒരു വ്യാമോഹത്തിൽനിന്നു അങ്ങിനെയാണ് ഉണരേണ്ടത്.

പക്ഷെ, ഇപ്പോൾ അവൾ തികച്ചും നല്ല ബോധത്തിലാണ്. മായികമായതെല്ലാം പ്രവർത്തിക്കാതായിരിക്കുന്നു. അവളിപ്പോൾ, തന്റെ ഭൂതകാലത്തോടൊപ്പം, തീവ്രവേദനയാർന്ന പഴയ ചിന്തകൾനിറഞ്ഞ തലയോടൊപ്പം, ഏകയാണ്. അൽപ്പായുസ്സായ ഈ സ്വപ്നം, ഒരൽപ്പം മണിക്കൂറുകൾകൂടി, നീണ്ടുപോകുന്നത് അവൾക്കിഷ്ടമായേനെ. പക്ഷെ, പ്രഭാതത്തിലെ അരണ്ട വെളിച്ചം പോലെ, സ്വപ്നം വിളറാൻ തുടങ്ങിയത് അവൾ മനസ്സിലാക്കി.

'എനിക്കും പോയേപറ്റൂ.' അവൾ പറഞ്ഞു.

അവളെ പിടിച്ചിരുത്താനുള്ള ശക്തിയും ആത്മവിശ്വാസവുമില്ലെന്ന റിഞ്ഞിട്ടും, അവരവളെ നിരുത്സാഹപ്പെടുത്താൻ നോക്കി.

'നാശം!' ക്യാമറക്കാരൻ പറഞ്ഞു. 'ആരായിരുന്നൂ ആ പഹയൻ?'

അവർ മാനേജരോട് ചോദിക്കാൻ നോക്കി. പക്ഷെ, ബെർട് ലേഫ് പോയിക്കഴിഞ്ഞതിനാൽ, വീണ്ടും, ആരുമവരെ ശ്രദ്ധിക്കാതായി. ബാക്കിയായ ചീസും വീഞ്ഞുമുള്ള മേശക്കു ചുറ്റും അവരങ്ങിനെ ഉപേക്ഷിക്കപ്പെട്ടിരിക്കേ, മത്തുപിടിച്ച ഇടപാടുകാരുടെ ബഹളം റസ്റ്ററണ്ടിൽനിന്നും പുറത്തേക്കുവന്നു.

'ആരായാലും, അയാൾ നമ്മുടെ പാർട്ടി നശിപ്പിച്ചു. നമ്മുടെ സ്ത്രീകളിലൊരുവളെ കൊണ്ടുപോയി. മാറ്റവളാകട്ടെ ഒറ്റക്കുപോകാനിരിക്കുന്നു. വാ, നമുക്കു കമീലക്കൊപ്പം പോകാം.'

'വേണ്ട,' അവൾ പറഞ്ഞു. 'നിങ്ങളിവിടെ ഇരിക്ക്. എനിക്കൊറ്റക്കാകാനാണ് താൽപ്പര്യം.'

അവളിപ്പോൾ അവരുടെ കൂടെയല്ല. അവരുടെ സാന്നിദ്ധ്യം അവളെ അലോസരപ്പെടുത്തുകയാണ്. അസൂയ, മരണത്തെപ്പോലെ, അവളെത്തേടി വന്നിരിക്കുന്നു. അതിന്റെ കരുത്തിനു കീഴിലാണവൾ. മറ്റൊന്നും അവൾ ശ്രദ്ധിക്കുന്നില്ല. അൽപ്പം മുമ്പ് ബെർട് ലേഫും റൂസേനയും പോയവഴിയേ അവളും വെച്ചുപിടിച്ചു. ദൂരെനിന്നു ക്യാമറക്കാരൻ പറയുന്നതവൾ കേട്ടു: 'നാശം...'

20. കച്ചേരി

കലാകാരന്മാരുടെ മുറിയിൽവെച്ചു സ്ക്രേറ്റയെ അഭിവാദ്യം ചെയ്തശേഷം, ജേക്കബ്ബും ഓൾഗയും ഹാളിലേക്കു പോയി. ബാക്കിയുള്ള സായാന്ഹം ജേക്കബ്ബുമൊത്തു ഒറ്റക്കു കഴിയാനായി, ഓൾഗക്കു ഇടവേളസമയത്തു സ്ഥലം വിടണമെന്നുണ്ടായിരുന്നു. നേരത്തേ ഇറങ്ങിയാൽ ചങ്ങാതിക്കു ദേഷ്യമുണ്ടാകുമെന്നു ജേക്കബ്ബ് മറുപടി പറഞ്ഞു. അയാളതു ശ്രദ്ധിക്കുകപോലുമുണ്ടാവില്ലെന്ന് ഓൾഗ വാശി പിടിച്ചു.

ഏകദേശം നിറഞ്ഞിരിക്കുകയായിരുന്നു ഹാൾ. അവർ രണ്ടു പേരുടെ ഇരിപ്പിടങ്ങൾ മാത്രമേ അപ്പോഴും ഒഴിഞ്ഞു കിടപ്പുണ്ടായിരുന്നുള്ളൂ.

'ആ സ്ത്രീ നമ്മളെ നിഴലുപോലെ പിന്തുടരുകയാണ്.' ഇരിക്കുമ്പോൾ ജേക്കബ്ബിനു നേരെ ചാഞ്ഞ് ഓൾഗ പറഞ്ഞു.

ജേക്കബ്ബ് തല വെട്ടിച്ചു. ഓൾഗക്കരികെ ബെർട് ലേഫിനെ കണ്ടു. അയാൾക്കരികെ, കൈസഞ്ചിയിൽ വിഷമുള്ള, നഴ്സിനെ കണ്ടു. അയാളുടെ ഹൃദയമിടിപ്പൊന്നു നിന്നു. പക്ഷെ, ആയുഷ്ക്കാലം മുഴുവൻ ഉള്ളിലുള്ളതു പുറത്തു കാണിക്കാതിരിക്കാൻ കഠിനമായ് പരിശ്രമിച്ച ശീലമുള്ളതിനാൽ, പൂർണ്ണ ശാന്തതയോടെ പറഞ്ഞു: 'ഈ നിരയിലുള്ള ടിക്കറ്റുകളെല്ലാം സ്ക്രേറ്റ സുഹൃത്തുക്കൾക്കും പരിചയക്കാർക്കും സൗജന്യമായി നൽകിയതായിരിക്കണം. അതിനാൽ, അയാൾക്കു നമ്മളെവിടെയുണ്ടാകുമെന്നറിയാം. സ്ഥലം കാലിയാക്കിയാൽ അയാൾക്കു പിടികിട്ടും.'

'ശബ്ദസംവിധാനം ശരിയല്ലാത്തതിനാൽ, ഇടവേളക്കു ശേഷം, പിന്നിലേക്കു മാറിയാതാണെന്നു പറയണം.' ഓൾഗ പറഞ്ഞു.

അപ്പോഴേക്കും ക്ലീമ തന്റെ സ്വർണ്ണക്കുഴലുമായി ബാൻഡിന്റെ വേദിക്കു മുന്നിലേക്കു വരികയായിരുന്നു. ആൾക്കൂട്ടം കയ്യടി തുടങ്ങി. അയാൾക്കു പിറകെ സ്ക്രേറ്റ വന്നപ്പോൾ കയ്യടിയുടെ ശക്തി കൂടി. ഹാളാകെ മർമ്മരങ്ങൾ മുഴങ്ങി. ഡോ. സ്ക്രേറ്റ കുഴലൂത്തുകാരനു പിന്നിൽ വിനീതനായാണ് നിന്നത്. തലസ്ഥാനത്തു നിന്നുള്ള അതിഥിയാണ് കച്ചേരിയിലെ ശരിക്കുള്ള താരമെന്ന് സൂചിപ്പിക്കുമാറ്, ഒരൽപ്പം ചമ്മലോടെ, അയാൾ കൈ വീശി. ആ ചേഷ്ടയിലെ ഭംഗിയുള്ള ചമ്മൽ മനസ്സിലാക്കിയ ശ്രോതാക്കൾ കൂടുതലുച്ചത്തിൽ കയ്യടിച്ചു പ്രതികരിച്ചു. ഹാളിനു പിറകിൽനിന്നും ആരോ ഒച്ചവെച്ചു: 'ഡോ. സ്ക്രേറ്റ നീണാൾ വാഴട്ടെ!'

തീരെ ശ്രദ്ധയാകർഷിക്കാതെ വന്ന, ഏറ്റവും കുറച്ചു കയ്യടി കിട്ടിയ, പിയാനോ വായനക്കാരൻ ഒരു താഴ്ന്ന കസേരയിൽ പിയാനോക്കു മുമ്പിലിരുന്നു. ഭീമമായ ഒരു പറ്റം ഡ്രമ്മുകൾക്കു പിറകിലായി സ്ക്രേറ്റ സ്ഥാനം പിടിച്ചു. അനായാസമായ താളത്തോടെ കുഴലൂത്തുകാരൻ പിയാനോക്കാരനും സ്ക്രേറ്റക്കുമിടയിൽ ചുവടു വെച്ചു.

കരഘോഷം നിലച്ചു. പ്രാരംഭമായി ഒരു സോളോയ്ക്കു വേണ്ടി പിയാനോക്കാരൻ കീബോർഡിൽ കട്ടയമർത്തി. പക്ഷെ, തന്റെ സുഹൃത്ത് അസ്വസ്ഥനായി, അലോസരത്തോടെ, അങ്ങുമിങ്ങും നോക്കുന്നത് ജേക്കബ്ബ് ശ്രദ്ധിച്ചു. കുഴലൂത്തുകാരനും വൈദ്യരുടെ അസ്വസ്ഥത മനസ്സിലാക്കി അയാളെ സമീപിച്ചു. സ്ക്രേറ്റ അവനോടെന്തോ പിറുപിറുത്തു. രണ്ടു പേരും കുനിഞ്ഞു. അവർ തറ പരിശോധിച്ചു. കുഴലൂത്തുകാരൻ പിയാനോയുടെ ചുവട്ടിൽനിന്ന്! ഒരു ചെണ്ടക്കോൽ പെറുക്കി സ്ക്രേറ്റക്കു നീട്ടി.

ഈ രംഗം മുഴുവൻ സാകൂതം നോക്കിയിരുന്ന ശ്രോതാക്കൾ വീണ്ടും കയ്യടിച്ചു. തന്റെ സോളോയ്ക്കുള്ള കയ്യടിയാണതെന്നു ധരിച്ച പിയാനോക്കാരൻ, അതു തല വണങ്ങി സ്വീകരിച്ചു വായന തുടർന്നു.

ഓൾഗ ജേക്കബ്ബിന്റെ കരം ഗ്രഹിച്ചു. അയാളുടെ കാതിൽ മന്ത്രിച്ചു: 'ഇതു ഗംഭീരം തന്നെ! എന്റെ പൊട്ടഭാഗ്യം ഈ നിമിഷം മുതൽ ഇല്ലാതായെന്നു തോന്നിക്കും വിധം ഗംഭീരം!'

ഒടുവിൽ, കുഴലും ചെണ്ടയും കൂടെച്ചേർന്നു. കൊച്ചു ചുവടുകൾ വെച്ചു ക്ലീമ സമയത്തിനൊത്ത് കുഴലൂതി. അന്തസ്സും ഔജ്ജ്വല്യവുമുള്ള ഒരു ബുദ്ധനെപ്പോലെ സ്ക്രേറ്റ ഡ്രമ്മുകൾക്കു പിറകിൽ സിംഹാസനസ്ഥനായി.

കച്ചേരിക്കിടയിൽ, സ്ക്രേറ്റ ഡ്രമ്മിൽ അടിച്ചു പൊളിക്കുമ്പോൾ, ശ്രോതാക്കൾ കയ്യടിച്ചാർത്തലക്കുമ്പോൾ, നഴ്സ് മരുന്നിനെക്കുറിച്ചോർക്കുന്നതും, അതു വിഴുങ്ങുന്നതും, ആകെ വിറക്കുന്നതും, ഇരിപ്പിടത്തിൽ മരിച്ചു വീഴുന്നതും ജേക്കബ്ബ് ഭാവനയിൽക്കണ്ടു.

പൊടുന്നനെ, തന്റെ അതേ നിരയിൽ ആ യുവതി ഇരിക്കാനുള്ള കാരണം അയാൾക്കു വ്യക്തമായി: അൽപ്പം മുമ്പ് വീഞ്ഞുശാലയിൽ വെച്ചുണ്ടായ ഏറ്റുമുട്ടൽ ഒരു പ്രലോഭനമായിരുന്നു. ഒരു പരീക്ഷണം. അതു സംഭവിച്ചത്, സ്വന്തം പ്രതിച്ഛായ കണ്ണാടിയിൽ കാട്ടിത്തരാൻ വേണ്ടി മാത്രമായിരുന്നു: അയൽക്കാരനു വിഷം നൽകുന്ന ഒരുവന്റെ പ്രതിച്ഛായ. പക്ഷെ, തന്നെ പരീക്ഷിക്കുന്നവൻ (ആരിൽ താൻ വിശ്വസിക്കുന്നില്ലയോ, ആ ദൈവം) ഒരു നിണബലി, നിഷ്കളങ്കരുടെ നിണം, ആവശ്യപ്പെടുന്നില്ല. ഈ പരീക്ഷയുടെ കലാശം ഒരു മരണത്തിലല്ല; അനുചിതമായ തന്റെ ധാർമ്മിക ഗർവ്വിനെ കയ്യടക്കിയേക്കാവുന്ന തന്റെ സ്വയം വെളിപ്പെടുത്തലിലായിരിക്കും. ഈ അവസാന നിമിഷം ആ നഴ്സ് തന്റെ അതേ നിരയിലിരിക്കുന്നത് അവളുടെ ജീവൻ രക്ഷിക്കുന്നതിനു വേണ്ടിയാകുന്നു. അതിനാൽത്തന്നെയാണ് തലേന്നു തന്റെ സുഹൃത്തായി മാറിയ മനുഷ്യനരികിൽ അവളിരിക്കുന്നത്. ആ മനുഷ്യൻ തനിക്കു സഹായിയാകും.

അതെ, ആദ്യം കിട്ടാവുന്ന അവസരവും കാത്തു താനിരിക്കും. ഒരു പക്ഷെ, ആദ്യത്തെ ഇടവേള വരുമ്പോൾ. അപ്പോൾ, ഒരു നിമിഷം തനിക്കൊപ്പം പുറത്തേക്കു വരാൻ ബെർട് ലേഫിനോടും ആ യുവതിയോടും അപേക്ഷിക്കാം. ഒരിക്കൽ പുറത്തുവന്നാൽ താനെല്ലാം വിശദമായി പറയും. അതോടെ അവിശ്വസനീയമായ ഈ ഭ്രാന്ത് അവസാനിക്കും.

സംഗീതജ്ഞർ ആദ്യത്തെ ശകലം പൂർത്തിയാക്കി. കരഘോഷമുണ്ടായി. നഴ്സ് 'ഇക്സ്ക്യൂസ് മീ' എന്നു പറഞ്ഞ് ബെർട് ലേഫിനൊപ്പം ഇരിപ്പിടം വിട്ടു. ജേക്കബ്ബ് എഴുന്നേറ്റ് അവരെ പിന്തുടരാൻ തുനിഞ്ഞു. പക്ഷെ, ഓൾഗ അയാളുടെ കൈ പിടിച്ചു വലിച്ചു നിർത്തി: 'വേണ്ട, ഇപ്പഴല്ല. ഇടവേളയ്ക്കു ശേഷം!'

എല്ലാം അയാൾ എന്താണു നടക്കുന്നതെന്നറിയുന്നതിനുമുമ്പായിരുന്നു. മേളക്കാർ അടുത്ത ശകലം വായിക്കുന്നതു തുടങ്ങി. തന്നെ പരീക്ഷിക്കുന്നവൻ റൂസേനയെ തനിക്കടുത്തിരുത്തിയത് തന്നെ മോചിപ്പിക്കാനല്ല, തന്റെ തോൽവിയെയും, ശാപത്തെയും നിസ്സംശയം സ്ഥിരീകരിക്കാനാണെന്നു ജേക്കബ്ബിനു ബോദ്ധ്യമായി.

കുഴലൂത്തുകാരൻ ഊതുകയായിരുന്നു. ഗാംഭീര്യമാർന്ന ഒരു ബുദ്ധനെപ്പോലെ സ്ക്രേറ്റ ഡ്രമ്മുകൾക്കു പിറകിൽ ഉത്തുംഗമായി ഇരിക്കുകയായിരുന്നു. ജേക്കബ്ബോ, ഇരിപ്പിടത്തിൽ അനങ്ങാതെയും. അയാൾ കുഴലൂത്തുകാരനെ കണ്ടില്ല. ഡോ. സ്ക്രേറ്റയെ കണ്ടില്ല. കണ്ടത് തന്നെത്തന്നെ ആയിരുന്നു. അയാൾ താൻ അനങ്ങാതിരിക്കുന്നത് കണ്ടു. ഭീകരമായ ആ കാഴ്ച്ചയിൽനിന്നും സ്വന്തം കണ്ണുകൾ പറിച്ചെടുക്കാൻ അയാൾക്കായില്ല.

21. കമീലയുടെ വരവ്

തന്റെ കുഴലിന്റെ സ്പഷ്ടമായ ശബ്ദം കാതുകളിൽ പ്രതിപ്രകമ്പന മുണ്ടാക്കിയപ്പോൾ, അങ്ങിനെ പ്രകമ്പനം കൊള്ളുന്നത് താൻത ന്നെയാണെന്ന് ക്ലീമ ധരിച്ചു. ഹാൾ മുഴുവൻ നിറയുന്നത് താൻ മത്ര മാണ്. അവനു താൻ ശക്തിമാനും അജയ്യനുമാണെന്നു അനുഭവപ്പെട്ടു. സമ്മാനടിക്കറ്റുകാർക്ക് ഒഴിച്ചിട്ടിരുന്ന നിരയിലെ ഒരിരിപ്പിടത്തിൽ റൂസേന ഇരിപ്പുണ്ടായിരുന്നു. അരികെ, ബെർട് ലേഫും (അതൊരു ശുഭ ശകു നമാണ്). സായാഹ്നാന്തരീക്ഷം സുഖദമായിരുന്നു. ശ്രോതാക്കൾ കാ തുകൂർപ്പിച്ചു കേൾക്കുകയാണ്. അതും, വളരെ നല്ല മനസ്സോടെ. എല്ലാം ശുഭപര്യവസായിയാകുമെന്ന കരുതലുള്ള ഒരു പ്രതീക്ഷ ക്ലീമക്കതു ന ൽകി. ആദ്യ ശകലത്തിനുള്ള കയ്യടി ഉണ്ടായപ്പോൾ, ആ വൈകുന്നേരം ഏതോ കാരണത്താൽ തനിക്കിഷ്ടവും അടുപ്പവും തോന്നിപ്പോയ, ഡോ സ്ക്രേറ്റയെ അവൻ ഭംഗിയാർന്ന ഒരാംഗ്യത്തോടെ ചൂണ്ടിക്കാട്ടി. ഡോക്റ്റർ ഡ്രമ്മുകൾക്കു പിറകിൽ എഴുന്നേറ്റുനിന്നു തല വണങ്ങി.

പക്ഷെ, രണ്ടാമത്തെ സംഗീത ശകലത്തിനു ശേഷം അവൻ ശ്രോ താക്കളിലേക്കു നോക്കിയപ്പോൾ റൂസേനയുടെ ഇരിപ്പിടം ഒഴി ഞ്ഞിരിക്കുന്നതു കണ്ടു. അതവനെ ഭയപ്പെടുത്തി. അപ്പോൾ മുതലവൻ കുഴലൂതിയത് സംഘർഷത്തോടെ ആയിരുന്നു. ഹാൾ മുഴുവൻ, ഓരോ സീറ്റു തോറും, അവന്റെ കണ്ണുകൾ പാഞ്ഞു നടന്നു. ഓരോ സീറ്റായി പരിശോധിച്ചിട്ടും അവളെ കണ്ടില്ല. അബോർഷൻ കമ്മറ്റിക്കു മുമ്പിൽ ഹാജരാവില്ലെന്നു തീരുമാനിച്ചതുകൊണ്ട്, തന്റെ വാദങ്ങൾക്കു കാതു തരാതിരിക്കാനായി, അവൾ മന:പൂർവ്വം സ്ഥലം വിട്ടതാണെന്ന് അവൻ വിചാരിച്ചു. കച്ചേരിക്കു ശേഷം താനവളെ എവിടെ തിരയും? തനിക്കവളെ കണ്ടെത്താൻ പറ്റിയില്ലെങ്കിൽ എന്തുണ്ടാകും? മോശമായി, യാന്ത്രികമായി,

അശ്രദ്ധമായാണ് താൻ കുഴലു വായിക്കുന്നതെന്ന് അവനു തോന്നി. പക്ഷെ, കുഴലൂത്തുകാരന്റെ ഇരുണ്ട മാനസികാവസ്ഥ അറിയാൻ കഴിയാത്ത സദസ്സ് സംതൃപ്തമായിരുന്നു. ഓരോ സംഗീത ശകലത്തിനു ശേഷവും കരഘോഷത്തിന്റെ തീവ്രത വർദ്ധിച്ചു വന്നു. അവൾ റ്റോയ്ലെറ്റിലേക്കു പോയതാകാമെന്ന് അവൻ സ്വയം സമാധാനപ്പെടുത്തി. ഗർഭിണികൾക്കു പൊതുവെ അത്തരം അസുഖമുണ്ടാകുമല്ലോ. അവളെന്തെങ്കിലുമെടുക്കാൻ വീട്ടിലേക്കു പോയതാകാമെന്നു, അരമണിക്കൂർ കഴിഞ്ഞപ്പോൾ, അവൻ കരുതി. താമസിയാതെ അവൾ ഇരിപ്പിടത്തിൽ പ്രത്യക്ഷപ്പെടും. പക്ഷെ, ഇടവേളയും കഴിഞ്ഞ്, കച്ചേരി അവസാനിക്കാറായിട്ടും, ഇരിപ്പിടം ശൂന്യമായിത്തന്നെയിരുന്നു. ഒരു പക്ഷെ, കച്ചേരിക്കിടയിൽ ഹാളിലേക്കു കടന്നു വരാൻ അവൾ മടിച്ചതായിരിക്കാം. അവസാനത്തെ കയ്യടിയുടെ സമയത്ത് അവൾ തിരിച്ചു വരും.

പക്ഷെ, ഇപ്പോൾ അവൻ അവസാനത്തെ കരഘോഷം കേൾക്കുകയാണ്. റൂസേന വന്നിട്ടില്ല. ക്ലീമക്ക് എന്തു ചെയ്യണമെന്ന് അറിയാതായി. സദസ്സ് എഴുന്നേറ്റു. മേളം ആവർത്തിക്കാൻ ആവശ്യപ്പെട്ടു. ക്ലീമ ഡോ. സ്ക്രേറ്റക്കു നേരെ തിരിഞ്ഞു. ഇനിയും വായിക്കാനില്ലെന്നു സൂചിപ്പിച്ചു. പക്ഷെ, അവൻ കണ്ടുമുട്ടിയ പ്രസരിപ്പാർന്ന കണ്ണുകളിൽ ഡ്രം വായിക്കാൻ, രാത്രി മുഴുവൻ ഡ്രം വായിക്കാനുള്ള ആഗ്രഹം മാത്രമായിരുന്നു.

ഒരു താരത്തിന്റെ ലജ്ജ മാത്രമായാണ് സദസ്സ് ക്ലീമയുടെ തലകുലുക്കൽ വായിച്ചെടുത്തത്. അവർ കയ്യടിച്ചുകൊണ്ടേയിരുന്നു. അപ്പോഴാണ്, വേദിയുടെ ചുവട്ടിലേക്ക് സുന്ദരിയായ ഒരു യുവതി നീങ്ങി വന്നത്. അവളെ കണ്ടപ്പോൾ താൻ കുഴഞ്ഞു വീഴുമെന്നും, ബോധം നശിച്ച് ഒരിക്കലും ഉണരാതെ കിടക്കുമെന്നും, ക്ലീമക്കു തോന്നി. അവൾ അവനോട് പുഞ്ചിരിച്ചു കൊണ്ടു പറഞ്ഞു (അവനവളുടെ വാക്കുകൾ കേട്ടില്ല; പക്ഷെ, അവളുടെ ചുണ്ടുകളിൽനിന്നും അവ വായിച്ചെടുത്തു): 'പ്ലീസ്,വായിക്കൂ! പ്ലീസ്! പ്ലീസ്!'

താൻ വായിക്കാൻ പോവുകയാണെന്ന് കാണിച്ചുകൊണ്ട് ക്ലീമ കുഴലുയർത്തി. ആ നിമിഷം സദസ്സ് നിശ്ശബ്ദമായി.

അവന്റെ രണ്ടു പങ്കാളികൾക്കും സന്തോഷമായി. അവർ അവസാനത്തെ സംഗീതശകലം വീണ്ടും തുടങ്ങി. സ്വന്തം ശവമഞ്ചത്തിനു പിറകെ അടിവെച്ചു നീങ്ങുന്ന മരണഗായകസംഘത്തിൽ സ്വയം കുഴലൂതുന്നതു പോലെയാണ് ക്ലീമക്കു തോന്നിയത്. അവൻ കുഴലൂതി. എല്ലാം നഷ്ടമായെന്നു മനസ്സിലാക്കി. ഇനിയൊന്നും ചെയ്യാനില്ല. കണ്ണടച്ച്, രാജിയായി, വിധിയുടെ ചക്രങ്ങൾക്കടിയിൽ ചതഞ്ഞരയാൻ സ്വയം ഒരുങ്ങിയാൽ മാത്രം മതി.

22. ബെർറ്റ് ലേഫും റൂസേനയും

ബെർറ്റ് ലേഫിന്റെ സ്വീറ്റ്. ഒരു കൊച്ചു മേശ മേൽ വിചിത്രമായ പേരുകളെഴുതിയ ലേബലുകളൊട്ടിച്ച കുപ്പികൾ. വിലകൂടിയ മദ്യങ്ങളെക്കുറിച്ച് റൂസേനക്കൊന്നുമറിയില്ല. പ്രത്യേകിച്ചൊന്നിന്റെ പേരെടുത്തു ചോദിക്കാൻ കഴിയാത്തതിനാൽ അവൾ വിസ്കി ചോദിച്ചു.

അവളുടെ മണം, ഇതിനിടയിൽ, ഉന്മത്തതയുടെ മൂടൽ തുരന്നു സ്ഥിതിഗതി മനസ്സിലാക്കാൻ തുനിയുകയായിരുന്നു. തന്നെയെന്തിനാണ്, പ്രത്യേകിച്ച് ഇന്ന്, ബെർറ്റ് ലേഫ് തിരഞ്ഞതെന്ന് അവളയാളോടു പല വട്ടം ചോദിച്ചു. അവളെ അയാൾക്കത്ര പരിചയമില്ലല്ലോ. 'എനിക്കറിയണം.' അവൾ ആവർത്തിച്ചുകൊണ്ടേയിരുന്നു, 'എന്നെക്കുറിച്ച് നിങ്ങളെന്തിനാണു ആലോചിച്ചതെന്ന് എനിക്കറിയണം.'

'കുറേ നാളായി ഞാൻ കാത്തിരിക്കുകയായിരുന്നു.' അവളുടെ കണ്ണുകളിൽ നോട്ടമുറപ്പിച്ചുകൊണ്ട് ബെർറ്റ് ലേഫ് പറഞ്ഞു.

'പക്ഷെ, എന്തിനിന്ന്? മറ്റൊരു ദിവസമല്ലാതെ?'

'എല്ലാറ്റിനും ഒരു സമയമുണ്ടല്ലോ. നമ്മുടെ സമയം ഇപ്പൊഴാണ്.' അമ്പരപ്പിക്കുന്ന വാക്കുകൾ. പക്ഷെ, അവ ആത്മാർത്ഥമാണെന്നു റൂസേനക്കു തോന്നി. എന്തെങ്കിലുമൊന്നു സംഭവിപ്പിക്കാൻമാത്രം അസഹനീയമായിരുന്നു അവളുടെ അവസ്ഥയുടെ അപരിഹാര്യത.

'ഉവ്വ്.' അവൾ ഖേദത്തോടെ പറഞ്ഞു. 'ഇന്നു വല്ലാത്തൊരു ദിവസമായിരുന്നു.'

'ഞാൻ വന്നത് ശരിയായ സമയത്തായിരുന്നുവെന്നു നിനക്കുമ

റിയാം.' ബെർറ്റ് ലേഫ് പട്ടുപോലുള്ള സ്വരത്തിൽ പറഞ്ഞു.

മനസ്സിലാകാത്ത, എന്നാൽ ആനന്ദകരമായ ഒരാശ്വാസം റൂസേനയെ കീഴടക്കി: കൃത്യമായും ഇന്നു തന്നെ ബെർറ്റ് ലേഫ് വന്നത്, സംഭവിച്ചതെല്ലാം മുൻകൂട്ടി എവിടെയോ വെച്ചു കൽപ്പിക്കപ്പെട്ടതാണെന്നാണ് അർത്ഥമാക്കുന്നത്. അതിനാലിനി, ആ മഹാശക്തിയുടെ കയ്യിൽ തന്നെയർപ്പിച്ച്, തനിക്കു സമാധാനിക്കാം.

'ഉവ്വ്, നേരാണ്, നിങ്ങൾ വന്നത് ശരിയായ സമയത്താണ്.' അവൾ പറഞ്ഞു.

'അറിയാം.'

എങ്കിലും എന്തോ ഒന്നു അവൾക്കു പിടികിട്ടാതെ നിൽപ്പുണ്ടായിരുന്നു. 'പക്ഷെ, എന്തിന്? നിങ്ങളെന്നെയെന്തിനു തിരയണം?'

'എനിക്കു നിന്നോടു സ്നേഹമുള്ളതു കൊണ്ട്.'

'സ്നേഹം' എന്ന വാക്കുച്ചരിക്കപ്പെട്ടത് മൃദുവായാണ്. പക്ഷെ, പൊടുന്നനെ, അതാ മുറി മുഴുവൻ നിറഞ്ഞു.

റൂസേന സ്വരം താഴ്ത്തി: 'നിങ്ങളെന്നെ സ്നേഹിക്കുന്നുവെന്നോ?'

'ഉവ്വ്, നിന്നെ ഞാൻ സ്നേഹിക്കുന്നു.'

ഫ്രാൻറിസെക്കും ക്ലീമയും മുമ്പേ അവളോടീ വാക്കുരിയാടിയതാണ്. പക്ഷെ, ഇപ്പോഴാണ് അതിനെ അവൾ ശരിക്കും മനസ്സിലാക്കിയത്; ആവശ്യപ്പെടാതെ, പ്രതീക്ഷിക്കാതെ, പച്ചയായി, അതു വന്നപ്പോൾ. ഒരു വിസ്മയം പോലെയാണ് അതു മുറിയിൽ കയറിയത്. അവർണ്ണനീയമായിരുന്നു അത്. എന്നാൽ, റൂസേനക്കത് ഏറെ യഥാർത്ഥമായി. കാരണം, ലോകത്തിലെ പ്രാഥമികമായ ഏതു സംഗതിയും, കാരണമോ പ്രേരണയോ ഇല്ലാതെ, ഉൾപ്രേരണയൊന്നുകൊണ്ടുമാത്രം നില നിൽക്കുന്നതാണല്ലോ.

'നേരോ?' പൊതുവെ ഒച്ച കൂടുതുലുള്ള അവളുടെ സ്വരം ഒരു മർമ്മരം മാത്രമായി.

'നേര്.'

'പക്ഷെ, ഞാൻ വെറുമൊരു സാധാരണപെണ്ണാണ്.'

'അല്ലേയല്ല.'

'അതെ.'

'നീ സുന്ദരിയാണ്.'

'അല്ല.'

'നീ അലിവുള്ളവളാണ്.'

'അല്ല,' അവൾ തല കുലുക്കിപ്പറഞ്ഞു.

'നീ അലിവും നന്മയും പ്രസരിപ്പിക്കുന്നു.'

അവൾ തലയാട്ടി: 'ഇല്ല, ഇല്ല, ഇല്ലാ.'

'നീയെന്താണെന്ന്! എനിക്കറിയാം. നിന്നേക്കാൾ നന്നായി.'

'അതേക്കുറിച്ച് നിങ്ങൾക്കൊന്നുമറിയില്ല.'

'അറിയാം.'

മായികമായ ഒരു സ്നാനം പോലെയായിരുന്നു ബെർറ്റ് ലേഫിന്റെ കണ്ണുകളിൽ നിന്നു പ്രസരിച്ച അവളെക്കുറിച്ചുള്ള വിശ്വാസം. തന്നെ പുതഞ്ഞു തഴുകുന്ന ആ നോട്ടം കഴിയുന്നത്ര നീണ്ടുപോകട്ടെ എന്നവ ളാശിച്ചു.

'നേരോ, ഞാൻ അങ്ങിനെയാണോ?'

'അതെ. എനിക്കതറിയാം.'

അതൊരു തലകറക്കം പോലെ മനോഹരമായിരുന്നു: ബെർറ്റ് ലേഫിന്റെ നോട്ടത്തിൽ അവൾ ആർദ്രയും, വിമലയും, സൗമ്യയുമായി. താനൊരു റാണിയെപ്പോലെ കുലീനയാണെന്നു അവൾക്കു തോന്നി. തേനും സുഗന്ധവർഗ്ഗങ്ങളും കഴിച്ചു, പൊടുന്നനെ, മത്തുപിടിച്ചതു പോലെയായിരുന്നു അത്. താൻ ആരാദ്ധ്യയാണെന്ന് അവൾ സ്വയം കണ്ടു. (എന്റെ ദൈവമേ! താനിത്ര ആരാദ്ധ്യയാണെന്ന് താനിതു വരെ മനസ്സിലാക്കിയിരുന്നില്ലല്ലോ!)

അവൾ പ്രതിഷേധം തുടർന്നു: 'പക്ഷെ, നിങ്ങൾക്കെന്നെ ഒട്ടുമറിയല്ല.'

'ഒരു പാടു കാലമായി നിന്നെയെനിക്കറിയാം. ഒരു പാടു കാലമായി നിന്നെ ഞാൻ നിരീക്ഷിക്കുന്നു. നീയാകട്ടെ, സംശയിച്ചതു പോലുമില്ല. നീ എനിക്കു ഹൃദിസ്ഥമാണ്.' അവളുടെ മുഖത്താകെ വിരലുകളോടിച്ചു കൊണ്ട് അയാൾ പറഞ്ഞു. 'നിന്റെ നാസിക, പതിയെ വിടരുന്ന പുഞ്ചിരി, നിന്റെ തലമുടി...'

പിന്നെയയാൽ അവളുടെ ഉടുപ്പിന്റെ കുടുക്കുകളൂരാൻ തുടങ്ങി. അവൾ എതിർത്തതേയില്ല. അവളയാളുടെ കണ്ണുകളിലേക്ക് ആഴത്തിലേക്കു നോക്കി; ജലം പോലെ, പട്ടുപോലുള്ള വെള്ളം പോലെയുള്ള, ആ നോട്ടത്തിലേക്ക്. അവൾ അയാൾക്കഭിമുഖമായി ഇരിക്കുകയായിരുന്നു. അവളുടെ മുലകൾ അയാളുടെ നോട്ടത്തിനു മുമ്പിൽ ഉയർന്നുവന്നു; കാണപ്പെടാനും പുകഴ്ത്തപ്പെടാനുമുള്ള കാമന യോടെ. സൂര്യനു നേരെ സൂര്യകാന്തിപ്പൂവെന്നപോലെ അവളുടെ ശരീരം മുഴുവൻ അയാൾക്കു നേരെ തിരിഞ്ഞു.

23. ഓൾഗയുടെ ആഗ്രഹം

അവർ ജേക്കബ്ബിന്റെ മുറിയിലായിരുന്നു. ഓൾഗ സംസാരിക്കുകയായിരുന്നു. ജേക്കബ്ബാകട്ടെ, ഇനിയും സമയമുണ്ടെന്നു സ്വയം പറയുകയായിരുന്നു. തനിക്കു കാൾമാർക്സ് ഹൗസിലേക്കു തിരിച്ചു പോകാം. അവളവിടെ ഇല്ലെങ്കിൽ അടുത്ത സ്വീറ്റിലുള്ള ബെർറ്റ് ലേഫിനെ ശല്യപ്പെടുത്താം. ആ യുവതി എവിടെപ്പോയെന്ന്! അറിയുമോയെന്നു അയാളോടു ചോദിക്കാം.

ഓൾഗ ചിലച്ചുകൊണ്ടേയിരുന്നു. അയാളാകട്ടെ, നഴ്സിനെ കണ്ടെത്തി അവളോടു അതുമിതും വിക്കിവിക്കിപ്പറയുന്നതും, ഒഴിവുകഴിവും മാപ്പും പറയുന്നതും, ഗുളികകളുള്ള റ്റ്യൂബ് അവളിൽനിന്നു വാങ്ങാൻ ശ്രമിക്കുന്നതുമായ, വേദനാകരമായ, രംഗം വിഭാവനം ചെയ്യുകയായിരുന്നു. പിന്നെ, പൊടുന്നനെ, നിരവധി മണിക്കൂറുകളായി താൻ നേരിടുകയായിരുന്ന ഈ ഭാവനാദൃശ്യങ്ങളാൽ പരിക്ഷീണിതനായതുകൊണ്ടെന്നപോലെ, തീവ്രമായ ഒരുപേക്ഷാഭാവം തന്നെ പിടികൂടുന്നതായി അയാൾക്കനുഭവപ്പെട്ടു.

മടുപ്പുകൊണ്ടുണ്ടായ ഒരു വൈരാഗ്യം മാത്രമായിരുന്നില്ല അത്. ചിന്തിച്ചുറപ്പിച്ച, അക്രമോത്സുകമായ വൈരാഗ്യമായിരുന്നു. മഞ്ഞമുടിക്കാരി മരിച്ചാലും ജീവിച്ചാലും തനിക്കതു തീർത്തും ഒരുപോലെയാണെന്നും, അവളെ രക്ഷിക്കാൻ നോക്കുന്നത് കാപട്യവും നാണംകെട്ട നാടകവുമാകുമെന്നും ജേക്കബ്ബ് തിരിച്ചറിയാനിടയായി. അങ്ങിനെ ചെയ്താൽ, അതു തന്നെ പരീക്ഷിക്കുന്ന ആ ഒരുവനെ ശരിക്കും ചതിക്കുകയാവും. കാരണം, ജേക്കബ്ബ് ശരിക്കുമെന്താണോ അതറിയുവാനാണ് തന്നെ പരീക്ഷിക്കുന്നവൻ (ഇല്ലാത്ത ദൈവം) ആഗ്രഹിക്കുന്നത്. അല്ലാതെ, താൻ ആരായി നടിക്കുന്നുവെന്നതല്ല.

ചാരുകസേരകളിൽ അഭിമുഖമായി ഇരിക്കുകയായിരുന്നൂ അവർ. ഇടയിലൊരു കൊച്ചു മേശ ഉണ്ടായിരുന്നു. ആ മേശയിലേക്ക് ഓൾഗ ചായുന്നത് ജേക്കബ്ബ് കണ്ടു. അയാൾ അവളുടെ സ്വരം ശ്രവിച്ചു: 'എനിക്കു നിങ്ങളെ ചുംബിക്കണം. ഇത്ര കാലമായി നമ്മൾ പരസ്പരമറിഞ്ഞിട്ടും, നമ്മളിതുവരെ ചുംബിക്കാതിരുന്നതെങ്ങിനെ?'

24. ക്ലീമയുടെ തലവേദന

വെച്ചുപിടിപ്പിച്ച പുഞ്ചിരിയും, ഉള്ളിലാഴത്തിൽ ആകുലതയുമായി, ശ്രീമതി ക്ലീമ ഭർത്താവിനു പിറകെ കലാകാരന്മാരുടെ മുറിയിലേക്കു കടന്നു. ക്ലീമയുടെ വെപ്പാട്ടിയുടെ ശരിക്കുള്ള മുഖം കാണാൻ അവൾക്കു പേടിയായിരുന്നു. പക്ഷെ, അവിടെയൊരു വെപ്പാട്ടിയുമുണ്ടായിരുന്നില്ല. ആട്ടോഗ്രാഫാവശ്യപ്പെട്ടുകൊണ്ടു ക്ലീമക്കു ചുറ്റും വട്ടമിട്ടു നിൽക്കുന്ന നിരവധി പെൺകുട്ടികളുണ്ടായിരുന്നു. ആർക്കും അവനെ വ്യക്തിപരമായി അറിയില്ലെന്നവൾ വിവേചിച്ചു (അവൾക്കു പരുന്തിന്റെ കണ്ണുണ്ടല്ലോ) തിരിച്ചറിഞ്ഞു.

അതേസമയം, വെപ്പാട്ടി അരികിലെവിടെയോ ഉണ്ടെന്ന് അവൾക്കുറപ്പായിരുന്നു. ക്ലീമയുടെ വിളറിയ, ശ്രദ്ധയെങ്ങോ നഷ്ടപ്പെട്ട, മുഖത്ത് അവൾക്കതു കാണാൻ കഴിഞ്ഞു. അവളെത്ര കപടമായാണോ അവനോടു പുഞ്ചിരിച്ചത്, അത്രയും കപടമായി അവനവളോടു പുഞ്ചിരിച്ചു.

ഡോ. സ്ക്രേറ്റയും മറ്റു ചിലരും (ഡോക്റ്റർമാരും അവരുടെ ഭാര്യമാരുമാകണം) ശ്രീമതി ക്ലീമയുടെ നേരെ തലയാട്ടി സ്വയം പരിചയപ്പെടുത്തി. ക്ലീമയാകട്ടെ, ക്ഷീണമാണെന്നു ഒഴിവുകഴിവുണ്ടാക്കി. വെപ്പാട്ടി ബാറിലുണ്ടായിരിക്കണമെന്ന് ശ്രീമതി ക്ലീമ അനുമാനിച്ചു. അതുകൊണ്ടായിരിക്കണം ക്ലീമ അവിടേക്കു പോകാത്തത്. ദുരന്തമൊരു കാന്തം പോലെ അവളെ ആകർഷിക്കുകയാൽ, ക്ഷീണം മറന്നു തന്നെ സന്തോഷിപ്പിക്കാൻ അവളവനോടാവശ്യപ്പെട്ടു.

എന്നാൽ, ക്ലീമയുമായി ബന്ധമുണ്ടെന്ന് അവൾ സംശയിക്കുന്ന ഒരു സ്ത്രീയും ബാറിലുമില്ലായിരുന്നു. അവർ വലിയൊരു മേശക്കു ചുറ്റുമിരുന്നു. ഡോ. സ്ക്രേറ്റ വാചാലമായി കുഴലൂത്തുകാരനെ സ്

തുതിച്ചു. പ്രകടിപ്പിക്കാൻപറ്റാത്ത, ലജ്ജയാർന്ന, സന്തോഷത്തിലായിരുന്നൂ ഫാർമസിസ്റ്റ്. ശ്രീമതി ക്ലീമ സൗമ്യമായിരിക്കാനും പ്രസന്നതയോടെ സംസാരിക്കാനും പരിശ്രമിച്ചു: 'ഡോക്റ്റർ, നിങ്ങൾ ഗംഭീരമായിരുന്നു.' അവൾ സ്ക്രേറ്റയോടു പറഞ്ഞു. 'നിങ്ങളും, എന്റെ പൊന്നു ഫാർമസിസ്റ്റേ. ആർജ്ജവമുള്ളതും, പ്രസന്നവും, സ്വച്ഛന്ദവുമായിരുന്നു അന്തരീക്ഷം. തലസ്ഥാനത്തെ കച്ചേരികളെക്കാൾ ആയിരംമടങ്ങു ഭേദം.'

ക്ലീമയെ നേരെ നോക്കിയില്ലെങ്കിലും, അവളൊരു നിമിഷംപോലും അവനെ നിരീക്ഷിക്കുന്നത് നിർത്തിയില്ല. വളരെ പണിപ്പെട്ടാണ് അവനവന്റെ അസ്വസ്ഥത മറക്കുന്നതെന്ന് അവൾക്കു തോന്നി. തന്റെ മനസ്സെവിടെയോ ആണെന്നു കാണിക്കാതിരിക്കാനാണ് ഇടക്കിടെ അവൻ ഒന്നോ രണ്ടോ വാക്കുരിയാടുന്നത്. അവന്റെ എന്തോ ഒരു കാര്യം താൻ അവതാളത്തിലാക്കിയിരിക്കുന്നുവെന്നത് സ്പഷ്ടം. അതു സാധാരണമായൊരു സാഹസമായിരുന്നുവെങ്കിൽ (മറ്റൊരു പെണ്ണിനെ പ്രേമിക്കാൻ തനിക്കാവില്ലെന്ന് ക്ലീമ എപ്പോഴും തലങ്ങും വിലങ്ങും ആണയിട്ടു പറയുമായിരുന്നു) ഇത്ര അഗാധമായ അവസാദത്തിലേക്കവൻ താഴുമായിരുന്നില്ല. വെപ്പാട്ടിയെ താൻ കണ്ടിട്ടില്ലെന്നതു നേരു തന്നെ. പക്ഷെ, ആ പ്രേമം താൻ കാണുന്നുണ്ട്; അവന്റെ മുഖത്തെയാ പ്രേമം (ആ യാതന, ആ ഗതികെട്ട പ്രേമം). ആ കാഴ്ച്ചയാണ്, ഒരു പക്ഷെ, കൂടുതൽ വേദനയുണ്ടാക്കുന്നത്.

'എന്തു പറ്റി, മിസ്റ്റർ ക്ലീമാ?' മിണ്ടാതിരുന്നതുകൊണ്ട് കാര്യങ്ങൾ പെട്ടെന്നു ഗ്രഹിക്കാൻ പറ്റിയ, കൂടുതൽ അടുപ്പം കാട്ടിയ, ഫാർമസിസ്റ്റ് ചോദിച്ചു.

'ഹേയ്, ഒന്നുമില്ല!' പേടിച്ച ക്ലീമ പറഞ്ഞു. 'ചെറിയൊരു തലവേദന.'

'ഒരാസ്പിരിൻ തരട്ടെ?' ഫാർമസിസ്റ്റ് ചോദിച്ചു.

'വേണ്ട, വേണ്ട.' കുഴലൂത്തുകാരൻ തലകുലുക്കിപ്പറഞ്ഞു. 'പക്ഷെ, ഞങ്ങളൽപ്പം നേരത്തെ പോയേക്കും. അതിനു ക്ഷമ ചോദിക്കുന്നു. എനിക്കു ശരിക്കും നല്ല ക്ഷീണമുണ്ട്.'

25. ഓൾഗയുടെ തന്റേടം

ഒടുവിൽ തനിക്കതു ചെയ്യാനുള്ള ധൈര്യമെങ്ങിനെ ഉണ്ടായി?

വീഞ്ഞുശാലയിൽ ജേക്കബ്ബിനൊപ്പം കൂടിയതു മുതൽ, അയാൾ അയാളല്ലായെന്നു താൻ കണ്ടതാണ്. അയാൾ മൗനിയായിരുന്നെങ്കിലും, പ്രസന്നനായിരുന്നു. ശ്രദ്ധ പതറിയിരുന്നെങ്കിലും, അനുസരണകാണിച്ചിരുന്നു. മനസ്സു വേറെവിടയോ ആയിരുന്നെങ്കിലും, താനാശിച്ചതു ചെയ്തിരുന്നു. ശ്രദ്ധ പാളുന്നത് (അടുത്തുതന്നെ നാടുവിടേണ്ടതു കൊണ്ടാകണം അതങ്ങിനെയെന്നു അവൾ കരുതി) തനിക്കു സന്തോഷമാണുണ്ടാക്കിയത്. അസന്നിഹിതമായ ഒരു മുഖത്തോടാണ് താൻ സംസാരിച്ചു കൊണ്ടിരുന്നത്. കേൾക്കാൻ പാടില്ലാത്തത്ര ദൂരങ്ങളിലേക്കാണ് താൻ സംസാരിക്കുന്നതെന്ന് അവൾക്കു തോന്നി. അതുകൊണ്ട്, മുമ്പു പറയാതിരുന്ന കാര്യങ്ങളെല്ലാം അവൾക്കയാളോടു പറയാറായി.

ഇപ്പോൾ, അയാളോടൊരു ചുംബനം ആവശ്യപ്പെട്ടപ്പോൾ, താൻ അയാളെ അസ്വസ്ഥനാക്കിയെന്ന്!, ശല്യപ്പെടുത്തിയെന്ന്!, അവൾക്കു തോന്നി. പക്ഷെ, അതവളെ നിരുത്സാഹപ്പെടുത്തിയതേയില്ല. മറിച്ച്, അതവളെ സന്തുഷ്ടയാക്കി. താനെന്നുമാകാനാശിച്ചിരുന്ന തന്റേടിയും, പ്രകോപിപ്പിക്കുന്നവളുമായ സ്ത്രീയായി താനൊടുവിൽ മാറിയെന്ന് അവൾക്കനുഭവപ്പെട്ടു. സംഭവങ്ങളെ ഭരിക്കുന്ന, അവയെ പ്രവർത്തനനിരതമാക്കുന്ന, പങ്കാളിയെ കൗതുകത്തോടെ നിരീക്ഷിക്കുന്ന, അവനെ ധർമ്മസങ്കടത്തിലാക്കുന്ന സ്ത്രീ.

അവളയാളുടെ കണ്ണുകളിലേക്കു ചുഴിഞ്ഞു നോക്കുന്നതു തുടർന്നു. പുഞ്ചിരിച്ചുകൊണ്ടു പറഞ്ഞു: 'ഇവിടെവെച്ചു വേണ്ട. മേശക്കു മേലെ

ചാഞ്ഞുകൊണ്ട് ചുംബിക്കുക പരിഹാസ്യമല്ലേ. വരൂ.'

അവളയാളുടെ കൈ പിടിച്ചു. തന്റെ മേന്മയും, ലാവണ്യവും, ശാന്തമായ ശക്തിയും നുണഞ്ഞുകൊണ്ട്, പകലുറങ്ങുന്ന കിടക്കയിലേക്കു അയാളെ നയിച്ചു. പിന്നീടവൾ അയാളെ ചുംബിച്ചു. മുമ്പൊരിക്കലുമറിഞ്ഞിട്ടില്ലാത്ത ഒരു വികാരം അവളിലിളകി. പക്ഷെ, അതു നിയന്ത്രിക്കാനകാത്ത ഒരു ശരീരത്തിന്റെ സഹജമായ വികാരമായിരുന്നില്ല. അതു പ്രജ്ഞയുടെ വികാരമായിരുന്നു. ബോധപൂർവ്വമായ, ആലോചനാപൂർവ്വമായ വികാരം. ജേക്കബ്ബിൽനിന്നും അയാളുടെ പിതാവിന്റെ വേഷം അവൾക്കു ചീന്തിക്കളയേണ്ടിയിരുന്നു. അയാളിൽ ആഘാതമേൽപ്പിക്കേണ്ടിയിരുന്നു. അയാളുടെ അമ്പരപ്പുകണ്ട് തനിക്കു ഉത്തേജനമുണ്ടാകണം. അയാളെ ബലാൽക്കാരം ചെയ്യണം. അയാൾ തന്നെ ബലാൽക്കാരം ചെയ്യുന്നതു സ്വയം കാണണം. അയാളുടെ നാവിന്റെ രുചി അറിയണം. ആ പിതാവിന്റേതു പോലുള്ള കൈകൾക്കു മെല്ലെമെല്ലെ തന്റേടം വെക്കുന്നതും, അവ തന്നെ തലോടലുകളാൽ മൂടുന്നതും അനുഭവിക്കണം.

അവളയാളുടെ ജാക്കറ്റ് കുടുക്കുകളൂരി അഴിച്ചു മാറ്റി.

26. ഫ്രാന്റ്സിസെക്കിന്റെ ജാഗ്രത

കച്ചേരിനടക്കുന്ന സമയം മുഴുവൻ അവൻ കണ്ണുകൾ അവനിൽ നിന്നു പറിച്ചെടുത്തിരുന്നില്ല. കച്ചേരി കഴിഞ്ഞപ്പോൾ, അവൻ ആട്ടോഗ്രാഫുകൾക്കു വേണ്ടി കലാകാരന്മാരെത്തേടി വേദിക്കു പിറകിലേക്കു കുതിച്ച ആരാധകർക്കിടയിൽ കലർന്നു. റൂസേന, പക്ഷെ, അവിടെ ഉണ്ടായിരുന്നില്ല. സുഖചികിത്സാനഗരത്തിലെ ബാറിലേക്ക് കുഴലൂത്തുകാരനെ നയിക്കുന്ന ഒരു പറ്റം ആൾക്കാരെ അവൻ പിന്തുടർന്നു. അവർക്കു പിറകെ അവനും അകത്തുകയറി. കുഴലൂത്തുകാരനെക്കാത്ത് റൂസേന അവിടെ ഇരിപ്പുണ്ടാകുമെന്ന് അവനുറപ്പായിരുന്നു. എന്നാൽ, അവനു തെറ്റി. അവൻ പുറത്തിറങ്ങി. ഏറെ നേരം വാതിലിൽത്തന്നെ ദൃഷ്ടിയുറപ്പിച്ചു.

പെട്ടന്നവനിലൊരു വേദനയുളവായി. സ്വന്തം ശരീരത്തോടൊരു സ്ത്രീരൂപത്തെ അടക്കിപ്പിടിച്ച്, കുഴലൂത്തുകാരൻ ബാറിനു പുറത്തു വന്നിരിക്കുന്നു. അതു റൂസേനയാണെന്ന് അവനാദ്യം കരുതി. പക്ഷെ, അതവളല്ലായിരുന്നു.

അവൻ വേഗത്തിൽ പാർക്കു കടന്ന് കാൾമാർക്സ് ഹൗസിലേക്കു പോയി. വാതിൽ അപ്പോഴും പൂട്ടിയിട്ടിരിക്കുകയായിരുന്നു. റൂസേന വീട്ടിലുണ്ടോയെന്നു അയാൾ കാവൽക്കാരനോടു ചോദിച്ചു. അവളവിടെ ഇല്ലായിരുന്നു.

അവൻ റിച്മണ്ടിലേക്കു തിരിച്ചോടി. ഇതിനിടയിൽ റൂസേന ക്ലീമക്കൊപ്പം ചേർന്നിരിക്കുമെന്ന് അവൻ ആശങ്കിച്ചു. വാതിലിൽ നോട്ടമുറപ്പിച്ച് അവൻ പാർക്കിലെ വഴിയിൽ അങ്ങോട്ടുമിങ്ങോട്ടും ഉലാത്തി. എന്താണു നടക്കുന്നതെന്ന് അവനു പിടികിട്ടിയില്ല. ഒരു പാടു സാദ്ധ്യത

കൾ അവന്റെ മനസ്സിലേക്കു വന്നു. പക്ഷെ, അവയൊന്നും കാര്യമുള്ളതല്ല. താനിവിടെയുണ്ടെന്നതും, താൻ നിരീക്ഷിക്കുകയാണെന്നതും, അവരെ കാണുംവരെ നിരീക്ഷിക്കുമെന്നതുമാണ് കാര്യം.

എന്തിന്? അതുകൊണ്ടെന്തു മേന്മ? വീട്ടിൽപ്പോയി കിടന്നുറങ്ങുന്നതല്ലേ കാമ്യം?

സത്യമൊടുവിൽ കണ്ടുപിടിച്ചേ പറ്റൂ എന്നവൻ തന്നോടുതന്നെ ആവർത്തിച്ചു.

പക്ഷെ, സത്യം തനിക്കു ശരിക്കുമറിയണമെന്നുണ്ടോ? റൂസേന ക്ലീമയുമായി ശയിക്കുന്നുണ്ടെന്നതുറപ്പാക്കാൻ താനത്ര ശക്തമായ് ആഗ്രഹിക്കുന്നുണ്ടോ? റൂസേനയുടെ നിഷ്കളങ്കതക്കുള്ള ചില തെളിവല്ലേ താൻ തേടുന്നത്? എങ്കിലും, സംശയാലുവായ താൻ ആ തെളിവുകൾക്കു വില കൊടുക്കുമോ?

എന്തിനാണു താൻ കാത്തിരിക്കുന്നതെന്ന് അവനറിയില്ലായിരുന്നു. ഒരു പാടു നേരം കാത്തിരിക്കുമെന്നേ അവനറിയൂ. വേണ്ടിവന്നാൽ രാവുമുഴുവൻ. അസൂയയാൽ പ്രേരിതമായ സമയം വിസ്മയിപ്പിക്കുന്ന വേഗത്തിലാണ് കടന്നു പോവുക. തീവ്രമായ ബൗദ്ധികവൃത്തിയെക്കാൾ പൂർണ്ണമായാണ് അസൂയ മനസ്സിനെ അടക്കിഭരിക്കുക. അത്തരമൊരു മനസ്സിനു ഒരു നിമിഷം പോലും വിശ്രമമില്ല. അസൂയക്കിരയാകുന്നവർ, ഒരിക്കലും, മടുപ്പറിയില്ല.

ഫ്രാൻറിസെക് ഒരു നൂറു മീറ്റർ മാത്രം നീളമുള്ള ആ ചെറിയ വഴിയിൽ ഉലാത്തിക്കൊണ്ടേയിരുന്നു. അവിടെനിന്നു നോക്കിയാൽ റിച്മണ്ടിന്റെ കവാടം കാണാം. അവനീ രാത്രി മുഴുവൻ അവിടെ ഇങ്ങിനെ ഉലാത്തും. മറ്റെല്ലാവരും ഉറങ്ങുന്നതു വരെ. അവനിങ്ങനെ നാളെ വരെ ഉലാത്തും; ഈ പുസ്തകത്തിന്റെ അവസാന ഭാഗം വരെ.

പക്ഷെ, എന്തുകൊണ്ടവനിരിക്കുന്നില്ലാ? റിച്മണ്ടിന് അഭിമുഖമായി കസേരകളുണ്ടല്ലോ.

ഇരിക്കാനവനാവില്ല. ആളിപ്പടരുന്ന പല്ലുവേദനപോലെയാണ് അസൂയ. അസൂയയുണ്ടായാൽ ഒന്നു ചെയ്യാനാവില്ല. ഇരിക്കാൻ പോലും. വരാനും പോകാനുമേ പറ്റൂ. മുമ്പോട്ടും, പിന്നെ, പിറകോട്ടും.

27. പ്രേമനാടകം

ബെർറ്റ് ലേഫും റൂസേനയും, ജേക്കബ്ബും ഓൾഗയും പോയ അതേ വഴിയിലൂടെയാണ് അവരും പോയത്. പടികൾ കയറി രണ്ടാം നിലയിലെത്തി, പതുപതുത്ത ചുകന്ന പരവതാനിയിലൂടെ, ഇടനാഴിയുടെ അറ്റത്തുള്ള ബെർറ്റ് ലേഫിന്റെ സ്വീറ്റിന്റെ വലിയ വാതിലു വരെ അവർ നടന്നു. സ്വീറ്റിനു വലതുവശം ജേക്കബ്ബിന്റെ മുറി. ഇടതുവശത്തെ മുറി ഡോ. സ്ക്രേറ്റ ക്ലീമക്കു നൽകിയിരുന്നു.

വാതിൽ തുറന്നു വെളിച്ചം തെളിയിക്കുമ്പോൾ, മുറിയാകെ കമീലയുടെ കണ്ണുകൾ തിടുക്കത്തിൽ പരതുന്നത് ക്ലീമ ശ്രദ്ധിച്ചു. ഒരു പെണ്ണിന്റെ അടയാളങ്ങളാണ് അവൾ തിരയുന്നതെന്ന് അവനു മനസ്സിലായി. ആ നോട്ടം അവനു പരിചിതമാണല്ലോ. അവളെക്കുറിച്ചെല്ലാം അവനറിയുന്നതാണല്ലോ. അവളുടെ കാരുണ്യത്തിൽ ആർജ്ജവമില്ലെന്നു അവനറിയാം. തന്നെ നിരീക്ഷിക്കാനാണ് അവൾ വന്നതെന്നും അറിയാം. തന്നെ സന്തോഷിപ്പിക്കാനാണ് വന്നതെന്ന് അവൾ നടിക്കുമെന്നും അവനറിയാം. തന്റെ ചമ്മൽ അവൾ സ്പഷ്ടമായും മനസ്സിലാക്കിയിരിക്കുന്നുവെന്നും, തന്റെ പ്രേമസാഹസങ്ങളിലൊന്ന് അവൾ നശിപ്പിച്ചിരിക്കുന്നുവെന്നു അവൾക്കുറപ്പുണ്ടെന്നും അവൻ മനസ്സിലാക്കി.

'ഞാൻ വന്നത് നിന്നെ ശരിക്കും വിഷമിപ്പിച്ചില്ലല്ലോ, പൊന്നേ?' അവൾ ചോദിച്ചു.

'എന്തിന്?'

'നിനക്കിവിടെ സുഖം തോന്നില്ലെന്നായിരുന്നു എന്റെ ആശങ്ക.'

'നേര്. നീയില്ലാതെ എനിക്കു സുഖമുണ്ടാവില്ല. വേദിക്കുമുമ്പിലിരുന്നു

നീ കയ്യടിക്കുന്നത് എന്നെ വല്ലാതെ സന്തോഷിപ്പിച്ചു.'

'നിനക്ക് ക്ഷീണമുണ്ടെന്നു തോന്നുന്നു. അതോ, നിന്നെയെന്തോ വിഷമിപ്പിക്കുന്നുണ്ടോ?'

'ഇല്ല, ഇല്ല, എന്നെയൊന്നും വിഷമിപ്പിക്കുന്നില്ല. ക്ഷീണമാണ്. അത്ര മാത്രം.'

'ഇവിടെ നിനക്കു ചുറ്റും എപ്പോഴും പുരുഷന്മാരാണ്. അതാണു നിന്നെ സങ്കടപ്പെടുത്തുന്നത്. പക്ഷെ, ഇപ്പോൾ നിനക്കൊപ്പമുള്ളത് സുന്ദരിയായ ഒരു സ്ത്രീയാണ്. എന്താ, ഞാൻ സുന്ദരിയല്ലേ?'

'ആണ്. നീ സുന്ദരിയായൊരു പെണ്ണു തന്നെ.' ക്ലീമ മറുപടി പറഞ്ഞു. ആ ദിവസം അവനവളോടു പറഞ്ഞ ആർജ്ജവമുള്ള ആദ്യത്തെ വാക്കുകൾ. മഹത്തരമാംവിധം സുന്ദരിയാണ് കമീല. ഈ സൗന്ദര്യം മരണത്തിനു വിധേയമാണല്ലോ എന്നാലോചിച്ചപ്പോൾ അവനു മരണവേദനയുണ്ടായി. പക്ഷെ, ആ സുന്ദരി ഇപ്പോൾ അവനെ നോക്കി പുഞ്ചിരിക്കുകയാണ്. അവന്റെ കണ്ണുകൾക്കു മുമ്പിൽ വെച്ച്, ഉടയാട ഉരിയാൻ തുടങ്ങുകയാണ്.. അവളുടെ ദേഹം അനാവൃതമാകുന്നത് അവൻ നോക്കിനിന്നു. താൻ അതിനോടു വിട പറയുകയാണെന്നാണവനു തോന്നിയത്. മുലകൾ, അവളുടെ മനോഹരമായ, കുറ്റമറ്റ മുലകൾ, അവളുടെ ഇടുങ്ങിയ അരക്കെട്ട്, അടിവസ്ത്രം വഴുതി മാറിയ അടിവയർ... അവനവളെ അഭിനിവേശത്തോടെ നോക്കി. അവളൊരു ഓർമ്മയാണെന്നതു പോലെ. ഒരു ജാലകത്തിലൂടെയെന്ന പോലെ. വിദൂരത്തിൽനിന്നെന്നപോലെ. അവനെ ഉണർത്താതിരിക്കാൻ മാത്രം വിദൂരത്തായിരുന്നു അവളുടെ നഗ്നത. എന്നിട്ടും, അവനവളെ ആർത്തിയുള്ള കണ്ണുകളോടെയാണ് നോക്കിയത്. വധശിക്ഷക്കു വിധിക്കപ്പെട്ടവൻ അവസാനത്തെ ഗ്ലാസ്സു കുടിച്ചു തീർക്കുന്നതു പോലെയാണ് അവനവളുടെ നഗ്നത കുടിച്ചത്. നഷ്ടപ്പെട്ട ജീവിതം കുടിക്കുന്ന ഒരുവനെപ്പോലെ. നഷ്ടമായ ഭൂതകാലം കുടിക്കുന്ന ഒരുവനെപ്പോലെ.

കമീല അവനെ സമീപിച്ചു: 'എന്താ കാര്യം? നീ വസ്ത്രമഴിക്കുന്നില്ലേ?'

വസ്ത്രമഴിക്കാനേ അവനു കഴിയുമായിരുന്നുള്ളൂ. അവനാകെ സങ്കടമായിരുന്നു.

'നിനക്കൊപ്പം ചേരാൻ ഇത്ര ദൂരം താണ്ടി ഞാൻ വന്നു. അതുകൊണ്ട് ക്ഷീണമാണെന്നു പറയാൻ നിനക്കവകാശമില്ല. എനിക്കു നിന്നെ വേണം.'

അതു ശരിയല്ലെന്ന് അവനറിയാം. സംഭോഗത്തിനു കമീലക്കു തീരെ താൽപ്പര്യമില്ലെന്ന് അവനറിയാം. തന്റെ സങ്കടം കണ്ടതുകൊണ്ടും, അതു മറ്റൊരു സ്ത്രീയോടുള്ള പ്രേമത്തിന്റെ പേരിലാണെന്നു അവൾ

ധരിച്ചതുകൊണ്ടും, പ്രകോപനപരമായി പെരുമാറാൻ അവൾ സ്വയം നിർബന്ധിക്കുകയാണ്. പ്രേമത്തിന്റെ ഈ വെല്ലുവിളിയിലൂടെ അവള വനെ പരീക്ഷിക്കുകയാണെന്ന് അവനറിയാം (ദൈവമേ, തനിക്കവളെ എത്ര നന്നായറിയാം!). തന്റെ മനസ്സ് മറ്റൊരു സ്ത്രീയിൽ ഏതളവു വരെ മുഴുകിയിട്ടുണ്ടെന്നു പരീക്ഷിക്കാനാണ് അവളുടെ ശ്രമം. തന്റെ സങ്കടം കൊണ്ടു അവൾക്കു സ്വയം മുറിവേൽപ്പിക്കേണ്ടതുണ്ടെന്നു അവനറിയാം.

'എനിക്കു ശരിക്കും ക്ഷീണമുണ്ട്.' അവൻ പറഞ്ഞു.

അവളവനെ കയ്യിലെടുത്തു. പിന്നെ, ശയ്യയിലേക്കു നയിച്ചു: 'ഞാൻ നിന്റെ ക്ഷീണം മാറ്റുന്നതു കണ്ടോളൂ!' അവളവന്റെ നഗ്നദേഹം കൊണ്ടു കളിക്കാൻ തുടങ്ങി.

ഒരു ഓപ്പറേഷൻ മേശക്കു മുകളിലെന്നപോലെയാണ് അവൻ കി ടന്നത്. തന്റെ ഭാര്യയുടെ ശ്രമങ്ങളെല്ലാം വിഫലമാകുമെന്നവനറിയാം. അവന്റെ ദേഹം അതിലേക്കുതന്നെ ചുരുങ്ങി. വിടർന്നുവികസിക്കാൻ അതിനൊട്ടും ശക്തിയില്ലാതായി. അവന്റെ ദേഹമാകെ കമീലയുടെ നനഞ്ഞ ചുണ്ടുകളോടി നടന്നു. തന്നെയും അവളെത്തന്നെയും വേദ നിപ്പിക്കുകയാണ് അവൾക്കു വേണ്ടതെന്ന് അവനറിഞ്ഞു. അതിനാൽ, അവനവളെ വെറുത്തു. തന്റെ സ്നേഹത്തിന്റെ എല്ലാ തീവ്രതയോടും കൂടി വെറുത്തു. അവൾ, അവൾ മാത്രമാണ്, അസൂയകൊണ്ടും, സംശ യംകൊണ്ടും, അവിശ്വാസം കൊണ്ടും, അവൾ, അവൾ മാത്രമാണ്, ഇന്നിവിടെ വരിക വഴി എല്ലാം നശിപ്പിച്ചത്. മറ്റൊരു സ്ത്രീയുടെ ഉദ രത്തിൽ നിക്ഷേപിച്ച, എഴുമാസങ്ങളുടെ അവസാനം എല്ലാം പൊട്ടിത്തെറിപ്പിച്ചു നശിപ്പിക്കാൻ ഒരുക്കിവെച്ചിരിക്കുന്ന, ബോംബിന്റെ ഭീഷണി തങ്ങളുടെ വിവാഹജീവിതത്തിനുണ്ടായിരിക്കുന്നത് അവൾ കാരണമാണ്. തങ്ങളുടെ സ്നേഹത്തെക്കുറിച്ചുള്ള ഭ്രാന്തമായ ഭയം മൂലം എല്ലാം നശിപ്പിച്ചതവൾ, അവൾ മാത്രമാണ്.

അവളവളുടെ വായ അവന്റെ വയറോടു ചേർത്തു. അവളുടെ സ്പ ർശത്തിൽ അവന്റെ ജനനേന്ദ്രിയം ചുരുങ്ങുന്നതു അവളറിഞ്ഞു. അ തുള്ളിലേക്കു വലിയുന്നു. അവളിൽനിന്നകലുന്നു. കൂടുതൽ കൂടുതൽ വ്യാകുലമായി ചുരുങ്ങിച്ചുരുങ്ങിപ്പോകുന്നു. മറ്റൊരു പെണ്ണിനോടുള്ള പ്രേമത്തിന്റെ വ്യാപ്തിയായി കമീല അവളുടെ ദേഹത്തിന്റെ തിര സ്കാരത്തെ മനസ്സിലാക്കുമെന്ന് അവൻ മനസ്സിലാക്കി. അവൾ പീഡയ നുഭവിക്കുന്നുണ്ടെന്നു അവനറിയാം. അവളെത്ര വേദനിക്കുന്നുവോ, അത്രയും അവൾ തന്നെ വേദനിപ്പിക്കും. പ്രാപ്തിയില്ലാത്ത തന്റെ ദേഹത്തെ നനഞ്ഞ ചുണ്ടുകൾകൊണ്ട് ചുംബിച്ചുകൊണ്ടേയിരിക്കും.

28. ഒരു വിചിത്ര സംഭോഗം

ഈ പെൺകുട്ടിയുമൊത്ത് ശയ്യ പങ്കിടാൻ അയാൾ ഒരിക്കലും ആശിച്ചിരുന്നില്ല. അവളെ സന്തുഷ്ടയാക്കാനാണ് അയാൾ ആഗ്രഹിച്ചത്; അവളിൽ നന്മ ചൊരിയാനും. ഈ നന്മയ്ക്ക് ഇന്ദ്രിയ ലോലുപതയുമായി യാതൊരു ബന്ധവുമില്ലായിരുന്നു. ഒന്നുകൂടി നന്നായിപ്പറഞ്ഞാൽ, അതു അത്തരം ആഗ്രഹങ്ങൾക്കു പുറത്തായിരുന്നു. പരിശുദ്ധവും, വൈരാഗ്യമാർന്നതും, എല്ലാ സുഖങ്ങളിൽനിന്നും വേറിട്ടുനിന്നതുമായ നന്മ.

പക്ഷെ, അയാൾക്കിപ്പോഴെന്തു ചെയ്യാൻ കഴിയും? തന്റെ നന്മയെ കളങ്കപ്പെടുത്താതിരിക്കാൻ, ഓൾഗയെ നിരസിക്കണോ? അതൊരിക്കലും തനിക്കാവില്ലെന്ന് അയാൾക്കറിയാം. തന്റെ തിരസ്കാരം ഓൾഗയെ വ്രണപ്പെടുത്തും. അതിന്റെ പാടുകൾ ഒരു പാടു കാലം അവളിലുണ്ടാകും. നന്മയുടെ കയ്പ്പു നിറഞ്ഞ പാനപാത്രം അവസാനത്തെ തുള്ളിവരെ കുടിച്ചേപറ്റൂവെന്നു അയാൾ തിരിച്ചറിഞ്ഞു.

അങ്ങിനെയിരിക്കേ, പൊടുന്നനെ, അവളയാൾക്കു മുമ്പിൽ നഗ്നയായ് അവതരിച്ചു. അവളുടെ മുഖം കുലീനവും ആകർഷകവുമാണെന്ന് അയാൾ സ്വയം പറഞ്ഞു. പക്ഷെ, അവളുടെ മുഖത്തോടൊപ്പം ദേഹവും കണ്ടപ്പോൾ, അതു തുച്ഛമായ ഒരാശ്വാസം മാത്രമായി. നീണ്ട നാരുകളുള്ള വലിയൊരു പൂവിനെ താങ്ങുന്ന തണ്ടു പോലിരുന്നു അവളുടെ ദേഹം.

അവൾ സുന്ദരിയായാലുമല്ലെങ്കിലും, തനിക്കു രക്ഷയില്ലെന്നു ജേക്കബ്ബ് മനസ്സിലാക്കി. മാത്രമല്ല, തന്റെ ശരീരം (അടിമയായ ആ ശരീരം) ഒരിക്കൽ കൂടി അതിന്റെ വേലുയർത്താൻ തയ്യാറാകുന്നത് അയാൾക്കനുഭവപ്പെട്ടു. എങ്കിലും, തന്റെ ഉത്തേജനം, ദൂരെയെങ്ങോ ഉള്ള

ഒരാൾക്കുണ്ടാകുന്നതായാണ് അയാൾക്കു തോന്നിയത്; തന്റെ ആത്മാവിനു വെളിയിലുള്ള ആർക്കോ. തന്റെ പങ്കാളിത്തമില്ലാതെയാണ് താനുണരുന്നതെന്നാണ് അയാൾക്കു തോന്നിയത്; ആരോ അതിനെ രഹസ്യമായ് കളിയാക്കുന്നതു പോലെയും. ശരീരത്തിൽനിന്നും ബഹുദൂരത്തിലായിരുന്നു അയാളുടെ ആത്മാവ്. ആ സ്ത്രീയുടെ കൈസഞ്ചിയിലുള്ള വിഷത്തെക്കുറിച്ചു മാത്രമാണ് അതോർത്തു കൊണ്ടിരുന്നത്. അങ്ങേയറ്റം, ശരീരം അന്ധമായും ക്രൂരമായും തന്റെ നിസ്സാരസുഖത്തെ പിന്തുടരുന്നത് ഖേദത്തോടെ അതു നിരീക്ഷിക്കുക മാത്രം ചെയ്തു.

അസ്ഥിരമായൊരു ചിന്ത അയാളുടെ മനസ്സിലൂടെ കടന്നുപോയി: കുട്ടികൾ ലോകത്തിലേക്കു വരുന്നതെങ്ങിനെയെന്നു പത്തുവയസ്സുള്ളപ്പോഴാണ് താൻ അറിഞ്ഞത്. അന്നു മുതൽ ആ ചിന്ത തന്നെ വേട്ടയാടിയിരുന്നു. വർഷങ്ങളിലൂടെ, സ്ത്രീകളുടെ അവയവങ്ങളെക്കുറിച്ച് ശരിയായ ധാരണയുണ്ടായതോടെ, അതു ബലപ്പെട്ടു. അന്നു മുതൽ, പലപ്പോഴും, താൻ തന്റെ ജനനത്തെ കൽപ്പനയിൽ കണ്ടിരുന്നു. ഇടുങ്ങിയ, നനഞ്ഞ, ഒരു തുരങ്കത്തിലൂടെ തന്റെ കുഞ്ഞുദേഹം വഴുതി വരുന്നതു താൻ ഭാവനയിൽക്കണ്ടു. തന്നെയാകെ അഭിഷേകിക്കുകയും അടയാളപ്പെടുത്തുകയും ചെയ്ത വിചിത്ര സ്രവങ്ങളാൽ മൂക്കും വായും നിറയുന്നത് ഭാവന ചെയ്തിട്ടുണ്ട്. അതെ, സ്ത്രീസ്രവം, ഏതു നിമിഷവും അതിലേക്കു തന്നെ വിളിച്ചു വരുത്താനും, തന്റെ ദേഹത്തിന്റെ വിചിത്രമായ അനിച്ഛാപ്രവർത്തനങ്ങളെ നിയന്ത്രിക്കുവാനുമുള്ള അതിന്റെ നിഗൂഢമായശക്തികൊണ്ട്, ജീവിതം മുഴുവൻ തന്നെ സ്വാധീനിച്ചിരുന്നു. അതെന്നും തന്നിൽ ജുഗുപ്സയുളവാക്കിയിരുന്നു. സ്ത്രീകൾക്കു തന്റെ ആത്മാവ് അടിയറവെക്കാൻ വിസമ്മതിച്ചുകൊണ്ട്, തന്റെ സ്വാതന്ത്ര്യവും ഏകാന്തതയും സംരക്ഷിച്ചുകൊണ്ട്, സ്ത്രീസ്രവങ്ങളുടെ ശക്തി കുറച്ചു മുഹൂർത്തങ്ങളിലേക്കു മാത്രം ഒതുക്കിക്കൊണ്ട്, ചുരുങ്ങിയപക്ഷം, താനതിനെ എതിർത്തിരുന്നു. ലൈംഗികമായി ഓൾഗ തനിക്കു ബാഹ്യമാണെന്നതു കൊണ്ടാവണം, ഒരു പക്ഷെ, തനിക്കവളോടു മമത തോന്നാൻ കാരണം. ആ ഒരുറപ്പുള്ളതുകൊണ്ടാണ്, താനീ ലോകത്തേക്കുവന്ന ലജ്ജാവാഹമായ വഴിയെപ്പറ്റി അവളുടെ ദേഹം തന്നെ ഒരിക്കലും ഓർമ്മിപ്പിക്കാത്തത്.

അയാളീ ചിന്തകളെ ഒരു വശത്തേക്കു തള്ളി. കാരണം, പകൽക്കിടക്കയിലെ സ്ഥിതി അതിവേഗം പുരോഗമിക്കുകയായിരുന്നു. ഒന്നോ രണ്ടോ നിമിഷങ്ങൾക്കകം അയാൾക്കവളുടെ ദേഹത്തിൽ പ്രവേശിക്കേണ്ടതുണ്ട്. വിദ്വേഷവികാരത്തോടെ അതു ചെയ്യാൻ അയാൾ ഇഷ്ടപ്പെട്ടില്ല. തനിക്കായ് സ്വയം തുറന്നു തരുന്ന ഈ സ്ത്രീയോടു മാത്രമേ പരിശുദ്ധവും, രാഗഹീനവുമായ സ്നേഹത്താൽ താൻ ബന്ധിക്കപ്പെട്ടിട്ടുള്ളൂവെന്ന് അയാൾ തന്നോടുതന്നെ പറഞ്ഞു. അവളെ സന്തോഷിപ്പിക്കാൻ, തൃപ്തിപ്പെടുത്താൻ, അവളെ പ്രസന്നയും, ആത്മ

വിശ്വാസമുള്ളവളുമാക്കാൻ വേണ്ടി മാത്രമാണ് താനിപ്പോളവളെ ഭോഗിക്കുന്നത്.

പക്ഷെ, ഇപ്പോഴയാൾ അയാളെത്തന്നെ അത്ഭുതപ്പെടുത്തി: നന്മയുടെ അലകളിൽ ചാഞ്ചാടുന്നുവെന്നപോലെ അയാൾ അവൾക്കു മീതെ ചലിക്കുകയാണ്. അയാൾക്കു സന്തോഷമുണ്ടായി; സുഖവും. ശരീരത്തിന്റെ ചലനങ്ങളുമായി അയാളുടെ ആത്മാവ് എളിമയോടെ താദാത്മ്യം പ്രാപിച്ചു. സംഭോഗം ആർദ്രതയുടെ വെറുമൊരു ശാരീരിക അഭിവ്യക്തി മാത്രമാണെന്നതു പോലെ. അയൽക്കാരനോടുള്ള ഒരാളുടെ ശുദ്ധമായ വികാരത്തിന്റെ അഭിവ്യക്തി. എങ്ങും ഒരു തടസ്സമില്ല, ഒരു അപസ്വരമില്ല.

നീണ്ട, ചാരുതയാർന്ന നിമിഷങ്ങളായിരുന്നു അവ. അപ്പോഴാണ് ഓൾഗ അയാളുടെ കാതിലൊരു അശ്ലീലപദം മന്ത്രിച്ചത്. അവള തൊരിക്കലല്ല, വീണ്ടും വീണ്ടും അതു മന്ത്രിച്ചു. ആ വാക്കു കൊണ്ടു സ്വയം ഉത്തേജിപ്പിച്ചു.

നന്മയുടെ തിരകൾ, പൊടുന്നനെ, അടങ്ങി. ജേക്കബ്ബും ആ യുവതിയും ഒരു മരുഭൂമിയിലാണെന്നു സ്വയം കണ്ടെത്തി.

ഇല്ല, സംഭോഗസമയത്ത് അശ്ലീലവാക്കുകളുച്ചരിക്കുന്നതിനോട് ജേക്കബ്ബിനു വിരോധമൊന്നുമില്ല. അതയാളുടെ ഇന്ദ്രിയലോലുപതയെയും, തീക്ഷ്ണതയെയും ഉത്തേജിപ്പിക്കുന്നതാണ്. അതു സ്ത്രീകളെ അയാളുടെ ആത്മാവിനു സുഖപ്രദമാംവിധം അന്യരാക്കുന്നതാണ്; അയാളുടെ ശരീരത്തിനവരെ ആകർഷകമാംവിധം അഭികാമ്യമാക്കുന്നതാണ്.

പക്ഷെ, ഓൾഗയുടെ വായിൽനിന്നുവന്ന സഭ്യമല്ലാത്ത വാക്കുകൾ മുഴുവൻ മധുരവ്യാമോഹത്തെയും മൃഗീയമായി തകർത്തു കളഞ്ഞു. അതയാളെ ഒരു സ്വപ്നത്തിൽനിന്നും ഉണർത്തി. നന്മയുടെ മൂടൽമഞ്ഞു പൊങ്ങിപ്പോയി. പൊടുന്നനെ, തന്റെ കരവലയത്തിലെ ഓൾഗയെ, അൽപ്പംമുമ്പ് അയാളവളെ എങ്ങിനെ കണ്ടുവോ, അങ്ങിനെ കാണാനിടയായി: ഉലഞ്ഞാടുന്ന ശരീരത്തിന്റെ ഒരു തണ്ടും അതിനു മുകളിലുള്ള ശിരസ്സിന്റെ വലിയ ഒരു പൂവും. ആർദ്രതയുളവാക്കുന്ന ഈ ജീവി, ആ ആർദ്രത നഷ്ടപ്പെടാതെ തന്നെ, ഒരഭിസാരികയുടെ പെരുമാറ്റമുള്ളവളാണ്. അതുകൊണ്ടുതന്നെ, ആ അസഭ്യവാക്കുകൾ പരിഹാസ്യവും ഖേദകരവുമായിപ്പോയി.

പക്ഷെ, ഒന്നും പുറത്തു കാണിക്കരുതെന്നു ജേക്കബ്ബിനറിയാമായിരുന്നു. സ്വയം നിയന്ത്രിച്ചേ പറ്റൂ. നന്മയുടെ കയ്പ്പു ചഷകം വീണ്ടും വീണ്ടും മോന്തിയേ മതിയാകൂ. കാരണം, അബദ്ധമായ ഈ ആലിംഗനമാണ് തന്റെ ഒരേയൊരു സദ്പ്രവൃത്തി; തന്റെ ഒരേയൊരു മുക്തി (ആ പെണ്ണിന്റെ സഞ്ചിയിലെ വിഷം ഒരു നിമിഷം പോലും അയാൾ മറന്നില്ല); തന്റെ ഒരേയൊരു രക്ഷ.

29. റൂസേനയുടെ നീലവെളിച്ചം

ബെർറ്റ് ലേഫിന്റെ, ഇരട്ടച്ചിപ്പിയിലെ മുത്തുപോലിരിക്കുന്ന ആഡംബരസ്വീറ്റ്, ജേക്കബ്ബും ക്ലീമയും താമസിക്കുന്ന ആഡംബരം കുറഞ്ഞ മുറികളാൽ വലയിതമായിരുന്നു. ബെർറ്റ് ലേഫിന്റെ കയ്യിൽക്കിടന്നു റൂസേന രതിമൂർച്ഛയുടെ അന്ത്യനിശ്വാസങ്ങളുതിർക്കുമ്പോൾ, അയൽമുറികളിൽ മൗനവും ശാന്തതയും കളിയാടുകയായിരുന്നു.

അൽപ്പം കഴിഞ്ഞ്, അവൾ അയാൾക്കരികിൽ ശാന്തയായി നീണ്ടുനിവർന്നു കിടന്നു. അയാൾ അവളുടെ മുഖം തലോടി. താമസിയാതെ, അവളിൽ കണ്ണീരു പൊട്ടി. അയാളുടെ നെഞ്ചിൽ തലയൊളിപ്പിച്ച്, അവൾ ഏറെ നേരം കരഞ്ഞു.

ഒരു കൊച്ചുകുട്ടിയെ എന്നപോലെ, ബെർറ്റ് ലേഫ് അവളെ തലോടുന്നു. അവൾക്കു താൻ ശരിക്കുമൊരു കൊച്ചുകുഞ്ഞാണെന്നു തോന്നുന്നു. മുമ്പൊരിക്കലും അനുഭവപ്പെടാത്തതുപോലെ ചെറുതാണെന്നു തോന്നുന്നു (ആരുടേയും നെഞ്ചിൽ ഇതിനു മുമ്പവളിങ്ങനെ തലയൊളിപ്പിച്ചിട്ടില്ല); അതേസമയം, മുമ്പില്ലാത്തപോലെ വലുതായതായും തോന്നുന്നു (ഇത്രയും സുഖം മുമ്പൊന്നും അവൾ അനുഭവിച്ചിട്ടില്ല). അതുപോലെതന്നെ അവളിതുവരെയറിയാത്ത ആനന്ദത്തിന്റെ അനുഭവത്തിലേക്ക് അവളുടെ ഓരോ തേങ്ങലും അവളെ വഹിച്ചു കൊണ്ടുപോകുന്നു.

ഈ നേരം എവിടെയാണ് ക്ലീമ? എവിടെ ഫ്രാൻറിസെക്? അവരേതോ വിദൂരമായ മൂടൽമഞ്ഞിലാണ്. ചക്രവാളത്തിലേക്കു അകന്നകന്നു പോകുന്ന ഭാരഹീനമായ തൂവലുകൾ. ഒരുവനെ മുറുകെ വാരിപ്പിടിച്ച്,

മറ്റവനെ ഒഴിവാക്കാനുള്ള റൂസേനയുടെ വാശിയേറിയ ആശയെവിടെ? അവളുടെ ക്രോധത്തിനെന്തു പറ്റി? രാവിലെമുതൽ അവൾ തന്നിലടക്കി നിർത്തിയ വ്രണിതമായ മൌനമെവിടെ?

അവൾ കിടക്കുകയാണ്. കരയുകയാണ്. അയാൾ അവളുടെ മുഖം തലോടുകയാണ്. അവളോടുറങ്ങാൻ പറയുകയാണയാൾ; അടുത്ത മുറിയിൽ കിടക്കയുണ്ടെന്നും. റൂസേന കണ്ണു തുറക്കുന്നു. അയാളെ നോക്കുന്നു: നഗ്നനായി, ബെർറ്റ് ലേഫ് കുളിമുറിയിലേക്കു പോകുന്നു (വെള്ളമൊഴുകുന്ന ശബ്ദം കേൾക്കാം), പിന്നെ, മടങ്ങി വരുന്നു, തുണിയലമാര തുറക്കുന്നു, ഒരു കമ്പിളി പുറത്തെടുക്കുന്നു, പതിയെ അതു റൂസേനയുടെ ദേഹത്തിനു മീതെ നീർത്തുന്നു.

അയാളുടെ കാൽവണ്ണയിലെ പൊണ്ണൻ ഞരമ്പുകൾ റൂസേന കാണുന്നു. അയാൾ കുനിയുമ്പോൾ അയാളുടെ തലമുടി നരച്ചിരിക്കുന്നതും, തലയോട്ടി പുറത്തു കാണുംവിധം നേർത്തിരിക്കുന്നതും ശ്രദ്ധിക്കുന്നു. അറുപതോ, അറുപത്തിയഞ്ചോ ആയിക്കാണണം ബെർറ്റ് ലേഫിന്. അതു റൂസേനക്കു സാരമല്ല. മറിച്ച്, അയാളുടെ പ്രായം അവൾക്കു സമാധാനമാണേകുന്നത്. അവളുടെ നിശ്ചലവും, വിരസവും, അപ്രകാശിതവുമായ യൗവ്വനത്തിനു മേൽ തിളങ്ങുന്ന പ്രകാശം ചൊരിയുകയാണ് അയാളുടെ പ്രായം. അവൾക്കു തന്നിൽ ഓജസ്സു നിറയുന്നതായി അനുഭവപ്പെടുന്നു. തന്റെ യാത്രയുടെ തുടക്കത്തിൽ താനൊടുവിലെത്തപ്പെട്ടതായി തോന്നുന്നു. ഇവിടെ, അയാളുടെ സാന്നിദ്ധ്യത്തിലാണ്, താനിപ്പോഴും ചെറുപ്പമാണെന്നും, ധൃതി പിടിക്കേണ്ട കാര്യമില്ലെന്നും അവൾ കണ്ടെത്തുന്നത്. ബെർറ്റ് ലേഫ് വീണ്ടും അവളുടെ സമീപമിരിക്കുന്നു. അവളെ തലോടുന്നു. അയാളുടെ വിരലുകളുടെ ആശ്വാസമരുളുന്ന സ്പർശത്തിൽ മാത്രമല്ല, അയാളുടെ ആശങ്കകളകറ്റുന്ന പ്രായത്തിന്റെ ആലിംഗനത്തിലും അഭയം കണ്ടെത്തിയതായി അവൾക്കനുഭവപ്പെടുന്നു.

പിന്നീട്, ശിരസ്സിലൂടെ സുഷുപ്തിയുടെ വരവറിയിക്കുന്ന കുഴഞ്ഞുമറിഞ്ഞ ദൃശ്യങ്ങൾ കടന്നുപോകവേ, അവൾക്കു ബോധമില്ലാതാകുന്നു. അവൾ ഉണരുമ്പോൾ, മുറി മുഴുവൻ ഒരു നീലവെളിച്ചം നിറഞ്ഞതായി അവൾക്കു തോന്നുന്നു. താനിതേവരെ കാണാത്ത ഈ നീലവെളിച്ചം എന്താണ്? നീലമൂടുപടമിട്ട് ചന്ദ്രൻ ഇവിടേക്കിറങ്ങി വന്നതാണോ? അതോ താൻ കണ്ണു തുറന്നു സ്വപ്നം കാണുകയാണോ?

ബെർറ്റ് ലേഫ് അവളെ നോക്കി പുഞ്ചിരിക്കുന്നു. അവളുടെ മുഖം തലോടിക്കൊണ്ടേയിരിക്കുന്നു.

ഇപ്പോൾ, ഒരു സ്വപ്നത്തിലേറിക്കൊണ്ട്, ഈ രാത്രിയിലേക്ക് അവൾ കണ്ണുകളടക്കുകയാണ്.

അഞ്ചാം ദിവസം

1. ക്ലീമയുടെ കാപട്യം

ക്ലീമ നേരിയ മയക്കം വിട്ടുണർന്നപ്പോഴും ഇരുട്ടു തന്നെയായായിരുന്നു. റൂസേന ജോലിക്കു പോകുന്നതിനു മുമ്പ് അവളെ അവനു കാണണമെന്നുണ്ടായിരുന്നു. പക്ഷെ, പുലർവെട്ടത്തിനു മുമ്പു തന്നെ തനിക്കു ചില കാര്യങ്ങൾ ചെയ്യാനുണ്ടെന്നു കമീലയെ എങ്ങിനെ പറഞ്ഞു മനസ്സിലാക്കും?

അവൻ വാച്ചു നോക്കി. അഞ്ചു മണി. ഉടനെ എഴുന്നേറ്റില്ലെങ്കിൽ റൂസേനയെ കാണാനാവില്ല. പക്ഷെ, കമീലയോടു പറയാനുള്ള ഒരു ഒഴിവുകഴിവും അവനു തോന്നിയില്ല. അവന്റെ ഹൃദയം ശക്തിയായി ഇടിച്ചു. മറ്റൊന്നും പറയാൻ കഴിയാത്തതിനാൽ അവനെഴുന്നേറ്റു. കമീല ഉണർന്നേക്കുമെന്നു ഭയന്ന് ഒച്ചയില്ലാതെ വസ്ത്രം ധരിച്ചു തുടങ്ങി.

ജാക്കറ്റിന്റെ കുടുക്കുകളിടുമ്പോഴാണ് അവൻ അവളുടെ സ്വരം കേട്ടത്:'എങ്ങോട്ടാ പോകുന്നത്?'

അവൻ കിടക്കക്കരികിലേക്കു പോയി അവളുടെ ചുണ്ടുകളിൽ മൃദുവായി ചുംബിച്ചു.

'ഉറങ്ങിക്കോളൂ. ഞാനുടനെ മടങ്ങി വരും.'

'ഞാനും വരാം.' കമീല പറഞ്ഞു. പക്ഷെ, അവൾ ഉടനടി വീണ്ടും ഉറങ്ങിപ്പോയി.

ക്ലീമ ഒച്ചയില്ലാതെ സ്ഥലം വിട്ടു.

2. ഫ്രാൻറിസെക്കിന്റെ വ്യഥ

ഇതു സാദ്ധ്യമാണോ? താൻ ഇപ്പോഴും അങ്ങോട്ടുമിങ്ങോട്ടും ഉലാത്തുകതന്നെയാണോ?

അതെ. പക്ഷെ, പൊടുന്നനെ, അവൻ നിന്നു. റിച്മണ്ടിൽനിന്ന് ക്ലീമ പുറത്തേക്കു വരുന്നതവൻ കണ്ടു. കുറച്ചു നേരത്തേക്ക് അവൻ മറഞ്ഞു നിന്നു. പിന്നീട്, ക്ലീമയെ കാൾമാർക്സ്ഹൗസ് വരെ രഹസ്യമായി പിന്തുടർന്നു. കാവൽക്കാരന്റെ (അയാൾ ഉറക്കമായിരുന്നു) താമസസ്ഥലം തരണം ചെയ്ത്, റൂസേനയുടെ മുറിയിലേക്കു നയിക്കുന്ന ഇടനാഴിയുടെ മൂലയിൽ ചെന്നു നിന്നു. കുഴലൂത്തുകാരൻ നഴ്സിന്റെ വാതിലിൽ മുട്ടുന്നത് അവൻ കണ്ടു. വാതിൽ തുറക്കപ്പെട്ടില്ല. കുറേ നേരം കൂടി മുട്ടി നോക്കിയതിനു ശേഷം ക്ലീമ പോകാനായി തിരിഞ്ഞു.

കാൾമാർക്സ്ഹൌസിൽനിന്ന് ഫ്രാൻറിസെക് അവനു പിന്നാലെ ധൃതിയിൽ പുറത്തേക്കു വന്നു. ഉഷ്ണജലചികിത്സാകെട്ടിടത്തിലേക്ക് (പാർക്കിലൂടെ) ക്ലീമ നടന്നു നീങ്ങുന്നത് അവൻ കണ്ടു. അവിടെയാണ്, അരമണിക്കൂറിനകം, റൂസേനയുടെ ജോലി തുടങ്ങുക. അവൻ മാർക്സ്ഹൌസിലേക്ക് തിരിച്ചോടി. റൂസേനയുടെ കതകിലിടിച്ചു. പതുങ്ങിയതെങ്കിലും വ്യക്തമായ സ്വരത്തിൽ താക്കോൽപ്പഴുതിലൂടെ പറഞ്ഞു: 'ഇതു ഞാനാണ് എന്നെ പേടിക്കാതെ, എനിക്കു വേണ്ടി നിനക്കു വാതിൽ തുറക്കാം.

പക്ഷെ, അവിടെനിന്ന് ഒരു മറുപടിയുണ്ടായില്ല. അവൻ സ്ഥലം വിടുന്ന നേരത്ത് പാറാവുകാരൻ ഉണർന്നു വരികയായിരുന്നു.

'റൂസേന വീട്ടിലില്ലേ?' ഫ്രാൻറിസെക് അയാളോടു ചോദിച്ചു.

'ഇന്നലെ മുതലേ അവരിവിടെയില്ലല്ലോ.' കാവൽക്കാരൻ പറഞ്ഞു.

ഫ്രാൻറിസെക് പുറത്തേക്കു വന്നു. ക്ലീമ ഉഷ്ണജലകെട്ടിടത്തിലേക്ക് കയറുന്നത് ദൂരെ നിന്ന് അവൻ കണ്ടു.

3. റൂസേനയുടെ കാമുകന്മാർ

റൂസേനയെന്നും അഞ്ചരക്കാണ് ഉണരാറുള്ളത്. ഇന്നു രാവിലെയും, സുഖകരമായ മയക്കത്തിനു ശേഷവും, അതിലധികനേരം അവൾ ഉറങ്ങിയില്ല. എഴുന്നേറ്റ്, വസ്ത്രം ധരിച്ച്, കാലൊച്ച കേൾപ്പിക്കാതെ, അവൾ അടുത്ത മുറിയിലേക്ക് കടന്നു.

ആഴത്തിൽ ശ്വസിച്ചുകൊണ്ട് ബെർറ്റ് ലേഫ് ഒരു വശം തിരിഞ്ഞു കിടക്കുകയായിരുന്നു. പകൽനേരത്തു എല്ലായ്പ്പോഴും കരുതലോടെ ചീകിവെക്കുമായിരുന്ന അയാളുടെ മുടി, തലയോട്ടിയുടെ മുകളിലുള്ള നഗ്നമായ തൊലി വെളിപ്പെടുത്തിക്കൊണ്ട്, ഉലഞ്ഞു കിടന്നിരുന്നു. ഉറക്കത്തിൽ അയാളുടെ മുഖം വിളർച്ചയേറിയും പ്രായമേറിയും കാണപ്പെട്ടു. മേശയിലുണ്ടായിരുന്ന മരുന്നുകളുടെ കൊച്ചുകുപ്പികൾ റൂസേനയിൽ ഒരു ആശുപത്രിയുടെ ഓർമ്മയുളവാക്കി. എങ്കിലും അവയൊന്നും അവളെ അസ്വസ്ഥയാക്കിയില്ല. അയാളെ നോക്കിക്കൊണ്ടിരുന്നപ്പോൾ അവളുടെ കണ്ണുകളിൽ നീർ പൊടിഞ്ഞു. ഇതിനേക്കാൾ സുന്ദരമായ ഒരു രാത്രി അവൾക്കൊരിക്കലും ഉണ്ടായിട്ടില്ല. അയാൾക്കു മുമ്പിൽ മുട്ടുകുത്തണമെന്ന അസാധാരണമായ ഒരാഗ്രഹം അവൾക്കു തോന്നി. അങ്ങിനെ ചെയ്തില്ലെങ്കിലും, കുനിഞ്ഞു നിന്ന്, അവൾ അയാളുടെ പുരികത്തിൽ മൃദുവായൊരുമ്മ വെച്ചുകൊടുത്തു.

പുറത്തെത്തിയപ്പോൾ, ഉഷ്ണജലാശയത്തിനടുത്തെത്താറായപ്പോൾ, ഫ്രാൻറിസെക് തനിക്കു നേരെ വരുന്നതവൾ കണ്ടു.

തലേദിവസമായിരുന്നെകിൽ, ഇത്തരമൊരു കൂടിക്കാഴ്ച്ച അവളെ അസ്വസ്ഥമാക്കുമായിരുന്നു. കുഴലൂത്തുകാരനുമായി അവൾ പ്രേമത്തിലാണെങ്കിലും ഫ്രാൻറിസെക് അവൾക്കു പലതുമായിരുന്നു.

ക്ലീമയുമവനും ഒരഭേദ്യജോഡിയാണ്. ഒരാൾ സാധാരണതയുടെ മൂർത്തിയാണെങ്കിൽ, മറ്റേയാൾ സ്വപ്നത്തിന്റെ മൂർത്തിയാണ്. ഒരാൾ അവളെ ആഗ്രഹിച്ചെങ്കിൽ, മറ്റേയാളെ അവൾ ആശിച്ചു പോയതാണ്. ഈ രണ്ടു പുരുഷന്മാരിൽ ഒരാൾ മറ്റേയാളുടെ അർത്ഥം നിർണ്ണയിക്കുന്നു. ക്ലീമയാൽ താൻ ഗർഭവതിയായെന്നു തീരുമാനിച്ചുറപ്പിച്ചപ്പോൾ, ഫ്രാൻറിസെകിനെ അവൾ തന്റെ ജീവിതത്തിൽനിന്നു തുരത്തിയില്ല. മറിച്ച്, ആ ഉറച്ച തീരുമാനത്തിന് അവൻ സ്ഥായിയായ കാരണമാവുകയായാണുണ്ടായത്. ഈ രണ്ടു പുരുഷന്മാർക്കുമിടയിൽ, തന്റെ ജീവിതത്തിന്റെ രണ്ടു ധ്രുവങ്ങൾക്കുമിടയിലെന്നപോലെയായിരുന്നു അവൾ. തനിക്കറിയാവുന്ന ഒരേ ഒരു ഗ്രഹമായ തന്റെ ജീവിതത്തിന്റെ ഉത്തരധ്രുവവും ദക്ഷിണ ധ്രുവവുമായവർ.

പക്ഷെ, വാസയോഗ്യമായ ഗ്രഹം ഇതു മാത്രമല്ലെന്ന് ഇന്നു രാവിലെ അവൾ പൊടുന്നനെ തിരിച്ചറിഞ്ഞു. ക്ലീമയില്ലാതെയും, ഫ്രാൻറിസെകില്ലാതെയും ജീവിതം സാദ്ധ്യമാണെന്ന് അവൾ മനസ്സിലാക്കി. ധൃതി വെക്കേണ്ട കാര്യമില്ലെന്നും മനസ്സിലാക്കി. സമയം വേണ്ടത്രയുണ്ട്. വളരെപ്പെട്ടെന്ന് പ്രായാധിക്യം ബാധിക്കുന്ന, ശപിക്കപ്പെട്ട, സാമ്രാജ്യത്തിൽനിന്ന് ദൂരെദൂരേക്ക് തന്നെ നയിക്കാൻ വിവേകവും പക്വതയുമുള്ള ഒരു പുരുഷനെ അനുവദിക്കാൻ തനിക്കു സാധിക്കുമെന്ന് അവൾ തിരിച്ചറിഞ്ഞു.

'രാത്രി എവിടെയായിരുന്നു?'

ഫ്രാൻറിസെക് അവളോടു പൊട്ടിത്തെറിച്ചു.

'നിനക്കതറിയേണ്ട കാര്യമില്ല.'

'ഞാൻ നിന്റെ സ്ഥലത്തു വന്നിരുന്നു. നീ മുറിയിൽ ഉണ്ടായിരുന്നില്ല.'

'ഞാൻ അന്തിയുറങ്ങുന്നത് എവിടെയാണെന്ന് നിനക്കറിയേണ്ട കാര്യമില്ല.'

അതും പറഞ്ഞ് റൂസേന നിൽക്കാതെ ഉഷ്ണാലയത്തിന്റെ കവാടത്തിലൂടെ കടന്നുപോയി.

'എന്റെ പിന്നാലെ വരരുത്. എനിക്കതിഷ്ടമല്ല.'

ഫ്രാൻറിസെക് കെട്ടിടത്തിനു മുമ്പിൽത്തന്നെ നിന്നു. പിന്നീട്, രാത്രി മുഴുവൻ ഉലാത്തുക മൂലം കാലു വേദനിക്കുന്നതുകൊണ്ട്, അവൻ ഒരു ബെഞ്ചിലിരുന്നു. അവിടെയിരുന്നുകൊണ്ടവന് കവാടം സാകൂതം നിരീക്ഷിക്കാമായിരുന്നു.

രണ്ടുവീതം പടികൾ ഒരുമിച്ചു കയറിക്കൊണ്ട് റൂസേന ധൃതിയിൽ രണ്ടാം നിലയിലെത്തി. ബെഞ്ചുകളാലും കസേരകളാലും അങ്കിതമായ വിശ്രമമുറിയിലെത്തി. അവളുടെ ജോലിസ്ഥലത്തിന്റെ വാതിൽക്കൽ ക്ലീമ ഇരിപ്പുണ്ടായിരുന്നു.

വേപഥു പൂണ്ട കണ്ണുകളോടെ അവളെ നോക്കിക്കൊണ്ട് അവൻ എഴുന്നേറ്റുനിന്നു.

'റൂസേനാ, ഞാൻ നിന്നോടു യാചിക്കുകയാണ്. നീ യുക്തിയോടെ പെരുമാറൂ. നിന്റെ കൂടെ ഞാൻ അവിടേക്കു വരാം.'

കഴിഞ്ഞദിവസങ്ങളിൽ അവൻ തീവ്രമായ് ഉപയോഗിച്ചിരുന്ന വൈകാരികഗീർവ്വാണങ്ങളുടെ അലങ്കാരമില്ലാതെ നഗ്നമായിരുന്നു അവന്റെ വ്യാകുലത.

റൂസേന പറഞ്ഞു: 'നിനക്കെന്നെ ഒഴിവാക്കണം.'

ഇതവനെ ഭയപ്പെടുത്തി: 'നിന്നെ ഒഴിവാക്കണമെന്നെനിക്കില്ല. മറിച്ച്, നമുക്കൊരുമിച്ച് കൂടുതൽ സന്തോഷമുണ്ടാകാനാണ് ഞാനിതൊക്കെ ചെയ്യുന്നത്.'

'നുണ പറയേണ്ട,' റൂസേന പറഞ്ഞു.

'റൂസേനാ, ഞാൻ യാചിക്കുകയാണ് നീ പോയില്ലെങ്കിൽ അതൊരു ദുരന്തമായിത്തീരും!'

'ഞാൻ പോകുന്നില്ലെന്ന് ആരാണ് പറഞ്ഞത്? നമുക്കിനിയും മൂന്നുമണിക്കൂറുകളുണ്ട്. ഇപ്പോൾ ആറുമണിയായതേയുള്ളൂ. നിനക്കു മിണ്ടാതെ തിരിച്ചുപോയി നിന്റെ ഭാര്യയുടെകൂടെ കിടക്കാം!'

അവൾ തനിക്കു പിറകിൽ വാതിലടച്ചു. വെളുത്ത മേൽവസ്ത്രം എടുത്തിട്ടു. നാൽപ്പതുകാരി നഴ്സിനോടു പറഞ്ഞു. 'എനിക്കൊരുപകാരം ചെയ്യണം. ഒമ്പതുമണിക്ക് എനിക്കു പുറത്തുപോകേണ്ടതുണ്ട്. ഒരു മണിക്കൂർ നേരത്തേക്ക് എനിക്കു പകരം നിൽക്കാമോ?'

'ഒടുവിൽ, അവന്റെ വാചകമടിയിൽ നീ വീണു.' ശകാരസ്വരത്തിൽ അവളുടെ കൂട്ടുജോലിക്കാരി പറഞ്ഞു.

'അല്ല. ഞാൻ പ്രേമത്തിൽ വീണുപോയിരിക്കുന്നു.'

4. ജേക്കബ്ബിന്റെ വെളിപാട്

ജേക്കബ്ബ് ജനലിനരികിലേക്കു നടന്ന് അതു തുറന്നിട്ടു. ആ ഇളംനീല റ്റാബ്ലെറ്റിനെക്കുറിച്ചയാൾ ആലോചിച്ചു. താൻ അതൊരു അപരിചിതക്കു ശരിക്കും നൽകിയിരിക്കുന്നുവെന്ന് അയാൾക്കിപ്പോഴും വിശ്വാസമായില്ല. അയാൾ ആകാശത്തിന്റെ നീലിമയിലേക്കു നോക്കി. അയാൾ ജാലകത്തിലൂടെ കണ്ട ലോകം സാധാരണമായിരുന്നു. തലേന്നു നഴ്സുമായുണ്ടായ കൂടിക്കാഴ്ച്ച അസംഭവ്യവും അസംബന്ധവുമായി അയാൾക്കനുഭവപ്പെട്ടു.

അയാൾ ഫോണെടുത്തു. ഉഷ്ണാലയത്തിലേക്കുള്ള നമ്പർ കറക്കി. സ്ത്രീവിഭാഗത്തിലെ റൂസേനയെന്ന നഴ്സിനെ വേണമെന്നാവശ്യപ്പെട്ടു. കുറേ നേരം കാത്തിരുന്നു. ഒടുവിൽ അയാളൊരു സ്ത്രീസ്വരം ശ്രവിച്ചു. റൂസേന കുളത്തിനടുത്താണെന്നും ഫോൺ കൊടുക്കാൻ കഴിയില്ലെന്നും ആ സ്വരം പറഞ്ഞു. അയാൾ നന്ദി പറഞ്ഞു ഫോൺ വെച്ചു.

വല്ലാത്ത ആശ്വാസം തോന്നി അയാൾക്ക്. നഴ്സ് ജീവിച്ചിരിക്കുന്നു. റ്റ്യൂബിലുള്ള റ്റാബ്ലെറ്റ് ദിവസം മൂന്നുതവണ കഴിക്കേണ്ടതാണ്. ഇന്നലെ വൈകുന്നേരം അവൾ ഒന്നു കഴിച്ചിരിക്കണം. രണ്ടാമതൊന്നു ഇന്നു രാവിലെയും. അതായത്, ജേക്കബ്ബിന്റെ റ്റാബ്ലെറ്റ് അവൾ കഴിച്ചിട്ടു നേരം ഏറെയായി. പെട്ടെന്ന് എല്ലാം വ്യക്തമായതു പോലെ തോന്നി. തന്റെ സ്വാതന്ത്ര്യത്തിന്റെ ഉറപ്പായി താൻ കരുതിയിരുന്ന റ്റാബ്ലെറ്റ് ഒരു കള്ളമായിരുന്നു.

സുഹൃത്ത് തനിക്കു നൽകിയതു പൊയ്യായ ഒരു റ്റാബ്ലെറ്റായിരുന്നു.

ഈശ്വരാ! ഈ അറിവ് തനിക്ക് എന്തുകൊണ്ട് നേരത്തേ ഉണ്ടായില്ല? ചങ്ങാതിയോട് വിഷം ആവശ്യപ്പെട്ട ആ വിദൂര ദിവസം അയാൾ

ഓർത്തെടുത്തു. ജയിൽമോചിതനായ കാലം. താൻ സഹിച്ച യാതനയിലേക്കു ശ്രദ്ധയാകർഷിക്കാനുള്ള ഒരു നാട്യമായിട്ടായിരിക്കണം, ഒരു പക്ഷെ, എല്ലാവരും അതിനെ കണ്ടതെന്ന് വർഷങ്ങൾ കടന്നുപോയതിനുശേഷം അയാളിന്നു തിരിച്ചറിയുകയാണ്. ആവശ്യപ്പെട്ടതു തരാമെന്ന്, ഒരാശങ്കയുമില്ലാതെ, പക്ഷെ, സ്ക്രേറ്റ വാക്കു തരികയുണ്ടായി. അൽപ്പദിവസങ്ങൾക്കുശേഷം തിളക്കമാർന്ന ഇളം നീല റ്റാബ്ലെറ്റ് കൊണ്ടുവരികയും ചെയ്തു. എന്തിനു ശങ്കിക്കണം? എന്തിനു തന്നെ നിരുത്സാഹപ്പെടുത്തണം? തന്റെ ആവശ്യം നിരസിച്ചവരെക്കാൾ കൂടുതൽ സമർത്ഥമായി സ്ക്രേറ്റ കാര്യം കയ്യിലെടുത്തു. ശാന്തിയുടെയും ഉറപ്പിന്റെയും ഒരു മായാവലയം സ്ക്രേറ്റ തനിക്കു നൽകി. മാത്രമോ, ആയുഷ്ക്കാലം നീണ്ടുനിൽക്കുന്ന ഒരു സുഹൃത്തിനെയും നേടാനിടയായി.

മുമ്പൊരിക്കലും തനിക്കീയൊരു ചിന്ത തോന്നാതിരുന്നതെന്തേ? സാധാരണ രീതിയിലുണ്ടാക്കപ്പെട്ട ഒരു മരുന്നിന്റെ രൂപത്തിൽ സ്ക്രേറ്റ തന്നെ വിഷം ഏൽപ്പിച്ചപ്പോൾ അതൽപ്പം വിചിത്രമാണെന്നു തനിക്കു തോന്നിയിരുന്നു. ഒരു ബയൊകെമിസ്റ്റ് ആയതിനാൽ സ്ക്രേറ്റക്ക് വിഷം കൈക്കലാക്കാൻ കഴിയുമെന്നറിയാം. പക്ഷെ, റ്റാബ്ലെറ്റ് ഉണ്ടാക്കാനുള്ള ഉപകരണങ്ങൾ അയാൾക്കെങ്ങിനെ ലഭിച്ചുവെന്ന് തനിക്കു മനസ്സിലായില്ല. എന്നിട്ടും താനയാളോടൊന്നും ചോദിച്ചില്ല. മറ്റെല്ലാം സംശയിച്ചുവെങ്കിലും, സുവിശേഷത്തിൽ വിശ്വാസമർപ്പിക്കുന്നവനെപ്പോലെ, താൻ അയാളുടെ റ്റാബ്ലെറ്റിൽ വിശ്വസിച്ചു.

ഇപ്പോൾ, നെടിയ ആശ്വാസത്തിന്റെ ഈ നിമിഷം, അയാൾക്ക് തന്റെ സുഹൃത്തിന്റെ വഞ്ചനയോട് ശരിക്കും കൃതജ്ഞത തോന്നി. നഴ്സ് ജീവിച്ചിരിപ്പുണ്ടെന്നതിൽ അയാൾ സന്തോഷിച്ചു. യുക്തിഹീനമായ ആ ദു:സാഹസം മുഴുവനും വെറുമൊരു ദു:സ്വപ്നമായിരുന്നുവെന്നതിൽ ആഹ്ലാദിച്ചു. എങ്കിലും ഈ ലോകത്തിലൊന്നും ശ്വാശതമല്ലല്ലോ. ആശ്വാസത്തിന്റെ അലമാലകൾ അടങ്ങാൻ തുടങ്ങിയപ്പോൾ പശ്ചാത്താപം അതിന്റെ പരുഷശബ്ദ മുയർത്തി:

എത്ര വിലക്ഷണം! താൻ കീശയിൽ സൂക്ഷിച്ചിരുന്ന റ്റാബ്ലെറ്റ് തന്റെ ഓരോ ചുവടുവെപ്പിനും നാടകീയമായൊരു ഗാംഭീര്യം നൽകിയിരുന്നു! അതു തന്റെ ജീവിതത്തെ ഘനഗംഭീരമായൊരു ഇതിഹാസമാക്കാൻ സഹായിച്ചിരുന്നു! വാസ്തവത്തിൽ, സ്ക്രേറ്റയുടെ അടക്കിയ ചിരി മാത്രം പൊതിഞ്ഞുവെച്ചിരുന്ന സുതാര്യമായ ആ കടലാസുകഷണം മരണത്തെ വഹിക്കുകയാണെന്ന് താൻ ഉറച്ചു വിശ്വസിച്ചിരുന്നു.

എല്ലാം പറഞ്ഞു കഴിയുമ്പോൾ, തന്റെ സുഹൃത്ത് ചെയ്തത് ശരിയായിരുന്നുവെന്ന് ജേക്കബ്ബിനറിയാമായിരുന്നു. എങ്കിലും, താനത്രയേറെ സ്നേഹിച്ച സ്ക്രേറ്റയും, ആയിരക്കണക്കിനുള്ള മറ്റു

ഡോക്ടർമാരെപ്പോലെ, പെട്ടെന്ന് വെറുമൊരു സാധാരണ ഡോക്ടറായി ഭവിച്ചുവല്ലോയെന്നു ചിന്തിക്കാതിരിക്കാൻ അയാൾക്കു കഴിഞ്ഞില്ല. യാതൊരാശങ്കയുമില്ലാതെ, ഒരു പതിവു കാര്യം പോലെ, അയാൾ തന്നെ വിഷമേൽപ്പിച്ചത് അയാളെ തനിക്കറിയാവുന്ന മറ്റുള്ളവരിൽനിന്നു സമൂലമായി വേർതിരിച്ചു നിർത്തിയിരുന്നു.

അയാളുടെ പെരുമാറ്റത്തിൽ എന്തോ ഒരു അവിശ്വസനീയത ഉണ്ടായിരുന്നു.മറ്റുള്ളവരെപ്പോലെയല്ല അയാൾ പെരുമാറിയിരുന്നത്. ഗ്ലാനിയുടെയോ, വികാരമൂർച്ഛയുടെയോ സന്ദർഭത്തിൽ താൻ വിഷം ദുരുപയോഗിക്കുമോയെന്ന് അയാൾ ശങ്കിക്കുക കൂടിയുണ്ടായില്ല. അവനവനുമേൽ പരിപൂർണ്ണ നിയന്ത്രണമുള്ളവനും, മാനുഷിക ദൗർബ്ബല്യങ്ങളൊന്നുമില്ലാത്തവനുമായ ഒരു പുരുഷനോടെന്നപോലെയാണ് താൻ അയാളോടു പെരുമാറിയിരുന്നത്. മനുഷ്യർക്കിടയിൽ ജീവിക്കാൻ ശപിക്കപ്പെട്ട രണ്ടു ദൈവങ്ങളെപ്പോലെയാണ് അവർ പരസ്പരം പെരുമാറിയത്. അതെത്ര മനോഹരമായിരുന്നു. അവിസ്മരണീയമായിരുന്നു. ഇപ്പോൾ, പൊടുന്നനെ, എല്ലാം അവസാനിച്ചിരിക്കുന്നു.

ആകാശത്തിന്റെ നീലിമ നോക്കി ജേക്കബ്ബ് ആലോചിച്ചു. ഇന്നയാളെനിക്കു ശാന്തിയും ശമവും നൽകി. എന്നാൽ, അതേസമയം, അയാൾ എന്നിൽനിന്ന് അയാളെ അപഹരിക്കുകയും ചെയ്തു. എന്റെ സ്ക്രേറ്റയെ അയാൾ എന്നിൽനിന്നും അപഹരിച്ചിരിക്കുന്നു.

5. ക്ലിനിക്കിൽ

റൂസേനയുടെ സമ്മതം ക്ലീമയെ മധുരമായ ഒരു ജാഡ്യത്തിലാക്കി. എങ്കിലും വിശ്രമമുറിയിൽനിന്നും അവനെ മോഹിപ്പിച്ചു പുറത്തു കൊണ്ടുപോകാൻ യാതൊന്നിനുമായില്ല. തലേന്നുണ്ടായ റൂസേനയുടെ പരിഭ്രമമുണ്ടാക്കിയ അന്തർദ്ധാനം അവന്റെ ഓർമ്മയിൽ ഭീഷണമാം വിധം മുദ്ര പതിപ്പിച്ചിട്ടുണ്ടായിരുന്നു. അതിനാൽ അവിടെത്തന്നെ കാത്തിരിക്കാൻ അവൻ തീരുമാനിച്ചു. അവളെ ആരും നിരുത്സാഹപ്പെടുത്താതിരിക്കാൻ കരുതിയിരിക്കേണ്ടതുണ്ട്; അവളെ ആരും അവിടെനിന്നു പലായനം ചെയ്യിക്കാതിരിക്കാനും.

അൽപ്പം മുമ്പ് ഏതു വാതിലിനു പിറകിലാണോ റൂസേന അപ്രത്യക്ഷമായത്, അതിലൂടെ പെൺരോഗികൾ വന്നു തുടങ്ങി. അവരിൽ ചിലർ അവിടെത്തന്നെ നിന്നു. മറ്റുള്ളവർ ചുമരരികിലെ കസേരകളിലിരുന്നു. സ്ത്രീകളുടെ വിശ്രമമുറിയിൽ പുരുഷന്മാരെ സാധാരണ കാണാറില്ലെന്നതിനാൽ, അവരേവരും ക്ലീമയെ കൗതുകത്തോടെ നോക്കിക്കൊണ്ടിരുന്നു.

പിന്നീട്, വെളുത്ത മേൽക്കുപ്പായം ധരിച്ച, മാംസളയായ ഒരു സ്ത്രീ അകത്തേക്കു വന്നു. അവനെ സമീപിച്ച് റൂസേനയെ കാത്തിരിക്കുകയാണോയെന്നു ചോദിച്ചു. അവനാകെ ചുവന്നുതുടുത്തുകൊണ്ടു തലയാട്ടി.

'നിങ്ങളിവിടെ കാത്തിരിക്കേണ്ട കാര്യമില്ല. ഒമ്പതു മണിവരെ സമയമുണ്ട്.'

അവനോടു സ്വാതന്ത്ര്യമെടുക്കാനുള്ള പരിചയമുണ്ടെന്നതുപോലെ അവൾ പറഞ്ഞു. മുറിയിലുള്ള എല്ലാ സ്ത്രീകളും അവൾ

പറഞ്ഞതു കേട്ടുവെന്നും, അവർക്കെല്ലാവർക്കും എന്താണു നടക്കുന്നതെന്നറിയാമെന്നും അവനു തോന്നി.

പുറത്തിറങ്ങുമ്പോഴിടേണ്ട വസ്ത്രവും ധരിച്ച് റൂസേന മടങ്ങി വന്നപ്പോൾ ഒമ്പതാകാൻ പതിനഞ്ചു മിനിട്ടുണ്ടായിരുന്നു. ഒന്നും മിണ്ടാതെ അവർ ഉഷ്ണാലയത്തിൽനിന്നു പുറത്തിറങ്ങി. അവൾക്കു പിറകിലാണ് അവൻ നടന്നത്. ഇരുവരും അവരവരുടെ ചിന്തകളിൽ ആമഗ്നരായിരുന്നു. അതിനാൽ, പാർക്കിലെ ചെടികളുടെ മറവിലൂടെ ഫ്രാൻറിസെക് അവരെ പിന്തുടരുന്നത് അവർ ശ്രദ്ധിച്ചില്ല.

6. ജേക്കബ്ബും കമീലയും

ഓൾഗയോടും സ്ക്രേറ്റയോടും യാത്ര പറയുക മാത്രമേ ജേക്കബ്ബിനു ബാക്കിയുണ്ടായിരുന്നുള്ളൂ. പക്ഷെ, അതിനുമുമ്പ്, അവസാനമായി, പാർക്കിൽ ഏകനായി നടന്നുകൊണ്ട് ജ്വലിച്ചു നിൽക്കുന്ന മരങ്ങളെ ഗൃഹാതുരത്വത്തോടെ ഒന്നു നോക്കണമെന്ന് അയാൾക്കു തോന്നി.

അയാൾ ഇടനാഴിയിലേക്കു കാലെടുത്തുവെച്ചപ്പോൾ, ഒരു യുവതി എതിരെയുള്ള മുറി പൂട്ടുകയായിരുന്നു. അവളുടെ ഉയരമുള്ള രൂപം അയാളുടെ ശ്രദ്ധ ആകർഷിച്ചു. അവൾ തിരിഞ്ഞു നിന്നപ്പോൾ അവളുടെ സൗന്ദര്യം അയാളെ തരിപ്പിച്ചു കളഞ്ഞു.

അയാൾ അവളോടു ചോദിച്ചു: 'ഡോ: സ്ക്രേറ്റയുടെ സുഹൃത്തല്ലേ നിങ്ങൾ?'

ആ സ്ത്രീ മധുരമായി ചിരിച്ചു: 'എങ്ങിനെ മനസ്സിലായി?'

'അദ്ദേഹത്തിന്റെ സുഹൃത്തുക്കൾക്കു വേണ്ടി റിസർവ്വു ചെയ്യാറുള്ള മുറിയിൽനിന്നാണ് നിങ്ങളിപ്പോൾ ഇറങ്ങിയത്.'

അതും പറഞ്ഞു ജേക്കബ്ബ് സ്വയം പരിചയപ്പെടുത്തി.

'കണ്ടതിൽ സന്തോഷം. ഞാൻ ക്ലീമയുടെ ഭാര്യയാണ്. എന്റെ ഭർത്താവിനെ ഡോക്ടർ താമസിപ്പിച്ചത് ഇവിടെയായിരുന്നു. ഞാൻ അദ്ദേഹത്തെ തേടിയിറങ്ങിയതാണ്. അദ്ദേഹം ഡോക്ടറുടെ കൂടെയുണ്ടാകണം. അവരെ എവിടെക്കാണുമെന്നറിയാമോ?'

ശമിപ്പിക്കാനാകാത്ത ആനന്ദത്തോടെ ജേക്കബ്ബ് ആ യുവതിയെ അവലോകനം ചെയ്തു. ഇവിടെ ഇതു തന്റെ അവസാനദിവസമാണെന്ന് അയാൾക്കു വീണ്ടും ഒരിക്കൽക്കൂടി വിചാരമുണ്ടായി. ഓരോ

സംഭവത്തിനും അതിനാൽ പ്രത്യേക പ്രാധാന്യമുണ്ടായി. ഓരോന്നും ഓരോ പ്രതീകാത്മക സന്ദേശമായി പരിണമിച്ചു.

പക്ഷെ, എന്താണീ സന്ദേശത്തിന്റെ പൊരുൾ?

'ഞാൻ നിങ്ങളെ ഡോ. സ്ക്രേറ്റയുടെ അടുത്തെത്തിക്കാം.'

ജേക്കബ്ബ് അവളോടു പറഞ്ഞു.

'വളരെ ഉപകാരം.' അവൾ മറുവചിച്ചു.

ആകട്ടെ, എന്താണീ സന്ദേശത്തിന്റെ പൊരുൾ?

ഒന്നാമതായി, ഇതു വെറുമൊരു സന്ദേശത്തിൽ കവിഞ്ഞു മറ്റൊന്നുമല്ലതന്നെ. രണ്ടു മണിക്കൂറിനുള്ളിൽ താൻ ഇവിടം വിട്ടിരിക്കും. അതിനുശേഷം ഈ സുന്ദര ജീവിയുടെതായ യാതൊന്നും തനിക്കായ് അവശേഷിക്കുകയില്ല. ഒരു നിഷേധിയായിട്ടാണ് ഈ സ്ത്രീ തനിക്കു മുന്നിൽ പ്രത്യക്ഷയായിരിക്കുന്നത്. ഇവൾ തന്റേതാകില്ലെന്നു തന്നെ ബോദ്ധ്യപ്പെടുത്താൻ മാത്രമാണ് താൻ അവളെ കണ്ടുമുട്ടിയിരിക്കുന്നത്. തന്റെ മടക്കയാത്രകൊണ്ട് തനിക്കു നഷ്ടപ്പെടാവുന്ന എല്ലാത്തിന്റെയും പ്രതിബിംബമായിട്ടാണ് അവളെ താൻ കണ്ടു മുട്ടിയിരിക്കുന്നത്.

'ഇതു അസാധാരണമായിരിക്കുന്നു.' അയാൾ പറഞ്ഞു. 'എന്റെ ജീവിതത്തിൽ അവസാനമായിട്ടായിരിക്കാം, ഒരു പക്ഷെ, ഞാനിന്ന് ഡോ. സ്ക്രേറ്റയോട് സംസാരിക്കുന്നത്.'

പക്ഷെ, ഈ സ്ത്രീ കൊണ്ടുവന്നിരിക്കുന്ന സന്ദേശം മറ്റെന്തോ കൂടി പറയുന്നുണ്ടല്ലോ. സൌന്ദര്യമെന്തെന്ന് തന്നോടു പ്രഖ്യാപിക്കാനാണ് അവസാന നിമിഷത്തിൽ ഈ സന്ദേശം എത്തിയിരിക്കുന്നത്. അതെ, സൗന്ദര്യം! സൗന്ദര്യത്തെ അവഗണിച്ചും അതിനു വേണ്ടി സമർപ്പിക്കാതെയുമാണ് ജീവിതകാലം മുഴുവൻ താൻ ചിലവഴിച്ചതെന്നു ജേക്കബ്ബ് ഒരു ഞെട്ടലോടെ തിരിച്ചറിഞ്ഞു. ഈ സ്ത്രീയുടെ സൌന്ദര്യം അയാളെ ആകർഷിച്ചിരിക്കുന്നു. തന്റെ എല്ലാ തീരുമാനങ്ങളിലും ഒരു തെറ്റുണ്ടായിരുന്നുവെന്നു പൊടുന്നനെ അയാൾക്കു തോന്നി. കാര്യമായിട്ടെടുക്കാൻ താൻ മറന്നുപോയൊരു ഘടകം. ഈ സ്ത്രീയെ മുമ്പേ അറിഞ്ഞിരുന്നുവെങ്കിൽ തന്റെ തീരുമാനം മാറുമായിരുന്നുവെന്ന് അയാൾക്കു തോന്നി.

'എന്തുകൊണ്ടാണ് അവസാനമായിട്ട് അയാളോടു സംസാരിക്കുന്നത്?'

'ഞാൻ വിദേശത്തേക്ക് പോവുകയാണ്. നീണ്ട കാലത്തേക്ക്.'

സുന്ദരികളായ സ്ത്രീകളെ അയാൾ അറിഞ്ഞിട്ടുണ്ടായിരുന്നില്ലെന്നല്ല. അവരുടെയൊക്കെ ലാവണ്യം, അയാളെ സംബന്ധിച്ച്, എല്ലായ്പ്പോഴും സാന്ദർഭികമായിരുന്നു. ഒന്നുകിൽ പ്രതികാര വാഞ്ഛ, അല്ലെങ്കിൽ ദു:ഖവും അതൃപ്തിയും, അതുമല്ലെങ്കിൽ കരുണയും സഹാനുഭൂതിയുമാണ് അയാളെ സ്ത്രീകൾക്കടുത്തേക്ക് ഓടിച്ചിരുന്നത്. ഒരേസമയം പീഡകനായും പീഡിതനായും താൻ ഭാഗഭാക്കായിരുന്ന, സംഘർ

ഷങ്ങളല്ലാതെ സംഗീതമില്ലാതിരുന്ന, തന്റെ രാജ്യത്തിന്റെ കയ്പ്പാർന്ന നാടകീയതയോടൊപ്പം സ്ത്രീകളുടെ ലോകം, അയാളെ സംബന്ധിച്ചിടത്തോളം, ഒന്നായിത്തീർന്നിരുന്നു. പക്ഷെ, ഈ സ്ത്രീ, എല്ലാറ്റിൽ നിന്നും വ്യതിരിക്തമായി, അയാളുടെ ജീവിതത്തിൽനിന്നു വ്യതിരിക്തമായി, അയാൾക്കു മുമ്പിൽ പൊടുന്നനെ മുളച്ചു വരികയാണുണ്ടായത്. അയാൾക്കു മുമ്പിൽ അവൾ പ്രത്യക്ഷമാവുകയാണുണ്ടായത്; സുന്ദരിയായ ഒരു സ്ത്രീയായിട്ടല്ല, സൗന്ദര്യമായിട്ടുതന്നെ. ഒരുവനിവിടെ വ്യത്യസ്തമായി, വ്യത്യസ്തമായ മറ്റൊന്നിനു വേണ്ടി ജീവിക്കാൻ കഴിയുമെന്ന് അവൾ ഉദ്ഘോഷിച്ചു. നീതിയെക്കാൾ, സത്യത്തെക്കാൾ അധികരിച്ചതാണ് സൌന്ദര്യമെന്നും അവൾ അയാളോടു ഉദ്ഘോഷിച്ചു. സൗന്ദര്യമാണ് യഥാർഥമെന്നും, സൗന്ദര്യമാണ് കൂടുതൽ സർവ്വസമ്മതമെന്നും കൂടുതൽ പ്രാപ്യമായിട്ടുള്ളതെന്നും അവൾ പ്രഖ്യാപിച്ചു. സൗന്ദര്യമാണ് എല്ലാറ്റിലും ഉപരിയായിട്ടുള്ളതെന്നു, എന്നെന്നേക്കുമായി അയാൾക്കതു നഷ്ടമായെന്നും പ്രഖ്യാപിച്ചു. ഈ ലാവണ്യവതി അയാൾക്കു മുമ്പിൽ പ്രത്യക്ഷമായത്, തനിക്കെല്ലാമറിയാമെന്നും ജീവിതത്തിന്റെ എല്ലാ സാദ്ധ്യതകളും താൻ തീർത്തിരിക്കുന്നുവെന്നും വിശ്വസിക്കുന്നതിൽനിന്ന് അയാളെ തടയാനാണ്.

'എനിക്കു നിങ്ങളോട് അസൂയ തോന്നുന്നു.' അവൾ പറഞ്ഞു.

അവർ ഒരുമിച്ചു പാർക്ക് മുറിച്ചു കടന്നു. ആകാശം നീലയായിരുന്നു. ചെടികളാകട്ടെ മഞ്ഞയും ചുവപ്പും. തന്റെ ഗതകാലത്തിലെ സർവ്വ സാഹസങ്ങളെയും, സർവ്വ സ്മൃതികളെയും, സർവ്വാവസരങ്ങളെയും ആഹരിക്കുന്ന ഒരഗ്നിയുടെ പ്രതിബിംബമാണ് ഈ ഇലച്ചാർത്തുകളെന്ന് ജേക്കബ്ബ് ഒരിക്കൽക്കൂടി ഓർത്തു.

'അസൂയപ്പെടാൻ എനിക്കൊന്നുമില്ലല്ലോ.'

ഞാനിവിടം വിടാൻ പാടില്ലെന്നാണ് എനിക്കിപ്പോൾ തോന്നുന്നത്.'

'എന്തു കൊണ്ട്? ഈ അവസാന നിമിഷത്തിൽ ഒരിഷ്ടമുണ്ടാവുകയാണോ?'

'നിങ്ങളോടാണെനിക്കിഷ്ടം. ഒരുപാട്. നിങ്ങൾ അതിസുന്ദരിയാണ്.'

താൻ പറയുന്നതു കേട്ട് അയാൾക്കു തന്നെ ആശ്ചര്യമുണ്ടായി. ഉടൻതന്നെ, പക്ഷെ, തനിക്ക് അവളോടെല്ലാം തുറന്നു പറയാനുള്ള അവകാശമുണ്ടെന്നും അയാൾക്ക് അനുഭവപ്പെട്ടു. എന്തെന്നാൽ, ഏതാനും മണിക്കൂറുകൾക്കുള്ളിൽ അയാൾ യാത്രയാവുകയാണല്ലോ. അയാളുടെ വാക്കുകൾക്ക് അവളിലോ അയാളിലോ യാതൊരു ഫലവും ഉളവാക്കുവാനാകില്ലല്ലോ. പൊടുന്നനെ കണ്ടെത്തിയ ഈ സ്വാതന്ത്ര്യം അയാളിൽ ലഹരിയുണ്ടാക്കി.

'ഒരു കുരുടനെപ്പോലെയാണ് ഞാൻ ജീവിച്ചത്. ഒരു കുരുടനെപ്പോലെ. ഇപ്പോൾ, ഇതാദ്യമായി, സൗന്ദര്യമുണ്ടെന്നും ഞാനതിനരികി

ലൂടെ കടന്നുപോയിരിക്കുന്നുവെന്നും ഞാൻ തിരിച്ചറിയുന്നു.'

താനൊരിക്കലും കാലെടുത്തു വെച്ചിട്ടില്ലാത്ത സംഗീതത്തിന്റെയും ചിത്രങ്ങളുടെയും മേഖലയുമായി അവൾ അയാളുടെ മനസ്സിൽ ഒന്നായിത്തീർന്നു. വിവിധ വർണ്ണങ്ങളിലുള്ള ഇലച്ചാർത്തുകളുമായി അവൾ ഒന്നായി. ആ ഇലച്ചാർത്തുകൾക്ക് എന്തെങ്കിലും സന്ദേശമോ ആശയമോ (അഗ്നിയുടെയോ, ജ്വലനത്തിന്റെയോ) ഇല്ലെന്ന് പൊടുന്നനെ അയാൾക്കു മനസ്സിലായി. മറിച്ച്, അവളുടെ പാദപതനത്തിന്റെ താളത്താൽ, അവളുടെ സ്വരത്തിന്റെ സ്പർശത്താൽ, രഹസ്യമായി ഉണർത്തപ്പെട്ട സൗന്ദര്യത്തിന്റെ പരമാനന്ദം മാത്രമാണുള്ളതെന്ന് അയാൾക്കു മനസ്സിലാക്കി.

'നിങ്ങളെ നേടാൻ ഞാൻ എന്തും ചെയ്യും. എല്ലാം ഉപേക്ഷിച്ച് ഞാനെന്റെ ജീവിതം വ്യത്യസ്തമായി ജീവിക്കും. നിങ്ങൾക്കു വേണ്ടി മാത്രം. നിങ്ങൾ മാത്രം കാരണം. പക്ഷെ, എനിക്കതാവില്ലല്ലോ. കാരണം, ഈ നിമിഷം വാസ്തവത്തിൽ ഞാൻ ഇവിടെയല്ലല്ലോ. ഇന്നലേ സ്ഥലം വിടേണ്ടതായിരുന്നു. സ്വയമുണ്ടാക്കിയ വിളംബം കൊണ്ടു മാത്രമാണ് ഞാനിപ്പോഴും ഇവിടെയുള്ളത്.'

ഹാ, അവളുമായി താൻ കണ്ടുമുട്ടിയതെന്തിനെന്ന് അയാൾക്കിപ്പോൾ മനസ്സിലായി. തന്റെ ജീവിതത്തിന്റെ ബാഹ്യതലത്തിലാണീ സമ്മേളനം സംഭവിക്കുന്നത്. തന്റെ ഭാഗധേയത്തിന്റെ ഗുപ്തമായൊരു ഭാഗത്തെവിടയോ; തന്റെ ജീവചരിത്രത്തിന്റെ മറുപുറത്ത്. എങ്കിലും അയാൾ അവളോടു സ്വതന്ത്രമായി സംസാരിച്ചു; എത്ര സംസാരിച്ചാലും പറയാനുള്ളതെല്ലാം പറയാൻ തനിക്കാവില്ലെന്ന് അയാൾക്കു പൊടുന്നനെ അനുഭവപ്പെടുന്നതുവരെ.

അയാൾ അവളുടെ കൈ തൊട്ടു: 'ഇവിടെയാണ് ഡോ. സ്ക്രേറ്റയുടെ ആപ്പീസ്. രണ്ടാം നിലയിൽ.'

ക്ലീമയുടെ ഭാര്യ അയാളെ ദീർഘമായൊന്നു നോക്കി. ഒരു വിദൂരത പോലെ മഞ്ഞു മൂടിയതും മൃദുവുമായ ആ നോട്ടത്തിലേക്ക് ജേക്കബ്ബ് ആഴ്ന്നിറങ്ങി. അയാൾ അവളുടെ കരം വീണ്ടുമൊന്നു തൊട്ടു. പിന്നീട്, തിരിഞ്ഞു നടന്നു.

ഒരൽപ്പം കഴിഞ്ഞ് അയാൾ തിരിഞ്ഞു നോക്കി. അയാളെ കണ്ണുകളാൽ പിന്തുടർന്ന് ക്ലീമയുടെ ഭാര്യ അപ്പോഴും അതേ സ്ഥാനത്ത് നിൽക്കുന്നതായി കണ്ടു. അയാൾ നിരവധി തവണ വീണ്ടും തിരിഞ്ഞു നോക്കുകയുണ്ടായി. അപ്പോഴെല്ലാം അവൾ അയാളെ നോക്കുകയായിരുന്നു.

7. വീണ്ടും ക്ലീമ സങ്കടത്തിൽ

വിറളിപൂണ്ട ഏകദേശം ഒരിരുപതു സ്ത്രീകൾ വിശ്രമമുറിയിൽ ഇരിപ്പുണ്ടായിരുന്നു. ക്ലീമക്കും റൂസേനക്കും ഇരിപ്പിടങ്ങൾ കണ്ടെത്താനായില്ല. സ്ത്രീകളെ ഗർഭച്ഛിദ്രത്തിൽനിന്ന് പിന്തിരിപ്പിക്കാനുദ്ദേശിച്ചുകൊണ്ടുള്ള ധാർമ്മികബദ്ധമായ പോസ്റ്ററുകൾ അവർക്കെതിരെ ചുമരിൽ തൂങ്ങി നിന്നു.

തൊട്ടിലിൽ കിടക്കുന്ന പുഞ്ചിരിക്കുന്ന ഒരു ശിശുവിനെ പ്രദർശിപ്പിക്കുന്ന ഒരു പോസ്റ്ററിൽ, വലിയ ചുകന്ന അക്ഷരങ്ങളിൽ, ഇങ്ങിനെ എഴുതിയിരുന്നു: 'അമ്മേ, നിങ്ങൾക്കെന്നെ എന്തുകൊണ്ടു വേണ്ടാ?'

കുഞ്ഞിനു താഴെ, ഗുരുവാർന്ന അക്ഷരങ്ങളിൽ, ഒരു കവിതയുമുണ്ട്. തന്നെ വടിച്ചു തുടച്ചു കളയരുതെന്ന് ഒരു ഭ്രൂണം അതിന്റെ അമ്മയോടു പ്രാർത്ഥിക്കുകയാണ്. പകരം, അനന്തമായ ആനന്ദം തരാമെന്ന് അതു വാക്കു തരുന്നു.

'എന്നെ ജീവിക്കാനനുവദിക്കാതിരുന്നാലമ്മേ,

നിന്റെ കയ്യാരു പിടിക്കും നീ മരിക്കുമ്പോൾ?'

കുട്ടികളുടെ വാഹനങ്ങൾ ഉന്തിനീങ്ങുന്ന പുഞ്ചിരിക്കുന്ന അമ്മമാരുടെ വലിയ ഫോട്ടോകളായിരുന്നു മറ്റു പോസ്റ്ററുകൾ പ്രദർശിപ്പിച്ചത്; ആൺപിള്ളകൾ മൂത്രമൊഴിക്കുന്ന ഫോട്ടോകളും. (ഗർഭധാരണത്തിനനുകൂലമായ ഒരു യുക്തിവാദമാണ് മൂത്രമൊഴിക്കുന്ന ആൺപിള്ളകൾ എന്നു ക്ലീമക്കു തോന്നി. ഒരു ആൺകുഞ്ഞു മൂത്രമൊഴിക്കുന്ന രംഗമുള്ള ഒരു ചലച്ചിത്രം ഒരിക്കൽ കണ്ടിരുന്നത് ക്ലീമ ഓർമ്മിച്ചു. സ്ത്രീകളുടെ

ആനന്ദനിശ്വാസം കൊണ്ട് കൊട്ടക അപ്പോൾ കമ്പിതമായിരുന്നു.)

അൽപ്പം കാത്തിരുന്ന ശേഷം ക്ലീമ ഡോക്ടറുടെ വാതിലിൽ മുട്ടി. ഒരു നഴ്സ് പുറത്തേക്കു വന്നു. ക്ലീമ ഡോ. സ്ക്രേറ്റയുടെ പേര് ഉച്ചരിച്ചു. ഒരു നിമിഷം കഴിഞ്ഞ് ഡോക്ടർ പുറത്തു വന്ന്! ക്ലീമയുടെ കയ്യിൽ ഒരു ഫാറം ഏൽപ്പിച്ചു. അതു പൂരിപ്പിച്ച ശേഷം അൽപ്പനേരം കൂടി ക്ഷമയോടെ കാത്തിരിക്കണമെന്നു പറഞ്ഞു.

ചുമരിനെതിരെ ഫാറം വെച്ചു ക്ലീമ അതു പൂരിപ്പിക്കാൻ തുടങ്ങി. പേരും, ജന്മനാളും, ജനനസ്ഥലവും. റൂസേന അവളുടെ ഉത്തരങ്ങൾ സ്വരം താഴ്ത്തിയാണ് പറഞ്ഞത്. 'അച്ഛന്റെ പേരു' പൂരിപ്പിക്കാറായപ്പോൾ അവനൊന്നു മടിച്ചു. ജുഗുപ്സാവഹമായ ആ തലക്കെട്ടിലെ അക്ഷരങ്ങൾക്കെതിരെ തന്റെ പേരെഴുതുന്നത് അയാൾക്കു ഭയാവഹമായിരുന്നു.

ക്ലീമയുടെ കൈ വിറക്കുന്നത് റൂസേന ശ്രദ്ധിച്ചു. അവൾക്കത് വല്ലാത്ത അതൃപ്തിയേകി.

'മടിക്കേണ്ട, എഴുതിക്കോളൂ.' അവൾ പറഞ്ഞു.

'എന്തു പേരാണ് എഴുതേണ്ടത്?' ക്ലീമ മന്ത്രിച്ചു.

നട്ടെല്ലില്ലാത്ത ഒരു ഭീരുവാണയാളെന്നു അവൾക്കു മനസ്സിലായി. അവളിലാകെ അവനോടുള്ള അവജ്ഞ നിറഞ്ഞു. എല്ലാറ്റിനെയും ഇവനു പേടിയാണ്. ഉത്തരവാദിത്തത്തോടു പേടി. ഒരൗപചാരിക ഫാറത്തിൽ അവനവന്റെ കയ്യൊപ്പിടാൻ കൂടി പേടി.

'എന്തിനു ശങ്കിക്കണം? അച്ഛൻ ആരാണെന്ന് നിനക്കറിയാം എന്നാണെന്റെ വിചാരം!' അവൾ പറഞ്ഞു.

'അതത്ര പ്രാധാന്യമുള്ളതാണെന്ന് ഞാൻ കരുതിയില്ല.' ക്ലീമ പറഞ്ഞു.

അവനെ ഗൗനിക്കുന്നത് അവൾ മതിയാക്കി. എങ്കിലും, തനിക്കു പീഡയുണ്ടാക്കിയ കുറ്റവാളിയാണീ നട്ടെല്ലില്ലാത്തവനെന്ന് അന്തരാത്മാവിൽ അവൾക്കു ബോദ്ധ്യമുണ്ടായിരുന്നു. അവനെ ശിക്ഷിക്കുന്നതിൽ അവൾക്കു ആനന്ദം അനുഭവപ്പെട്ടു. 'നീ ഇങ്ങിനെ നുണ പറഞ്ഞുകൊണ്ടേയിരിക്കുകയാണെങ്കിൽ നമ്മൾ രണ്ടുപേരും ഒത്തുപോകില്ല.' അവൻ തന്റെ പേരെഴുതിക്കഴിഞ്ഞതിനുശേഷം അവൾ കൂട്ടിച്ചേർത്തു: 'എന്തായാലും ഞാനെന്താ ചെയ്യുകയെന്ന് എനിക്കിപ്പോഴും പിടിയില്ല.'

'എന്ത്?'

വിരണ്ടുപോയ അവന്റെ മുഖത്തേക്കവൾ നോക്കി.

'അവരത് എന്നിൽനിന്ന് എടുത്തുകളയുന്നതുവരെ എനിക്കു മനസ്സു മാറ്റാമല്ലോ.'

8. സ്വതന്ത്രയായ ഓൾഗ

മേശയിലേക്ക് കാലുകൾ കയറ്റി വെച്ച് അവൾ ഒരു ചാരുകസേരയിൽ ഇരിക്കുകയായിരുന്നു. സുഖചികിത്സാനഗരത്തിലെ വിരസദിവസങ്ങൾ തള്ളിനീക്കുവാൻ വേണ്ടി വാങ്ങിച്ച ഒരു അപസർപ്പകപുസ്തകം ഒന്നോടിച്ചു വായിക്കുകയായിരുന്നു. പക്ഷെ, വൈകുന്നേരത്തെ സംഭവങ്ങളും സംഭാഷണങ്ങളും മനസ്സിലേക്കു കയറിവന്നുകൊണ്ടേയിരുന്നതിനാൽ, അവൾക്കു ശ്രദ്ധ കേന്ദ്രീകരിക്കാനായില്ല. ഇന്നലെ എല്ലാ കാര്യങ്ങളും അവൾക്കു സന്തുഷ്ടിയേകിയിരുന്നു. പ്രത്യേകിച്ച്, അവൾക്കു അവളോടു തന്നെ സന്തുഷ്ടി തോന്നിയിരുന്നു. താൻ എല്ലായ്പ്പോഴും എന്താകണമെന്ന് ആഗ്രഹിച്ചിരുന്നുവോ, ഒടുവിൽ താൻ അതായിത്തീർന്നുവല്ലോ: പുരുഷലക്ഷ്യങ്ങളുടെ ഇരയല്ലാതെ, തന്റെ സാഹസങ്ങൾ സ്വയം രചിക്കുന്നവൾ. ജേക്കബ്ബിന്റെ കയ്യിലെ നിഷ്കളങ്കയായ കളിപ്പാവയുടെ അഭിനയഭാഗം അവൾ നിശ്ചയമായും തിരസ്കരിച്ചിരിക്കുന്നു. തിരിച്ച്, തന്റെ ആശക്കനുസൃതമായി അവളയാളെ പുനർനിർമ്മിച്ചെടുത്തിരിക്കുകയാണ്.

താൻ സ്വതന്ത്രയും, ധീരയും, ചാരുതയുള്ളവളുമാണെന്ന് അവൾക്ക് അനുഭവവേദ്യമായി. മേശമേലുള്ള, ഇറുകിയ വെള്ളജീൻസിന്റെ ഉറയിട്ടിരിക്കുന്ന തന്റെ കാലുകളെ അവൾ നോക്കി. വാതിലിൽ ഒരു മുട്ടു കേട്ടപ്പോൾ അവൾ ആഹ്ലാദത്തോടെ വിളിച്ചു പറഞ്ഞു:

'വരൂ, ഞാൻ നിങ്ങളെ കാത്തിരിക്കുകയാണ്.'

അസ്വസ്ഥത പ്രകടമാക്കിക്കൊണ്ട് ജേക്കബ്ബ് മുറിയിൽ പ്രവേശിച്ചു.

'ഹലോ!' ഒരു നിമിഷം കാലുകൾ മേശമേൽത്തന്നെവെച്ചുകൊണ്ട് അവൾ പറഞ്ഞു. ജേക്കബ്ബ് പരിഭ്രമിച്ചതുപോലെ കാണപ്പെട്ടു. അതവളെ

സന്തുഷ്ടയാക്കി. അവൾ എഴുന്നേറ്റു. അയാളുടെ കവിളിൽ പുതുക്കെ ചുംബിച്ചു.

'കുറച്ചു നേരം കൂടി ഇവിടെ തങ്ങാമോ?'

'പറ്റില്ല,' ജേക്കബ്ബ് ഖേദത്തോടെ പറഞ്ഞു. 'എന്നെന്നേക്കുമായി വിട പറയാനാണ് ഇത്തവണ ഞാൻ വന്നിരിക്കുന്നത്. അവസാനമായി നിന്നെ ഒന്നുകൂടി സ്നാനസ്ഥലത്തേക്കു കൊണ്ടുപോകാമെന്നു വിചാരിച്ചു.'

'ആകട്ടെ!' ആഹ്ലാദത്തോടെ ഓൾഗ പറഞ്ഞു.

'നമുക്കൊന്നു നടന്നു വരാം.'

9. ജേക്കബ്ബും പുതിയ ഓൾഗയും

ക്ലീമയുടെ സുന്ദരിയായ ഭാര്യയുടെ പ്രതിരൂപത്തിൽ ജേക്കബ്ബ് നിറഞ്ഞുകവിഞ്ഞിരിക്കുകയായിരുന്നു. തലേന്നു തന്റെ ആത്മാവിനെ അസ്വസ്ഥവും പങ്കിലവുമാക്കിയ ഓൾഗയോടു യാത്ര പറയാൻ അയാൾക്ക് ഒരു തരം ജുഗുപ്സയെ കീഴടക്കേണ്ടതുണ്ടായിരുന്നു. പക്ഷെ, എന്തുതന്നെയായാലും, താനതവളെ കാണിക്കുകയില്ല. അസാധാരണമായ നയനൈപുണ്യത്തോടെ പെരുമാറണമെന്ന് അയാൾ തന്നോടു തന്നെ ആവശ്യപ്പെട്ടു. എത്രമാത്രം രോഷവും തുച്ഛമായ സുഖവുമാണ് അവരുടെ ഭോഗലീല അയാൾക്കു നൽകിയതെന്ന് അവൾ സംശയിക്കരുത്. അയാളെക്കുറിച്ചുള്ള അവളുടെ ഓർമ്മ കളങ്കമില്ലാതെ കിടക്കണം. അയാൾ ഗൗരവഭാവം പൂണ്ടു. വിഷാദസ്വരത്തിൽ ചില വാക്കുകൾ ഉരിയാടി. അവളുടെ കയ്യും തലമുടിയും തൊട്ടുതൊട്ടില്ലെന്ന മട്ടിൽ തലോടി. അവളുടെ കണ്ണുകളിലേക്കു നോക്കുമ്പോൾ ദു:ഖിതനാണെന്നു വരുത്തിത്തീർക്കുവാൻ ശ്രമിച്ചു.

ഒരു കോപ്പ വീഞ്ഞു കുടിക്കാമോയെന്ന് വഴിക്കുവെച്ച് അവൾ ആരാഞ്ഞു. പക്ഷെ, തനിക്കു ദുഷ്ക്കരമായനുഭവപ്പെടുന്ന ഈ അന്ത്യസമാഗമം എത്രയും ഹ്രസ്വമാക്കാനാണ് ജേക്കബ്ബ് ആഗ്രഹിച്ചത്: 'വിടപറയുക ഏറെ വേദനാകരമാണ്. എനിക്കിതു ദീർഘിപ്പിക്കണമെന്നില്ല.' അയാൾ പറഞ്ഞു.

ഉഷ്ണാലയത്തിനു മുമ്പിൽവെച്ച് അയാൾ അവളുടെ ഇരു കരങ്ങളും ഗ്രഹിച്ചു. അവളുടെ കണ്ണുകളിലേക്കു ഒട്ടുനേരം നോക്കി.

ഓൾഗ പറഞ്ഞു: 'ജേക്കബ്ബ്, ഇവിടേക്ക് വന്നതിനു നന്ദി. ഇന്നലത്തെ സായാഹ്നം എനിക്കു വളരെ മനോഹരമായിരുന്നു. അച്ഛന്റെ ഭാഗം

അഭിനയിക്കുന്നത് അവസാനിപ്പിച്ച് ഒടുവിൽ നിങ്ങൾ ജേക്കബ്ബായി മാറിയതിൽ എനിക്കു സന്തോഷമുണ്ട്. അതിമനോഹരമായിരുന്നു ഇന്നലെ, അല്ലേ?'

തനിക്കൊന്നും അറിയില്ലെന്ന് ജേക്കബ്ബ് അറിഞ്ഞു. കഴിഞ്ഞ രാത്രിയിലെ രാസലീല ലോലഹൃദയയായ ഈ പെൺകുട്ടിക്കു കേവലം വിനോദമായിരുന്നുവോ? സർവ്വവികാരങ്ങളിൽനിന്നും വിമുക്തമായൊരു വിഷയാസക്തിയാണോ തന്നിലേക്കടുക്കാൻ അവൾക്കു പ്രേരണയായത്? അവസാന വിടവാങ്ങലിന്റെ ദു:ഖത്തെക്കാളേറെ മുഖ്യമാണോ അവൾക്കു പ്രേമത്തിന്റെ ഒരൊറ്റ രാത്രിയുടെ സുഖദ സ്മൃതി?

അയാൾ അവൾക്കൊരു ചുംബനം നൽകി. അവൾ അയാൾക്ക് സുഖയാത്ര നേർന്നു. പിന്നീട്, കെട്ടിടത്തിലേക്കുള്ള കൂറ്റൻ പ്രവേശന ദ്വാരത്തിലൂടെ അപ്രത്യക്ഷയായി.

10. ഫ്രാൻറിസെക്കിന്റെ തിരിച്ചറിവ്

ചികിത്സാലയത്തിനു മുമ്പിൽ അവൻ തിരിച്ചുംമറിച്ചും അങ്ങോട്ടുമിങ്ങോട്ടും ഉലാത്തുകയായിരുന്നു. അവന്റെ ക്ഷമ നശിച്ചു വരികയായിരുന്നു. ഒരു രംഗം സൃഷ്ടിക്കരുതെന്ന് അവൻ സ്വയം ഓർമ്മപ്പെടുത്തിക്കൊണ്ടിരുന്നു. പക്ഷെ, ആത്മസംയമനം ക്ഷയിക്കുകയാണെന്നവനു തോന്നി.

അവൻ അകത്തു കയറി. ഒരു കൊച്ചു സ്ഥലമാണ് ചികിത്സാലയം. അവിടെ ഏവർക്കും അവനെ അറിയാം. റൂസേനയെ കണ്ടിരുന്നോ എന്നവൻ ദ്വാരപാലകനോടു ചോദിച്ചു. അയാൾ തലയാട്ടി. അവൾ എലിവേറ്ററിൽ കയറി മുകളിലേക്കു പോയെന്നു പറഞ്ഞു. നാലാം നിലയിലേക്കു മാത്രമേ എലിവേറ്റർ പോവുകയുള്ളൂ. കീഴെയുള്ള നിലകളിലേക്ക് പടികൾ ചവിട്ടുകതന്നെ വേണം. അതിനാൽ, മുകൾ നിലയിലെ രണ്ടു ഇടനാഴികകളിലേക്ക് ഫ്രാൻറിസെക് തന്റെ സംശയം ചുരുക്കിക്കൊണ്ടുവന്നു. അതിലൊന്നിൽ ആപ്പീസ്സുകളാണ്. മറ്റേതിൽ, പെൺരോഗങ്ങളുടെ ക്ലിനിക്കും. അവനാദ്യം ആദ്യത്തേതിൽ ശ്രമിച്ചു നോക്കി. അവിടം വിജനമായിരുന്നു. പിന്നീടവൻ രണ്ടാമത്തേതിലേക്കു കയറി. ആണു ങ്ങൾക്കവിടെ പ്രവേശനമില്ലെന്നത് അവനെ അസ്വസ്ഥ നാക്കിയിരുന്നു. കണ്ടാൽ തിരിച്ചറിയാവുന്ന ഒരു നഴ്സിനെ അവൻ കണ്ടു. അവളോടു റൂസേനയെക്കുറിച്ചാരാഞ്ഞു. ഇടനാഴിയിലെ അറ്റത്തുള്ള വാതിലിലേക്കവൾ വിരൽചൂണ്ടി. വാതിൽ തുറന്നു കിടന്നിരുന്നു. അതിനരികിൽ സ്ത്രീപുരുഷന്മാർ കാത്തുനിൽപ്പുണ്ടായിരുന്നു. ഫ്രാൻറിസെക് അകത്തേക്കു കയറി. അവിടെ പിന്നേയും കുറേ സ്ത്രീകൾ ഇരിക്കുന്നതു കണ്ടു. പക്ഷെ, റൂസേന ഉണ്ടായിരുന്നില്ല; കുഴലൂത്തുകാരനും.

‘ആരെങ്കിലും ഒരു ചെറുപ്പക്കാരിയെ കണ്ടിരുന്നോ? ഒരു സ്വർണ്ണ മുടിക്കാരിയെ?’

ആപ്പീസ്സു വാതിൽക്കലേക്കു കൈ ചൂണ്ടി ഒരു സ്ത്രീ പറഞ്ഞു: ‘അവർ അതിനകത്തുണ്ട്.’

ഫ്രാൻറിസെക് മുഖമുയർത്തി നോക്കി: ‘അമ്മാ, നിങ്ങൾക്കെന്നെ എന്തുകൊണ്ടു വേണ്ട?’ മറ്റു പോസ്റ്ററുകളിൽ നവജാത ശിശുക്കളെയും മൂത്രമൊഴിക്കുന്ന ആൺകുട്ടികളെയും അവൻ കണ്ടു. എന്താണു സംഭവിക്കുന്നതെന്ന് അവനു മനസ്സിലാകാൻ തുടങ്ങി.

11. സ്ക്രേറ്റയുടെ നാടകം

മുറിയിൽ ഒരു നീണ്ട മേശയുണ്ടായിരുന്നു. ക്ലീമ റൂസേനക്കരികിൽ ഇരിക്കുകയായിരുന്നു. മാംസള ഗാത്രികളായ രണ്ടു സ്ത്രീകളെ പാർശ്വങ്ങളിൽ നിർത്തി ഡോ. സ്ക്രേറ്റ അവർക്ക് അഭിമുഖമായി സിംഹാസനസ്ഥനായിരുന്നു.

അപേക്ഷകരുടെ നേരെ കണ്ണുകളുയർത്തി അവജ്ഞയോടെ ഡോ. സ്ക്രേറ്റ തലയാട്ടി: 'നിങ്ങളെ കാണുന്നതേ എനിക്കു ഒക്കാന മുണ്ടാക്കുന്നു. കുട്ടികളില്ലാത്ത നിർഭാഗ്യവതികളായ സ്ത്രീകൾക്ക് അവരുടെ ഉർവ്വരത തിരിച്ചേകാൻ ഞങ്ങൾ എത്ര പാടുപെടുന്നുണ്ടെന്നു നിങ്ങൾക്കറിയാമോ? അപ്പോൾ, ജീവിതത്തിനേകാനാകുന്ന ഏറ്റവും അമൂല്യമായ ഉപഹാരം ഉപേക്ഷിക്കാൻ അരോഗദൃഢഗാത്രരായ നിങ്ങളെപ്പോലുള്ള യുവതികൾ സ്വയം മുമ്പോട്ടു വരുന്നു. ഈ കമ്മറ്റി ഗർഭച്ഛിദ്രം പ്രോത്സാഹിപ്പിക്കാനുള്ളതല്ല, തടയാനുള്ളതാണെന്നു ഞാൻ തീർത്തു പറയുന്നു.'

അയാളുടെ പാർശ്വങ്ങളിലുള്ള രണ്ടു സ്ത്രീകളും അനുകൂലമായി മുരടനക്കി. അപേക്ഷകരുടെ നന്മക്കായി ഡോ. സ്ക്രേറ്റ സദാചാര സന്ദേശം തുടർന്നുകൊണ്ടേയിരുന്നു. ക്ലീമയുടെ ഹൃദയം പെരുമ്പറ കൊട്ടി. തന്നോടല്ല, മറിച്ച്, പ്രസവിക്കാൻ വിസമ്മതിക്കുന്ന യുവതികളെ മാതൃവാത്സല്യത്തിന്റെ എല്ലാ ശക്തിയോടും കൂടി വെറുക്കുന്ന, ആ രണ്ടു വിധികർത്താക്കളോടാണ് ഡോക്ടർ സംസാരിക്കുന്നതെന്ന് അവൻ ഊഹിച്ചു. എങ്കിലും റൂസേനയെ ഈ സംഭാഷണം സ്വാധീനിച്ചേക്കുമോ എന്നവൻ ഭയപ്പെട്ടു. താൻ എന്താണു ചെയ്യുകയെന്ന് തനിക്കൊരു രൂപവുമില്ലെന്നു ഒരൽപ്പം മുമ്പ് അവൾ പറഞ്ഞതല്ലേ?

'എന്താണ് നിങ്ങളുടെ ജീവിതോദ്ദേശ്യം?' ഡോ. സ്ക്രേറ്റ തുടർന്നു. 'ഇലകളില്ലാത്ത തരു പോലെയാണ് ശിശുക്കളില്ലാത്ത ജീവിതം. എനിക്ക് അധികാരമുണ്ടായിരുന്നെങ്കിൽ ഗർഭച്ഛിദ്രം ഞാൻ നിരോധിക്കുമാ

യിരുന്നു. നമ്മുടെ ജനസംഖ്യ വർഷംപ്രതി കുറയുന്നത് നിങ്ങളെ അസ്വസ്ഥരാക്കുന്നില്ലേ? ലോകത്തിലെവിടെയുമില്ലാത്തവിധം ശിശുക്കളും അമ്മമാരും സംരക്ഷിക്കപ്പെടുന്നു...ഇവിടെ, ഈ ദേശത്ത്! ഭാവിയക്കുറിച്ച് ഭയപ്പെടേണ്ടാത്തതായ ഈ ദേശത്ത്!'

പാർശ്വവർത്തികളായ ഇരു സ്ത്രീകളും ഒരിക്കൽ കൂടി അംഗീകാരത്തിൻറേതായ മുരടനക്കം നടത്തി. ഡോ. സ്ക്രേറ്റ പറഞ്ഞു കൊണ്ടേയിരുന്നു: ' ഈ സഖാവു വിവാഹിതനാണ്. നിരുത്തരവാദപരമായ കാമബന്ധത്തിന്റെ പരിണതഫലങ്ങളെല്ലാം ഏറ്റെടുക്കാൻ ഇയാൾക്കു പേടിയാണ്. പക്ഷെ, ഇതു നിങ്ങൾ മുൻകൂട്ടി കാണേണ്ടതായിരുന്നു സഖാവേ.'

ഡോ. സ്ക്രേറ്റ നിർത്തി. വീണ്ടും ക്ലീമയെ സംബോധന ചെയ്തു. 'നിങ്ങൾക്കു കുട്ടികളില്ല. ഈ ഭ്രൂണത്തിന്റെ ഭാവിക്കു വേണ്ടി വിവാഹമോചനം നേടാൻ സത്യമായും നിങ്ങൾക്കാവില്ലേ?'

'അസാദ്ധ്യം.' ക്ലീമ പറഞ്ഞു.

'എനിക്കറിയാം.' ഡോ. സ്ക്രേറ്റ നിശ്വാസമുതിർത്തുകൊണ്ടു പറഞ്ഞു. 'നിങ്ങളുടെ ഭാര്യക്ക് ആത്മഹത്യാ പ്രവണതയുണ്ടെന്നു രേഖപ്പെടുത്തിയ ഒരു സൈക്ക്യാട്രിക്ക് റിപ്പോർട്ട് എനിക്കു കിട്ടിയിട്ടുണ്ട്. അവരുടെ ജീവിതവും കുടുംബവും ഈ കുട്ടിയുടെ ജനനം തകർക്കും. റൂസേനയെന്ന ഈ നഴ്സാകട്ടെ, അച്ഛനില്ലാത്ത കുട്ടിയുടെ അമ്മയാകാൻ പോകുന്നു. നമുക്കെന്തു ചെയ്യുവാനാകും?' മറ്റൊരു ദീർഘനിശ്വാസത്തോടെ അയാൾ പറഞ്ഞു. പിന്നീട്, ഫാറം ഒരു സ്ത്രീയുടെ നേർക്കും, തുടർന്ന്, മറ്റേ സ്ത്രീയുടെ നേർക്കും തള്ളി. കൃത്യമായ സ്ഥലത്ത് ഒപ്പിടുന്നതിനിടയിൽ അവരും ദീർഘമായി നിശ്വസിച്ചു.

'തിങ്കളാഴ്ച്ച രാവിലെ എട്ടു മണിക്ക് ശസ്ത്രക്രിയക്കു തയ്യാറായി വരിക.' ഡോ. സ്ക്രേറ്റ റൂസേനയോടു പറഞ്ഞു. പിന്നീട്, അവളോടു പോയ്ക്കൊള്ളാൻ ആംഗ്യം കാട്ടി.

'പക്ഷെ, നിങ്ങളിവിടെ നിൽക്കണം.' തടിച്ച സ്ത്രീകളിലൊരുവൾ ക്ലീമയോടു പറഞ്ഞു. അവൾ തുടർന്നു: 'ശാസ്ത്രക്രിയപോലെ ഹനികരമല്ലാത്തതല്ല, നിങ്ങൾ വിചാരിക്കുന്നതുപോലെ, ഗർഭച്ഛിദ്രം. ചോരയൊരുപാടു വാർന്നുപോകും. നിങ്ങളുടെ നിരുത്തരവാദിത്തം കാരണം ആ സഖാവിനു ഒരുപാടു രക്തം നഷ്ടമാകും. അതിനാൽ, നിങ്ങൾ നിങ്ങളുടെ രക്തം നൽകുന്നതാണ് അതിന്റെ ന്യായം.' ക്ലീമക്കു നേരെ ഒരു ഫാറം തള്ളിനീക്കിക്കൊണ്ട് അവൾ പറഞ്ഞു: 'ഇവിടെ വരൂ.'

പരിഭ്രമത്തോടെ ക്ലീമ അനുസരിച്ചു.

'രക്തദാതാക്കളുടെ സന്നദ്ധസംഘടനയിൽ അംഗത്വത്തിനുള്ള അപേക്ഷയാണിത്. അടുത്ത മുറിയിലേക്ക് പോയ്ക്കോളൂ. അവിടത്തെ നഴ്സ് ഇപ്പോൾത്തന്നെ നിങ്ങളുടെ രക്തമെടുക്കും.'

12. ഒരു വാഗ്വാദം

മിഴികൾ താഴ്ത്തിക്കൊണ്ടാണ് റൂസേന വിശ്രമമുറിയിലൂടെ നടന്നത്. അതിനാൽ, ഇടനാഴിയിൽ വെച്ച് അവൻ സംസാരിക്കുന്നതുവരെ അവൾ ഫ്രാൻറിസെകിനെ കണ്ടില്ല.

'എവിടെയായിരുന്നു നീ ഇതു വരെ?'

അവന്റെ കുപിതഭാവം അവളെ ഭയപ്പെടുത്തി. അവൾ നടത്തത്തിനു വേഗത കൂട്ടി.

'നിന്നോടാണ് ചോദിച്ചത്.'

'നിനക്കറിയേണ്ട കാര്യമില്ല.'

'എനിക്കറിയാം.'

'പിന്നെന്തിനു ചോദിക്കുന്നു.'

അവർ പടികളിറങ്ങി. ഫ്രാൻറിസെകുമായുള്ള സംഭാഷണം ഒഴിവാക്കുവാനുള്ള ധൃതിയിലായിരുന്നു റൂസേന.

'അബോർഷൻ കമ്മറ്റിയെ കാണാനാണ് നീ പോയത്.' ഫ്രാൻറിസെക് പറഞ്ഞു.

റൂസേന ഒന്നും മിണ്ടിയില്ല. അവർ കെട്ടിടം വിട്ടു.

'അബോർഷൻ കമ്മറ്റിയെ കാണാനാണ് നീ പോയത്. എനിക്കറിയാം. നിനക്കു ഗർഭച്ഛിദ്രമാണാവശ്യം.'

'എനിക്കിഷ്ടമുള്ളത് ഞാൻ ചെയ്യും.'

'അങ്ങിനെ നിനക്കിഷ്ടമുള്ളത് ചെയ്യാൻ നിനക്കാവില്ല. ഇത് എന്റെയും കൂടി കാര്യമാണ്.'

റൂസേന വേഗത്തിൽ നടക്കുകയായിരുന്നു. ഓടുകയായിരുന്നുവെന്നുതന്നെ പറയാം. അവൾക്കു തൊട്ടു പിറകെ ഫ്രാൻറിസെകും ഓടുകയായിരുന്നു.

ഉഷ്ണാലയത്തിനടുത്തെത്തിയപ്പോൾ അവൾ പറഞ്ഞു: 'എന്റെ പിന്നാലെ വരരുത്. എനിക്കു ജോലിയുണ്ട്. ജോലിനേരത്ത് എന്നെ ശല്യപ്പെടുത്താൻ നിനക്കവകാശമില്ല.'

ഫ്രാൻറിസെകിനു ചൂടു പിടിച്ചിരിക്കുകയായിരുന്നു. 'എന്നോടു നീ ആജ്ഞാപിക്കരുത്.'

'നിനക്കതിനുള്ള അവകാശമില്ല.'

'നിനക്കാണ് അവകാശമില്ലാത്തത്.'

റൂസേന കെട്ടിടത്തിനുള്ളിലേക്ക് ഓടി. പിന്നാലെ ഫ്രാൻറിസെകും.

13. സ്ക്രേറ്റയുടെ കുട്ടികൾ

എല്ലാം തീർന്നിരിക്കുന്നുവെന്നതിൽ ജേക്കബ്ബ് ആഹ്ലാദിച്ചു. ഒരു കാര്യം കൂടി മാത്രമേ തീർക്കുവാനുള്ളൂ: സ്ക്രേറ്റയോടുള്ള വിടവാങ്ങൽ. ഉഷ്ണാലയത്തിൽനിന്നു പാർക്കു വഴി അയാൾ മാർക്സ്ഹൈൗസിലേക്കു നീങ്ങി.

പാർക്കിലെ വീതിയേറിയ വീഥിയിൽ അൽപ്പം ദൂരെ നിന്നും ഏകദേശം ഒരിരുപതു നഴ്സറിസ്കൂൾ കുട്ടികളും അവരുടെ അദ്ധ്യാപികയും അയാൾക്കു അഭിമുഖമായി വരുന്നുണ്ടായിരുന്നു. ചുവന്ന ഒരു നീളൻ ചരടിന്റെ ഒരറ്റം അവൾ കയ്യിൽ പിടിച്ചിരുന്നു. ഒരൊറ്റ വരിയിൽ നീങ്ങുകയായിരുന്ന കുട്ടികൾ ആ ചരടിൽ പിടിച്ചാണ് അവളെ പിന്തുടർന്നിരുന്നത്. അവർ പതുക്കെയാണ് നടന്നത്. അദ്ധ്യാപികയാകട്ടെ, വൈവിധ്യമാർന്ന മരങ്ങളെയും ചെടികളെയും അവയുടെ പേരു ചൊല്ലി കാട്ടിക്കൊടുത്തുകൊണ്ടിരുന്നു. ജേക്കബ്ബ് അവിടെ കാതോർത്തു നിന്നു.

സസ്യശാസ്ത്രത്തിൽ അയാൾക്കത്ര ഗ്രാഹ്യമുണ്ടായിരുന്നില്ല. മേപ്പിളിനെ മേപ്പിളെന്നും, ഹോൺബീമിനെ ഹോൺബീമെന്നുമാണ് വിളിക്കുകയെന്നത് അയാൾ പലപ്പോഴും മറക്കുമായിരുന്നു.

മഞ്ഞയായ് മാറുന്ന ഇലകളാൽ സമൃദ്ധമായ ഒരു മരം ചൂണ്ടി അദ്ധ്യാപിക പറഞ്ഞു: 'ഇതാണ് ലിൻഡെൻ.'

ജേക്കബ്ബ് കുട്ടികളെ നോക്കി. അവരെല്ലാവരും ധരിച്ചിരുന്നത് കൊച്ചു നീലക്കോട്ടുകളും ചുകന്ന ബെരെറ്റുകളുമായിരുന്നു. കുഞ്ഞു സഹോദരീസഹോദരന്മാരാണവരെന്നു തോന്നിപ്പോയി. അയാൾ അവരുടെ മുഖങ്ങളിലേക്കു നോക്കി. വസ്ത്രത്തിൽ മാത്രമല്ല, അവരുടെ മുഖഭാ

വങ്ങളിലുമുണ്ട് സാദൃശ്യം. ശ്രദ്ധയാകർഷിക്കുന്ന വലിയ നാസികകളും, വിശാലമായ വായകളുമുള്ള ഒരേഴുപേരെ അയാൾ എണ്ണിയെടുത്തു. അവരെല്ലാം ഡോ. സ്ക്രേറ്റയെപ്പോലെ കാണപ്പെട്ടു.

കാനനസത്രത്തിലെ വന്മൂക്കുള്ള കുട്ടിയെ അയാൾ ഓർമ്മിച്ചു. ഡോക്റ്ററുടെ ബീജഗുണോൽക്കർഷവിജ്ഞാനത്തെക്കുറിച്ചുള്ള സ്വപ്നം വെറും മനോരഥസൃഷ്ടിയല്ലെന്നു വരുമോ? മഹാജനയിതാവായ സ്ക്രേറ്റയിൽ നിന്നാണോ, വാസ്തവത്തിൽ, ഈ നാട്ടിലെ കുട്ടികൾ ഈ ലോകത്തേക്കു വരുന്നത്?

ജേക്കബ്ബിനത് അസംബന്ധമായിത്തോന്നി. ഈ കുട്ടികളെല്ലാം ഒരുപോലെയിരിക്കുന്നത്, ലോകത്തിലെ കുട്ടികളെല്ലാം ഒരുപോലെയാണെന്നതു കൊണ്ടാണല്ലോ.

എങ്കിലും അയാൾക്കു ചിന്തിക്കാതിരിക്കാൻ കഴിഞ്ഞില്ല: ഇനി സ്ക്രേറ്റ തന്റെ അസാധാരണമായ പദ്ധതി സാധിക്കുകയാണെന്നു വരുമോ? വിലക്ഷണമായ പദ്ധതികൾ നിർവ്വഹിക്കപ്പെട്ടുകൂടെന്നുണ്ടോ?

'ഇതെന്താണ് കുട്ടികളേ?'

'ഇതാണു ബെർച്ച്!' ഒരു കൊച്ചു സ്ക്രേറ്റ പറഞ്ഞു. അതെ, അവൻ സ്ക്രേറ്റയുടെ പ്രതിരൂപം തന്നെ! വലിയ മൂക്കും വിശാലമായ വായും മാത്രമല്ല അവനുണ്ടായിരുന്നത്. അവനൊരു കൊച്ചു കണ്ണടയും ധരിച്ചിട്ടുണ്ടായിരുന്നു. കൂടാതെ, ഡോ. സ്ക്രേറ്റയുടെ സംസാരത്തെ വൈഹാസികമാക്കുന്ന അനുനാസികാസ്വരത്തിലാണ് അവൻ സംസാരിച്ചത്.

'വളരെ നന്നായി, ഓൾഡ്റിച്!' അദ്ധ്യാപിക പറഞ്ഞു.

ജേക്കബ്ബ് ആലോചിച്ചു: പത്തിരുപതു കൊല്ലങ്ങൾക്കുള്ളിൽ, ഈ ദേശത്ത്, ആയിരം സ്ക്രേറ്റമാരുണ്ടാകും. എന്താണു സംഭവിക്കുന്നതെന്നറിയാതെയാണ് ഇത്രയും കാലം താൻ തന്റെ ദേശത്ത് ജീവിച്ചതെന്ന വിചാരം വീണ്ടും വീണ്ടും അയാൾക്കുണ്ടായി. സംഭവങ്ങളുടെ ഒത്ത നടുവിലാണ്, ഒരു രീതിയിൽ പറഞ്ഞാൽ, താൻ ജീവിച്ചത്. എല്ലാ സമകാലീനസംഭവങ്ങളിലൂടെയും താൻ കടന്നു പോയിട്ടുണ്ട്. രാഷ്ട്രീയത്തിൽ ഭാഗഭാക്കായിട്ടുണ്ട്. അതു തന്റെ ജീവഹാനിവരെ എത്തിച്ചിട്ടുമുണ്ട്. പുറന്തള്ളപ്പെട്ടതിനുശേഷവും രാഷ്ട്രീയമായിരുന്നു തന്റെ മുഖ്യതാൽപ്പര്യം. സ്വന്തം ദേശത്തിന്റെ ഹൃദയമിടിപ്പു കേൾക്കുന്നുണ്ടെന്നായിരുന്നു താൻ വിശ്വസിച്ചിരുന്നത്. പക്ഷെ, താൻ കേട്ടുകൊണ്ടിരുന്നത്, വാസ്തവത്തിൽ, എന്തായിരുന്നുവെന്ന് ആർക്കറിയാം? അതൊരു ഹൃദയമായിരുന്നുവോ? അതോ, അലാറമടിക്കുന്ന വെറുമൊരു കിഴവൻ ഘടികാരമോ? സാരവത്തായ കാര്യങ്ങളിൽനിന്നു തന്റെ ശ്രദ്ധയകറ്റിയ മിഥ്യാദീപ്തി മാത്രമായിരുന്നുവോ തന്റെ രാഷ്ട്രീയ യാതനകളെല്ലാം?

വീതിയാർന്ന വീഥിയിലൂടെ കുട്ടികളെ നയിച്ചുകൊണ്ട് അദ്ധ്യാപിക ഇറങ്ങിപ്പോയി. മുമ്പുകണ്ട സുന്ദരിയായ സ്ത്രീയുടെ പ്രതിരൂപത്തിൽ ആമഗ്നനായിരിക്കുകയായിരുന്നു, അപ്പോഴും, ജേക്കബ്ബ്. അവളുടെ സൌന്ദര്യത്തിന്റെ ഓർമ്മ അയാളുടെ മനസ്സിലേക്ക് ഒരു ചോദ്യം തുടർച്ചയായി കൊണ്ടു വന്നു: താൻ വിഭാവനം ചെയ്തതിൽ നിന്നും തീർത്തും വ്യതിരിക്തമായൊരു ലോകത്തിലാണ് താൻ ജീവിച്ചുകൊണ്ടിരുന്നതെങ്കിൽ? എല്ലാം തലകീഴായിട്ടാണ് താൻ കണ്ടുകൊണ്ടിരുന്നതെങ്കിൽ? സത്യത്തെക്കാൾ അധികരിച്ചതാണ് സൌന്ദര്യമെങ്കിൽ? കഴിഞ്ഞ ദിവസം ബെർട് ലേഫിനു ദാലിയാപ്പൂ നൽകിയത് ശരിക്കുമൊരു മാലാഖയാണെങ്കിൽ?

അയാൾ അദ്ധ്യാപികയുടെ സ്വരം കേട്ടു: ‘ഇതെന്താണ്?’

കണ്ണടവെച്ച കൊച്ചു സ്ക്രേറ്റ പറഞ്ഞു: ‘മേപ്പിൾ.’

14. റൂസേനയുടെ മരണം

തിരിഞ്ഞുനോക്കാതിരിക്കാൻ പണിപ്പെട്ടുകൊണ്ട് റൂസേന ഒരേനേരം ഇരുപടികൾവീതം ധൃതിയിൽ ചവിട്ടി മുകളിലെത്തി. തന്റെ വിഭാഗത്തിലേക്കുള്ള വാതിൽ വലിച്ചടച്ചു. വസ്ത്രം മാറുവാനുള്ള മുറിയിലേക്കു ധൃതിയിൽ പോയി. തന്റെ നഗ്നശരീരത്തിനുമേൽ നഴ്സിന്റെ മേൽക്കുപ്പായം വലിച്ചിട്ടു. ആശ്വാസത്തിന്റെ ഒരു ദീർഘനിശ്വാസമുതിർത്തു. ഫ്രാൻറിസെക്കുമായുള്ള കൂടിക്കാഴ്ച്ച അവളെ അസ്വസ്ഥയാക്കിയിരുന്നു. എങ്കിലും, വിചിത്രമെന്നു പറയട്ടെ, അതവളെ ശാന്തയാക്കുകയും ചെയ്തിരുന്നു. ഫ്രാൻറിസെക്കും ക്ലീമയും വിദൂരസ്ഥരായ അന്യരായി അവൾക്കനുഭവപ്പെട്ടു.

അവൾ അറ വിട്ടു. സ്നാനശേഷം സ്ത്രീകൾക്കു കിടക്കാനുള്ള കിടക്കകൾ ചുമരരികിൽ ഒരുക്കിയിട്ടിരിക്കുന്ന വിശാലമായ പരിചരണമുറിയിലേക്കു പോയി. വാതിലിനരികെ ഒരു മേശക്കടുത്ത് നാൽപ്പതുകാരി നഴ്സ് ഇരിപ്പുണ്ടായിരുന്നു. 'എന്താ, അവരത് ഔദ്യോഗികമായി അനുവദിച്ചോ?' അവൾ തണുപ്പൻമട്ടിൽ ചോദിച്ചു.

'ഉവ്വ്; എനിക്കു പകരം നിന്നതിനു നന്ദി.' പുതിയ ഒരു രോഗിക്ക് താക്കോലും വെള്ളവിരിയും നൽകുന്നതിനിടയിൽ റൂസേന പറഞ്ഞു.

നാൽപ്പതുകാരി നഴ്സ് പോയയുടൻ ഫ്രാൻറിസെക്കിന്റെ തല തുറന്ന വാതിലിലൂടെ പ്രത്യക്ഷപ്പെട്ടു.

'എനിക്കിതിൽ കാര്യമില്ലെന്നു പറയുന്നതു നേരല്ല. ഇതു നമ്മുടെ രണ്ടാളുടെയും കാര്യമാണ്. ഇതിനെക്കുറിച്ച് എനിക്കും ചിലതു പറയാനുണ്ട്!'

‘നീയൊന്നു പോകുന്നുണ്ടോ?’ അവൾ കയർത്തു. ‘ഇതു സ്ത്രീകളുടെ വിഭാഗമാണ്! ആണുങ്ങൾ ഇവിടെ വരാൻ പാടില്ല! ഈ നിമിഷം ഇവിടെനിന്നിറങ്ങണം! അല്ലെങ്കിൽ, ഞാൻ നിന്നെ തൂക്കിപ്പുറത്തെറിയാൻ പറയും!’

ഫ്രാൻറിസെക്കിന്റെ മുഖം ചുകന്നു. റൂസേനയുടെ ഭീഷണി അവനെ വല്ലാതെ ചൊടിപ്പിച്ചു. അവൻ മുന്നോട്ടു നീങ്ങി മുറിയിലേക്കു വന്നു. വാതിൽ ശക്തിയായി വലിച്ചടച്ചു.

‘എന്നെ തൂക്കിപ്പുറത്തെറിഞ്ഞാൽ എനിക്കു പുല്ലാണ് പുല്ല്!’ അവൻ ഒച്ചയിട്ടു.

‘നിന്നോടാണ് പറയുന്നത്, പുറത്തു പോകാൻ.’ റൂസേന പറഞ്ഞു.

‘നിങ്ങൾ രണ്ടാളുകളുടെയും ഉള്ളിലിരിപ്പ് എനിക്കു മനസ്സിലായി! ഇതാ കുഴലൂത്തുകാരന്റെ തന്ത്രേടമാണ് നുണ പറഞ്ഞും, ചരടു വലിച്ചും നേടിയത്. നിനക്കുവേണ്ടി ഡോക്റ്ററുമൊത്ത് അവനെല്ലാം ഏർപ്പാടാക്കിയതാണ് ഇന്നലെ അവരിരുവരും കൂടി ഒരു കച്ചേരിയും നടത്തി! എനിക്കെല്ലാം വ്യക്തമായി മനസ്സിലാകുന്നുണ്ട്! എന്റെ കുട്ടിയെ കൊല്ലാൻ, പക്ഷെ, ഞാൻ നിങ്ങളെ വിടില്ല. ഞാനാണതിന്റെ അച്ഛൻ! എനിക്കുമിതിൽ കാര്യമുണ്ട്! എന്റെ കുഞ്ഞിനെ കൊല്ലാൻ നിങ്ങളെ ഞാൻ വിടില്ല.’

ഫ്രാൻറിസെക് അലറുകയായിരുന്നു. കിടക്കകളിൽ കമ്പളങ്ങൾമൂടി കിടക്കുകയായിരുന്ന സ്ത്രീകൾ ജിജ്ഞാസയോടെ തലകൾ പൊക്കി.

ഫ്രാൻറിസെക്കിന്റെ അലർച്ച റൂസേനയെ ഇതിനകം പരിഭ്രാന്തയാക്കിയിരുന്നു. സ്ഥിതിഗതി എങ്ങിനെ ശാന്തമാക്കണമെന്ന് അവൾക്കൊരു രൂപവുമുണ്ടായില്ല.

‘അതു നിന്റെ കുഞ്ഞല്ല.’ അവൾ പറഞ്ഞു. ‘അതു നീ കെട്ടിച്ചമച്ചതാണ്. കുഞ്ഞു നിന്റെയല്ല.’

‘എന്ത്!’ ഫ്രാൻറിസെക് അലറി. അതിനുശേഷം, റൂസേനക്കരികിലെത്താൻ മേശ ചുറ്റിവന്നു. ‘എന്റെ കുഞ്ഞല്ലാ എന്നു പറയുന്നതിന്റെ അർത്ഥമെന്താണ് ആണെന്നെനിക്കു നന്നായറിയാം. അതെന്റെ കുഞ്ഞാണ്‘

കൃത്യം ആ നേരത്ത്, നനഞ്ഞു നഗ്നയായ ഒരു സ്ത്രീ, വിരിപ്പിൽ പുതപ്പിച്ച് തന്നെ കിടക്കയിലേക്കു കൊണ്ടുപോകാനായി, കുളത്തിൽ നിന്നും റൂസേനയുടെ അടുത്തേക്കു വന്നു. ദൃഷ്ടിയില്ലാത്തവനെപ്പോലെ അവളെ തുറിച്ചു നോക്കി അൽപ്പമകലെ നിൽക്കുന്ന ഫ്രാൻറിസെക്കിനെ കണ്ട് ആ സ്ത്രീ സംഭ്രമിച്ചുപോയി.

റൂസേനക്കത് ആശ്വാസത്തിന്റെ ഒരു നിമിഷമായിരുന്നു. അവളാ സ്ത്രീയുടെ അടുത്തേക്കു പോയി. അവളെ വിരികൊണ്ടു പുതപ്പിച്ചു.

കിടക്കയിലേക്കു നയിച്ചു.

'ആ പഹയൻ എന്തെടുക്കകയാണിവിടെ?' ഫ്രാൻറിസെക്കിനെ തിരിഞ്ഞു നോക്കി ആ സ്ത്രീ ചോദിച്ചു.

'അതൊരു ഭ്രാന്തൻ! അവനു തല തെറ്റിയിരിക്കയാണ്. അവനെ എങ്ങിനെ ഇവിടെനിന്ന് ഓടിക്കണമെന്ന് എനിക്കറിയില്ല. അവനെ എന്തുചെയ്യണമെന്നറിയില്ല.' സ്ത്രീയെ ചൂടു കമ്പിളി പുതപ്പിച്ചുകൊണ്ട് റൂസേന പറഞ്ഞു.

മറ്റൊരു കിടക്കയിൽനിന്ന്! ഒരു സ്ത്രീ ഫ്രാൻറിസെക്കിനോട് ഒച്ചവെച്ചു: 'എടോ, നീയിവിടെ നിൽക്കാൻ പാടില്ല! പുറത്തു പോ!'

'ഞാനിവിടെത്തന്നെ നിൽക്കും.' നിന്നിടത്തുനിന്നിളകാതെ ഫ്രാൻറിസെക് വാശിയോടെ തിരിച്ചടിച്ചു.

റൂസേന തിരിച്ചുവന്നപ്പോൾ അവന്റെ മുഖത്തെ ചുകപ്പുപോയി വിളർച്ച ബാധിച്ചതായി കണ്ടു. അവൻ അലറുന്നതു നിർത്തി, പതിഞ്ഞ സ്വരത്തിൽ, ദൃഢതയോടെ പറഞ്ഞു: 'ഒന്നേ ഞാൻ നിന്നോടു പറയുന്നുള്ളൂ; കുഞ്ഞിനെ ഇല്ലാതാക്കിയാൽപ്പിന്നെ ഞാനിവിടെക്കാണില്ല. കുഞ്ഞിനെക്കൊന്നാൽ, നിന്റെ മന:സാക്ഷിക്കു രണ്ടു മരണത്തിന്റെ ഭാരം താങ്ങേണ്ടി വരും.'

റൂസേന ആഴത്തിൽ നിശ്വസിച്ചുകൊണ്ട് മേശയിലേക്കു നോക്കി. അവിടെ ഇളംനീലഗുളികകളുടെ റ്റ്യൂബിരിക്കുന്ന കൈസഞ്ചി കണ്ടു. അതിലൊരു റ്റാബ്ലറ്റ് അവൾ കൈവെള്ളയിലേക്ക് കുലുക്കിയിട്ടു. പിന്നീടതു വിഴുങ്ങി.

അപ്പോൾ, അലർച്ച വിട്ട്, ഫ്രാൻറിസെക് അപേക്ഷിക്കുകയായിരുന്നു: 'ഞാൻ യാചിക്കുകയാണ് റൂസേനാ, യാചിക്കുകയാണ്. നിന്നെ കൂടാതെ എനിക്കു ജീവിക്കാനാവില്ല. ഞാൻ ചത്തു കളയും.'

ആ നിമിഷം റൂസേനക്ക് അടിവയറ്റിൽ തീവ്രമായൊരു വേദന അനുഭവപ്പെട്ടു. വേദനയാൽ വക്രിച്ച് അവളുടെ മുഖം തിരിച്ചറിയാനാകാത്തവിധം മാറുന്നത് ഫ്രാൻറിസെക് കണ്ടു. കാഴ്ച്ചയറ്റ് കണ്ണുകൾ വല്ലാതെ വിടരുന്നതും കണ്ടു. അവളുടെ ശരീരം ഞെളിപിരികൊണ്ടു. വയറിൽ കയ്യമർത്തി അവൾ ശരീരം പിറകോട്ടു മടക്കി. പിന്നീട്, നിലത്തേക്കു കുഴഞ്ഞു വീണു.

15. മരണമുറി

കുളത്തിൽ വെള്ളം തെറിപ്പിച്ചു കളിക്കുമ്പോഴാണ് ഓൾഗ കേട്ടത്. കൃത്യമായി എന്തായിരുന്നു അവൾ കേട്ടത്? കേൾക്കുന്നതെന്താണെന്ന് അവൾക്കു മനസ്സിലായില്ല. മുറി മുഴുവൻ കുഴഞ്ഞുമറിഞ്ഞു കിടക്കുകയായിരുന്നു. അവൾക്കു ചുറ്റുമുള്ള സ്ത്രീകൾ കുളം വിട്ട് തൊട്ടടുത്ത പരിചരണമുറിയിലേക്കു നോക്കുകയായിരുന്നു. തൊട്ടടുത്തുള്ളതിനെയൊക്കെ ഉള്ളിലേക്കു വലിച്ചെടുക്കുകയാണ് ആ മുറിയെന്നു തോന്നിപ്പോയി. അപ്രതിരോദ്ധ്യമായ ഈ ആഗിരണപ്രവാഹത്തിൽ ഓൾഗയും പെട്ടുപോയി. ഉൽക്കണ്ഠയാർന്ന കൌതുകത്തോടെ, ആലോചനാഹീനയായി, അവളും മറ്റുള്ളവരെ പിന്തുടർന്നു.

അടുത്ത മുറിയുടെ വാതിലിനരികിലെ ഒരു കൊച്ചു മേശക്കരികിൽ അവൾ ഒരു പറ്റം സ്ത്രീകളെ കണ്ടു. അവരുടെ പിറകുവശമാണ് അവൾ കണ്ടത്. അവരേവരും നനഞ്ഞും നഗ്നമായുമിരുന്നു. നിതംബങ്ങൾ പിറകോട്ടു തള്ളി, ഏവരും കുനിഞ്ഞു നിൽക്കുകയായിരുന്നു. അവർക്കഭിമുഖമായി ഒരു യുവാവു നിൽപ്പുണ്ടായിരുന്നു.

നഗ്നകളായ കൂടുതൽ സ്ത്രീകൾ ആൾക്കൂട്ടത്തിലേക്കു തിക്കിത്തള്ളിയെത്തി. ഓൾഗയും ആൾക്കൂട്ടത്തിലേക്കു നുഴഞ്ഞു കയറി. നിലത്തു നിശ്ചലയായി കിടക്കുന്ന റൂസേനാ നഴ്സിനെ കണ്ടു. മുട്ടിന്മേൽ കുത്തിയിരുന്നു യുവാവ് നിലവിളി തുടങ്ങിയിരുന്നു: 'ഞാനവളെ കൊന്നു! ഞാനവളെ കൊന്നു! കൊലയാളിയാണ് ഞാൻ!'

നനഞ്ഞു വെള്ളമിറ്റു വീഴുന്ന സ്ഥിതിയിലായിരുന്നൂ സ്ത്രീകൾ. റൂസേനയുടെ ചെരിഞ്ഞുകിടക്കുന്ന ശരീരത്തിലേക്കു കുനിഞ്ഞ് ഒരു

സ്ത്രീ അവളുടെ നാഡിമിടിപ്പു പരിശോധിക്കാൻ ശ്രമിച്ചു. അതു അനാവശ്യമായൊരു ചേഷ്ടയായിപ്പോയി. കാരണം, മരണം നടന്നിരിക്കുന്നു വെന്നു ആർക്കും സംശയമുണ്ടായിരുന്നില്ല. മരണത്തെ തൊട്ടരികെ കാണാൻ, പരിചയമുള്ള ഒരു മുഖത്തതു കാണാൻ, നനഞ്ഞ, നഗ്നമായ, സ്ത്രീശരീരങ്ങൾ തിക്കും തള്ളുമുണ്ടാക്കി.

ഫ്രാൻറിസെക് അപ്പോഴും മുട്ടുകുത്തി ഇരിക്കുകയായിരുന്നു. കൈകളിലേക്കു അവളെ കോരിയെടുത്ത് അവനവളുടെ മുഖം ചുംബിച്ചു. സ്ത്രീകൾ അവനു ചുറ്റും നിന്നു. അവരിലേക്കു കണ്ണുകളുയർത്തി അവൻ ആവർത്തിച്ചു: 'ഞാനവളെ കൊന്നു! ഞാനതു ചെയ്തു! എന്നെ അറസ്റ്റു ചെയ്യൂ!'

'നമുക്കെന്തെങ്കിലും ചെയ്തേ പറ്റൂ!' ഒരു സ്ത്രീ പറഞ്ഞു. മറ്റൊരുവൾ ഇടനാഴിയിലേക്കോടി ഒച്ചവെക്കാൻ തുടങ്ങി. റൂസേനയുടെ രണ്ടു കൂട്ടുവേലക്കാരികളും ഉടനെ ഓടിയെത്തി. അവർക്കു പിന്നാലെ വെള്ള മേലുടുപ്പിട്ട ഒരു ഡോക്റ്ററും.

താൻ നഗ്നയാണെന്നും, ഒരു യുവാവിനും ഒരു യുവഡോക്റ്റർക്കും മുമ്പിൽ മറ്റുനഗ്നസ്ത്രീകൾക്കൊപ്പം താൻ തിക്കു കൂട്ടുകയാണെന്നും അപ്പോൾ മാത്രമാണ് ഓൾഗ തിരിച്ചറിഞ്ഞത്. ആ അവസ്ഥ പരിഹാസ്യമാണെന്ന്, പൊടുന്നനെ, അവൾക്കു തോന്നി. ആൾക്കൂട്ടത്തിനൊപ്പംനിന്ന് മരണത്തെ നോക്കുന്നതിൽനിന്നും അതു, പക്ഷെ, തന്നെ വിലക്കില്ലെന്ന് അവൾക്കറിയാമായിരുന്നു. മരണം തന്നെ അത്രമാത്രം ആകർഷിക്കുന്നു.

ചെരിഞ്ഞുകിടന്നിരുന്ന റൂസേനയുടെ കൈത്തണ്ട പിടിച്ചുയർത്തി ഡോക്റ്റർ വ്യർത്ഥമായി അവളുടെ നാഡിമിടിപ്പു പരിശോധിക്കാൻ ശ്രമിച്ചു. ഫ്രാൻറിസെക്കാകട്ടെ, ആവർത്തിച്ചുകൊണ്ടേയിരുന്നു: 'ഞാനവളെക്കൊന്നു! പോലീസിനെ വിളിക്കൂ! എന്നെ അറസ്റ്റു ചെയ്യൂ!'

16. ജേക്കബ്ബിന്റെ ന്യായീകരണം

ക്ലിനിക്കിൽനിന്നു മടങ്ങിയ ഉടൻ ജേക്കബ്ബ് തന്റെ സുഹൃത്തിനെ മാർക്സ്ഹൈൗസിലെ ആപ്പീസ്സിൽവെച്ചു കണ്ടു. തലേന്നാൾ അയാൾ ഡ്രമ്മിൽ നടത്തിയ പ്രകടനത്തെ അഭിനന്ദിച്ചു. കച്ചേരിക്കു ശേഷം അയാളെ ചെന്നു കാണാതിരുന്നതിനു ക്ഷമ പറഞ്ഞു.

'എനിക്കു വല്ലാത്ത വിഷമമുണ്ട്.' ഡോക്റ്റർ പറഞ്ഞു. 'ഇതു നിന്റെ ഇവിടത്തെ അവസാനത്തെ ദിവസമാണ്. ഇന്നു വൈകുന്നേരം നീ എവിടെയാണ് ചിലവഴിക്കുകയെന്നത് ദൈവത്തിനു മാത്രമറിയാം. ഒരു പാടു കാര്യങ്ങൾ ചർച്ച ചെയ്യാനുണ്ട് നമുക്ക്. എല്ലും തോലുമായ ആ കൊച്ചു പെണ്ണിന്റെ കൂടെയായിരുന്നിരിക്കണം നീയെന്നതാണ് ഏറെ കഷ്ടമായ കാര്യം. കൃതജ്ഞത അപകടകരമായ ഒരു വികാരമാണ്.'

'എന്തു കൃതജ്ഞത? അവളോടെനിക്കെന്തിനു കൃതജ്ഞത വേണം?'

'അവളുടെ അച്ഛൻ നിനക്കൊരുപാടു കാര്യങ്ങൾ ചെയ്തിട്ടുണ്ടെന്ന് നീ എഴുതിയിരുന്നല്ലോ.'

ആപ്പീസ്സിൽ സ്ക്രേറ്റക്കന്നു ജോലിയൊന്നുമില്ലായിരുന്നു. സ്ത്രീ രോഗികളെ പരിശോധിക്കുന്ന, മുറിയുടെ പിറകിലെ, മേശ ഒഴിഞ്ഞു കിടന്നു. സുഹൃത്തുക്കൾ രണ്ടും ചാരുകസേരകളിൽ അഭിമുഖമായി ഇരുന്നു.

'ഇല്ല.' ജേക്കബ്ബ് പറഞ്ഞു. 'നീ അവളെ കാര്യമായി ശ്രദ്ധിക്കണെമെന്നേ എനിക്കുണ്ടായിരുന്നുള്ളൂ. എനിക്കവളുടെ അച്ഛനോട് കടപ്പാടിന്റെ ഒരു കടമുണ്ടെന്നു നിന്നോടു പറയുന്നതാണ് എളുപ്പമെന്നു കരുതി. പക്ഷെ, സത്യമതല്ല. ഇപ്പോൾ ഞാനെല്ലാം അവസാനിപ്പിക്കുകയാണെ

ന്നതിനാൽ എനിക്കു നിന്നോടു പറയാം. അവളുടെ അച്ഛന്റെ പൂർണ്ണ സമ്മതത്തോടെയാണ് ഞാൻ അറസ്റ്റു ചെയ്യപ്പെട്ടത്. എന്റെ മരണത്തിലേക്ക് എന്നെ അയക്കുകയായിരുന്നു അവളുടെ അച്ഛൻ. ആറു മാസങ്ങൾക്കുശേഷം അയാൾ തൂക്കുമരത്തിലൊടുങ്ങി. ഞാൻ, ഭാഗ്യം കൊണ്ട്, രക്ഷപ്പെട്ടു.'

'മറ്റു വാക്കുകളിൽ പറഞ്ഞാൽ, അവളൊരു തന്തയില്ലാത്തവന്റെ മകളാണ്.' ഡോക്റ്റർ പറഞ്ഞു.

ജേക്കബ്ബ് ചുമൽ കുലുക്കി: 'വിപ്ലവത്തിന്റെ ശത്രുവാണ് ഞാനെന്ന് അയാൾ വിശ്വസിച്ചു. എല്ലാവരും അതുതന്നെയായിരുന്നു പറഞ്ഞിരുന്നത്. അയാളതു സ്വയം തന്നെ വിശ്വസിപ്പിച്ചു.'

'പിന്നെന്തിനാണ് അയാൾ നിന്റെ ചങ്ങാതിയാണെന്നു പറഞ്ഞത്?'

'ആയിരുന്നു. പക്ഷെ, എന്റെ അറസ്റ്റിനു വേണ്ടി വോട്ടുചെയ്യുന്നതിലുപരി മറ്റൊന്നും അയാൾക്കു പ്രധാനമായിരുന്നില്ല. സൌഹൃദത്തിനു മുകളിലാണ് അയാൾ ആദർശങ്ങളെ സ്ഥാപിച്ചിരുന്നതെന്ന് ഇതു വ്യക്തമാക്കുന്നു. വിപ്ലവത്തിന്റെ വഞ്ചകനെന്ന് എന്നെ അയാൾ അപലപിച്ചപ്പോൾ, ഉദാത്തമായ മറ്റൊന്നിനുവേണ്ടി വ്യക്തിതാൽപ്പര്യങ്ങൾ അടിച്ചമർത്തുകയാണ് താനെന്ന് അയാൾ ധരിച്ചു. സ്വന്തം ജീവിതത്തിലെ മഹനീയമായൊരു പ്രവൃത്തിയായി അയാളതനുഭവിച്ചു.'

'അതുകൊണ്ടാണോ നിനക്കാ വിരൂപിയായ പെൺകുട്ടിയെ ഇഷ്ടം?'

'അവൾക്കിതുമായൊന്നും ബന്ധമില്ല. അവൾ നിർദ്ദോഷിയാണ്.'

'അവളെപ്പോലെ നിർദ്ദോഷികളായ എത്രയോ പേരുണ്ടല്ലോ. അവളെ നീ തിരഞ്ഞെടുത്തത് അവളവളുടെ അച്ഛന്റെ മകളായതു കൊണ്ടാണ്.'

ജേക്കബ്ബ് ചുമൽ കുലുക്കി. ഡോ. സ്ക്രേറ്റ തുടർന്നു: 'അയാളെപ്പോലെ വികൃതമാണ് നീയും. ഈ പെൺകുട്ടിയുമായുള്ള ചങ്ങാത്തമാണ് നിന്റെ ജീവിതത്തിലെ മഹത്തായ കൃത്യമെന്നു നീ കരുതുന്നതായി എനിക്കു തോന്നുന്നു. വിശാലഹൃദയനാണ് നീയെന്നു തെളിയിക്കാനായി, നീ നിന്റെ സഹജമായ വെറുപ്പും അവജ്ഞയും അടിച്ചമർത്തി. അതു മനോഹരം തന്നെ. പക്ഷെ, അതേ സമയം, അതു പ്രകൃതിവിരുദ്ധവും, തീർത്തും വ്യർത്ഥവുമാണ്.'

'നിനക്കു തെറ്റി.' ജേക്കബ്ബ് പ്രതിഷേധിച്ചു. 'ഞാനൊന്നും എന്നിൽ അടിച്ചമർത്തുകയായിരുന്നില്ല. വിശാലഹൃദയനാകാൻ ശ്രമിച്ചിട്ടുമില്ല. എനിക്കവളോടു സഹതാപമായിരുന്നു. ആദ്യം കണ്ടതു മുതൽ. വീട്ടിൽ നിന്നു പുറത്താക്കപ്പെട്ട്, ഒരു മലയോരഗ്രാമത്തിൽ അമ്മയോടൊപ്പം താമസിക്കാൻ പോകുമ്പോൾ, അവൾ തീരെ ചെറുതായിരുന്നു. ഗ്രാമവാസികൾ അവരോടു സംസാരിക്കാൻ ശങ്കിച്ചു. കഴിവുള്ള കുട്ടിയായിരുന്നിട്ടുകൂടി, പഠിക്കാനുള്ള ഔദ്യോഗിക സമ്മതം അവൾക്കു കു

റേക്കാലത്തേക്ക് കിട്ടിയില്ല. മാതാപിതാക്കളുടെ പേരിൽ കുട്ടികൾ പീഡിപ്പിക്കപ്പെടുന്നത് ക്രൂരമല്ലേ? അവളുടെ അച്ഛന്റെ പേരിൽ ഞാനവളെ വെറുക്കണമെന്നാണോ നീ പറയുന്നത്? എനിക്കവളോടു തോന്നിയത് സഹതാപമാണ്. അവളുടെ അച്ഛൻ വധിക്കപ്പെട്ടതിന്റെ പേരിൽ എനിക്കവളോടു സഹതാപം തോന്നി. അവളുടെ അച്ഛൻ സ്വന്തം സുഹൃത്തിനെ മരണത്തിലേക്കയച്ചുവല്ലോയെന്നോർത്ത് എനിക്കവളോടു സഹതാപം തോന്നി.'

കൃത്യം ആ സമയത്ത് ഫോൺ മുഴങ്ങി. സ്ക്രേറ്റ ഫോണെടുത്ത് ഒരു നിമിഷം കാതോർത്തു. അയാളുടെ മുഖം ഇരുണ്ടുപോയി. അയാൾ പറഞ്ഞു: 'ഞാനിപ്പോൾ തിരക്കിലാണ്. നിങ്ങൾക്കെന്നെ അത്രക്കാവശ്യമുണ്ടോ?' ഒന്നു നിർത്തി അയാൾ പറഞ്ഞു: 'ശരി, ഞാനിപ്പൊ വരാം.' ഫോൺ താഴെ വെച്ച് അയാൾ ശപിച്ചു.

'നിനക്കു പോയേപറ്റൂ എങ്കിൽ പൊയ്ക്കോ. എന്റെ കാര്യം വിട്ടേക്ക്.' കസേര വിട്ടുകൊണ്ട് ജേക്കബ്ബ് പറഞ്ഞു.

'ഇല്ല, നീ പോകുന്നില്ല. നമ്മളിതുവരെ ഒന്നും ചർച്ചചെയ്തിട്ടില്ല. ഇന്നു നമ്മൾ ചർച്ചചെയ്യേണ്ടുന്ന ഒരു കാര്യമുണ്ട്, അല്ലേ? അവരെന്റെ ആശയച്ചരടു പൊട്ടിച്ചു. വളരെ പ്രധാനപ്പെട്ട ഒരു കാര്യമാണത്. ഉണർന്നപ്പോൾമുതൽ അതു തന്നെയായിരുന്നു ഞാൻ ചിന്തിച്ചുകൊണ്ടിരുന്നത്. അതെന്താണെന്ന് നിനക്കു വല്ല പിടിയുമുണ്ടോ?'

'ഇല്ല.' ജേക്കബ്ബ് പറഞ്ഞു.

'ദൈവമേ! എനിക്കാണെങ്കിലിപ്പോൾ ഉഷ്ണാലയത്തിലെക്കോടണം.'

'ഇങ്ങിനെ വിടപറയുന്നതാണ് ഏറെ ശുഭകരം; സംഭാഷണമദ്ധ്യേ.' സുഹൃത്തിന്റെ കയ്യമർത്തിക്കൊണ്ട് ജേക്കബ്ബ് പറഞ്ഞു.

17. തെളിവെടുപ്പ്

രാത്രിജോലിക്കു വരുന്ന ഡോക്റ്റർമാർക്കുള്ള ഒരു ചെറിയ മുറിയിലായിരുന്നു റൂസേനയുടെ ജീവനറ്റ ശരീരം കിടത്തിയിരുന്നത്. മുറിക്കു ചുറ്റും നിരവധിപേർ കൂടിയിട്ടുണ്ടായിരുന്നു. കൂട്ടത്തിൽ ഒരു പോലീസ് ഇൻസ്പെക്റ്ററും. ഫ്രാൻറിസെക്കിനെ ചോദ്യം ചെയ്ത്, ഇൻസ്പെക്റ്റർ അവന്റെ മൊഴി എഴുതിയെടുത്തു കഴിഞ്ഞിരുന്നു. തന്നെ അറസ്റ്റു ചെയ്യണമെന്ന ആഗ്രഹം ഫ്രാൻറിസെക് ഒരു തവണ കൂടി പ്രകടിപ്പിച്ചു.

'നീയാണോ അവൾക്കു റ്റാബ്ലറ്റ് കൊടുത്തത്, ഉവ്വോ?' ഇൻസ്പെക്റ്റർ ചോദിച്ചു.

'അല്ല'

'എന്നാൽപ്പിന്നെ നീയാണവളെക്കൊന്നതെന്നു പറയുന്നത് മതിയാക്ക്.'

'ഞാൻ ചത്തുകളയുമെന്ന് അവളെപ്പോഴും എന്നോടു പറയുമായിരുന്നു.' ഫ്രാൻറിസെക് പറഞ്ഞു.

'എന്തിനാണു ചാകുന്നതെന്ന് അവൾ നിന്നോടു പറഞ്ഞിട്ടുണ്ടോ?'

'അവളുടെ ജീവിതം ഞാൻ കുട്ടിച്ചോറാക്കിക്കൊണ്ടിരുന്നാൽ സ്വയം ചത്തുകളയുമെന്ന് അവൾ പറഞ്ഞിട്ടുണ്ട്. അവൾക്കു കുട്ടി വേണ്ടെന്ന് പറഞ്ഞിട്ടുണ്ട്. കുട്ടിയുണ്ടാവുന്നതിലും ഭേദം ചത്തുകളയുന്നതാണെന്ന് പറഞ്ഞിരുന്നു!'

ഡോ. സ്ക്രേറ്റ മുറിയിലേക്കു വന്നു. ഇൻസ്പെക്റ്ററെ നോക്കി

സൗഹൃദപരമായി കൈ വീശി. പിന്നെ, മൃതശരീരത്തിനരികിലേക്കു പോയി. അവളുടെ കൺപോളകൾ ഉയർത്തി. കണ്ണിലെ നിറം പരിശോധിച്ചു.

'ഈ നഴ്സിന്റെ സൂപ്പർവൈസർ നിങ്ങളാണോ ഡോക്റ്റർ?' ഇൻസ്പെക്റ്റർ ചോദിച്ചു.

'അതെ.'

'നിങ്ങളുടെ വിഭാഗത്തിൽ ലഭ്യമാകുന്ന ഏതെങ്കിലും വിഷം ഇവർ ഉപയോഗിക്കാൻ സാദ്ധ്യതയുണ്ടോ?'

മരണത്തിന്റെ വിശദാംശങ്ങൾ പരിശോധിക്കാനായി സ്ക്രേറ്റ റൂസേനയുടെ ശരീരത്തിലേക്കു മടങ്ങി. പിന്നീടു പറഞ്ഞു: 'ഞങ്ങളുടെ ആപ്പീസ്സിൽനിന്നു കൈക്കലാക്കിയ മരുന്നാണെന്നു തോന്നുന്നില്ല. ഏതോ ഒരു ആൽക്കലോയ്ഡ് ആയിരിക്കണം. ഏതാണെന്നറിയാൻ ആട്ടോപ്സി കഴിയണം.'

'പിന്നെ ഇവർക്കിത് എവിടെനിന്നു കിട്ടി?'

'പറയുക പ്രയാസം.'

'ഇപ്പോൾ ഇതൊക്കെ നിഗൂഢമാണ്.' ഇൻസ്പെക്റ്റർ പറഞ്ഞു. 'പ്രേരണയും നിഗൂഢം. ഇവർ ഗർഭിണിയാണെന്നും, ഗർഭച്ഛിദ്രത്തിനു ശ്രമിക്കുകയായിരുന്നുവെന്നും ഈ ചെറുപ്പക്കാരൻ വെളിപ്പെടുത്തിയിട്ടുണ്ട്.'

'ആ ചെറ്റ അവളെയതിനു നിർബ്ബന്ധിക്കുകയായിരുന്നു.' ഫ്രാൻറിസെക് ഒച്ചവെച്ചു.

'ഏതു ചെറ്റ?' ഇൻസ്പെക്റ്റർ ചോദിച്ചു.

'ആ കുഴലൂത്തുകാരൻ! എന്നിൽനിന്നവളെ അവനു അകറ്റണമായിരുന്നു! എന്റെ കുഞ്ഞിനെ ഒഴിവാക്കാൻ അവനവളെ നിർബ്ബന്ധിക്കുകയായിരുന്നു! ഞാനവരെ പിന്തുടർന്നതാണ് അബോർഷൻകമ്മറ്റിക്കു മുമ്പിൽ, അവളുടെ കൂടെ അവനുമുണ്ടായിരുന്നു!'

'എനിക്കതു സ്ഥിരീകരിക്കാൻ കഴിയും,' സ്ക്രേറ്റ പറഞ്ഞു. 'അബോർഷനു വേണ്ടിയുള്ള അവളുടെ അപേക്ഷ ഞങ്ങൾ ഇന്നു രാവിലെ പരിഗണിച്ചതാണ്.'

'കുഴലൂത്തുകാരൻ ഇവരുടെ കൂടെയുണ്ടായിരുന്നോ?' ഇൻസ്പെക്റ്റർ ചോദിച്ചു.

'ഉവ്വ്.' സ്ക്രേറ്റ പറഞ്ഞു. 'കുട്ടിയുടെ അച്ഛൻ അയാളാണെന്ന് റൂസേന പറഞ്ഞു.'

'കള്ളം! കുട്ടി എൻറേതാണ്' ഫ്രാൻറിസെക് അലറി.

'അതിലാർക്കും സംശയമില്ല.' ഡോ. സ്ക്രേറ്റ പറഞ്ഞു. 'ഗർഭച്ഛിദ്രത്തിനു കമ്മറ്റി സമ്മതിക്കണമെങ്കിൽ വിവാഹിതനായ ഒരാളാണ് പിതാവെന്നു റൂസേനക്കു പറഞ്ഞേ പറ്റൂ.'

'അപ്പോൾ അതു കള്ളമാണെന്ന് നിങ്ങൾക്കറിയാമായിരുന്നു.' ഡോ. സ്ക്രേറ്റയോട് ഫ്രാൻറിസെക് അലറി.

'നിയമമനുസരിച്ച് സ്ത്രീയുടെ വാക്കാണ് ഞങ്ങൾ സ്വീകരിക്കേണ്ടത്. ക്ലീമയാണ് തന്നെ ഗർഭവതിയാക്കിയതെന്നു റൂസേന പറയുകയും, ക്ലീമയതു സ്ഥിരീകരിക്കുകയും ചെയ്തതിനാൽ, ഞങ്ങൾക്കു മറുത്തു പറയുവാൻ അവകാശമില്ല.'

'പക്ഷെ, ക്ലീമയാണ് അച്ഛനെന്നു നിങ്ങൾ വിശ്വസിച്ചില്ല, അല്ലേ!' ഇൻസ്പെക്റ്റർ ചോദിച്ചു.

'ഇല്ല.'

'എന്തടിസ്ഥാനത്തിലാണ് നിങ്ങളിതു പറയുന്നത്?'

'രണ്ടു തവണ മാത്രമേ ഇതിനു മുമ്പ് ക്ലീമ ഈ നഗരത്തിലേക്കു വന്നിട്ടുള്ളൂ. രണ്ടു തവണയും കുറച്ചു നേരത്തേക്കു മാത്രം. അയാൾക്കും നമ്മുടെ നഴ്സിനുമിടയിൽ ഒരു സംഭോഗബന്ധമുണ്ടാകാനുള്ള സാദ്ധ്യത വിരളമാണ്. അങ്ങിനെയൊരു കാര്യമുണ്ടായാൽ ഞാനതു കേൾക്കാതിരിക്കില്ല. കാരണം, ഇതൊരു ചെറിയ പട്ടണമാണ്. അബോർഷൻകമ്മറ്റിയിലെ അധികാരിളെ സ്വാധീനിക്കാനായി റൂസേന അയാളോടാവശ്യപ്പെട്ട ഒരു കാപട്യമാണ് ക്ലീമയുടെ പിതൃത്വം. ഈ നിൽക്കുന്ന ചെറുപ്പക്കാരൻ ഗർഭച്ഛിദ്രത്തിനു തീർച്ചയായും സമ്മതിക്കില്ലായിരുന്നു.'

സ്ക്രേറ്റ പറയുന്നത് ഫ്രാൻറിസെക്, പക്ഷെ, കേൾക്കുന്നുണ്ടായിരുന്നില്ല. ഒന്നും കാണാതെ അവനങ്ങിനെ നിന്നു. അവൻ കേട്ടത് റൂസേനയുടെ വാക്കുകളാണ്: 'എന്നെ നീ ആത്മഹത്യയിലേക്കു ചാടിക്കും. എന്നെ നീ തീർച്ചയായും ആത്മഹത്യയിലേക്കു ചാടിക്കും.' അവളുടെ മരണത്തിനു താൻ നിമിത്തമായിരിക്കുന്നുവെന്ന് അവനറിഞ്ഞു. എങ്കിലും, അതെന്തുകൊണ്ടാണെന്ന് അവനു മനസ്സിലായില്ല. അവനെല്ലാം അവർണ്ണനീയമായി അനുഭവപ്പെട്ടു. അത്ഭുതക്കാഴ്ച്ച കാണുന്ന ആദിമാനവനെപ്പോലെ അവൻ അയാഥാർത്ഥ്യത്തെ അഭിമുഖീകരിച്ചവിടെ നിന്നു. തന്റേമേൽ കൂപ്പുകുത്തി വീണ അജ്ഞേയത അവന്റെ മനസ്സിനു ഉൾക്കൊള്ളാൻ കഴിഞ്ഞില്ല. അവൻ, ആകസ്മികമായി, അന്ധനും ബധിരനുമായി.

(എന്റെ പാവം ഫ്രാൻറിസെക്, നീ നിന്റെ ജീവിതം മുഴുവൻ ഒന്നും മനസ്സിലാകാതെ അലഞ്ഞു തിരിയും. നീ സ്നേഹിച്ച പെണ്ണിനെ നിന്റെ സ്നേഹം കൊന്നുവെന്നേ നീ അറിയൂ. ഈയൊരു അസന്നിഗ്ദ്ധത ഭീതിയുടെ ഒരു ഗൂഢമുദ്രയായി നീ വഹിക്കും. വിവരണാതീതമായ

ദുരന്തങ്ങൾ പ്രിയപ്പെട്ടവർക്കു വരുത്തിവെക്കുന്ന ഒരു കുഷ്ഠരോഗിയെപ്പോലെ നീ അലയും. ദൌർഭാഗ്യത്തിന്റെ തപ്പാൽക്കാരനായി നീ നിന്റെ ജീവിതം അലഞ്ഞു തീർക്കും.)

വിളറി വെളുത്ത്, ഉപ്പുതൂണു പോലെ നിശ്ചലനായി, അവൻ നിന്നു. പരിഭ്രാന്തനായ ഒരു പുരുഷൻ മുറിയിൽ പ്രവേശിച്ചതു പോലും അവൻ കണ്ടില്ല. ആഗതൻ മരിച്ച സ്ത്രീയെ സമീപിച്ചു. ഒരു പാടു നേരം അവളെ നോക്കി. അവളുടെ തലമുടി തഴുകി.

ഡോ. സ്ക്രേറ്റ മന്ത്രിച്ചു: 'ആത്മഹത്യ. വിഷം.'

അയാൾ ഉഗ്രമായി തലയാട്ടി: 'ആത്മഹത്യയോ? എനിക്കു പ്രിയപ്പെട്ടവരെയെല്ലാം ആണയിട്ടുകൊണ്ടെനിക്കു പറയുവാൻ പറ്റും, ഈ സ്ത്രീ സ്വയം അവളുടെ ജീവനെടുത്തതല്ല. അവൾ വിഷം കഴിച്ചിട്ടുണ്ടെങ്കിൽ, ഇതു കൊലപാതകമാണ്.'

ആ മനുഷ്യനെ ഇൻസ്പെക്റ്റർ അമ്പരപ്പോടെ നോക്കി. അതു ബെർറ്റ് ലേഫ് ആയിരുന്നു. അയാളുടെ കണ്ണുകളിൽ ക്രോധത്തിന്റെ തീ ജ്വലിക്കുന്നുണ്ടായിരുന്നു.

18. രണ്ടു ഘാതകന്മാർ

ഇഗ്നീഷ്യൻതാക്കോൽ തിരിച്ച്, ജേക്കബ്ബ് വണ്ടിയോടിച്ചു പോയി. സുഖചികിത്സാനഗരത്തിലെ അവസാനവീടുകളും കടന്ന് അയാൾ തുറസ്സായ ഒരു സ്ഥലത്തെത്തി. പിന്നീട്, അതിർത്തിയിലേക്കു നീങ്ങി. അയാൾക്കൊട്ടും തിരക്കുണ്ടായിരുന്നില്ല. ഈവഴിക്ക് അവസാന മായിട്ടാണിങ്ങിനെ ഓടിച്ചുപോകുന്നതെന്ന വിചാരം, ചുറ്റുമുള്ള പ്ര കൃതിയോടു, അയാളിൽ ഒരേസമയം പ്രേമവും അസാധാരണത്വവു മുളവാക്കി. ആ പ്രകൃതിദൃശ്യം തനിക്കു തിരിച്ചറിയാനവില്ലെന്ന് അയാൾക്കനുഭവപ്പെട്ടുകൊണ്ടേയിരുന്നു. താൻ വിചാരിച്ചതിൽനിന്നും ഇതെത്രയോ വിഭിന്നമായിരിക്കുന്നു. കൂടുതൽക്കാലം ഇവിടെ തങ്ങാൻ പറ്റില്ലെന്നത് വല്ലാത്ത കഷ്ടമായിപ്പോയി.

ഇപ്പോഴത്തെ തന്റെ യാതന, പക്ഷെ, തന്റെ നിർഗ്ഗമനം മാറ്റി വെക്കുന്നതുകൊണ്ട് കുറയാൻ പോകുന്നില്ല; അതൊരു ദിവസ ത്തേക്കായാലും, ഒരു വർഷത്തേക്കായാലും. താൻ ഇന്നറിയുന്ന തിനെക്കാൾ കൂടുതലായി ഈ ഭൂപ്രദേശത്തെ ഒരിക്കലുമറിയാൻ പോകുന്നില്ല. ഇതിനെ അറിയാതെയാണ് താൻ ഇവിടം വിട്ടു പോകുന്നതെന്ന കാര്യം അംഗീകരിച്ചേ മതിയാകൂ; ഇതിന്റെ ലാവണ്യ മറിയാതെ; ഒരേ സമയം ഇതിന്റെ കടക്കാരനായും അവകാശിയായും.

പിന്നീട്, മരുന്നുറ്റ്യൂബിലേക്കു താൻ രഹസ്യമായി പൊയ് വിഷം നിക്ഷേപിച്ചുകൊടുത്ത ആ സ്ത്രീയെക്കുറിച്ച് അയാൾ ഓർത്തു. തന്റെ എല്ലാ ജീവനങ്ങളിലും വെച്ച് ഏറ്റവും ഹ്രസ്വതമമായത്, ഘാതകനെന്ന രീതിയിലുള്ള തന്റെ ജീവനമായിരുന്നുവെന്ന് അയാൾ തന്നോടുതന്നെ പറഞ്ഞു: ‘സുമാറൊരു പതിനെട്ടു മണിക്കൂർ നേരത്തേക്ക് ഞാനൊരു ഘാതകനായി.’ അയാൾ സ്വയം പറഞ്ഞു പുഞ്ചിരിച്ചു.

പക്ഷെ, പിന്നീടയാൾ ഒരു എതിർവാദമുന്നയിച്ചു: അതു സത്യമല്ല. ഒരു ചെറിയ നേരത്തേക്കു മാത്രമല്ല താൻ ഘാതകനായിരിക്കുന്നത്. ഈ നിമിഷവും താൻ ഘാതകനാണ്. ജീവിതാവസാനം വരെ ആയിരിക്കുകയും ചെയ്യും. ആ ഇളംനീലഗുളിക വിഷമാണോ, അല്ലയോ എന്നതല്ല കാര്യം. വിഷമാണെന്നു വിശ്വസിച്ച് താൻ അതൊരു അപരിചിതക്കു നൽകിയെന്നതും, അവളെ രക്ഷിക്കാൻ ഒന്നും ചെയ്തില്ലെന്നതുമാണ് പ്രധാനം.

കേവലം പരീക്ഷണമേഖലയിൽ മാത്രം നിലനിൽക്കുന്ന ഒരു കൃത്യമായതിനെ കണക്കാക്കുന്ന, നിസ്സംഗനായ, ഒരാളെപ്പോലെ അതിനെക്കുറിച്ചുള്ള ആലോചനയിൽ അയാളേർപ്പെട്ടു: തന്റെയീ ഹീനകൃത്യം എത്രയോ വിചിത്രം. പ്രേരണയില്ലാത്ത വധകൃത്യം. ഒരു തരത്തിലോ, മറ്റൊരു തരത്തിലോ, ഘാതകനൊരു പ്രയോജനവും ഇതിനു പിറകിലില്ല. അപ്പോൾ, യഥാർത്ഥത്തിൽ, എന്താണിതിന്റെ പൊരുൾ? തന്റെ ഹീനകൃത്യത്തിനു വ്യക്തമായും ഒരു പൊരുൾ മാത്രമേയുള്ളൂ; താനൊരു ഘാതകനാണെന്ന് തന്നെ പഠിപ്പിച്ചു തരിക.

ഒരു പരീക്ഷണമെന്ന നിലയിലുള്ള, ആത്മജ്ഞാനത്തിന്റെ ഒരു കൃത്യമെന്ന നിലയിലുള്ള, ഹനനം അയാളെ എന്തോ ഒന്നിനെ ഓർമ്മപ്പെടുത്തി: അതെ, റസ്കോൾനിക്കൊവിനെ. തന്നിൽത്താഴ്ന്ന ഒരു മനുഷ്യജീവിയെ വധിക്കാനൊരാൾക്ക് അവകാശമുണ്ടോയെന്നും, ആ കൊലപാതകത്തിന്റെ ഭാരം താങ്ങാനുള്ള ശക്തി അയാൾക്കുണ്ടാകുമോയെന്നും അറിയാനായി കൊല ചെയ്ത റസ്കോൾനിക്കൊവ്. ആ ഹനനത്തിലൂടെ അവൻ തന്നെക്കുറിച്ച് തന്നോടു തന്നെ ആരായുകയായിരുന്നു.

ഉവ്വ്, റസ്കോൾനിക്കൊവിനോടു തന്നെ ഏറെ അടുപ്പിക്കുന്ന ഒരു കാര്യമുണ്ട്; കൊലയുടെ അർത്ഥമില്ലായ്മയും, അതിന്റെ സൈദ്ധാന്തിക സ്വഭാവവും. പക്ഷെ, വ്യത്യാസങ്ങളുമുണ്ട്. ഒരു ശ്രേഷ്ഠമനുഷ്യനു ഒരു താഴ്ന്ന മനുഷ്യന്റെ ജീവൻ ബലികഴിക്കാനുള്ള അധികാരമുണ്ടോയെന്നു റസ്കോൾനിക്കൊവ് സ്വയം ചോദ്യം ചെയ്തത് സ്വന്തം നന്മക്കു വേണ്ടിയാണ്. വിഷമുള്ള റ്റ്യൂബു കൊടുക്കുമ്പോൾ ജേക്കബ്ബിനു അങ്ങിനെയൊരു ചിന്തയുണ്ടായിരുന്നില്ല. ഒരു മനുഷ്യനു മറ്റൊരു മനുഷ്യനെ ബലി കഴിക്കാനുള്ള അവകാശമുണ്ടോ എന്നു ജേക്കബ്ബ് ആലോചിച്ചിരുന്നില്ല. മറിച്ച്, അത്തരമൊരവകാശം ആർക്കുമില്ലെന്നായിരുന്നു ജേക്കബ്ബിന്റെ എക്കാലത്തെയും ദൃഢവിശ്വാസം. അമൂർത്തമായ ആശയങ്ങൾക്കു വേണ്ടി ആളുകൾ മറ്റുള്ളവരുടെ ജീവൻ ബലി കൊടുക്കുന്ന ഒരു ലോകത്തിലാണല്ലോ ജേക്കബ്ബ് ജീവിക്കുന്നത്. അത്തരം ആൾക്കാരുടെ മുഖങ്ങൾ ജേക്കബ്ബിനറിയാം. നിർലജ്ജമായ നിഷ്കളങ്കതയും, വിഷാദാത്മകമായ ഭീരുത്വവും മാറിമാറി നിഴലിക്കുന്ന മുഖങ്ങൾ. സ്വന്തം അയൽക്കാരുടെ മേലെ, ക്ഷമാപണപൂർവ്വം, എന്നാൽ അതീവശ്രദ്ധയോടെ, ക്രൂരമായ വിധി നടപ്പാക്കിയ മുഖങ്ങൾ. ഈ

മുഖങ്ങളെ ജേക്കബ്ബിനറിയാം. അവയെ വെറുക്കുന്നവനാണല്ലോ അയാൾ. മാത്രമല്ല, ഓരോ മനുഷ്യനും മറ്റൊരാളുടെ മരണം ആഗ്രഹിക്കുന്നവനാണെന്നും ജേക്കബ്ബിനറിയാം. രണ്ടു കാര്യങ്ങൾ മാത്രമാണ് ഒരുവനെ കൊലപാതകത്തിൽനിന്നും പിന്തിരിപ്പിക്കുന്നത്: ശിക്ഷയോർത്തുള്ള പേടിയും, കൊല്ലുന്നതിലുള്ള ശാരീരികപ്രയാസവും. കയ്യെത്താദൂരത്തുനിന്നും, രഹസ്യമായി, കൊല്ലാനുള്ള കഴിവ് മനുഷ്യർക്കുണ്ടെങ്കിൽ മാനവരാശി നൊടിയിടയിൽ അപ്രത്യക്ഷമാകുമെന്ന് ജേക്കബ്ബ് മനസ്സിലാക്കി. റസ്കോൾനിക്കൊവിന്റെ പരീക്ഷണം നിഷ്പ്രയോജനകരമായിരുന്നുവെന്നു അയാൾ, അതിനാൽ, അനുമാനിച്ചു.

പിന്നെന്തിനു താനാ നഴ്സിനു വിഷമേകി? അതു കേവലം ആകസ്മികമായിരുന്നോ? തന്റെ കുറ്റകൃത്യത്തിനായി റസ്കോൾനിക്കൊവ് ഒരു പാട് ഒരുക്കങ്ങൾ ചെയ്തിരുന്നു. ജേക്കബ്ബാകട്ടെ, ഒരു നിമിഷത്തിന്റെ ആവേഗത്തിലാണ് പ്രവർത്തിച്ചത്. പക്ഷെ, വർഷങ്ങളായി തന്റെ ഹനനകൃത്യത്തിനുവേണ്ടി, അറിയാതെയാണെങ്കിലും, താനും ഒരുക്കൂട്ടുകയായിരുന്നുവെന്നു ജേക്കബ്ബ് തിരിച്ചറിഞ്ഞു. തന്റെ ഗതകാലജന്മം മുഴുവനും, മനുഷ്യരാശിയോടുള്ള തന്റെ ജുഗുപ്സ മുഴുവനും തള്ളിക്കയറിയ ഒരു വിള്ളലായിരുന്നൂ റൂസേനക്കു താൻ വിഷം നൽകിയ നിമിഷം.

ഭീതിദമായൊരു കാര്യത്തിലേക്കു കാലെടുത്തു വെക്കുകയാണ് താനെന്നു, അന്യായ പലിശക്കാരിയായ കിഴവിയെ മഴുകൊണ്ടടിച്ചു കൊല്ലുമ്പോൾ, റസ്കോൾനിക്കൊവിനറിയാമായിരുന്നു. അവൻ ദൈവികനിയമം ലംഘിക്കുകയായിരുന്നു. ജുഗുപ്സാർഹയാണെങ്കിലും ആ കിഴവിയും ദൈവസന്തതിയാണല്ലോ. റസ്കോൾനിക്കൊവിനുണ്ടായ പേടി ജേക്കബ്ബിന് അനുഭവപ്പെട്ടില്ല. ശ്രേഷ്ഠചിന്തയെയും മന:സാക്ഷിയെയും ഇഷ്ടപ്പെടുന്നവനാണ് ജേക്കബ്ബ്. അവ രണ്ടും മാനവഗുണങ്ങളല്ലെന്ന ബോദ്ധ്യവും അയാൾക്കുണ്ട്. മനുഷ്യരെ ജേക്കബ്ബിനു നന്നായി അറിയാം. അതിനാൽത്തന്നെയാണ് അയാൾക്കു മനുഷ്യരോടു സ്നേഹമില്ലാത്തതും. കുലീനചിന്തയുള്ളവനാണ് ജേക്കബ്ബ്. അതിനാലാണ് അയാൾ മനുഷ്യർക്കു വിഷം നൽകുന്നത്.

കുലീനചിന്തകൊണ്ട് ഘാതകനായവനാണ് താൻ, അയാൾ സ്വയം പറഞ്ഞു. ഉടൻതന്നെ ആ ചിന്ത പരിഹാസ്യമായും ദു:ഖദവുമായി അയാൾക്കു തോന്നി.

പലിശക്കാരിക്കിഴവിയെ കൊന്നതിനു ശേഷമുണ്ടായ കൊടുങ്കാറ്റു നിയന്ത്രിക്കാനുള്ള കരുത്ത് റസ്കോൾനിക്കൊവിനുണ്ടായില്ല. അപരരുടെ ജീവൻ ബലി കഴിക്കാൻ ആർക്കും അവകാശമില്ലെന്നു നന്നായി ബോദ്ധ്യമുള്ള ജേക്കബ്ബിനാകട്ടെ, പശ്ചാത്താപമേയില്ല.

തനിക്കു കുറ്റബോധമുണ്ടാകുമോ എന്നറിയാൻ, അയാൾ, നഴ്സു ശരിക്കും മരിച്ചതായി വിഭാവനം ചെയ്യാൻ ശ്രമിച്ചു. ഇല്ല, അങ്ങിനെയൊന്ന് അയാൾക്കനുഭവപ്പെട്ടതേയില്ല.

തന്നോടു വിട പറയുന്ന കോമളമായ ഭൂഭാഗത്തിലൂടെ, സ്വസ്ഥവും ശാന്തവുമായ മനസ്സോടെ അയാൾ വണ്ടിയോടിച്ചുകൊണ്ടിരുന്നു.

റസ്കോൾനിക്കൊവ് തന്റെ കുറ്റം ഒരു ദുരന്തമായ് അനുഭവിച്ചു. തന്റെ കൃത്യത്തിന്റെ ഭാരത്തിന് അവൻ ആത്യന്തികമായി അടിപ്പെട്ടു പോയി. തന്നെ അഭിഭൂതനാക്കാത്തവിധം ലഘുവും, ഭാരമില്ലാത്ത തുമാണല്ലോ തന്റെ കൃത്യമെന്നോർത്ത് ജേക്കബ്ബ് അത്ഭുതപ്പെട്ടു. റഷ്യൻ കഥാപാത്രത്തിന്റെ ക്ഷുബ്ധവികാരങ്ങളെക്കാൾ ഭയാനകമല്ലേ ഈ ലാഘവത്വം എന്നയാൾ സംശയിച്ചു.

പ്രകൃതിദൃശ്യം ആസ്വദിക്കാനായി ഇടക്കിടക്കു ചിന്തകളെ മുറിച്ചു കൊണ്ട്, മെല്ലെയാണ് അയാൾ വണ്ടിയോടിച്ചത്. റ്റാബ്ലറ്റിന്റെ സംഭവം വെറുമൊരു കളിയായിരുന്നുവെന്ന് അയാൾ തന്നോടുതന്നെ പറഞ്ഞു: ഒരു വേരോ, ഒരു കലപ്പച്ചാലോ, ഒരു കാൽപ്പാടു പോലുമോ അവശേഷിപ്പിക്കാതെ, ഒരിളംകാറ്റിനെപ്പോലെ താൻ വിട്ടുപോകുന്ന ഈ ദേശത്തിലെ തന്റെ മൊത്തം ജീവിതത്തെപ്പോലെ നിസ്സാരമായ ഒരു കളി.

19. ക്ലീമയുടെ മുക്തി

അരലിറ്റർ രക്തം കൊടുത്തശേഷം, ഡോ. സ്ക്രേറ്റയുടെ മുറിയിൽ, ക്ലീമ അക്ഷമനായി കാത്തിരിക്കുകയായിരുന്നു. ഡോക്റ്ററോടു യാത്രപറയാതെ, റൂസേനയെ ഒട്ടൊന്നു ശ്രദ്ധിക്കണമെന്നു പറയാതെ, സുഖചികിത്സാനഗരം വിട്ടുപോകാൻ അവനാഗ്രഹിച്ചില്ല.

അവളുടെ വാക്കുകൾ അവനിപ്പോഴും കേൾക്കാമായിരുന്നു: 'അവരതെന്നിൽനിന്നും എടുത്തുകളയുന്നതുവരെ എനിക്കെന്റെ മനസ്സു മാറ്റാമല്ലോ.' അവ അവനെ ഭയപ്പെടുത്തി. അവളെ വിട്ടുപോയതിനു ശേഷം, റൂസേന തന്റെ സ്വാധീനത്തിലല്ലാതെയാകുമ്പോൾ, അവസാന നിമിഷം അവൾ തീരുമാനത്തിൽനിന്നു പിൻവാങ്ങിയേക്കുമെന്ന് അവൻ ഭയപ്പെട്ടു.

ഡോ. സ്ക്രേറ്റ ഒടുവിൽ പ്രത്യക്ഷനായി. ക്ലീമ അയാൾക്കു നേരെ കുതിച്ചു; ഡ്രമ്മിൽ നടത്തിയ മനോഹരമായ പ്രകടനത്തിനു നന്ദി പറഞ്ഞു.

'അതൊരുഗ്രൻ മേളമായിരുന്നു.' ഡോ. സ്ക്രേറ്റ പറഞ്ഞു. 'നിങ്ങളും നന്നായി വായിച്ചു. നമുക്കിതാവർത്തിക്കാൻ പറ്റുമെന്നു പ്രതീക്ഷിക്കട്ടെ. മറ്റു സുഖചികിത്സാലയങ്ങളിലും ഇതുപോലെ മേളകൾ നടത്തേണ്ടതിനെക്കുറിച്ച് നമുക്കാലോചിക്കേണ്ടതുണ്ട്.'

'അതെ; എനിക്കതിനു സന്തോഷമേയുള്ളൂ. നിങ്ങൾക്കൊപ്പം വായിച്ചത് ഞാൻ ശരിക്കുമാസ്വദിച്ചു,' കുഴലൂത്തുകാരൻ ഉൽക്കണ്ഠയോടെ പറഞ്ഞു. 'എനിക്കു നിങ്ങളൊരു ഉപകാരം ചെയ്യണം. റൂസേനയെ ഒന്നു ശ്രദ്ധിക്കണം. അവൾ വീണ്ടും ആകെ പരിഭ്രമിക്കുമെന്നാണെന്റെ പേടി. സ്ത്രീകൾ അത്രയ്ക്കു ചപലകളാണ്.'

'അവളിനി പരിഭ്രമിക്കില്ല. അതോർത്തു വിഷമിക്കണ്ട.' ഡോ. സ്ക്രേറ്റ പറഞ്ഞു. 'അവളിപ്പോൾ ജീവിച്ചിരിപ്പില്ല.'

ക്ലീമക്കൊരു നിമിഷം ഒന്നും പിടികിട്ടിയില്ല. ഡോ. സ്ക്രേറ്റ നടന്ന കാര്യം വിശദീകരിച്ചു, പിന്നീടു പറഞ്ഞു: 'ആത്മഹത്യയാണ്. പക്ഷെ, അതിലൊരു പ്രഹേളികയുണ്ട്. നിങ്ങളോടുകൂടി കമ്മറ്റിക്കു മുമ്പിൽ ഹാജരായി ഒരു മണിക്കൂറിനു ശേഷം അവൾ സ്വയം ജീവനൊടുക്കിയത് ചിലർക്കൊക്കെ വിചിത്രമായിത്തോന്നാം. ഇല്ലില്ല, പരിഭ്രമിക്കാനില്ല.' കുഴലൂത്തുകാരൻ വിളറുന്നതു കണ്ട്, അവന്റെ കൈപിടിച്ചുകൊണ്ട്, അയാൾ കൂട്ടിച്ചേർത്തു. 'നമ്മുടെ ഭാഗ്യത്തിന്, റൂസേനക്കൊരു ആൺചങ്ങാതിയുണ്ട്. ഒരു റിപ്പയറുകാരൻ. കുട്ടി അവന്റേതാണെന്ന് അവനു നല്ല ഉറപ്പുണ്ട്. നിങ്ങൾക്കും നഴ്സിനുമിടയിൽ ഒരിക്കലുമൊന്നും ഉണ്ടായിട്ടില്ലെന്നു ഞാൻ പ്രസ്താവിച്ചു. മാതാപിതാക്കൾ രണ്ടുപേരും വിവാഹിതരല്ലെങ്കിൽ അബോർഷൻകമ്മറ്റി ഛിദ്രം സമ്മതിക്കില്ലെന്നതുകൊണ്ട് നിങ്ങളെയവൾ കരുവാക്കിയതാണെന്നും പറഞ്ഞു. ചോദ്യം ചെയ്യപ്പെടുകയാണെങ്കിൽ പൂച്ച് പുറത്താക്കരുത്. നിലതെറ്റിയിരിക്കയാണ് നിങ്ങളെന്നതു കഷ്ടമാണ്. സമനില വീണ്ടെടുത്തേ പറ്റൂ. കാരണം, ഒരു പാടു കച്ചേരികൾ നമുക്കു മുമ്പിലുണ്ട്.'

ക്ലീമക്കു വാക്കുകളില്ലായിരുന്നു. ഡോ. സ്ക്രേറ്റയുടെ മുമ്പിൽ അവൻ തല കുനിച്ചുകൊണ്ടേയിരുന്നു. അയാളുടെ കൈപിടിച്ചു കുലുക്കിക്കൊണ്ടേയിരുന്നു.

റിച്മണ്ടിലെ മുറിയിൽ കമീല അവനെ കാത്തിരിക്കുകയായിരുന്നു. അവളെ കോരിയെടുത്ത്, ഒന്നുമുരിയാടാതെ, ക്ലീമ അവളുടെ കവിളിൽ ചുംബിച്ചു. അവളുടെ മുഖം മുഴുവനവൻ മുത്തി. പിന്നീടു മുട്ടു കുത്തി, അവളുടെ മുട്ടു വരെ വസ്ത്രത്തിലും ചുംബിച്ചു.

'നിനക്കിതെന്തു പറ്റി?'

'ഒന്നുമില്ല. നീയെന്റെ കൂടെയുള്ളത് എന്റെ ഭാഗ്യം. നീ ജീവിച്ചിരിക്കുന്നുവെന്നത് എന്റെ മഹാഭാഗ്യം.'

അവർ സാധനങ്ങൾ സഞ്ചിയിലാക്കി വെളുത്ത വലിയ കാറിനരികിലേക്കു കൊണ്ടുവന്നു. താൻ ക്ഷീണിതനാണെന്നും, അവളോടിച്ചാൽമതിയെന്നും ക്ലീമ പറഞ്ഞു.

അവർ നിശ്ശബ്ദരായി സഞ്ചരിച്ചു. ക്ലീമ തളർന്നുപോയിരുന്നു. എങ്കിലും, അവനു ആശ്വാസവുമുണ്ടായിരുന്നു. ചോദ്യം ചെയ്യപ്പെട്ടേക്കാൻ ഇനിയും സാദ്ധ്യതയുണ്ടെന്നുള്ളത് അവനിലപ്പോഴും അസ്വസ്ഥതയുണ്ടാക്കിയിരുന്നു. അങ്ങിനെയെങ്കിൽ, കമീല കാര്യങ്ങൾ മണത്തറിയും. ഡോ. സ്ക്രേറ്റ പറഞ്ഞത് അവൻ സ്വയം ആവർത്തിച്ചുകൊണ്ടിരുന്നു. ചോദ്യംചെയ്യപ്പെടുകയാണെങ്കിൽ, ഒരു പിതാവിന്റെ ഭാഗമഭിനയിച്ച നിഷ്കളങ്കനായ ഒരു മാന്യനെപ്പോലെ (ഈ ദേശത്തു

സർവ്വസാധാരണമായ രീതിയിൽ) താൻ പെരുമാറും. ആർക്കും, സംഭവങ്ങളെക്കുറിച്ചറിഞ്ഞാൽ കമീലക്കു പോലും, തന്നോടതിനു എതിരു പറയാനാകില്ല.

അവനവളെ നോക്കി. മത്തുപിടിപ്പിക്കുന്ന സുഗന്ധംപോലെ അവളുടെ സൌന്ദര്യം കാറു മുഴുവൻ കീഴടക്കി. ശേഷിച്ച ജീവിതം തനിക്കീ സുഗന്ധം ശ്വസിക്കുക മാത്രമേ വേണ്ടുവെന്നവൻ സ്വയം പറഞ്ഞു. ആ സമയത്ത്, മധുരവും വിദൂരവുമായ തന്റെ കുഴലിന്റെ സംഗീതം അവൻ ശ്രവിച്ചു. പ്രിയതമയായ തന്റെയീ പെണ്ണിനു ആഹ്ലാദമേകുവാൻ മാത്രമേ, ബാക്കി ജീവിതം മുഴുവൻ, താനീ സംഗീതം വായിക്കുകയുള്ളൂ എന്നവൻ തീരുമാനിച്ചു.

20. കമീലയുടെ മനനം

കാറോടിക്കുമ്പോഴൊക്കെ താൻ ശക്തിയേറിയവളും സ്വതന്ത്ര യുമാണെന്നു അവൾക്കനുഭവപ്പെടാറുണ്ട്. പക്ഷെ, ഇത്തവണ അവൾക്കു ആത്മവിശ്വാസമേകിയത് ചക്രം തിരിക്കുന്നതു മാത്രമാ യിരുന്നില്ല. റിച്മണ്ടിന്റെ ഇടനാഴിയിൽവെച്ചു കണ്ട അപരിചിതന്റെ വാക്കുകൾ കൂടിയായിരുന്നു. അവ മറക്കാൻ അവൾക്കു കഴിഞ്ഞില്ല; തന്റെ ഭർത്താവിന്റെ മിനുസമുള്ള മുഖത്തേക്കാൾ എത്രയോ പൌരു ഷമുള്ള ആ മുഖവും. ഇതിനുമുമ്പൊരിക്കലും ഒരു പുരുഷനെ, ഒരു യഥാർഥ പുരുഷനെ താൻ അറിഞ്ഞിട്ടില്ലായിരുന്നുവെന്ന് കമീല ആ ലോചിച്ചു.

കുഴലൂത്തുകാരന്റെ ക്ഷീണിതമായ മുഖത്തേക്കു അവൾ തല ചെരിച്ചു നോക്കി. അവിടെ ഗ്രഹിക്കാൻ പ്രയാസമായ ആനന്ദത്തിന്റെ പുഞ്ചിരി പൊട്ടിവിടർന്നുകൊണ്ടേയിരുന്നു. അതേസമയം, അവന്റെ കൈകൾ അവളുടെ ചുമലു സസ്നേഹം തലോടുകയും ചെയ്തു.

അമിതമായ ഈ ആർദ്രത അവളെ സന്തോഷിപ്പിക്കുകയോ, സ്പ ർശിക്കുകയോ ചെയ്തില്ല. വിവരണാതീതമെന്നതിനപ്പുറം അതു കു ഴലൂത്തുകാരനു അവന്റേതായ രഹസ്യങ്ങളുണ്ടെന്നു സ്ഥിരീകരിക്കുക യാണ് ചെയ്തത്. തന്നിൽനിന്നു മറച്ചുവെച്ചതും, തന്നിൽനിന്നുമകറ്റി നിർത്തിയതുമായ അവൻറേതുമാത്രമായ ഒരു ജീവിതം. പക്ഷെ, ഈ യൊരു നിരീക്ഷണം അവളെ വ്രണപ്പെടുത്തുന്നതിനു പകരം നിസ്സംഗ യാക്കുകയാണുണ്ടായത്.

ആ മനുഷ്യൻ പറഞ്ഞതെന്താണ്? അയാൾ എന്നെന്നേക്കുമായി സ്ഥലം വിടുകയാണെന്നല്ലേ? മധുരവും സുദീർഘവുമായൊരു അഭിവാ

ഞ്ഛ അവളുടെ ഹൃദയത്തെ ഞെരുക്കി; ആ മനുഷ്യനോടുള്ള അഭിവാഞ്ഛ മാത്രമല്ല, നഷ്ടമായിപ്പോയ ആ അവസരത്തോടു മാത്രമല്ല, എല്ലാ അവസരങ്ങളോടും. വിട്ടുകളഞ്ഞതും, രക്ഷപ്പെട്ടതും, ഒഴിവാക്കിയതും, തനിക്കൊരിക്കലും ലഭിക്കാതിരുന്നതുമായ എല്ലാ അവസരങ്ങളോടും അവൾക്കു അഭിവാഞ്ഛയുണ്ടായി.

സൌന്ദര്യമുണ്ടെന്നു സംശയിക്കുക കൂടി ചെയ്യാതെ, ഒരു അന്ധനെപ്പോലെയാണ് താൻ ജീവിതം മുഴുവൻ ജീവിച്ചതെന്ന് അയാൾ അവളോടു പറയുകയുണ്ടായി. അവൾ അയാളെ മനസ്സിലാക്കുന്നു. കാരണം, അവളുടെ കാര്യവും അതുപോലെ തന്നെയാണല്ലോ. അവളും ജീവിച്ചത് അന്ധതയിലാണ്. അസൂയയുടെ രംഗദീപങ്ങളാൽ പ്രകാശിതമായ ഒരേയൊരു ജീവിയെ മാത്രമേ അവൾ കണ്ടിരുന്നുള്ളൂ. ആ ദീപങ്ങളെല്ലാം പൊലിഞ്ഞുപോകുമ്പോൾ എന്തു ചെയ്യും? പകലിലെ പരന്ന വെളിച്ചത്തിൽ ആയിരക്കണക്കിനു മറ്റു ജീവികൾ പ്രത്യക്ഷപ്പെടും. ലോകത്തിലൊരേയൊരാളെന്നു താൻ ധരിച്ചുവെച്ചിരിക്കുന്ന മനുഷ്യൻ പലരിലൊരാളാകും.

ആത്മവിശ്വാസത്തോടെ, സൌന്ദര്യത്തെക്കുറിച്ചുള്ള ബോധത്തോടെ, കാറോടിച്ചുകൊണ്ട് അവൾ മനനം തുടർന്നു: വാസ്തവത്തിൽ, പ്രേമമാണോ, അതോ, ക്ലീമയെ നഷ്ടപ്പെടുമെന്നുള്ള ഭയമാണോ അവനോടു തന്നെ ബന്ധിപ്പിക്കുന്നത്? തുടക്കത്തിലീ ഭീതി വ്യഗ്രതയാർന്ന പ്രേമത്തിന്റെ രൂപത്തിലായിരുന്നെങ്കിൽക്കൂടി, കാലം കടന്നുപോയപ്പോൾ, ആ പ്രേമം തേഞ്ഞുമാഞ്ഞു ആ രൂപത്തിൽനിന്നു വഴുതി വീണിട്ടുണ്ടാകില്ലേ? ഒടുവിലവശേഷിച്ചത് ഭീതി മാത്രമല്ലേ? പ്രേമമില്ലാത്ത ഭീതി? ആ ഭീതിയും ഒടുങ്ങിയാൽപ്പിന്നെ അവൾക്കു ബാക്കിയന്തുണ്ട്?

അവൾക്കരികിൽ കുഴലൂത്തുകാരൻ നിഗൂഢമായി മന്ദഹസിക്കുകയായിരുന്നു.

അവളവനെ ചെരിഞ്ഞു നോക്കി. അസൂയപ്പെടുന്നത് അവസാനിപ്പിച്ചാൽ പിന്നൊന്നും അവശേഷിക്കുകയില്ലെന്ന് അവൾ സ്വയം പറഞ്ഞു. നല്ല വേഗതയിലങ്ങിനെ വണ്ടി ഓട്ടിക്കൊണ്ടിരിക്കെ, അവൾ വീണ്ടും വിചാരമഗ്നയായി. സ്വന്തം ജീവിതപ്പാതയിൽ, മുമ്പിലെവിടെയോ, കുഴലൂത്തുകാരനുമായി പിരിയുന്നതിന്റെ സൂചനയായി ഒരു രേഖ പണ്ടേ വരക്കപ്പെട്ടു കഴിഞ്ഞിട്ടുണ്ടെന്നു അവൾക്കു തോന്നി. ആ ചിന്ത അവളിലിതാദ്യമായി ഭീതിയോ, സംഭ്രമമോ ഉണ്ടാക്കിയില്ല.

21. ആത്മഹത്യയോ, കൊലപാതകമോ?

വൈകുന്നേരമായിരുന്നു. ഓൾഗ ക്ഷമാപണത്തോടെ ബെർറ്റ് ലേഫിന്റെ മുറിയിൽ കയറി: 'ഇങ്ങിനെ മുന്നറിയിപ്പില്ലാതെ വന്നതിനു മാപ്പ്. പക്ഷെ, ഒറ്റക്കിരിക്കാൻ കഴിയാത്ത അവസ്ഥയിലാണു ഞാൻ. ഞാൻ നിങ്ങളെ ശല്യപ്പെടുത്തുകയല്ലല്ലോ, ഉവ്വോ?'

ബെർറ്റ് ലേഫും, ഡോ. സ്ക്രേറ്റയും, ഇൻസ്പെക്റ്ററും മുറിയിലുണ്ടായിരുന്നു. ഇൻസ്പെക്റ്ററാണ് മറുപടി പറഞ്ഞത്: 'നിങ്ങൾ ഞങ്ങളെ ശല്യപ്പെടുത്തുകയല്ല. ഞങ്ങളുടെ സംസാരം ഇപ്പോൾ അനൗദ്യോഗികമാണ്.'

'ഇൻസ്പെകറ്റർ എന്റെ പഴയൊരു സുഹൃത്താണ്.' ഡോക്റ്റർ ഓൾഗയോടു വിശദീകരിച്ചു.

'എന്തിനാണവളതു ചെയ്തത്?' ഓൾഗ ചോദിച്ചു.

'അവളുടെ ആൺസുഹൃത്തുമായി അവളൊന്നു കലഹിച്ചു. കലഹത്തിനിടയിൽ സഞ്ചിയിൽനിന്നും അവളെന്തോ എടുത്തു കഴിച്ചു. അതു വിഷമായിരുന്നു. അത്രയേ ഞങ്ങൾക്കറിയൂ. അത്രയേ അറിയാൻ കഴിയുള്ളൂ എന്നാണെന്റെ ശങ്ക.' ഇൻസ്പെക്റ്റർ പറഞ്ഞു.

'ഇൻസ്പെക്റ്റർ, പ്ലീസ്.' ബെർറ്റ് ലേഫ് ശക്തമായ് പറഞ്ഞു. 'എന്റെ മൊഴിയിൽ ഞാൻ പറഞ്ഞത് നിങ്ങൾ ദയവായ് ശ്രദ്ധിക്കണം. ഇവിടെ, ഈ മുറിയിൽ വെച്ചാണ്, ഞാൻ റൂസേനയുമായി അവളുടെ ജീവിതത്തിലെ അവസാനരാത്രി പങ്കിട്ടത്. ഒരു പക്ഷെ, പ്രധാന സംഗതിക്ക് ഞാൻ വേണ്ടത്ര ഊന്നൽ കൊടുത്തിട്ടില്ലെന്നു തോന്നുന്നു. അതു മ

നോഹരമായ ഒരു രാത്രിയായിരുന്നു. റൂസേന ആഹ്ലാദവതിയായിരുന്നു. സ്നേഹവും, ആർദ്രതയും, ശ്രേഷ്ഠചിന്തയുമുള്ള ആ പാവം പെൺകുട്ടിക്ക് തേജസ്വിയായ ഒരു വ്യക്തിയായിത്തീരാൻ ഉന്മേഷശൂന്യരും, താൽപ്പര്യഹീനരുമായ സുഹൃത്തുക്കൾ തന്നെയിട്ടു പൂട്ടിയ വിലങ്ങുകൾ വലിച്ചെറിഞ്ഞാൽ മാത്രം മതിയായിരുന്നു. അത്തരമൊരു വ്യക്തിത്വം അവളിലുണ്ടെന്നു നിങ്ങൾ സംശയിച്ചിട്ടുപോലുമുണ്ടാകില്ല. മറ്റൊരു ജീവിതത്തിലേക്കുള്ള വാതിൽ കഴിഞ്ഞ രാത്രി ഞാനവൾക്കു തുറന്നു കൊടുത്തുവെന്ന് എനിക്കുറപ്പുണ്ട്. ഇന്നലെ മുതൽക്കാണ് അവൾക്കു ജീവിതത്തോടു ഇച്ഛയുണ്ടാകാൻ തുടങ്ങിയത്. പക്ഷെ, അപ്പോഴാണ് ആരോ അവളുടെ വഴിയിൽ വിഘാതമായത്...' ബെർറ്റ് ലേഫ്, പെട്ടെന്ന്, വിഷാദവാനായി. പിന്നീട്, മൃദുവായി കൂട്ടിച്ചേർത്തു: 'ഞാനതിൽ നരകത്തിന്റെ ഇടപെടൽ മണക്കുന്നു.'

'നാരകീയ ശക്തികൾക്കുമേൽ പോലീസിനു വലിയ പിടിയില്ല.' ഇൻസ്പെക്റ്റർ പറഞ്ഞു.

ആ പരിഹാസം ബെർറ്റ് ലേഫ് ശ്രദ്ധിച്ചില്ല: 'ആത്മഹത്യയാണെന്ന നിഗമനം സത്യത്തിൽ അസംബന്ധമാണ്.' അയാൾ മറുവചിച്ചു. 'ദയവായി മനസ്സിലാക്കിയാലും! ഞാൻ യാചിക്കുകയാണ് ജീവിക്കാൻ ആഗ്രഹിച്ചു തുടങ്ങിയ നിമിഷത്തിൽത്തന്നെ അവൾ ജീവനൊടുക്കുകയെന്നുള്ളത് അസംബന്ധമാണ് അവളിൽ ആത്മഹത്യ ആരോപിക്കാൻ ഞാൻ സമ്മതിക്കില്ല. ഞാനതാവർത്തിക്കുകയാണ്.'

'എന്റെ പൊന്നു ചങ്ങാതീ.' ഇൻസ്പെക്റ്റർ പറഞ്ഞു, 'അവൾ ആത്മഹത്യ ചെയ്തുവെന്ന് ആരും കുറ്റപ്പെടുത്തുന്നില്ല. ആത്മഹത്യ ഒരു കുറ്റമല്ലല്ലോ. നീതിന്യായവുമായി ആത്മഹത്യക്കൊരു ബന്ധവുമില്ല. ഞങ്ങൾക്കിതിൽ കാര്യമില്ല.'

'അതെ,' ബെർറ്റ് ലേഫ് പറഞ്ഞു, 'ജീവിതത്തിനു നിങ്ങൾ മൂല്യം കൽപ്പിക്കാത്തതിനാൽ ആത്മഹത്യ നിങ്ങൾക്കൊരു കുറ്റമല്ല. പക്ഷെ, ഇൻസ്പെക്റ്റർ, അതിനേക്കാൾ വലിയ പാപമെന്തെന്ന് എനിക്കറിയില്ല. ഹത്യയെക്കാൾ ഹീനമാണ് സ്വയംഹത്യ. ദുരയാലോ, പ്രതികാരത്താലോ ഒരാൾ കൊല ചെയ്തേക്കാം. പക്ഷെ, ദുര പോലും ജീവിതത്തോടുള്ള സ്നേഹത്തിന്റെ വികലമായ പ്രകാശനമാണല്ലോ. എന്നാൽ, സ്വന്തം ജീവനെ ദൈവത്തിന്റെ കാൽക്കീഴിലേക്കു അവജ്ഞയോടെ വലിച്ചെറിയുന്നതാണ് ആത്മഹത്യ. സ്രഷ്ടാവിന്റെ മുഖത്തേക്കു തുപ്പലാണ് ആത്മഹത്യ. ഈ യുവതി നിഷ്കളങ്കയായിരുന്നുവെന്നു തെളിയിക്കാൻ ഞാനെന്തും ചെയുമെന്നു നിങ്ങളോടു ഞാൻ പറയുകയാണ്. അവൾ സ്വയം ജീവനെടുത്തതാണെന്നു നിങ്ങൾ വാശിപിടിക്കുന്നതുകൊണ്ടു ചോദിക്കുകയാണ്, എന്തു പ്രേരണയാണ് അതിനു നിങ്ങൾ കണ്ടെത്തിയത്?'

'ആത്മഹത്യക്കുള്ള പ്രേരണകൾ പലപ്പോഴും ഗുപ്തമാണ്.'

ഇൻസ്പെക്റ്റർ പറഞ്ഞു. 'മാത്രമല്ല, അതന്വേഷിക്കുക എന്റെ ജോലിയല്ല. ഞാനെന്റെ കർത്തവ്യങ്ങളിൽ ഒതുങ്ങിനിക്കുന്നതിൽ വിരോധമരുത്. അവ തന്നെ എനിക്കു ധാരാളമുണ്ട്. തീരെ സമയമില്ല താനും. ഈ കേസ് ഇനിയും തീർന്നിട്ടില്ലെന്നത് സ്പഷ്ടമാണ്. എങ്കിലും, ഇതു കൊലപാതകമാണെന്ന നിഗമനത്തിനു ഞാനില്ലെന്നു മുൻകൂട്ടി പറഞ്ഞോട്ടെ.'

'നിങ്ങളുടെ ചാതുര്യത്തെ ഞാൻ ബഹുമാനിക്കുന്നു.' ബെർറ്റ് ലേഫ് രൂക്ഷമായ് പറഞ്ഞു, 'ഒരു മനുഷ്യജീവനെ തുടച്ചു മാറ്റാനുള്ള നിങ്ങളുടെ ചാതുര്യത്തെ.'

ഇൻസ്പെക്റ്ററുടെ കവിളുകൾ ചുവക്കുന്നത് ഓൾഗ കണ്ടു. പക്ഷെ, അയാൾ സ്വയം നിയന്ത്രിച്ചു. അങ്ങേയറ്റം സൗഹൃദമേറിയ സ്വരത്തിൽ, അൽപ്പനേരം കഴിഞ്ഞ്, അയാൾ പറഞ്ഞു: 'ശരി, ഹത്യയാണു നടന്നതെന്ന നിങ്ങളുടെ വാദത്തെ ഞാൻ അംഗീകരിക്കാം. എങ്ങിനെയാണു നടന്നതെന്നു നമുക്കൊന്നന്വേഷിച്ചു നോക്കാം. കൊലപ്പെട്ടയാളിന്റെ കൈസഞ്ചിയിൽ ഉറക്കഗുളികകളുടെ ഒരു റ്റ്യൂബു നാം കണ്ടു. സ്വയം ശാന്തമാകാൻവേണ്ടി ഒരു ഗുളിക കഴിക്കാൻ റൂസേന വിചാരിച്ചുവെന്നു നമുക്കനുമാനിക്കാം. മരുന്നിന്റെ റ്റ്യൂബിലേക്കു മറ്റാരോ അതിനുമുമ്പ് ഉറക്കഗുളികപോലെ തോന്നിക്കുന്ന വിഷഗുളിക ഇട്ടിരുന്നുവെന്നും അനുമാനിക്കാം.

'ഉറക്കഗുളികകളുടെ റ്റ്യൂബിൽനിന്നാണ് റൂസേനക്കു വിഷം ലഭിച്ചതെന്നാണോ നിങ്ങൾ വിചാരിക്കുന്നത്?' ഡോ. സ്ക്രേറ്റ ചോദിച്ചു.

'തീർച്ചയായും, റ്റ്യൂബിൽനിന്നല്ലെങ്കിൽ, സഞ്ചിയിൽ മറ്റെവിടെനിന്നെങ്കിലുമാകാം റൂസേനക്കു വിഷം കിട്ടിയത്. ആത്മഹത്യയാണെങ്കിൽ, അതായിരിക്കും സംഭവിച്ചിട്ടുണ്ടാകുക. പക്ഷെ, ഹത്യയാണെന്ന വാദം അംഗീകരിച്ചാൽ, റൂസേനയുടെ റ്റ്യൂബിലേക്ക് അവളുടെ റ്റാബ്ലെറ്റാണെന്നു തെറ്റിദ്ധരിക്കപ്പെടാവുന്ന വിഷഗുളിക ആരോ രഹസ്യമായി നിക്ഷേപിച്ചിരിക്കണമെന്ന വാദം അംഗീകരിക്കേണ്ടി വരും. അതിനേ സാദ്ധ്യതയുള്ളൂ.'

'നിങ്ങളെ ഖണ്ഡിക്കുന്നതിൽ ക്ഷമിക്കണം.' ഡോ. സ്ക്രേറ്റ പറഞ്ഞു. 'ഒരു ആൽക്കലോയ്ഡിനെ സാധാരണ രൂപത്തിലുള്ള ഗുളികയാക്കി മാറ്റുക അത്ര എളുപ്പമല്ല. അതിനു ഫാർമ്മസൂറ്റിക്കൽ ഉപകരണങ്ങൾ വേണം. ഇവിടെയാർക്കും അവ ലഭ്യമല്ല.

'അത്തരമൊരു റ്റാബ്ലറ്റ് ഒരു സാധാരണ വ്യക്തിക്കു കൈക്കലാക്കാൻ കഴിയില്ലെന്നാണോ നിങ്ങൾ പറയുന്നത്?' ഇൻസ്പെക്റ്റർ ചോദിച്ചു.

'എന്നല്ല. പ്രയാസമാണ്.'

'കഴിയുമെന്നറിഞ്ഞാൽ മതിയെനിക്ക.' ഇൻസ്പെക്റ്റർ പറഞ്ഞു.

പിന്നെ, തുടർന്നു: 'ഇനി ഈ സ്ത്രീയെകൊല്ലാൻ ആർക്കാണ് താൽപ്പര്യമുണ്ടാവുക എന്നന്വേഷിക്കാം. അവൾക്കു പണമില്ല. അതിനാൽ പണമാണു പ്രേരണ എന്നതൊഴിവാക്കാം. ചാരവൃത്തിയും, രാഷ്ട്രീയപ്രേരണയും നമുക്കൊഴിവാക്കാം. അങ്ങിനെ വരുമ്പോൾ, പ്രേരണ വ്യക്തിപരമായിരിക്കണം. ആരെയൊക്കെ സംശയിക്കാം? ആദ്യമായി, റൂസേനയുടെ കാമുകൻ. മരണത്തിനു തൊട്ടുമുമ്പ് അവളോടു വല്ലാതെ കലഹിച്ചവൻ. അവൾക്കു വിഷം കൊടുത്തത് അവനാണെന്നു നിങ്ങൾ വിശ്വസിക്കുന്നുണ്ടോ?'

ഇൻസ്പെക്റ്ററുടെ ചോദ്യത്തിന് ആരും ഉത്തരം പറഞ്ഞില്ല. അയാൾ തുടർന്നു: 'എനിക്കങ്ങിനെ തോന്നുന്നില്ല. റൂസേനയെക്കിട്ടാൻവേണ്ടി ആ നേരവും അവൻ പൊരുതുകയായിരുന്നുവെന്നതോർക്കണം. അവളെ അവനു വിവാഹം കഴിക്കണം. അവൾ അവനാൽ ഗർഭിണിയാണ്. മറ്റൊരാളുടേതാണ് കുട്ടിയെങ്കിലും, അവളുടെ ഗർഭത്തിനു താനാണ് ഉത്തരവാദിയെന്ന് അവനു നല്ല ഉറപ്പുണ്ട്. അവൾ ഗർഭം അലസിപ്പിക്കാൻ പോവുകയാണെന്നറിഞ്ഞ് അവൻ വിറളി പൂണ്ടു. അബോർഷൻകമ്മറ്റി വിട്ടാണ്, അബോർഷൻ കഴിഞ്ഞിട്ടല്ല, റൂസേന വന്നതെന്നോർക്കണം. ആശയറ്റ നമ്മുടെ പയ്യന് എല്ലാം നഷ്ടമായിട്ടില്ലായിരുന്നു. ശിശു അപ്പോഴും ജീവനോടെയുണ്ട്. അതിനെ രക്ഷിക്കാൻ അവനെന്തും ചെയ്യാൻ തയ്യാറുമാണ്. ആ സമയത്ത് അവനവൾക്കു വിഷം നൽകുമെന്ന് ആലോചിക്കുന്നത് അസംബന്ധമാണ്.അവനാകെ ആഗ്രഹിക്കുന്നത് അവളുടെ കൂടെ ജീവിക്കുവാനും, അവളിലുണ്ടായ കുട്ടിയെയുമാണ്. കൂടാതെ, സാധാരണ ഗുളിക പോലെയിരിക്കുന്ന ഒരു വിഷഗുളിക ലഭിക്കുവാൻ എല്ലാവർക്കുമത്ര എളുപ്പമല്ലെന്നു ഡോക്റ്ററും പറയുന്നു. വലിയ ബന്ധങ്ങളൊന്നുമില്ലാത്ത ആ പച്ചപ്പാവം പയ്യനതെങ്ങിനെ സ്വായത്തമാക്കി? അതൊന്നു വിശദീകരിക്കാമോ?'

ഇൻസ്പെക്റ്റർ ഇത്രനേരം സംസാരിച്ചത് ബെർറ്റ് ലേഫിനോടായിരുന്നു. അയാൾ ചുമലു കുലുക്കി.

'സംശയിക്കപ്പെടാവുന്ന മറ്റുള്ളവരെ എടുക്കാം. തലസ്ഥാനത്തു നിന്നു വന്ന ആ കുഴലൂത്തുകാരൻ. ഇവിടെവെച്ചാണ് മരിച്ചവളുമായി അയാൾ അടുത്തത്. ആ ബന്ധം എത്രത്തോളമെത്തിയിരുന്നുവെന്നു നമുക്കറിയില്ല. എങ്കിലും, ഗർഭസ്ഥശിശുവിന്റെ പിതാവായി അബോർഷൻകമ്മറ്റിക്കു മുമ്പെ അവൾക്കൊപ്പം ഹാജരാകാൻ അവനെ പ്രേരിപ്പിക്കത്തക്ക അടുപ്പം അവൾക്കവനോട് ഉണ്ടായിരുന്നുവെന്നു തീർച്ച. ഇവിടെയുള്ള ആരെയെങ്കിലും പ്രേരിപ്പിക്കാതെ, അവനെത്തന്നെ പ്രേരിപ്പിച്ചതെന്തിന്? അതൂഹിക്കാൻ പ്രയാസമില്ല. ഈ സുഖചികിത്സാനഗരത്തിലെ ഏതൊരു വിവാഹിതനും അതിനു പേടിക്കും. കാരണം, കാര്യങ്ങൾ പുറത്തറിഞ്ഞാൽ അവരുടെ ഭാര്യമാർ കുഴപ്പമുണ്ടാക്കും. മറ്റെവിടെനിന്നെങ്കിലുമുള്ള മറ്റൊരാളേ റൂസേനക്കുപകരിക്കൂ. കൂടാതെ, പ്രശസ്തനായൊരു കലാകാരന്റെ കുഞ്ഞിനെയാണ് താൻ

ചുമക്കുന്നതെന്ന അപവാദം ആ നഴ്സിനു സന്തോഷമേ ഉണ്ടാക്കൂ. കുഴലൂത്തുകാരന് അതുകൊണ്ടു കുഴപ്പവുമില്ല. തീരെ കരുതലില്ലാതെ ക്ലീമ അവൾക്കൊരുപകാരം ചെയ്യാമെന്നു തീരുമാനിച്ചുവെന്നു അതുകൊണ്ട് നമുക്കൂഹിക്കാം. ക്ലീമയാണ് യഥാർത്ഥ പിതാവെന്നത്, ഡോക്റ്റർ പറഞ്ഞതുപോലെ, വളരെ അസാദ്ധ്യം. എങ്കിലും, ക്ലീമയാണ് അച്ഛനെന്നു വിചാരിക്കുക. അയാൾക്കതു വളരെ അസന്തുഷ്ടിയുണ്ടാക്കിയെന്നും വിചാരിക്കാം. എന്നാലും, ഗർഭം അലസിപ്പിക്കാൻ അവൾ ഒരുങ്ങിയതിനു ശേഷം, ശസ്ത്രക്രിയക്ക് ഔദ്യോഗിക സമ്മതം കിട്ടിക്കഴിഞ്ഞതിനു ശേഷം, എന്തിനാണ് അവനവളെ കൊന്നതെന്ന് നിങ്ങൾക്കു വിശദീകരിക്കാമോ? ക്ലീമയാണ് ഘാതകനെന്നു പറയാനാണോ, മിസ്റ്റർ ബെർറ്റ് ലേഫ്, നിങ്ങൾ, സത്യത്തിൽ, തുനിയുന്നത്?'

'നിങ്ങൾ തെറ്റിദ്ധരിക്കുകയാണ്.' ബെർറ്റ് ലേഫ് ശാന്തതയോടെ പറഞ്ഞു. 'ആരെയും തൂക്കിലേറ്റാൻ എനിക്കാഗ്രഹമില്ല. റൂസേനയെ കുറ്റവിമുക്തയാക്കണമെന്നേ എനിക്കുള്ളൂ. കാരണം, ഏറ്റവും വലിയ പാപമാണ് ആത്മഹത്യ. യാതനാകരമായ ജീവിതത്തിനു പോലും നിഗൂഢമായൊരു മൂല്യമുണ്ട്. മരണത്തിന്റെ വാതിലിലെത്തിനിൽക്കുന്ന ജീവിതത്തിനു പോലും ഒരു ഗാംഭീര്യമുണ്ട്. മരണത്തെ മുഖാമുഖം കണ്ടിട്ടില്ലാത്തവർക്ക് അതറിയില്ല. പക്ഷെ, എനിക്കതറിയാം, ഇൻസ്പെക്റ്റർ! ആ യുവതി നിർദ്ദോഷിയാണെന്നു തെളിയിക്കാൻ ഞാനെന്തും ചെയ്യുമെന്ന് അതുകൊണ്ടാണ് ഞാൻ പറഞ്ഞത്.'

'ഞാനും അതിനു തന്നെയാണ് ശ്രമിക്കുന്നത്.' ഇൻസ്പെക്റ്റർ പറഞ്ഞു. 'സത്യത്തിൽ, മൂന്നാമതൊരാളെക്കൂടി സംശയിക്കാനുണ്ട്. വ്യാപാരിയായ ഒരു അമേരിക്കക്കാരനെ. ഒരു മിസ്റ്റർ ബെർറ്റ് ലേഫിനെ. മരിച്ചവൾ അവളുടെ അന്ത്യരാത്രി ചെലവിട്ടത് അയാളുടെ കൂടെയാണെന്ന് അയാൾ സമ്മതിച്ചിട്ടുണ്ട്. അത്തരമൊരു കാര്യം കൊലയാളി സ്വമേധയാ സമ്മതിക്കില്ലെന്ന് എതിർവാദമുണ്ടായേക്കാം. പക്ഷെ, അതിൽ കഴമ്പില്ല. റൂസേനക്കടുത്ത് ബെർറ്റ് ലേഫ് ഇരിക്കുന്നതും, അവരൊന്നിച്ച് പുറത്തു പോകുന്നതും കച്ചേരിക്കു വന്നവരെല്ലാം കണ്ടതാണ്. ആ ഒരു സാഹചര്യത്തിൽ, മറ്റുള്ളവർ തന്റെ മുഖംമൂടി വലിച്ചു മാറ്റുന്നതിനേക്കാൾ ഭേദം, സ്വയമതു സമ്മതിക്കുവാൻ സന്നദ്ധനാകുന്നതാണെന്നു ബെർറ്റ് ലേഫിനറിയാം. റൂസേനാനഴ്സിനത് സംതൃപ്തിയുള്ള രാത്രിയായിരുന്നുവെന്ന് ബെർറ്റ് ലേഫ് അവകാശപ്പെടുന്നു. അതിലത്ഭുതമില്ല! വശ്യതയുള്ള ഒരു പുരുഷൻ മാത്രമല്ലല്ലോ ബെർറ്റ് ലേഫ്. ഡോളറുകളും, ഗോളാന്തരയാത്രകൾക്കുള്ള പാസ്പോർട്ടുമുള്ള ഒരു അമേരിക്കക്കാരൻ വ്യാപാരി കൂടിയാണല്ലോ. ഇവിടുത്തെ ചുവരുകൾക്കുള്ളിൽ കുടുങ്ങിപ്പോയ റൂസേനയാകട്ടെ, വൃഥാവിലെങ്കിലും, രക്ഷപ്പെടാനൊരു വഴി തിരയുന്നവളും. അവളെ വിവാഹം കഴിക്കണമെന്നു മാത്രം ആഗ്രഹിക്കുന്ന ഒരു ആൺചങ്ങാതി അവൾക്കുണ്ട്. പക്ഷെ, അവനൊരു വെറും നാടൻ റിപ്പയറുകാരൻ. അവനെ വിവാഹം

കഴിക്കുന്നതോടെ അവളുടെ ഭാവി തീരും. അവൾക്കൊരിക്കലും, പിന്നെ, രക്ഷപ്പെടാനാകില്ല. മറ്റാരുമില്ലാത്തതിനാൽ അവനുമായുള്ള ബന്ധം അവൾ വിച്ഛേദിച്ചില്ല. പക്ഷെ, അവനുമായി സ്ഥിരം കൂട്ടുകൂടുന്നത് അവളൊഴിവാക്കി. കാരണം, പ്രതീക്ഷ കൈവിടാൻ അവൾ തയ്യാറായിരുന്നില്ല. അപ്പോഴാണ്, സഭ്യമായ സ്വഭാവമുള്ള ഒരു വിദേശിയുടെ വരവ്. അയാൾ അവളെ മത്തുപിടിപ്പിച്ചു. അവളെ അയാൾ വിവാഹം ചെയ്യുമെന്ന് അവൾ വിശ്വസിച്ചു; അങ്ങിനെ, അവൾക്കീ അഭിശപ്ത ദേശം സ്ഥിരമായി ഉപേക്ഷിക്കാൻ കഴിയുമെന്നും. ആദ്യമൊക്കെ, നിപുണയായ ഒരു കാമുകിയെപ്പോലെ അവൾ പെരുമാറി. പക്ഷെ, പോകെപ്പോകെ, അവൾ കൂടുതൽക്കൂടുതൽ ശല്യക്കാരിയായി മാറി. അയാളെ വിട്ടുപോകില്ലെന്ന് അവൾ വ്യക്തമാക്കി. അയാളെ ദുരുപയോഗപ്പെടുത്താൻ തുടങ്ങി. പക്ഷെ, ബെർറ്റ് ലേഫ് വിവാഹിതനാണ്. മാത്രമല്ല, എന്റെ അറിവു ശരിയാണെങ്കിൽ, ഒരു വയസ്സുള്ള തന്റെ മകന്റെ അമ്മയോട്, തന്റെ ഭാര്യയോട്, അയാൾക്കു പ്രിയവുമുണ്ട്. അമേരിക്കയിൽനിന്നും നാളെ അവരിവിടെ എത്തും. ബെർറ്റ് ലേഫിനു, എന്തു വിലകൊടുത്തും, ഒരപവാദം ഒഴിവാക്കണമെന്നുണ്ട്. റൂസേന എപ്പോഴും ഉറക്കഗുളികയുടെ ഒരു റ്റ്യൂബ് കൊണ്ടു നടക്കാറുണ്ടെന്ന് അയാൾക്കറിയാം. അയാൾക്ക് ഒരു പാടു പണവും വിദേശബന്ധങ്ങളുമുണ്ട്. റൂസേനയുടെ മരുന്നുപോലെ തോന്നിക്കുന്ന ഒരു വിഷഗുളിക നിർമ്മിച്ചെടുക്കാൻ അയാൾക്കൊരു പ്രയാസവുമില്ല. മനോഹരമായ ആ രാത്രി, തന്റെ കാമിനി ഉറങ്ങിക്കിടക്കുമ്പോൾ, അയാളാ ഗുളിക റ്റ്യൂബിലിട്ടു. മിസ്റ്റർ ബെർറ്റ് ലേഫ.' ഗരിമയാലുയർന്ന ശബ്ദത്തിൽ ഇൻസ്പെക്റ്റർ ഉപസംഹരിച്ചു, 'നഴ്സിനെ കൊല്ലാനുള്ള പ്രേരണയും മാർഗ്ഗവുമുള്ള ഒരേയൊരാൾ നിങ്ങളാണ്. കുറ്റം സമ്മതിക്കാൻ ഞാൻ നിങ്ങളോടാവശ്യപ്പെടുകയാണ്.'

മുറിയിൽ മൂകത പരന്നു. ബെർറ്റ് ലേഫിന്റെ കണ്ണുകളിലേക്ക് ഇൻസ്പെക്റ്റർ കുറേനേരം നോക്കി. അതേ ക്ഷമയോടും, മൂകതയോടും കൂടി ബെർറ്റ് ലേഫും തിരിച്ചു നോക്കി ആ മുഖത്ത് അമ്പരപ്പും അലോസരവുമുണ്ടായിരുന്നില്ല. ഒടുവിൽ, അയാൾ പറഞ്ഞു: 'നിങ്ങളുടെ നിഗമനത്തിൽ എനിക്കാശ്ചര്യമില്ല. കൊലയാളിയെ കണ്ടെത്താൻ നിങ്ങൾക്കാകാത്തതിനാൽ, കുറ്റമേറ്റെടുക്കാൻ നിങ്ങൾക്കൊരാളെ കിട്ടിയേ കഴിയൂ. ദോഷികൾക്കുവേണ്ടി നിർദ്ദോഷികൾ വിലനൽകേണ്ടി വരുന്നത് ജീവിതത്തിലെ നിഗൂഢനിയമങ്ങളിലൊന്നാണല്ലോ. ദയവായി, എന്നെ അറസ്റ്റു ചെയ്താലും.'

22. ഘാതകന്റെ ചിന്തകൾ

അതിർത്തിയിൽനിന്നും അൽപ്പംമാത്രം അകലെയുള്ള, സാന്ധ്യപ്രകാശത്തിൽ കുളിച്ചു നിൽക്കുകയായിരുന്ന, ഒരു ഗ്രാമത്തിൽ ജേക്കബ്ബ് വണ്ടി നിർത്തി. ഈ ദേശത്തു താൻ ചിലവഴിക്കുന്ന നിമിഷങ്ങൾ നീട്ടിക്കൊണ്ടുപോകാൻ അയാൾ ആഗ്രഹിച്ചു. ഗ്രാമവീഥിയിലൂടെ കുറച്ചൊന്നു നടക്കാനായി അയാൾ കാറിൽനിന്നിറങ്ങി. അത്ര ഭംഗിയുള്ള ഒരു വഴിയായിരുന്നില്ല അത്. താഴ്ന്ന മേൽക്കൂരകളുള്ള വീടുകൾക്കു മുമ്പിൽ തുരുമ്പിച്ച കമ്പികളുടെ ചുറ്റുകളുണ്ടായിരുന്നു. പിന്നെ, പഴയൊരു ട്രാക്റ്റർചക്രവും, തുരുമ്പിച്ച ലോഹക്കഷണങ്ങളും.

അവഗണിക്കപ്പെട്ട, വൃത്തികെട്ട, ഒരു ഗ്രാമം. തന്റെ ദേശം തന്നോടു യാത്ര പറയാനായി ഉപയോഗിക്കുന്ന പരുഷമായ വാക്കുകളാണ് ചിതറിക്കിടക്കുന്ന ആ തുരുമ്പിച്ച കമ്പികളെന്നു ജേക്കബ്ബ് സ്വയം പറഞ്ഞു. വഴിയുടെ അറ്റത്തുള്ള ഒരു കൊച്ചു കുളത്തിനരികിലേക്ക് അയാൾ നടന്നു. അവഗണിക്കപ്പെട്ടു കിടക്കുന്ന കുളം പച്ചപ്പായലു മൂടിയിരുന്നു. അതിന്റെ ഒരറ്റത്ത് കാട്ടു താറാവുകൾ വെള്ളം തെറിപ്പിച്ചു കളിച്ചുകൊണ്ടിരുന്നു. ഒരു ചുള്ളിക്കമ്പു കൊണ്ട് ഒരു പയ്യൻ അവയെ പുറത്തേക്കു നയിക്കാൻ ശ്രമിക്കുന്നുണ്ടായിരുന്നു.

കാറിലേക്കു മടങ്ങാൻ ജേക്കബ്ബ് തിരിഞ്ഞു. അന്നേരം ഒരു ജാലകത്തിനു പിറകിൽ നൽക്കുന്ന ഒരാൺകുട്ടിയെ കണ്ടു. അഞ്ചു വയസ്സെത്തിയിട്ടില്ലാത്ത അവൻ ജനലിലൂടെ കുളത്തിലേക്കു നോക്കുകയായിരുന്നു. ഒരു പക്ഷെ, താറാവുകളെയാകാം. അല്ലെങ്കിൽ, ചുള്ളിക്കമ്പു കൊണ്ട് താറാവുകളെ തല്ലുന്ന പയ്യനെയാകാം. അവൻ ജനലിനു പിറകിൽ അങ്ങിനെ നിന്നു. ജേക്കബ്ബിനു അവനിൽനിന്നു കണ്ണെടുക്കാനായില്ല. അവന്റെ മുഖത്തെ കണ്ണടയായിരുന്നു അയാളെ

വശീകരിച്ചത്. തടിച്ച കാലുകളുള്ള വലിയ കണ്ണട. കുട്ടിയുടെ തല തീരെ ചെറുതും, കണ്ണട വളരെ വലുതുമായിരുന്നു. ഒരു ഭാരം പോലെയാണ് അവനതു ധരിച്ചിരിക്കുന്നത്; തലയിലെഴുത്തു പോലെ. ഒരു കമ്പിവേലിയിൽക്കൂടിയെന്നപോലെയാണ് അവനതിന്റെ ചട്ടത്തി ലൂടെ നോക്കുന്നത്. അതെ, ജീവിതം മുഴുവൻ കൂടെ വലിച്ചു നടക്കേണ്ട ഒരു കമ്പിവേലിപോലെയാണ് അവനതു ധരിച്ചിരിക്കുന്നത്. ആ കണ്ണട യുടെ കമ്പിവേലിയിൽക്കൂടി ജേക്കബ്ബ് ആ കുട്ടിയുടെ കണ്ണുകളിലേക്കു നോക്കി. പൊടുന്നനെ, അയാൾ വിഷാദഭരിതനായി.

പുഴ കരകവിഞ്ഞൊഴുകുമ്പോൾ ഗ്രാമത്തിലേക്ക് വെള്ളം പരന്നു കയറുന്നതുപോലെ അത്ര പെട്ടെന്നായിരുന്നു അത്. ഒരു പാടു കാലമാ യിരുന്നല്ലോ ജേക്കബ്ബ് ദു:ഖിതനായിട്ട്. ഒരു പാടു വർഷങ്ങൾ. പാരു ഷ്യവും അസംതൃപ്തിയും മാത്രമേ അയാൾ അനുഭവിച്ചിട്ടുള്ളൂ. ഇപ്പോൾ, ദു:ഖം അയാളെ ആക്രമിച്ചപ്പോൾ, അയാൾ നിശ്ചലനാ യിപ്പോയി.

കമ്പിവേലി ധരിച്ചു നിൽക്കുന്ന കുട്ടിയെ അയാൾ മുമ്പിൽ കണ്ടപ്പോൾ, അവനോടും തന്റെ രാജ്യത്തോടും അയാൾക്കു കരുണ തോന്നി. സ്വ രാജ്യത്തോടുള്ള തന്റെ സ്നേഹം തുച്ഛവും വിലയില്ലാത്തതുമാ യിരുന്നുവെന്ന വിചാരത്തിലയാൾ ആഴ്ന്നു. വിഫലവും, വിലകെട്ട തുമായ ആ സ്നേഹത്തിന്റെ പേരിൽ അയാൾ ദു:ഖിച്ചു. സ്വരാജ്യത്തെ സ്നേഹിക്കുന്നതിനു തനിക്കു വിഘാതമായത് അഹന്തയാണെന്ന ചിന്ത, പൊടുന്നനെ, അയാളിലേക്കു തള്ളിക്കയറി. കുലീനതയിലുള്ള അഹന്ത. ശ്രേഷ്ഠ ചിന്തയിലുള്ള അഹന്ത. ധർമ്മഋജുത്വത്തിലുള്ള അഹന്ത. തന്റെ വംശത്തിൽപ്പെട്ടവരോട്, അവരെ ഘാതകരെന്നു കരു തുകയാൽ, തനിക്കു അവജ്ഞയും വെറുപ്പുമുണ്ടാക്കിയ ഭ്രാന്തമായ അഹന്ത. ഒരു അപരിചിതയുടെ മരുന്നു റ്റ്യൂബിലേക്കു വിഷഗുളിക യിട്ടവനാണ് താനെന്നും, താൻ സ്വയമൊരു ഘാതകനാണെന്നും, അയാൾ ഒരു തവണ കൂടി ഓർത്തു. ഘാതകനാണ് താൻ. ഇപ്പോഴിതാ, തന്റെ അഹന്ത പൊടിഞ്ഞു മണ്ണായിത്തീർന്നിരിക്കുന്നു. താനും അവരി ലൊരാളായിരിക്കുന്നു. വിനാശകാരികളായ ഘാതകരുടെ സഹോദര നായിരിക്കുന്നു.

വലിയ കണ്ണടയിട്ട ആ കൊച്ചു ബാലൻ കല്ലിൽക്കൊത്തിയതു പോലെ ജനലരികിൽ നിന്നു. അവന്റെ കണ്ണ് അപ്പോഴും കുളത്തിലാ യിരുന്നു. ആ കുട്ടി ഒരു ഉപദ്രവവും ചെയ്തിട്ടില്ലെന്ന് ജേക്കബ്ബിനറിയാം. അവനൊരു കുറ്റവും ചെയ്തിട്ടില്ല. എന്നിട്ടും, കുറ്റമുള്ള കണ്ണുകളുമാ യിട്ടാണവൻ ജനിച്ചത്. ആ കണ്ണുകൾ അവന്റെ കൂടെ ജീവിതകാലം മുഴുവൻ കാണും. താൻ മറ്റുള്ളവരിൽ കുറ്റമായി എന്താണോ കണ്ടത്, അതവരിൽ ജന്മനാ ഉള്ളതാണെന്നും, ഭാരിച്ച ഒരു കമ്പിവേലിപോലെ ജീവിതം മുഴുവൻ അവരതു കൊണ്ടുനടക്കുന്നതാണെന്നും അ യാൾക്കപ്പോൾ ആലോചനയുണ്ടായി. ശ്രേഷ്ഠമായ വിചാരത്തിനുമേൽ

തനിക്കു പ്രത്യേകിച്ചൊരു അവകാശവുമില്ലെന്നും, ശ്രേഷ്ഠവിചാരത്തിന്റെ ഉന്നതമായ മാനം മനുഷ്യരെ, അവർ ഘാതകരായാൽപ്പോലും, സ്നേഹിക്കുകയാണെന്നും അയാൾ ആലോചിച്ചു.

ആ ഇളംനീല ഗുളിക വീണ്ടും അയാളുടെ ചിന്തയിലെത്തി. ശല്യക്കാരിയായ ആ നഴ്സിന്റെ മരുന്നുറ്റ്യൂബിൽ താനതു നിക്ഷേപിച്ചത് ഒരു ക്ഷമാപണമായിട്ടാണെന്ന് അയാൾ സ്വയം പറഞ്ഞു; അവരുടെ സംഘത്തിലേക്കുള്ള ഒരപേക്ഷയായി; അവരിലൊരാളായി താൻ ഇതുവരെ തന്നെ ഗണിക്കാതിരുന്നെങ്കിലും, അവരാൽ അംഗീകരിക്കപ്പെടാനുള്ള ഒരു അർത്ഥനയായി.

അയാൾ വേഗത്തിൽ കാറിനടുത്തേക്കു നീങ്ങി, വാതിൽ തുറന്നു, അകത്തു കയറി, അതിർത്തിയിലേക്ക് യാത്ര ആരംഭിച്ചു. ഇതു ആശ്വാസത്തിന്റെ നിമിഷമായിരിക്കുമെന്ന് തലേന്നാൾ അയാൾ വിചാരിച്ചിരുന്നു. സ്ഥലം വിടുന്നതിൽ തനിക്കു സന്തോഷമുണ്ടാകുമെന്ന് കരുതിയിരുന്നു. തനിക്കു സ്വസ്ഥത ലഭിക്കാത്ത, താൻ തെറ്റിപ്പിറന്നു വീണ ഈ സ്ഥലമുപേക്ഷിക്കുന്നതിൽ ആനന്ദമുണ്ടാകുമെന്നു കരുതിയിരുന്നു. പക്ഷെ, ഇപ്പോൾ, തനിക്കാകെയുള്ള ഒരേയൊരു സ്വദേശമാണ് താൻ വിട്ടുപോകുന്നതെന്നും, മറ്റൊരു ദേശം തനിക്കില്ലെന്നും അയാൾ അറിഞ്ഞു.

23. നീതി

'ആവേശം കൊള്ളാൻ വരട്ടെ.' ഇൻസ്പെക്റ്റർ പറഞ്ഞു. 'ക്രിസ്തു കാൽവരി കയറിയതുപോലെ, നിങ്ങൾക്കു കയറിച്ചെല്ലാൻ മഹിമയാർന്ന തുറുങ്കു വാതിലുകൾ തുറക്കപ്പെടില്ല. നിങ്ങൾക്കാ യുവതിയെകൊല്ലാൻ കഴിയുമെന്ന് എനിക്കൊരിക്കലും തോന്നിയിട്ടില്ല. അവൾ കൊല്ലപ്പെട്ടതാണെന്ന് നിങ്ങൾ ശഠിക്കുന്നതു നിർത്താൻ വേണ്ടിയാണ് ഞാൻ നിങ്ങളെ കുറ്റപ്പെടുത്തിയത്.'

'നിങ്ങൾ ഗൌരവമായിട്ടല്ല കുറ്റമാരോപിച്ചതെന്നതിൽ എനിക്കു സന്തോഷമുണ്ട്.' അനുനയസ്വരത്തിൽ ബെർറ്റ് ലേഫ് പറഞ്ഞു.

'ഉവ്വ്, നിങ്ങൾ പറഞ്ഞതു ശരിയാണ്. നിങ്ങൾ മുഖേന റൂസേനക്കു നീതി ലഭിക്കാൻ ഞാൻ ശ്രമിച്ചത് സാമാന്യ ബുദ്ധിയല്ല.'

'നിങ്ങൾക്കിടയിലെ ഭിന്നതകൾ ഒതുങ്ങിയതിൽ സന്തോഷം.' ഡോ. സ്ക്രേറ്റ പറഞ്ഞു. 'ഒരു കാര്യത്തിലെങ്കിലും നമുക്കാശ്വസിക്കാം. റൂസേന മരിച്ചതെങ്ങിനെയായാലും, അവളുടെ അന്ത്യരാത്രി മനോഹരമായിരുന്നുവല്ലോ.'

'ചന്ദ്രനെ നോക്കൂ.' ബെർറ്റ് ലേഫ് പറഞ്ഞു. 'അതിന്നലത്തേതു പോലെ തന്നെയുണ്ട്. അതീ മുറിയെ ഒരു ഉദ്യാനമാക്കി മാറ്റുകയാണ്. ഇരുപത്തിനാലു മണിക്കൂറുകൾക്കു മുമ്പ് ഈ ഉദ്യാനത്തിലെ സൌന്ദര്യറാണിയായിരുന്നു റൂസേന.'

'നീതിയിൽ നാം അത്ര തൽപ്പരരാകേണ്ടതില്ല,' ഡോ. സ്ക്രേറ്റ പറഞ്ഞു. 'നീതി മാനുഷികമായ ഒരു സംഗതിയല്ല. അന്ധവും ക്രൂരവുമായ നിയമങ്ങളുടേതാണ് നീതി. പിന്നെ, വേറൊരു നീതിയുണ്ട്. ഉന്നതമായ ഒരു നീതി. അതിനെക്കുറിച്ചെനിക്കൊരു പിടിയുമില്ല. നീതിക്കുമപ്പുറത്താണ്, ഇവിടെ, ഈ ലോകത്തിൽ, ഞാൻ ജീവിക്കുന്നതെ

ന്നാണ് എനിക്കെപ്പോഴും തോന്നിയിട്ടുള്ളത്.'

'നിങ്ങളെന്താണീ പറയുന്നത്?' ഓൾഗ അമ്പരപ്പോടെ ചോദിച്ചു.

'നീതിയിലെനിക്കു താൽപ്പര്യമില്ല.' ഡോ. സ്ക്രേറ്റ പറഞ്ഞു. 'അതെനിക്കതീതവും ബാഹ്യവുമാണ്. എന്തായാലും അതമാനുഷികമാണ്. ജുഗുപ്സാവഹമായ അതിനോട് ഞാൻ സഹകരിക്കില്ല.'

'സാർവ്വത്രികമൂല്യങ്ങളെ നിങ്ങൾ അംഗീകരിക്കില്ലെന്നാണോ പറഞ്ഞു വരുന്നത്?' ഓൾഗ ചോദിച്ചു.

'ഞാനംഗീകരിക്കുന്ന മൂല്യങ്ങൾക്ക് നീതിയുമായി യാതൊരു ബന്ധവുമില്ല.'

'ഉദാഹരണത്തിന്?' ഓൾഗ ചോദിച്ചു.

'ഉദാഹരണത്തിന് സൗഹൃദം.' ഡോ. സ്ക്രേറ്റ മൃദുവായി പറഞ്ഞു.

ഏവരും നിശ്ശബ്ദരായി. ഇൻസ്പെക്റ്റർ പോകാനായി എഴുന്നേറ്റു. അന്നേരം ഓൾഗക്കൊരു ആകസ്മിക ചിന്തയുണ്ടായി: 'റൂസേന കഴിച്ചിരുന്ന ഗുളികകളുടെ നിറമെന്തായിരുന്നു?'

'ഇളംനീല.' ഇൻസ്പെക്റ്റർ പറഞ്ഞു. പിന്നെ, താൽപ്പര്യത്തോടെ ആരാഞ്ഞു: 'എന്തേ ചോദിക്കാൻ?'

ഇൻസ്പെക്റ്റർ തന്റെ മനസ്സു വായിച്ചുവെന്നു ഓൾഗ പേടിച്ചു. അതിനാലവൾ ഉടൻ പിറകോട്ടടിച്ചു: 'അല്ലാ, ഒരിക്കൽ ഞാനവളുടെ കയ്യിൽ ഒരു മരുന്നു റ്റ്യൂബു കണ്ടിരുന്നു. ഞാൻ കണ്ട റ്റ്യൂബു തന്നെയാണോ...'

ഇൻസ്പെക്റ്റർ അവളുടെ മനസ്സു വായിച്ചിരുന്നില്ല. ക്ഷീണിതനായ അയാൾ എല്ലാവരോടും യാത്ര പറഞ്ഞു പിരിഞ്ഞു.

അയാൾ പോയപ്പോൾ, ഡോക്റ്ററോടു ബെർറ്റ് ലേഫ് പറഞ്ഞു: 'നമ്മുടെ ഭാര്യമാർ ഇപ്പൊഴിങ്ങെത്തും. നമുക്കവരെ കൂട്ടിക്കൊണ്ടു വരണ്ടേ?'

'പിന്നെ! ഇന്നു രാത്രി നിങ്ങൾ മരുന്നു രണ്ടിരട്ടി കഴിക്കണം' ബെർറ്റ് ലേഫ് അടുത്ത മുറിയിലേക്കു നീങ്ങുമ്പോൾ, ഡോക്റ്റർ ഉൽക്കണ്ഠയോടെ പറഞ്ഞു.

'നിങ്ങളൊരിക്കൽ ജേക്കബ്ബിന് ഏതോ വിഷം നൽകിയിരുന്നു.' ഓൾഗ പറഞ്ഞു. 'അതൊരു ഇളംനീല ഗുളികയായിരുന്നു. അതയാളുടെ കൂടെ എപ്പോഴുമുണ്ടായിരുന്നു. അതെനിക്കറിയാം.'

'വിവരക്കേടു പറയാതെ. ഞാനവനു അങ്ങിനെയൊന്നും കൊടുത്തിട്ടില്ല.' ഡോക്റ്റർ ശക്തമായി പറഞ്ഞു.

അപ്പോൾ, കഴുത്തിലൊരു നാടയും ചുറ്റി, ബെർട് ലേഫ് അടുത്ത മുറിയിൽനിന്ന് തിരിച്ചു വന്നു. ഓൾഗ രണ്ടുപേരോടും യാത്ര ചോദിച്ചു പിരിഞ്ഞു.

24. ദത്തുപുത്രൻ

ഇരുവശവും പോപ്ലാർമരങ്ങളുള്ള നടവഴിയിലൂടെ ബെർറ്റ് ലേഫും ഡോ. സ്ക്രേറ്റയും തീവണ്ടിയാപ്പീസ്സിലേക്കു നടന്നു.

'ചന്ദ്രനെ നോക്കൂ.' ബെർറ്റ് ലേഫ് പറഞ്ഞു. 'ഈ സായാന്ഹവും, ഇന്നലത്തെ രാത്രിയും അത്യത്ഭുതകരമായിരുന്നുവെന്നു ഞാൻ പറയുന്നതു വിശ്വസിച്ചാലും, ഡോക്റ്റർ!'

'വിശ്വസിക്കുന്നു. പക്ഷെ, നിങ്ങൾ സ്വസ്ഥനാകണം. ഇത്തരം സുന്ദര രാത്രികൾ ശരീരത്തിലുണ്ടാക്കുന്ന ആഘാതം, നിങ്ങളെ സംബന്ധിച്ച്, അപകടകരമാണ്.'

ബെർറ്റ് ലേഫ് മറുപടി പറഞ്ഞില്ല. അയാളുടെ മുഖം ആനന്ദമുള്ള അഭിമാനത്താൽ തിളങ്ങുകമാത്രം ചെയ്തു.

'നിങ്ങൾ നല്ല ഉത്സാഹത്തിലാണെന്നു തോന്നുന്നു.' ഡോ. സ്ക്രേറ്റ പറഞ്ഞു.

'ശരിയാണ്. ഞാൻമൂലം അവളുടെ അവസാനരാത്രി സുന്ദരമായിത്തീർന്നിരുന്നുവെങ്കിൽ, ഞാൻ സന്തുഷ്ടനാണ്.'

'നോക്കൂ.' ഡോ. സ്ക്രേറ്റ പൊടുന്നനെ പറഞ്ഞു, 'വിചിത്രമായ ഒരു കാര്യം നിങ്ങളോടെനിക്കു ചോദിക്കണമെന്നുണ്ടായിരുന്നു. ഇതുവരെ അതിനു ധൈര്യമുണ്ടായില്ല. പക്ഷെ, ഈ ദിവസം അത്രയും അസാധാരണമായതിനാൽ ചിലപ്പോൾ...'

'പറയൂ ഡോക്റ്റർ!'

'നിങ്ങളെന്നെ നിങ്ങളുടെ മകനായി ദത്തെടുക്കണം.'

അമ്പരന്നു നിന്നുപോയി ബെർറ്റ് ലേഫ്. ഡോ. സ്ക്രേറ്റ തന്റെ അപേക്ഷയുടെ കാരണം വിശദമാക്കി.

'നിങ്ങൾക്കുവേണ്ടി ഞാനെന്തും ചെയ്യും, ഡോക്റ്റർ!' ബെർറ്റ് ലേഫ് പറഞ്ഞു: 'പക്ഷെ, എന്റെ ഭാര്യക്കിതു വിചിത്രമായിത്തോന്നും എന്നാണെന്റെ ശങ്ക. മകനെക്കാൾ എത്രയോ ചെറുപ്പമായിപ്പോകുമല്ലോ അവൾ. അതിനു നിയമസാധുത ഉണ്ടാകുമോ?'

'മാതാപിതാക്കളേക്കാൾ ചെറുപ്പമായിരിക്കണം ദത്തുപുത്രൻ എന്നെവിടെയും പറയുന്നില്ല. ദത്തുമകനല്ലേ, രക്തബന്ധമുള്ളവന ല്ലല്ലോ?'

'ഉറപ്പാണോ?'

'കുറേമുമ്പേ, ഞാൻ വക്കീലന്മാരോട് ചോദിച്ചിരുന്നു.' ഡോ. സ്ക്രേറ്റ നാണത്തോടെ പറഞ്ഞു.

'വിചിത്രമായ ഒരാശയമാണിത്. എനിക്കിതൊരൽപ്പം അമ്പരപ്പു ണ്ടാക്കിയിട്ടുണ്ട്.' ബെർറ്റ് ലേഫ് പറഞ്ഞു. 'പക്ഷെ, ഇന്നു ഞാൻ വല്ലാത്തൊരാനന്ദത്തിലാണ്. എല്ലാവർക്കും സന്തോഷം നൽകു കയല്ലാതെ മറ്റൊന്നും ഞാനിപ്പോൾ ആഗ്രഹിക്കുന്നില്ല. അതുകൊണ്ട്, നിങ്ങൾക്കിതു സന്തോഷമുണ്ടാക്കുമെങ്കിൽ, എന്റെ മകനേ...'

നടവഴിയിലെ നടുക്കുവെച്ച് രണ്ടുപേരും ആലിംഗനം ചെയ്തു.

25. ഓൾഗയുടെ ആനന്ദം

കിടക്കയിൽ നീണ്ടു കിടക്കുകയായിരുന്നു ഓൾഗ (അടുത്ത മുറിയിലെ റേഡിയോ മൂകമായിരുന്നു). റൂസേനയെക്കൊന്നത് ജേക്കബ്ബാണെന്നും, അവൾക്കും ഡോ. സ്ക്രേറ്റക്കും മാത്രമേ അതറിയുള്ളൂവെന്നും അവൾക്കു സ്പഷ്ടമായിരുന്നു. അയാളതു ചെയ്തെന്തിനാണെന്നു, ഒരു പക്ഷെ, ഒരിക്കലും അവളറിയാനിടയില്ല. അവളിലൂടെ ഭീതിയുടെ ഒരു വിറയൽ കടന്നുപോയി. പക്ഷെ, ആ വിറയൽ ആനന്ദഭരിതവും, ഭീതി അഭിമാനഭരിതവുമാണെന്ന് അവൾ ആശ്ചര്യത്തോടെ നിരീക്ഷിച്ചു (അവൾ ആത്മനിരീക്ഷണത്തിൽ നിപുണയാണെന്നു നമുക്കറിയാമല്ലോ).

തലേന്നു രാത്രി ജേക്കബ്ബുമായി അവൾ സംഭോഗത്തിലേർപ്പെട്ട സമയത്ത്, അയാളുടെ മനസ്സു നിറയെ കഠോരമായ ചിന്തകളായിരുന്നിരിക്കണം. ആ ചിന്തകളോടുകൂടിയായിരിക്കണം താനയാളെ തന്നിലേക്കു പൂർണ്ണമായും ആഗിരണം ചെയ്തത്.

എന്തുകൊണ്ടിക്കാര്യം തന്നിൽ അവജ്ഞയുണ്ടാക്കുന്നില്ലാ? അവൾ അത്ഭുതപ്പെട്ടു. എന്തുകൊണ്ടു താനയാളെ ഒറ്റിക്കൊടുക്കുന്നില്ലാ (താനതൊരിക്കലും ചെയ്യില്ല)? ഞാനും നീതിക്കപ്പുറത്താണോ ജീവിക്കുന്നത്?

അവളിങ്ങിനെ സ്വയം ചോദ്യം ചെയ്തുകൊണ്ടിരിക്കേ, വിചിത്രവും, തൃപ്തിമയവുമായ ഒരഭിമാനം ഉള്ളിൽ നിറഞ്ഞു വരുന്നതായി അവൾക്കനുഭവപ്പെട്ടു. ബലംകൊണ്ടു ഭോഗിക്കപ്പെടുന്ന ഒരു പെൺകുട്ടിയാണു താനെന്നവൾക്കു തോന്നി. എത്ര ശക്തിയായതിനെ ചെറുക്കുന്നുവോ, അത്രയും ശക്തമായ് വളരുന്ന മൂർച്ഛയേകുന്ന ആനന്ദം പൊടുന്നനെ അവളെ ഗ്രസിച്ചു...

26. മംഗളം

വണ്ടി തീവണ്ടിയാപ്പീസ്സിലെത്തി. രണ്ടു സ്ത്രീകൾ വണ്ടിയിൽ നിന്നിറങ്ങി.

ഒരാൾക്ക് ഏകദേശം മുപ്പത്തിയഞ്ചു വയസ്സു വരും. അവളെ ഡോ. സ്ക്രേറ്റ ചുംബിച്ചു. ഭംഗിയായി വസ്ത്രം ധരിച്ച, കുറച്ചുകൂടി പ്രായക്കുറവുള്ള, മറ്റേ സ്ത്രീയുടെ കയ്യിൽ ഒരു കുഞ്ഞുണ്ടായിരുന്നു. അവളെ ബെർറ്റ് ലേഫ് ചുംബിച്ചു.

'കുഞ്ഞിനെയൊന്നു കാണിക്കൂ.' ഡോക്റ്റർ പറഞ്ഞു. 'ഞാനവനെ ഇതുവരെ കണ്ടിട്ടില്ല.'

'എനിക്കു നിന്നെ നന്നായി അറിയില്ലെങ്കിൽ, ഞാൻ സംശയിക്കുമായിരുന്നു.' സൂസിസ്ക്രേറ്റ ചിരിച്ചുകൊണ്ടു പറഞ്ഞു. 'അവന്റെ മേൽച്ചുണ്ടിലെ മറുകു നോക്കൂ. നിന്റെ മറുകുള്ള അതേ സ്ഥലത്ത്.'

ബെർറ്റ് ലേഫിന്റെ ഭാര്യ ഡോ. സ്ക്രേറ്റയുടെ മുഖം പരിശോധിച്ചു; നിലവിളിയോടടുത്ത സ്വരത്തിൽ പറഞ്ഞു: 'നേരാണ്. മുമ്പിവിടെയുള്ളപ്പോൾ ഞാനതു ശ്രദ്ധിച്ചിരുന്നില്ല.'

ബെർറ്റ് ലേഫ് പറഞ്ഞു: 'അമ്പരപ്പിക്കുന്ന ഒരു സംയോഗമാണിത്. ഞാനിത് അത്ഭുതങ്ങളുടെ പട്ടികയിൽപ്പെടുത്തുന്നു. സ്ത്രീകൾക്കു ആരോഗ്യം തിരിച്ചുനൽകുന്ന ഡോ. സ്ക്രേറ്റയുടെ സ്ഥാനം മാലഖമാർക്കിടയിലാണ്. ഈ ലോകത്തിലേക്കു വരാൻ താൻ സഹായിച്ച കുട്ടികളുടെമേൽ ഒരു മാലാഖയെപ്പോലെ അയാൾ തന്റെ മുദ്ര ചാർത്തുന്നു. ഇതൊരു മറുകല്ല, മാലാഖയുടെ മുദ്രയാണ്.'

ബെർറ്റ് ലേഫിന്റെ വിശദീകരണം എല്ലാവരെയും സന്തോഷിപ്പിച്ചു.

അവർ ഉല്ലാസത്തോടെ ചിരിച്ചു.

സുന്ദരിയായ തന്റെ ഭാര്യയോടു ബെർറ്റ് ലേഫ് തുടർന്നു പറഞ്ഞു: അൽപ്പസമയംമുമ്പുതൊട്ട്, നമ്മുടെ കൊച്ചു ജോണിന്റെ സഹോദരനാണ് ഡോ. സ്ക്രേറ്റയെന്നത് ഞാനിതിനാൽ സഗൗരവം പ്രഖ്യാപിക്കുന്നു. സഹോദരന്മാരായതിനാൽ രണ്ടുപേർക്കും ഒരേ മറുകുണ്ടാകുന്നത് സ്വാഭാവികം.'

'ഒടുവിൽ! ഒടുവിൽ നിങ്ങൾ നിശ്ചയിച്ചു...' ആനന്ദനിശ്വാസത്തോടെ സൂസിസ്ക്രേറ്റ ഭർത്താവോടു പറഞ്ഞു.

'എനിക്കു മനസ്സിലാകുന്നില്ല. ഒന്നും മനസ്സിലാകുന്നില്ല.' വിശദീകരണമാവശ്യപ്പെട്ടുകൊണ്ട്, ബെർറ്റ് ലേഫിന്റെ ഭാര്യ പറഞ്ഞു.

'ഞാനെല്ലാം വിശദീകരിക്കാം. ഇന്നു നമുക്ക് ഒരു പാടു കാര്യങ്ങൾ സംസാരിക്കാനുണ്ട്. ആഘോഷിക്കാനുണ്ട്. നമുക്കു മുമ്പിലുള്ളത് മനോഹരമായൊരു വാരാന്ത്യമാണ്.' ഭാര്യയുടെ കൈ പിടിച്ചുകൊണ്ട് ബെർറ്റ് ലേഫ് പറഞ്ഞു. പിന്നീട്, പ്ലാറ്റ്ഫോമിലെ വിളക്കുകൾക്കു കീഴിലൂടെ, തീവണ്ടിയാപ്പീസ്സു വിട്ട്, നാലുപേരും നടന്നകന്നു.

ശുഭം. മംഗളം.

www.ingramcontent.com/pod-product-compliance
Lightning Source LLC
LaVergne TN
LVHW101412051026
849519LV00005BC/1737